दुसऱ्या महायुद्धाच्या काळात लेनिनग्राडच्या वेढ्यात अडकलेल्या अनेकांच्या अनुभवांचे कथन म्हणजे हे पुस्तक आहे. महायुद्धानंतरही लेनिनग्राडचा इतिहास विस्मरणात जाऊ नये यासाठी सोव्हिएत संघाने त्या आठवणी ताज्या ठेवण्याचा नेहमीच प्रयत्न केला. लेनिनग्राडच्या वेढ्यातील दोन्ही देशांच्या युद्धनीतीचे वर्णन आपल्याला सापडते. पुस्तकातील सुरुवातीचा भाग युद्धाच्या वर्णनाचा असला तरी नंतरचा कथाभाग हा लेनिनग्राडमध्ये अडकलेल्या असंख्य नागरिकांच्या करुण कहाण्यांचा आहे.

पुस्तकाचा मध्य कथानकांचे साधर्म्य आणि कथानकांची भाऊगर्दी यामुळे कंटाळवाणा वाटू शकेल. तरीही जोन्सने केवळ भूतकाळाचे वर्णन न करता सत्य घटनांच्या आधारे ऐतिहासिक वास्तव मांडले आहे. मानवी मनाच्या खऱ्या भावनांचा अनुभव आपल्याला पुस्तकाच्या शेवटच्या भागात वाचायला मिळतो.

इतिहास, मानवशास्त्र आणि प्रतिकूल परिस्थितीत तगून राहण्यासाठी माणसांनी केलेला संघर्ष यांची वास्तववादी अनुभूती म्हणजे हे पुस्तक आहे.

– जस्टइन

लेनिनग्राडच्या भीषण वेढ्याचे साक्षीदार असलेल्या, पण ज्यांना त्या वेढ्याचा अंत कसा झाला याची माहिती नसलेल्या असंख्य नागरिकांची ही कहाणी आहे. ज्याची आपल्याला कल्पनादेखील करता येणार नाही त्या कालखंडाचा आढावा अतिशय सशक्त कथानकांमधून जोन्सने घेतला आहे.

लेखकाने कथानकांमधून केलेले वास्तवतेचे वर्णन हेच या पुस्तकाचे मर्मस्थान आहे.

– 'द हेराल्ड' (ग्लासगो)

लेनिनग्राडचा वेढा

लेखक

मायकेल जोन्स

अनुवाद

डॉ. प्रमोद जोगळेकर

मेहता पब्लिशिंग हाऊस

✆ +91 020-24476924 / 24460313 / Mob. No. 9545000513

Email : production@mehtapublishinghouse.com

Website : www.mehtapublishinghouse.com

- *या पुस्तकातील लेखकाची मते, घटना, वर्णने ही त्या लेखकाची असून त्याच्याशी प्रकाशक सहमत असतीलच असे नाही.*

LENINGRAD STATE OF SIEGE by MICHAEL JONES

First Published in Great Britain in 2008 by John Murray (Publishers)

An Hachette Livre UK Company

Translated into Marathi Language by Dr. Pramod Joglekar

लेनिनग्राडचा वेढा / अनुवादित कादंबरी

अनुवाद : डॉ. प्रमोद जोगळेकर

Email : author@mehtapublishinghouse.com

संस्थापक : सुनील अनिल मेहता

प्रकाशक : मेहता पब्लिशिंग हाऊस प्रा. लि.,
१९४१, सदाशिव पेठ, माडीवाले कॉलनी, पुणे ४११०३०.

मुद्रक : पार्कसन्स ग्राफिक्स

मुखपृष्ठ : चंद्रमोहन कुलकर्णी

प्रकाशनकाल : जानेवारी, २०१२ / पुनर्मुद्रण : जून, २०२५

किंमत : ₹ ५६०

P Book ISBN 9788184983241

एडमंड आणि रफस यांच्यासाठी

अनुक्रमणिका

उपोद्घात

सप्टेंबर १९४१ च्या सुरुवातीला हिटलरच्या सैन्यानं वेढा घातलेल्या लेनिनग्राड (आता सेंट पीटर्सबर्ग) शहराकडे जाणाऱ्या शेवटच्या रस्त्यांची नाकेबंदी पूर्ण केली. ओल्गा बर्गोल्ट्सच्या शब्दात सांगायचं तर, 'शहराच्या मानेभोवती फास आवळला गेला.' यानंतर इतिहासामधला एक भीषण वेढा सुरू झाला.

दुसऱ्या महायुद्धाच्या काळातील पूर्व आघाडीवरच्या रणांगणांची माहिती देणारी मार्गदर्शक पुस्तकं बनविण्याच्या कामामधून या पुस्तकाचा उगम झाला आहे. मी 'मिडास आणि होल्ट्स' या पर्यटन कंपनीला, रणांगणाच्या भेटीचे कार्यक्रम बनविण्यास मदत केली. या कामात सहभाग असणाऱ्या रशियन ट्रॅव्हल्स कंपनीच्या ओलेग अलेक्झांड्रोव यांचे मी आभार मानतो. त्यांनी माझी रेड आर्मीमधल्या वृद्ध सैनिकांशी भेट घडवून आणली. या वेढ्याच्या कहाणीत भयंकर थरार आणि भीषणता आहे; पण त्यात सतत पुढे जात राहण्याची प्रेरणा मिळेल, असा भागही आहे. मी वाचकांना या विलक्षण कहाणीच्या ताकदीचा थरार अनुभव देण्याचा प्रयत्न केला आहे.

या वेढ्याबद्दलचं माझं ज्ञान लोकांनी गाजवलेल्या शौर्याच्या अधिकृत सोव्हिएत नोंदींवर आधारित नसून, त्या वेळी तिथं जे लोक अडकले होते, त्यांच्या अनुभवांवर आधारित आहे. त्यातील तीन जणांचे मी आभार मानतो. या सर्वांनीच मला सतत प्रोत्साहन दिलं आणि मदत केली. स्वेतलाना मगायेवा यांनी मला त्या लढ्यामधून वाचलेल्या लोकांच्या मानसिक तपासण्यांच्या नोंदी उपलब्ध करून दिल्या. वेढ्याच्या काळात त्यांनी काढलेल्या उत्कृष्ट रेखाचित्रांचा वापर करण्याची परवानगीही एलेना मार्टिला यांनी मला दिली. सेंट पीटर्सबर्गमध्ये तेव्हाच्या वेढ्यातून वाचलेल्या वृद्ध माणसांची संस्था आहे. त्याच्या प्रमुख असलेल्या इरिना स्क्रिपाचिओवा यांनी माझ्या त्या वृद्धांशी असंख्य गाठीभेटी घालून दिल्या. या सगळ्यांमुळे माझ्या अभ्यासाला भरीव मदत झाली आहे. स्तालिनग्राडच्या लढाईवरील पुस्तक लिहिताना मी रेड आर्मीतल्या निवृत्त सैनिकांच्या मुलाखती घेण्याच्या तंत्राचा अवलंब केला होता. तीच

पद्धत मी इथंही वापरली आहे. मी त्या लोकांशी ओळख करून घेतो आणि मग त्यांना माझ्याबद्दल विश्वास वाटू लागला की, कहाणीसाठी त्यांच्याकडून मानसिक पैलूंची माहिती मिळवतो. त्या लढ्यामधून वाचलेल्या लोकांनी त्यांचे अनुभव मला सांगितले. त्याबद्दल मी त्यांचा आभारी आहे. त्यांनीच मला प्रसिद्ध झालेल्या किंवा अप्रसिद्ध राहिलेल्या अनेक डायऱ्यांबद्दल माहिती दिली. शहरावर आलेल्या भीषण संकटांचं प्रामाणिक चित्रण या डायऱ्यांमध्ये केलेलं आढळतं. मी टिपांमध्ये त्यांचा योग्य तो ऋणनिर्देश केलेला आहे. लिश्कोवो इथल्या रेल्वेगाडीतल्या हत्याकांडामधून वाचलेल्या लोकांशी झालेली भेट मन हेलावून टाकणारी होती. हे वाचलेले लोक मार्च, २००७मध्ये पहिल्यांदाच एकमेकांना भेटले होते.

पण अनेकजण वाचू शकले नाहीत. आता फक्त ते त्यांच्या लेखनातून आपल्याशी बोलत आहेत. मला या वेढ्याच्या स्मृती जिवंत ठेवणाऱ्या 'ब्लॉकेड म्युझियम'च्या संचालकांचे विशेष आभार मानायला हवेत. या म्युझियमचा कारभार पाहणाऱ्या ओलेग ग्रूट यांनी मला अनेक डायऱ्या आणि व्यक्तिगत पत्रव्यवहार अभ्यासासाठी उपलब्ध करून दिले. संगीततज्ज्ञ प्रा. आंद्रेई क्रुकोव यांनी मला त्या वेळच्या सांस्कृतिक जीवनाबद्दल आणखी संदर्भ उपलब्ध करून दिले.

जो भाग प्रकाशित झालेला आहे, त्याचा वापर मी केलेला आहे. व्हेरा इन्बर, एलेना कोचिना आणि एलेना स्क्रआबिना यांनी लिहिलेल्या डायऱ्यांचे अनुवाद प्रसिद्ध झालेले आहेत. ॲलेस ॲडमोविच आणि दनील ग्रानीन यांचं 'अ बुक ऑफ द ब्लॉकेड' हे पुस्तक फार महत्त्वाचं आहे. सिंथीया सिमन्स आणि नीना पर्लिना यांनी वेढ्याच्या काळातील अनुभव पुस्तकरूपात आणले आहेत. रशियन भाषेत या संदर्भात भरपूर साहित्य उपलब्ध आहे आणि त्यात सतत भर पडते आहे. सेंट पीटर्सबर्ग विद्यापीठात मौखिक इतिहासाला वाहिलेले अभ्यासकेंद्र, 'सेंटर फॉर ओरल हिस्टरी' असून या केंद्राने २००६मध्ये नव्याने बरेच साहित्य प्रकाशित केले आहे. वेढ्याच्या संदर्भात महत्त्वाचे संशोधन करणाऱ्या रिचर्ड बिडलॅक आणि निकिता लोमागीन यांच्या कामाचा मला खूपच फायदा झाला आहे.

लेना याकोवलेवा मॉस्कोत आणि ॲना आर्टियुशिया हिनं माझ्यासाठी सेंट पीटर्सबर्गमध्ये भाषांतराचं काम केलं. तसंच, या दोघींनी मला महत्त्वाचे संदर्भ मिळवून दिले. कॅरोलिन वॉल्टसननं मला भाषांतरासाठी आणखी मदत केली आणि ॲलेक्झांडर बोल्दिरेवच्या डायरीमधून महत्त्वाचा भाग काढून दिला. त्याचप्रमाणे डेव्हिड ग्लान्झ आणि अल्बर्ट ॲक्सेल यांनी मला विविध प्रकारे मदत केली.

लेनिनग्राड शहराच्या नकाशांविषयी डेव्हिड ग्लान्झ, स्वेतलाना मगायेवा आणि अल्बर्ट प्लेझिएर यांनी मला मोलाची मदत केली. लिआँ गुरे यांच्या 'द सीज ऑफ लेनिनग्राड' या पुस्तकाचा वापर करून मी जर्मन आघाडीचे चित्रण केले आहे.

'ऑपरेशन स्पार्क' या प्रकरणासाठी मी रॉबर्ट एफ. बाऊमन यांच्या १९९२ मधील लेखाचा वापर केला आहे. हा लेख रॉजर जे. स्पिलर यांच्या 'कंबाईन्ड आर्म्स इन बॅटल सिन्स १९३९' या संपादित पुस्तकात आहे.

जॉन मुरे प्रकाशनातील चार्ली व्हिने, रोलॅन्ड फिलीप्स आणि रोवान याप यांनी केलेल्या मदतीबद्दल मी त्यांचे आभार मानतो.

हॅरिसन सॅलिसबरी यांनी १९६९मध्ये लेनिनग्राडच्या वेढ्यावर पुस्तक लिहिले. त्यानंतर आता खूपच नवीन माहिती मिळाली आहे. मी लष्करी इतिहासाचा अभ्यासक असून, मला युद्धाच्या वेळच्या मानसिकतेमध्ये रस आहे. अत्यंत खडतर परिस्थितीचा सामना करण्याची प्रेरणा लोकांना कशी मिळते, याचं मला कुतूहल आहे. लेनिनग्राडच्या रहिवाश्यांनी वेढ्यातून बाहेर पडण्यासाठी असामान्य किंमत चुकवली. सामान्य लोकांनी त्या वेळी जे काही भोगलं आणि त्यातून अखेर त्यांचा विजय कसा झाला, हे मी वाचकांपुढे ठेवत आहे.

अनुवादकाचे मनोगत

युद्धाच्या कथा रम्य असतात असं म्हणतात. काही असतीलही, पण लेनिनग्राडच्या वेढ्याची आणि त्या शहरानं अस्तित्वासाठी दिलेल्या झुंजीची ही कहाणी जरादेखील रम्य नाही. उलट ती अतिशय भीषण आहे. काही भाग तर विश्वास बसणार नाही इतका भयंकर आहे. पण दुसरं जागतिक महायुद्ध ही मानवी इतिहासातली विलक्षण अशीच घटना आहे. त्यात खरोखरच अनेक अविश्वसनीय गोष्टी घडल्या.

दुसऱ्या महायुद्धाची व्याप्तीच एवढी प्रचंड होती की, त्यात जे घडलं ते सारंच अतिप्रचंड प्रमाणावर होतं. कोणत्याही लढाईत माणसं मरतातच. लेनिनग्राडच्या वेढ्याच्या वेळीही लक्षावधी माणसं मेली. पण त्याला कारण केवळ दोन देशातील सैनिकांची ती सामान्य लढाई नव्हती. लेनिनग्राडजवळ झालेल्या महाविनाशाला दोन विचारसरणींमधल्या टकरींची पार्श्वभूमी आहे. लेनिनग्राडच्या नागरिकांना एकाच वेळी दोन शत्रूंचा सामना करावा लागला. त्यामधला एक खरोखर आक्रमकण करणारा असला, तरी दुसरा शत्रू आतलाच होता. महायुद्ध सुरू होण्याच्या आधी १९३९मध्ये केलेलं दोस्तीचं नाटक संपल्यावर, नाझी जर्मनीची अक्राळविक्राळ लष्करी यंत्रणा सोव्हिएत महासंघावर तुटून पडली. आणि मग जबरदस्त तयारीनं आलेलं वेरमाख्त (जर्मन सैन्य) लेनिनग्राडच्या आवतीभोवती या शहराचा खातमा करण्याच्या उद्देशानं फास आवळू लागलं. पिंजऱ्यात अडकलेल्या उंदरांना घाबरवण्यासाठी अधूनमधून तडाखे मारत बसलेल्या बोक्याप्रमाणे, वेरमाख्त लेनिनग्राडच्या उपाशी लोकांना खेळवत बसलं होतं. अशा कठीण प्रसंगी लोकांना मदत करण्याऐवजी तत्कालीन सोव्हिएत महासंघाच्या साम्यवादी राजवटीनं त्यांची क्रूर उपेक्षाच केली. भ्रष्टाचारी आणि स्वतःच्या स्वार्थापुढे कशालाही महत्त्व न देणाऱ्या लेनिनग्राडच्या स्थानिक नेत्यांनी, लक्षावधी ज़णांना अक्षरशः तडफडून उपाशी मरू दिलं.

लेनिनग्राड या तत्कालीन सोव्हिएत महासंघाचा मानबिंदू मानल्या जाणाऱ्या शहरातल्या लोकांनी भोगलेल्या अतोनात हालअपेष्टांची कथा, हा या पुस्तकाचा मुख्य विषय आहे. लेखक डॉ. मायकेल जोन्स हा नावाजलेला लष्करी इतिहासतज्ज्ञ

असून, त्याने अनेक गाजलेल्या लढायांचे इतिहास लिहिले आहेत. सैन्याच्या हालचाली आणि डावपेच या लष्करी इतिहासातील नेहेमीच्या घटनांखेरीज, सामान्य लोकांच्या अनुभवावर आधारलेला लेनिनग्राडच्या वेढ्याचा इतिहासाचा एक वेगळा पोत या पुस्तकात आपल्याला पाहायला मिळतो. सोव्हिएत महासंघाच्या साम्यवादी राजवटीची निर्दयी राजवट कोलमडून पडेपर्यंत सर्वसामान्य लोकांनी काय भोगलं, हे कधीच जगापुढे आलं नाही. कारण वेगळं मत मांडायचा प्रयत्न करणाऱ्यांना मृत्युदंड किंवा छळछावणीत नरकवास भोगावा लागत असे. आता खुल्या झालेल्या दस्तऐवजांचा आणि वेढ्यामधून वाचलेल्या लोकांच्या मुलाखतींचा आधार घेऊन, लेखकाने दोन वेगळ्या, पण सारख्याच सैतानी राजवटींच्या दरम्यान झालेल्या जबरदस्त मानसशास्त्रीय लढ्याचे दिवस आपल्यासमोर जिवंत केले आहेत.

डॉ. मायकेल जोन्सनं लिहिलेलं हे पुस्तक संशोधनपर असल्यानं संशोधनाच्या पद्धतीनुसार त्यानं जागोजागी आपल्या विधानांना आधार देणारे संदर्भ दिले आहेत. तथापि काही ठिकाणी अशा लेखनात प्रवाहीपणाला अडथळा आलेला असल्यानं मी काही भाग कमी केला आहे. परंतु जिथे मराठी वाचकांना अधिक माहिती मिळणं आवश्यक आहे असं वाटलं, तिथं मी माझ्या पद्धतीप्रमाणे छोट्या तळटिपा दिलेल्या आहेत. याखेरीज शब्दांच्या उच्चारणाबद्दल काही लिहिणं आवश्यक आहे. या पुस्तकात जर्मन आणि रशियन नावं आहेत. त्यांचे त्या त्या भाषेनुसार योग्य उच्चार मराठीत करण्याचा मी प्रयत्न केला आहे. पूर्वीच्या मराठी साहित्यात काही नावांचे चुकीचे उच्चार प्रचलित झालेले असल्याने या ठिकाणी ते वेगळे वाटतील हे कृपया वाचकांनी लक्षात घेणं आवश्यक आहे. हा अनुवाद करताना, आता आपल्यात नसलेल्या माझ्या मित्राची, विद्यासागर महाजन याची फार मोलाची मदत झाली.

दुसऱ्या महायुद्धाच्या इतिहासाबद्दल मी अनेक वर्षं सातत्याने वाचत असल्याने हे संशोधनावर आधारित पुस्तक हाती पडल्यानंतर त्याचं ऐतिहासिक महत्त्व जाणवलं आणि मी या पुस्तकाचा अनुवाद करण्याची संधी साधली. लेनिनग्राडच्या वेढ्यावरील हे ऐतिहासिक पुस्तक अनुवादासाठी मला दिल्याबद्दल मी श्री. सुनील मेहता यांचा ऋणी आहे. या पुस्तकाच्या उत्तम प्रकाशनासाठी मेहनत घेणाऱ्या मेहता पब्लिशिंग हाऊसमधील सर्व कर्मचाऱ्यांचे मी आभार मानतो.

– डॉ. प्रमोद जोगळेकर

वेढ्याचा घटनाक्रम

लेनिनग्राडचा वेढा सर्वसामान्यपणे '९०० दिवसांचा वेढा' म्हणून ओळखला जात असला, तरी प्रत्यक्षात तो ८ सप्टेंबर १९४१ ते २७ जानेवारी १९४४ असा ८७२ दिवस सुरू होता. या वेढ्यामधल्या काही महत्त्वाच्या घटना अशा आहेत :

२२ जून १९४१	: जर्मनीचं सोव्हिएत महासंघावर आक्रमण
२६ जून १९४१	: मानस्टाईनच्या 'पँझर कॉर्प्स'नी द्विना नदीवरील पूल ताब्यात घेतले.
८ जुलै १९४१	: ह्योपनरच्या चौथ्या पँझर गटानं स्क्वोव येथे स्तालिन रेषा भेदली.
११ जुलै १९४१	: वायव्य आघाडीचा सेनापती म्हणून मार्शल क्लिमेंट वोरोशिलोव याची नेमणूक. त्यानं लेनिनग्राडच्या संरक्षणाची सूत्रं स्वीकारली.
१४ जुलै १९४१	: राईनहार्टच्या पँझर तुकड्यांनी लुगा नदीच्या पलीकडे पाय रोवूनलेनिनग्राडच्या वेशीपर्यंत धडक मारली.
१५, १६ ऑगस्ट १९४१	: मानस्टाईनने इलमेन सरोवराच्या परिसरातील सोव्हिएत फौजांना मागे रेटून, लेनिनग्राडमध्ये आग्नेय बाजूकडून शिरण्याचा मार्ग मोकळा केला.
१८ ऑगस्ट १९४१	: 'लिश्कोवो रेल्वे हत्याकांड'– लेनिनग्राडमधल्या लहान मुलं असलेल्या गाडीवर लुफ्तवाफची बाँबफेक.
८ सप्टेंबर १९४१	: जर्मन सैन्याचा श्लीसेलबर्गवर ताबा आणि लेनिनग्राडची नाकेबंदी पूर्ण. नाकेबंदीने ८७२ दिवसांच्या वेढ्याची सुरुवात. बादायेव येथील धान्यसाठा बॉम्बफेकीत नष्ट.

११ सप्टेंबर १९४१	:	स्तालिनने वोरोशिलोवला पदच्युत करून त्या जागी जनरल जॉर्जी झुकोवची नेमणूक केली.
२० सप्टेंबर १९४१	:	जनरल झुकोवने सोव्हिएत फौजा नेवा नदीच्या पलीकडे नेऊन, नेवस्की या ठिकाणी तळ ठोकला.
२२ सप्टेंबर १९४१	:	हिटलरनं सांगितलं, ''लेनिनग्राड शहराकडून आलेले शरणागतीचे सगळे प्रस्ताव फेटाळून लावावेत. लोकांसाठी घरांची आणि अन्नाची समस्या आहे, ती सोडविता येणार नाही आणि आपण ती सोडवायची नाही. या अस्तित्वासाठीच्या झगड्याच्या वेळी शहरातल्या थोड्याही लोकांना जिवंत ठेवण्यात आपल्याला अजिबात रस नाही.''
५ ऑक्टोबर १९४१	:	झुकोवला पुन्हा मॉस्कोत बोलविण्यात आलं. लेनिनग्राडच्या संरक्षणाची जबाबदारी आंद्रेई झाडनोव याच्यावर सोपविण्यात आली.
८ नोव्हेंबर १९४१	:	जर्मनांनी तिखविन जिंकले. लाडोगा सरोवराच्या दिशेनं शहराकडे येणारा रेल्वेमार्ग बंद झाला. हिटलरने विजयी स्वरात घोषणा केली, ''लेनिनग्राड आता उपासमारीनं मरणार आहे. तसं विधिलिखितच आहे.''
२२ नोव्हेंबर १९४१	:	लाडोगा सरोवराच्या 'जीवनमार्गा'तून जाणाऱ्या लॉऱ्यांच्या पहिल्या काफिल्याने शहरासाठी शिधासामग्री आणली.
१० डिसेंबर १९४१	:	रेड आर्मीनं पुन्हा तिखविन जिंकून घेतलं.
१ जानेवारी १९४२	:	लेनिनग्राडमध्ये फक्त दोन दिवसांपुरताच अन्नसाठा शिल्लक होता. तेल आणि प्रथिनांचा पुरवठा होण्याची शक्यता नव्हती.
८ जानेवारी १९४२	:	उपासमारी झालेल्यांच्या उपचारांसाठी पहिलं हॉस्पिटल उघडण्यात आलं.
२५ जानेवारी १९४२	:	शेवटचं जलविद्युत केंद्र बंद पडलं. आता लेनिनग्राडमध्ये पाणी, विद्युत आणि उष्णता निर्मितीची शक्यता संपली.
२७ जानेवारी १९४२	:	लेनिनग्राड शहराच्या अन्नपुरवठा आणि वितरण यंत्रणेचा बोजवारा उडाला.
३१ जानेवारी १९४२	:	एका महिन्यात लेनिनग्राडमध्ये ९६,६९४ जण मरण पावल्याची नोंद. अनेकजण बेपत्ता असल्याची शंका.

१८ फेब्रुवारी १९४२	:	लेनिनग्राडमध्ये हगवणीची पहिली साथ.
२८ फेब्रुवारी १९४२	:	जानेवारी-फेब्रुवारी महिन्यात मिळून १,९२,७६६ मृत्यूंची नोंद. अनधिकृत आकडेवारीनुसार दररोज २०,००० जण मृत्युमुखी.
२७ मार्च १९४२	:	शहरातल्या सर्व धडधाकट लोकांनी मिळून रस्ते आणि आवारं साफ केली.
१ एप्रिल १९४२	:	लेफ्टनंट जनरल लिओनिद गोवोरोव यानं लेनिनग्राडच्या आघाडीचं नेतृत्व स्वीकारलं.
५ एप्रिल १९४२	:	अलेक्झांडर नेवस्कीनं ट्युटॉनिक सरदारांवर विजय मिळवल्याला ७०० वर्षे पूर्ण झाली. जर्मनांनी बाल्टिकमधल्या नाविक काफिल्यावर हवाई हल्ला केला.
१५ एप्रिल १९४२	:	शहरात तीन मार्गांवर पुन्हा ट्राम सुरू झाल्या.
२७ एप्रिल १९४२	:	नेवस्की भागातला सोव्हिएत फौजांचा शेवटचा मोर्चा उद्‌ध्वस्त.
१८ जून १९४२	:	लाडोगा सरोवरातून पाईपलाईन टाकून शहरात पेट्रोलचा पुरवठा.
९ ऑगस्ट १९४२	:	लेनिनग्राडचा फिलहार्मोलिक हॉलमध्ये शोस्ताकोविचच्या 'सेव्हन्थ सिंफनी'चा कार्यक्रम.
१८ जानेवारी १९४३	:	ऑपरेशन स्पार्कमुळे जर्मन वेढ्याला खिंडार पडलं.
६ फेब्रुवारी १९४३	:	लेनिनग्राडला रसद पुरवणारी पहिली रेल्वेगाडी दाखल.
२१ सप्टेंबर १९४३	:	आर्मी ग्रुप नॉर्थने लेनिनग्राडच्या पश्चिमेस १५० मैल अंतरावर प्रतिकार रेषा तयार केली.
१५ जानेवारी १९४४	:	वेढा घालून बसलेल्या उरल्या-सुरल्या जर्मन मोर्चांवर सोव्हिएत फौजांचा हल्ला. सैनिकांनी प्रतिज्ञा केली, "आम्ही लेनिनग्राडच्या भीषण छळाचा बदला घेऊ!"
२७ जानेवारी १९४४	:	गोवोरोवच्या हल्ल्यामुळे लेनिनग्राडला पडलेला ८७२ दिवसांच्या वेढ्याची समाप्ती.

लेनिनग्राड शहर

१. लष्करी मुख्यालय
२. हर्मिटेज
३. ॲडमिरल्टी
४. सेंट आयझॅक्स कॅथीड्रल
५. मुख्य पोस्ट व तार कार्यालय
६. एन.के.व्ही.डी. मुख्यालय
७. मुख्य पाणीपुरवठा केंद्र
८. स्मोल्नी इन्स्टिट्यूट
९. कझान कॅथीड्रल
१०. गोस्तीनी व्दोर
११. मॉस्को रेल्वे स्टेशन
१२. मुख्य विद्युत केंद्र
१३. मार्टी शिपयार्ड्स
१४. वितेब्स्क रेल्वेस्टेशन
१५. विद्युत पुरवठा केंद्र
१६. बाल्टिक रेल्वे स्टेशन
१७. वॉर्सा रेल्वे स्टेशन
१८. मुख्य गॅस केंद्र
१९. किरोव गिरणी
२०. किरोव कारखाना
२१. बादायेव धान्यगोदामे
२२. लेनिन यंत्रउत्पादन कारखाना
२३. इलेक्ट्रोसिला कारखाना

वायबोर्ग बाजू

२४. लिटेइनी पूल
२५. फिनलंड रेल्वेस्टेशन
२६. लष्करी वैद्यकीय संस्था
२७. स्तालीन कारखाना

पेट्रोग्राड बाजू

२८. पीटर अँन्ड पॉल फोर्ट्रेस
२९. प्राणिसंग्रहालय
३०. वनस्पती उद्यान

वासिलेवस्की बेट

३१. बाल्टिक शिपयार्ड
३२. विद्युतपुरवठा केंद्र
३३. लष्करी धान्य गोदामे

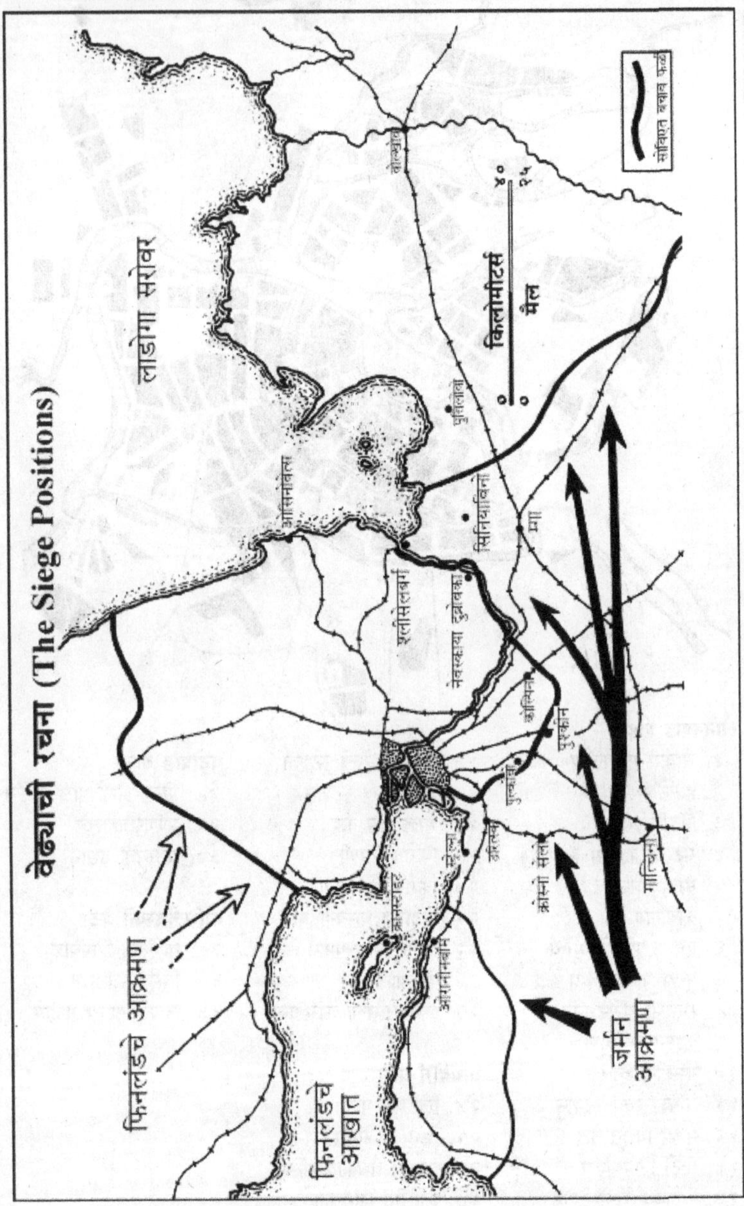
वेढ्याची रचना (The Siege Positions)
लाडोगा सरोवर
फिनलंडचे आक्रमण
फिनलंडचे आखात
जर्मन आक्रमण
किलोमीटर्स
मैल

प्रारंभ

सेंट पीटर्सबर्ग शहरामधून फेरफटका मारताना तिथले रंग पाहून आपण थक्क होतो. अनेक बेटांचं मिळून बनलेलं हे शहर उत्तरेमधलं व्हेनिस म्हणून ओळखलं जातं. सगळ्या रंगांच्या छटा या शहरात दिसतात. हिऱ्यासारख्या चकाकणाऱ्या इमारती मनाला भुरळ पाडणाऱ्या आहेत. त्यांचे चकचकीत सोनेरी घुमट आणि दगडांचं बांधकाम मनमोहक आहे. सेंट पीटर्सबर्गमध्ये फिरताना या शहराचा वैभवशाली इतिहास जागोजागी जाणवत राहतो. या अशा ठिकाणी काळ्या-करड्या रंगाचं जिणं कधीकाळी कोणाला जगावं लागलं असेल, हे खरं वाटत नाही. याच शहरात पुश्कीननं कविता लिहिल्या आणि दस्तियवस्कीनं 'द ब्रदर्स कारामझाव' ही कादंबरी लिहिली. एके काळी गुलाम शेतमजूर असणाऱ्या आंद्रेई वोरोनिखीन यानं इथंच 'द कझान आयकॉन ऑफ द मदर गॉड' हे भव्य कॅथीड्रल उभारलं. रशियन कलाक्षेत्राची सगळी समृद्धी या ठिकाणी जागोजागी दिसून येते.

लोक हेच सार्वभौम आहेत. म्हणून वंशपरंपरागत सत्तेच्या जागी लोकांची सत्ता आली पाहिजे, या तत्त्वज्ञानावर विश्वास ठेवणाऱ्या प्रसिद्ध बोल्शेविक क्रांतीची जागा हीच आहे. झारच्या राजवटीत 'सेंट पीटर्सबर्ग' म्हणून ओळखल्या जाणाऱ्या या शहराचं नाव बोल्शेविक क्रांतीनंतर 'लेनिनग्राड' झालं, ज्या शहरात रशियन लोकांमधल्या सर्जनशीलतेचा सर्वाधिक आविष्कार दिसतो, त्याच शहरात बोल्शेविक तत्त्वज्ञानाचा उगम होणं, मला एक कोड्यासारखं वाटतं. झारच्या हिवाळी मुक्कामाच्या राजवाड्यात लोक घुसल्याचं जाहीर करणाऱ्या 'ऑरोरा' या युद्धनौकेचं अजून जतन करून ठेवण्यात आलं आहे. तो क्षण एका नवीन युगाची नांदी होती.

सेंट पीटर्सबर्ग जरी कलाकारांचं शहर असलं, तरी तिथं त्यापेक्षाही आणखी बरंच काही होतं. १६ मे १७०३ रोजी रशियन समाट पीटर द ग्रेट[१] यानं एका सैनिकाच्या हातातून हेलबेर्ड (कुऱ्हाड आणि भाला असे एकत्रित हत्यार) घेतलं आणि गवत कापताना घोषणा केली होती की, 'या जागी नवीन शहर वसेल.'

त्या दिवसापासून या शहराला अस्तित्वात येण्यासाठी झगडावं लागलं होतं. या ठिकाणी परिस्थिती प्रतिकूल होती. रशियन साम्राज्याच्या विविध भागामधून आणलेले वेठबिगार आणि युद्धकैदी इथं अन्नाची कमतरता, थंडी आणि रोगराई यांच्याशी झुंजत काम करीत असल्यानं त्यांची दमछाक होत होती. त्यांनी विलक्षण कष्ट सहन करून दलदलीच्या भागात जो लाकडी किल्ला उभारला, त्याचंच पुढे सेंट पीटर्सबर्ग या शहरात रूपांतर झालं. जरी शहराचा इतिहास वादळी असला, तरी नाझी आक्रमणाच्या काळात जो विद्ध्वंस झाला, तसा विद्ध्वंस या शहरानं कधीही अनुभवला नव्हता.

मी सेंट पीटर्सबर्गच्या मध्यभागात असणाऱ्या लिटेइनी प्रॉस्पेक्ट या रस्त्यावरून चाललो आहे. शहरातल्या सर्वांत जुन्या रस्त्यांमधला हा रस्ता थेट उत्तरेकडे जाऊन नेवा नदीच्या काठावर जातो. आज या रस्त्यावर गजबजलेली बाजारपेठ आहे. मी वळून आता सोल्दानोय पेरॉलोक या लोकवस्ती असूनही तुलनेने शहरातल्या शांत अशा एका भागात आलो होतो. मी म्युझियमचं प्रवेशद्वार कुठं आहे ते शोधत होतो. या ठिकाणी दोन विमानवेधी तोफा ठेवण्यात आल्या असल्याचं मला सांगण्यात आलं होतं. हे म्युझियम लेनिनग्राड वेढ्याच्या स्मृतींना उजाळा देण्यासाठी खास उभारण्यात आलेलं आहे. या खास अशा 'ब्लॉकेड म्युझियम'ला भेट देणं हा विलक्षण अनुभव होता. मी आत शिरल्यानंतर मधल्या भागाकडे गेलो. तिथं वेढ्याच्या काळात लेनिनग्राडमधलं अपार्टमेंट कसं होतं, हे आपल्याला पाहायला मिळतं. खिडक्यांना पुठ्ठे लावलेले दिसतात आणि भिंती धुरामुळे काळवंडून गेलेल्या दिसतात. अपार्टमेंटमध्ये फर्निचर जवळपास नाहीच, कारण इंधनासाठी बऱ्याचशा फर्निचरची वाट लागली आहे. या घरातल्या माणसांनी अस्तित्वासाठी तीव्रतेनं केलेल्या धडपडीच्या खुणाही येथे आहेत. ट्राम बंद पडल्या होत्या. पाणी येणं बंद झालं होतं आणि वीज मिळत नव्हती. अन्न दिसणं दुरापास्त झालं होतं. एकेक दिवस ढकलत लोक कसेबसे राहत होते. अशा परिस्थितीत रशियातल्या भयंकर थंडीचा सामना करीत लेनिनग्राडचे रहिवासी तीन हिवाळे टिकून राहण्याची विलक्षण धडपड करीत होते. ब्लॉकेड म्युझियममध्ये ३५,००० पेक्षा जास्त वस्तू आहेत. त्यात शहराचं रक्षण करणाऱ्यांच्या खासगी वस्तू, लष्कराची वर्तमानपत्रं, डायऱ्या, आघाडीवरून पाठविलेली सैनिकांची पत्रं, फोटो, हत्यारं आणि सैनिकांना मिळालेली पदकं अशा असंख्य प्रकारच्या वस्तू आहेत; पण मी पुन्हापुन्हा एका वस्तूकडे खेचला जात होतो. एका नऊ वर्षांच्या मुलानं जानेवारी १९४२मध्ये एक रेखाचित्र काढलेलं होतं. त्यात त्यानं पावाचा एक तुकडा चितारलेला असून त्याखाली त्यानं 'भूक... मी किती भुकेला आहे!' असं लिहिलेलं आहे. जगाच्या इतिहासातल्या या सर्वांत भीषण वेढ्यामध्ये इतर

हजारो लोकांप्रमाणेच या मुलाचाही मृत्यू झाला होता.

लोकांचे जे हाल होत होते, तो अपघाताचा भाग नव्हता. या शहराला वेढा घालून बसलेल्या जर्मन फौजा जाणूनबुजून लेनिनग्राडमधल्या लोकांची उपासमार करीत होत्या. लेनिनग्राडची मुद्दाम उपासमार करण्यात येत होती, हे नाकारण्याचा प्रयत्न अनेकदा केला जातो. सन २००४मध्ये वेढा संपल्याला ६० वर्षं पूर्ण झाली, तेव्हा जर्मन सैनिकांचं दफन केलेली दफनभूमी खुली करण्यात आली. त्या वेळीही हे पुन्हा प्रकर्षानं दिसून आलं. वेरमाख्त (जर्मन लष्कर) मधल्या अनेक मृत सैनिकांच्या थडग्यांना भेट देण्यासाठी वयोवृद्ध जर्मन सैनिक आले होते. छायाचित्रकार मायकेल स्टीफन त्यांच्यामधल्या अनेकांशी बोलला. मायकेलनं सांगितलं की, 'मला या प्रचंड मोठ्या दफनभूमीच्या संदर्भातल्या आणि इथं भेट देण्यासाठी आलेल्या सैनिकांच्या बऱ्याच गोष्टी रुचल्या नाहीत. हे लोक आपल्या मित्रांच्या स्मृती जागवण्यासाठी अनेक फलक आणि पदकं घेऊन आले होते. वेढ्याच्या काळात सर्वसामान्य लोक मरण पावले असतील तर त्याबद्दल आपल्याला कल्पना नाही, असा त्यांचा दावा होता. आपणच बळी ठरलो, असं ते म्हणत होते. मी त्यांना विचारलं की बळी म्हणता ते कशाचे? हिटलरचे की काय? तुम्ही सैनिक होता. आपण एका मोठ्या शहराला वेढा घालून बसलो आहोत, याची तुम्हाला कल्पना नव्हती असं कसं म्हणता? तुम्ही काही आंधळे नव्हता, तेव्हा तुम्ही सगळं पाहिलंच असणार.'

एका जर्मन युद्धकैद्यानं १९४६मध्ये न्युरेंबर्ग लवादा[२] पुढे साक्ष देताना सांगितलं, की वेढा घालून बसलेल्या जर्मन फौजा न चुकता सकाळी ८ ते ९, ११ ते १२ आणि पुन्हा संध्याकाळी ५ ते ६ लेनिनग्राडवर तोफांनी मारा करीत असत. त्यानंतर पुन्हा रात्री ८ ते १० असा अविरत मारा चालायचा. साक्ष देताना तो म्हणाला होता, ''अशा प्रकारच्या माऱ्यामुळे जास्तीत जास्त लोक मरतील, कारखाने आणि इमारती उद्‌ध्वस्त होतील आणि सगळ्यात महत्त्वाचं म्हणजे, लेनिनग्राडमधल्या लोकांचं नीतिधैर्य खच्ची होईल अशी आमची अपेक्षा होती.'' या तोफांच्या सततच्या माऱ्याखेरीज जर्मनांनी 'उपासमार' या शस्त्राचा उपयोग केला होताच.

पाच लाख लोक राहत असणाऱ्या या सळसळणाऱ्या आणि उत्फुल्ल जीवनानं रसरलेल्या शहरावर, अतिशय थंड डोक्यानं केलेला हल्ला सुरू झाला होता. या हल्ल्यामुळे या मोठ्या शहराचं अस्तित्वच धोक्यात आलं होतं. वेढ्यामधून वाचलेल्या लिडीया लोफानोवा यांनी गेल्या साठ वर्षांमध्ये पावाचा एक लहानसा तुकडाही वाया जाऊ दिलेला नाही. त्या म्हणाल्या, ''माझ्यासाठी पाव ही अनमोल वस्तू आहे.'' सन १९४१ च्या हिवाळ्यापर्यंत लेनिनग्राडमधल्या प्रत्येक माणसाच्या वाट्याला रेशनमध्ये दररोज फक्त १२५ ग्रॅम पाव येत असत. त्यातही सरकीची पेंड,

फ्लॅक्सचा चोथा आणि मोल्डीग्रेन या हिणकस धान्याची भेसळ असायची (पाहा : परिशिष्ट) ब्लॉकेड म्युझियममध्ये हे रेशन किती केविलवाणं होतं, हे आपल्याला पाहायला मिळतं.

अंगात जराही शक्ती नसताना पायऱ्या चढून जाणं किती भयंकर होतं, हे आजही व्लादिमिर मोरोझना आठवतं. "ते एक भयानक स्वप्न असावं असंच होतं. निकराचे प्रयत्न करूनही तुम्ही जागचे हलत नाही अशी परिस्थिती होती." उपासमारीच्या संकटाचा सामना करताना त्या वेळी लोकांनी काय यातना भोगल्या याची आज आपण कल्पनाही करू शकणार नाही. मानवी जीवनाची वीण असलेली कुटुंबव्यवस्थाच, या उपासमारीमुळे नष्ट झाली होती. ब्लॉकेड म्युझियममध्ये ठेवलेली एका माणसाची हकिकत अंगावर शहारे आणणारी आहे. "मी माझे वडील आणि आई यांना मरताना असहायपणे पाहत होतो. खायला न मिळाल्यानं ते मृत्युपंथाला लागले आहेत, हे मला कळत होतं. पण त्यांनी तसं जगण्यापेक्षा मला त्यांच्याकडचा पाव हवा होता आणि त्यांनाही याची कल्पना होती... त्या वेळची माझी ही अशी आठवण आहे... त्यांच्या वाट्याचा पाव आपल्याला मिळावा म्हणून आईवडील मरावेत ही भावना..."

वेढ्यामधून वाचलेल्या अनेकजणांच्या डायऱ्या ब्लॉकेड म्युझियममध्ये ठेवलेल्या आहेत. समोर दिसतात त्यापेक्षा बऱ्याच जास्त राखीव साठ्यात आहेत. व्हेरा लॉयडिनोची कहाणी विलक्षण आहे.[३] लेनिनग्राडच्या वेढ्याला सुरुवात झाली, तेव्हा व्हेरा सतरा वर्षांची होती. तिच्या सांध्यांमध्ये जन्मत:च काही दोष होते. तिच्या पायांवर शस्त्रक्रिया होणार असल्यानं पायांना प्लॅस्टर घातलेलं होतं. त्यामुळे हवाई हल्ल्याचा इशारा झाला, तरी तिला खंदकांमध्ये सुरक्षितपणे लपता येत नसे. तिचे वडील तिच्यासोबतच राहत असत. दोघंजण बुद्धिबळ खेळत. व्हेरा बॉम्बफेकीमुळे खूपच घाबरली की ते तिला म्हणत, "हं, तुझी चाल आहे."

खिडकीजवळ बसून बाहेर पाहण्याखेरीज व्हेरा काहीच करू शकत नव्हती. तिनं जे पाहिलं ते तिच्या डायरीत नोंदवून ठेवलं आहे. "मी सततची भूक, बॉम्बफेक आणि मेलेल्यांचे गोठून गेलेले मृतदेह हे सगळं पाहिलं आणि जे पाहिलं ते सगळं प्रामाणिकपणे नमूद केलं."

व्हेराच्या कहाणीमधून आपल्याला या शहरानं किती धैर्यानं संकटांना तोंड दिलं हे तर कळतंच. पण त्याचबरोबर वेढ्याच्या परिस्थितीची काळी बाजूदेखील आपल्यासमोर येते. या वेढ्याच्या काळात सोव्हिएत महासंघाला आपल्या नागरिकांचं रक्षण करण्यात सपशेल अपयश आलं होतं. तसंच संकटाच्या काळात काहीजणांच्या मनातलं क्रौर्यही दिसून आलं. "या भयंकर काळात माणसामधल्या सर्वोत्तम गुणांचं आणि सर्वांत हीन प्रवृत्तींचंही दर्शन झालं. बहुसंख्य माणसं, खाणं या एकाच आदिम

प्रेरणेसाठी जगत होती.'' व्हेराचा एक शेजारी ऑपेरामध्ये गात असे. त्याला रेशनमध्ये दरमहा सात औंस मांस मिळत असे. कोणी ते चोरून नेऊ नये म्हणून तो मिळताचक्षणी ते सगळं खाऊन टाकायचा. आणखी एक शेजारीण तिच्या छातीवर पिशवी अडकवत असे. आपली मुलगी किंवा नातवंडं तिचा पाव चोरून नेतील अशा भीतीनं ती सदैव पाव त्या पिशवीत ठेवायची.

लुटालूट आणि नरमांसभक्षण हे देखील मोठ्या प्रमाणावर चालत असे. व्हेराच्या इमारतीमधली काही मुलं नाहीशी झाली. नंतर त्या पोरांचे कपडे आणि हाडं त्यांच्या, व्हायोलिनवादक असणाऱ्या शेजाऱ्याच्या घरात सापडली. या व्हायोलिनवादकाचा पाच वर्षं वयाचा मुलगाही अदृश्य झाला.

व्हेरा लॉयडिनोचं कुटुंब चामड्याचे पट्टे किंवा सरस शिजवून खात असत. त्याला वास चांगला यावा म्हणून ते त्यात बेलीव्ह्ज टाकत असत. ''ते खाल्लं की पोटात जणू आग पेटली आहे असं वाटायचं आणि तहान खूप लागायची. पण पोट भरल्याची सुखद भावना कमी होऊ नये म्हणून आम्ही पाणी पिणं टाळायचो.''

संरक्षणाची तयारी करण्यासाठी शहराबाहेर गेली असताना व्हेराच्या आईनं तिचं रेशनकार्ड गमावलं. कारण पक्षाच्या अधिकाऱ्यांनी ते तिच्याकडून जप्त केलं होतं. ''ममानं मला सांगितलं की खायला जवळ कणही नसल्यानं तिथं अनेकजण मरत होते. पण अधिकारी मात्र काही वेळा ही बाब दडवण्याचा प्रयत्न करीत होते. म्हणून मग अशा मेलेल्या माणसांना जणू ते बसले असावेत अशा प्रकारे गाडीत घालून कुठेतरी दूर नेलं जात असे.'' सोव्हिएत अधिकाऱ्यांना या अशा गोष्टी पसंत पडणं शक्यच नव्हतं. वेढा संपल्यानंतर महिना उलटायच्या आत २७ जानेवारी १९४४ रोजी लॉयडिनोला अटक करण्यात आली. सरकारच्या विरोधात प्रचार केल्याचा आरोप ठेवून तिची डायरी जप्त करण्यात आली. यानंतर काही वर्षांतच लेनिनग्राडच्या संरक्षणाची माहिती देणाऱ्या मूळच्या म्युझियमचीही तशीच अवस्था झाली. या म्युझियमनं आपलं पहिलं प्रदर्शन १९४४मध्ये मांडलं होतं आणि म्युझियमचं अधिकृत उद्घाटन १९४६मध्ये झालं होतं. पण त्यात जे दिसत होतं, ते एवढं उघड सत्य होतं, की सुरू झाल्यानंतर तीन वर्षांच्या आतच म्युझियम बंद करण्यात आलं. त्यामधल्या वस्तू कुठे गेल्या ते कोणालाच माहिती नाही. म्युझियमच्या संचालकाला तुरुंगात टाकण्यात आलं. अखेर १९८९ नंतर वेढ्याचा इतिहास सांगणारं ब्लॉकेड म्युझियम उभं राहिलं. सेन्सॉरशिप अतिशय कठोर आणि मनमानीपणाची असायची. ज्यात तीनपेक्षा जास्त मेलेले लोक दिसतील, असा लेनिनग्राडचा कोणताही फोटो प्रसिद्ध करायला मज्जाव होता. हॅरिसन सॅलिसबरीनं १९६९मध्ये पुस्तक प्रसिद्ध केलं तेव्हा वेढ्याचा शेवट होऊन पंचवीस वर्षं झाली होती. त्या वेळी

प्रावदा[४]नं एक पूर्ण पान भरून लेख लिहून सॅलिसबरीवर प्रखर हल्ला चढवला होता. लेनिनग्राडच्या शौर्याला काळिमा फासण्याचं आणि वेढ्याच्या काळात साम्यवादी पक्षाची भूमिका हिणकस ठरवण्याचं कारस्थान केल्याचा आरोप प्रावदानं केला होता.

सॅलिसबरी जी गोष्ट सिद्ध करण्यासाठी झगडत होता, ती आता सर्वमान्य झाली आहे. पण त्याच्या पुस्तकात त्यानं जे वर्णन केलं, त्यापेक्षा कितीतरी जास्त भीषण जीवन लेनिनग्राडच्या नागरिकांनी अनुभवलं होतं. सन २००२मध्ये गुप्त पोलिसांकडची कागदपत्रं उघड झाली. त्यामधून हे दिसतं की, वेढ्याच्या काळात नरमांस खाल्ल्याबद्दल ३०० जणांना मृत्युदंड देण्यात आला होता, तर १४०० जणांना त्यासाठी तुरुंगात टाकण्यात आलं होतं. वेढ्याच्या सुरवातीच्या काळात नीतिधैर्याची पातळी फार चांगली नव्हती. नवीन संशोधनातून हे दिसून आले आहे की, १९४१ च्या हिवाळ्यात कायदा आणि सुव्यवस्थेची यंत्रणा पूर्णपणानं कोलमडून पडलेली होती. शहराच्या अनेक भागांत गुन्हेगारी टोळ्या आणि नरमांसभक्षकांचं राज्य होतं. लेनिनग्राड शहर भीषण खाईच्या मुखापाशी होतं, पण शहराचं पूर्ण पतन झालं नाही, ही गोष्ट विलक्षण आहे. केवळ रेड आर्मीनं या शहराला वाचवलं असं म्हणणं योग्य होणार नाही.[५] सामान्यजनांचाही त्यात मोठा वाटा होता. या पुस्तकात, लेनिनग्राडनं अस्तित्वासाठी जी लढाई केली, तिची कहाणी आहे. हे कसं शक्य झालं आणि लेनिनग्राडच्या सामान्य लोकांनी आपल्या आंतरिक बळावर अस्तित्वासाठी ही प्रखर झुंज कशी दिली, हे सगळं या पुस्तकात वाचायला मिळेल.

प्रचंड ताणामुळे लेनिनग्राडमधले काही जण जरी कोलमडून पडले असले, तरी अनेकांनी मानवी मूल्यांच्या जपणुकीसाठी झगडा दिला होता. अगदी वेढ्याची परिस्थिती सर्वांत भयंकर होती तेव्हादेखील इरिना स्क्रिपाचिओवा हिच्या शब्दांत सांगायचं तर, 'दुसऱ्यांना मदत करणं, हा अस्तित्वाच्या लढ्याचा एक भाग होता.' अनेकजण आपल्या मित्रमंडळींकडे आणि नातेवाइकांकडे गेले आणि सर्वांनी एकमेकांना मदत केली. "उपाशीपोटी राहणं हे तर रोजचंच होतं, पण लोकांना मदत करणं, काम करत राहणं आणि जबाबदारी घेणं, यामुळे लोकांना बळ मिळत होतं." अत्यंत भीषण परिस्थिती असतानाही नीतिमत्ता आणि प्रेरणा यांना फार महत्त्व असतं, हे इरिनानं आवर्जून सांगितलं.

मनाला सुन्न करणाऱ्या वेढ्यासारख्या भयंकर संकटाच्यावेळी मानवी मूल्यांची जाणीव जागृत ठेवणं कसं शक्य झालं असेल? वेढा सुरू होता तेव्हा इतर काही नाही, तर केवळ श्रद्धा म्हणून दिमित्री लेखाचेव यांनी वैज्ञानिक संशोधन चालू ठेवलं होतं. त्यांनी लिहिलं आहे की, 'माणसाचा मेंदू अगदी सर्वांत शेवटी निकामी होतो. त्या आधी त्याचे हातपाय हलायचे थांबतात आणि बोटंही हलवणं

अशक्य होतं. शेवटी तर तोंड बंद करण्याएवढीही ताकद उरत नव्हती. अखेर त्वचा काळवंडून जायची आणि दातांना चिकटायची... पण वेढ्याच्या काळात लोकांनी डायऱ्या लिहिल्या, तत्त्वज्ञानाचे लेख लिहिले आणि माणसाच्या असंभवनीय वाटणाऱ्या चिवटपणाचा प्रत्यय दिला... कारण मेंदू अखेरपर्यंत काम करीत असायचा.'

कधी कोणी कल्पनाही केली नसेल, अशा हालअपेष्टांमुळे माणसाच्या आतली विलक्षण शक्ती बाहेर पडायची. १८ ऑगस्ट १९४१ रोजी जे लिश्कोवो हत्याकांड झालं, त्यामधून फार कमी जण वाचले. क्लारा टॉबर्ट ही नऊ वर्षं वयाची मुलगी त्यामधली एक होती. लेनिनग्राड शहरामधून लहान मुलांना एका रेल्वेगाडीमधून नेलं जात असताना जर्मन विमानदलानं – लुफ्तवाफनं – जाणीवपूर्वक रेल्वेगाडीवर बॉम्बफेक केली होती. प्रचंड धक्का बसलेली क्लारा घरी परत आली, तेव्हा तिची अवस्था अशी होती, की तिला कोणी ओळखलंच नाही. काळवंडलेला चेहेरा, पायात काही नाही आणि अंगावरच्या कपड्यांच्या चिंध्या झालेल्या होत्या. असं असलं तरी त्या वर्षीच्या हिवाळ्याच्या प्रारंभी मात्र बदल झाला. शहराला होणारा अन्नपुरवठा तोकडा पडू लागला असताना, क्लारानं इतरांना मदत करायला सुरुवात केली. जबाबदारी घेणं तिला आवडू लागलं. १९४१-४२ च्या हिवाळ्यात उपासमार तीव्रतेनं जाणवू लागली होती. प्रत्येक शेजाऱ्यांचे मृतदेह घरांच्या मधल्या बोळांमध्ये आढळू लागले होते. टॉबर्ट कुटुंबानं त्यांच्याजवळचा पावाचा राखीव साठा एका छोट्या कपाटात ठेवला आणि चावी क्लाराच्या हातात सोपवली. आमचा तुझ्यावर विश्वास आहे, असं त्यांनी तिला सांगितलं होतं. "त्यांनी माझ्यावर जो विश्वास दाखवला त्यामुळे माझ्या आत्मविश्वासात विलक्षण वाढ झाली." क्लारानं हे अभिमानानं सांगितलं होतं.

जीवघेण्या संकटांचा मुकाबला लोकांनी किती चिवटपणानं केला याचा प्रत्यय म्युझियम पाहताना जागोजागी येतो. वेढा चालू असताना कलेच्या क्षेत्रात काय घडत होतं, याचंही दर्शन आपल्याला होतं. वेढा ऐन भरात असूनही अनेक थिएटर्स आणि मैफिलींचे हॉल सुरू होते. अगदी १९४१-४२ च्या हिवाळ्यात तापमान शून्याखाली ४० अंश सेल्सियस एवढं कमी होऊनही, उपाशी लेनिनग्राडवासी प्रदर्शनं आणि मैफिलींना हजेरी लावत होते. लेनिनग्राड रेडिओ हा तर लोकांचं मनोधैर्य टिकवून ठेवणारा महत्त्वाचा दुवा होता. रेडिओच्या माध्यमातून लोकांनी एकमेकांचे अनुभव समजावून घेतले आणि एकमेकांना धीर दिला. कवयित्री ॲना अखमाटोवा हिनं लोकांना उद्देशून केलेलं सप्टेंबर १९४१ मधील भाषण उपलब्ध आहे. ते ऐकताना लेनिनग्राडमधल्या लोकांनी ज्या निर्धारानं प्रतिकार केला, त्याची झलक कळते. तिनं तोंडाला वायूविरोधी मुखवटा घालून छपरांवर जाऊन गस्त घातली होती. तिनं

वाळूची पोती रचली होती आणि पडणाऱ्या बॉम्बचे आवाज – 'राक्षसी किंकाळ्या' – ऐकल्या होत्या. हे सगळं करत असताना ॲना अखमाटोवा कविता लिहित होती. तिनं शांतपणानं सांगितलं, "जर्मनांना हे पीटर द ग्रेटचं शहर नष्ट करायचं आहे. सांस्कृतिक क्षेत्रात विलक्षण आघाडीवर असणारं हे पुश्कीन आणि दस्तियवस्कीचं शहर त्यांना उद्‌ध्वस्त करायचं आहे. हे शहर माझ्या जीवनाचाच एक भाग आहे. याच शहरात मी कविता करू लागले. मी तुम्हा सगळ्यांप्रमाणे एकाच अभंग श्रद्धेवर जगते आहे, की लेनिनग्राड कधीही फॅसिस्ट होणार नाही."

लोकांचा प्रतिकाराचं एक प्रतीक म्हणजे, लेनिनग्राडमध्ये झालेली एक विलक्षण मैफल. ९ ऑगस्ट १९४२ रोजी शोस्ताकोविच[६] याच्या सेव्हन्थ सिंफनीचा कार्यक्रम झाला. सेंट पीटर्सबर्गच्या एका उपनगरात असणारं आणखी एक म्युझियम याचसाठी उभारण्यात आलं आहे. या म्युझियमच्या दर्शनी भागातच शोस्ताकोविचचा ब्रॉन्झचा मोठा पुतळा आणि कार्यक्रमाचं पोस्टर लावलेलं आहे. या विलक्षण प्रसंगाची स्मृती जागृत करणारी अनेक रेखाचित्रं आहेत. निरनिराळी वाद्यं ठेवायचे जुने स्टॅन्ड, वाद्यं आणि या ऑर्केस्ट्राचं संचालन करणारा कार्ल इलियासबर्ग याचा ढगळ पोशाख तिथं ठेवलेला आहे. उपासमारीनं खंगल्यामुळे त्याचं जाकीट एखाद्या कफनाप्रमाणे त्याच्या खांद्यावर टांगल्यासारखं भासत असूनही या कलाकारानं ऑर्केस्ट्राचं संचालन केलं होतं.

या मैफिलीला असणारं प्रतीकात्मक महत्त्व फार मोठं आहे. दिमित्री शोस्ताकोविच यानं लेनिनग्राडमध्ये राहून, वेढा सुरू झाल्यावर एक महिन्यानं, सेव्हन्थ सिंफनीवर काम करणं सुरू केलं. स्तालिननं त्याला लेनिनग्राडमधून निसटून जाण्याचा आग्रह केला. पण आपण आपलं राहतं शहर सोडणार नाही. उलट इथंच राहून काम पुरं करू असं शोस्ताकोविचनं सांगितलं. सिंफनीच्या या कार्यक्रमाला लागणारी वाद्यं वगैरे सामग्री एका खास लष्करी विमानानं मार्च १९४२मध्ये लेनिनग्राड शहरात उतरवण्यात आली होती.

लेनिनग्राडच्या त्या सिंफनीत वादकाचं काम केलेले दोघंजण आज जिवंत आहेत. विक्तोर ऑर्लोवस्की हा ट्रोम्बोनवादक त्या दिवशीबद्दल बोलताना म्हणाला, "वेढ्याच्या त्या काळात कलाकार असणं हा मन विकल करून टाकणारा अनुभव होता... हॉल नेहमी गच्च भरलेले असत. मला हे फारच विलक्षण वाटत असे."

या ऑर्केस्ट्राची पहिली तालीम ३० मार्च १९४२ रोजी झाली. ती वीस मिनिटं चालू होती. कार्ल इलियासबर्ग एवढा अशक्त झाला होता की, त्याला ढकलगाडीवर घालून आणावं लागलं होतं. वीज नाही आणि ऊब मिळवण्याची साधनं नाहीत, अशा परिस्थितीत जगणाऱ्या लेनिनग्राडवासीयांना सन्मानानं जगण्याची प्रेरणा देणं, ही या ऑर्केस्ट्राची कल्पना होती. जर्मन फौजांनी गर्वानं घोषणा केली होती की ते

९ ऑगस्ट रोजी लेनिनग्राड जिंकून तिथल्या अस्टोरिया हॉटेलात विजयाचा समारंभ करणार आहेत. म्हणून मुद्दामच या सिंफनीच्या कार्यक्रमासाठी ९ ऑगस्ट हीच तारीख निश्चित करण्यात आली होती.

ऑर्लोवस्कीला त्या कार्यक्रमाच्या वेळचं वातावरण आजही स्वच्छ आठवतं. 'लोक चांगलेचुंगले पोशाख करून आले होते. काहीजणांनी मुद्दाम केशरचनाही करून घेतली होती. सगळ्यांनाच आपण विजयी झालो आहोत असं वाटत होतं.' कार्यक्रम संपल्यानंतर एक तरुण मुलगी पुढे आली आणि तिनं इलियासबर्गला पुष्पगुच्छ दिला. ती सर्व वादकांकडे वळून म्हणाली, "आपल्या अवतीभवती काहीही होत असलं तरी जीवन नेहमीप्रमाणे चालू राहायलाच हवं असं वाटलं, म्हणून माझ्या कुटुंबानं हे केलं आहे."

या अशा अभंग विश्वासापोटीच लेनिनग्राड शहर वाचलं. युद्ध संपल्यानंतर अनेक वर्षांनी काही जर्मन पर्यटक इलियासबर्गला भेटायला आले होते. आपण खास याच भेटीसाठी लेनिनग्राडला आलो आहोत, असं त्यांनी सांगितलं होतं. हे जर्मन तेव्हा वेढा घालून बसलेल्या सैन्यात होते. ते शहराच्या इतक्या जवळ होते की त्यांना रेडिओवर शोस्ताकोविचच्या सेव्हन्थ सिंफनीचा कार्यक्रम स्पष्ट ऐकता येत होता. त्या वृद्ध जर्मन सैनिकांनी सांगितलं, "आमच्यावर त्या संगीताचा फार मोठा प्रभाव पडला. तो कार्यक्रम ऐकत असताना आम्हाला हळूहळू जाणीव होत गेली की, आम्ही लेनिनग्राड कधीच जिंकू शकणार नाही. आणखी एक गोष्ट आम्हाला कळून चुकली – उपासमार, मृत्यू आणि दहशत यापेक्षाही तिथं काहीतरी जबरदस्त होतं. ते म्हणजे मानव म्हणून राहण्याची जबरदस्त इच्छाशक्ती."

मी पहिल्यांदा सेंट पीटर्सबर्गला गेलो होतो, तेव्हा मी परत येण्यापूर्वी उत्तरेकडच्या उपनगरात असणाऱ्या पिस्कारियोव मेमोरियल दफनभूमीला भेट दिली होती. वेढा ऐन भरात असताना १९४१-४२ च्या हिवाळ्यात या ठिकाणी सामुदायिक दफनांना सुरुवात झाली होती. गोठलेली जमीन खोदायची शक्ती कोणातच उरली नव्हती. त्यामुळे लष्कराच्या सॅपर्स विभागाचे लोक सुरुंग लावून मोठमोठे खड्डे पाडत असत आणि मग त्यात मृतदेह टाकले जात. पाच लाखांपेक्षा जास्त जणांचं अशा प्रकारे दफन करण्यात आलं होतं. लेनिनग्राडमध्ये घरं उबदार ठेवण्यासाठी लाकडाची गरज असल्यानं शवपेट्या बनवण्यासाठी महागडं लाकूड खरेदी करणं फारच थोड्यांना परवडणारं होतं. साहजिकच अशी सामुदायिक दफनं करावी लागत होती. युद्ध संपल्यानंतर या ठिकाणी वेढ्याच्या स्मृतीचं स्मारक करायचं ठरवण्यात आलं. या दफनभूमीच्या प्रवेशद्वारावर पाटी आहे – 'वेढ्यात बळी पडलेल्यांच्या स्मृतीसाठी... पुढच्या कित्येक पिढ्यांच्या हृदयात तुमच्या

शौर्याच्या स्मृती जागृत राहतील.'

मी दफनभूमीच्या प्रवेशद्वारातून आतल्या मुख्य रस्त्यावरून जाऊ लागलो. गवत उगवलेली अनेक टेकाडं दोन्ही बाजूंना दिसली. त्यांच्यावर एकेक ग्रॅनाईट दगडाची शिळा उभी केलेली होती. त्यावर फक्त ती कोणत्या वर्षी उभी केली एवढंच लिहिलेलं आहे. अशा १८६ स्मृतिशिला या ठिकाणी आहेत. स्मारकाच्या कुंपणाशी तलावाच्या काठावर एक विलक्षण प्रतीक आहे. तिथं एक दफनघट आणि फांदी आहे. अतीव दु:ख आणि पुन्हा जीवन सुरू होतं, याचं प्रतीक असणारी फांदी!

एक पाश्चिमात्य म्हणून माझ्या नजरेला तिथं क्रॉस लावलेले नाहीत, हे खटकलं. तिथला भव्यपणा आणि रिकामा भाग मनावर परिणाम करून जातात. इतक्या संख्येनं सामान्य लेनिनग्राडवासी इथं चिरनिद्रा घेत आहेत, ही कल्पना सुन्न करणारी वाटते. पण या ठिकाणी सगळेच अज्ञात आहेत. लेनिनग्राडमधल्या सामान्यजनांच्या डायऱ्या आणि त्यांचे अनुभव यामधून मला यांचे हरवलेले आवाज पुन्हा जगासमोर आणायचे आहेत.

लेनिनग्राडच्या या वेढ्याच्या प्रसंगी लोक धैर्यानं आणि नि:स्वार्थीपणानं वागले असं मात्र नाही. लोकांना एवढ्या टोकाच्या संकटांना सामोरं जावं लागत असताना प्रत्येक नागरिक एखाद्या शूरवीराप्रमाणे वागला नव्हता. पण ही देखील मानवी वर्तणूकीची एक बाजू आहे. हा पैलूदेखील फार महत्त्वाचा आहे. भीती आणि प्रचंड अगतिकता यावर लोकांनी कशी मात केली, हे जाणणं महत्त्वाचं आहे.

युद्धानंतर कवयित्री ओल्गा बर्गोल्ट्सनं या सामुदायिक दफनभूमीला भेट दिली होती. त्या ठिकाणी कुठंतरी तिच्या नवऱ्याला पुरण्यात आलं होतं. तिनं स्वत: वेढ्याच्या काळात हालअपेष्टा भोगल्या होत्या. पण दोन्ही बाजूंना '१९४१', '१९४२', '१९४३', '१९४४' असे आकडे कोरलेल्या शिळा मैलभर लांब पसरलेल्या पाहून तिला धक्का बसला होता. तिथं असंख्य अज्ञात माणसांचं दफन करण्यात आलं होतं हे पाहून तिला काय वाटलं, ते ती सांगत होती. नंतर तिचे शब्द दगडावर कोरून तो या दफनभूमीत बसवण्यात आला. त्यावर लिहिलं आहे –

या शिळा पाहणाऱ्यांना तुमची आठवण आहे.
कोणीही विस्मृतीत गेलेले नाही,
काहीही विस्मृतीत गेलेले नाही!

टीपा :

१. पीटर द ग्रेट (Peter the Great) : रोमानोव राजघराण्यातील पहिला पीटर हे रशियन इतिहासातील एक अत्यंत महत्त्वाचं व्यक्तिमत्व होतं. हा सम्राट पीटर द ग्रेट (१६८२-१७२५) या नावाने प्रसिद्ध आहे. त्याने १६९६ पासून त्याच्या मृत्यूपर्यंत संपूर्ण रशियन साम्राज्यावर एकतंत्री आणि जुलमी अंमल गाजविला. रशियाला मध्ययुगातून बाहेर काढून, आधुनिक युरोपीय सत्तांच्या बरोबरीचे स्थान मिळविण्यासाठी या सम्राटाने प्रयत्न केले.

२. न्युरेंबर्ग लवाद (Nuremberg Tribunals) : जर्मनीच्या पराभवानंतर नोव्हेंबर १९४५मध्ये दुसऱ्या महायुद्धाच्या काळात मानवतेविरुद्ध झालेल्या अपराधाची चौकशी करण्यासाठी अमेरिका, फ्रान्स, ब्रिटन आणि सोव्हिएत महासंघ या चार विजेत्या राष्ट्रांनी एक आंतरराष्ट्रीय लष्करी लवाद नेमला. या लवादाचे कामकाज ऑक्टोबर १९४५ पर्यंत न्युरेंबर्ग येथे चाललं आणि त्यात प्रमुख युद्धगुन्हेगारांना शिक्षा देण्यात आली.

३. व्हेरा लॉयडिनो : हिची कहाणी २७ जानेवारी २००४ च्या सेंट पीटर्सबर्ग टाईम्समध्ये प्रसिद्ध झाली आहे.

४. प्रावदा : १९१२ ते १९९१ या दीर्घ काळात प्रसिद्ध झालेलं विख्यात रशियन वर्तमानपत्र. हे वर्तमानपत्र १९१८ पासून मॉस्कोतून प्रसिद्ध होत असे. सोव्हिएत महासंघातील साम्यवादी पक्षाचं आणि अर्थातच सरकारचं अधिकृत धोरण सांगणारं मुखपत्र असं त्याचं स्वरूप होतं. प्रावदाचा अर्थ 'सत्य'. पण सत्य या शब्दाचं एवढं मोठे विडंबन इतिहासात कुठेच आढळणार नाही.

५. युद्धानंतर सोव्हिएत प्रचार यंत्रणेनं लेनिनग्राडच्या शौर्याला सलाम केला खरा, पण वेढ्याच्या दरम्यान लोकांचे जे हाल झाले, ते त्या यंत्रणेनं मान्य करायचं साफ नाकारलं. युद्धानंतर स्तालिननं केलेल्या 'शुद्धीकरणा'च्या अथवा सफाईच्या (Purges) एका मोहिमेत वेढ्याच्या काळात सत्तेवर असणाऱ्या पीटर पोप्कोव याला मृत्युदंडाची शिक्षा देण्यात आली.

६. दिमित्री शोस्ताकोविच (Dmitri Shostakovich) : दिमित्री शोस्ताकोविच (१९०६-१९७५) हा सोव्हिएत महासंघातील एक गाजलेला आणि अनेकदा वादाच्या भोवऱ्यात सापडलेला प्रतिभावान संगीतकार होता. त्यानं बनविलेल्या पंधरा सिंफनी विख्यात आहेत. दोन वेळा (१९३६ आणि १९४८) त्याच्या कामगिरीबद्दल त्याचा अधिकृत धिक्कार करण्यात आला

आणि त्याच्या संगीतावर बंदी आली. त्याचे संगीत गावठी आहे आणि ते साम्यवादी विचारसरणीला विरोध करणारे असल्याचा आरोप 'झाडनोव ड्रॉक्ट्रिन' प्रचारात आल्यानंतर केला गेला. शोस्ताकोविचला जाहिररीत्या माफी मागावी लागली आणि त्याच्या कुटुंबाचे सर्व अधिकार रद्द करण्यात आले. तथापि दोन्ही वेळा त्याचा जीव आश्चर्यकारकपणे वाचला. त्याच्यावर सोव्हिएत राज्याने प्रचंड टीका केली, तरीदेखील तो अतिशय लोकप्रिय होता.

१
जवळजवळ वैज्ञानिक पद्धत

ती रात्र नेहमीप्रमाणे शांत होती. लेनिनग्राडच्या लष्करी मुख्यालयात सिग्नल्स ऑपरेटर म्हणून मिखाईल नीश्टाट काम करीत होता. २२ जून १९४१ च्या पहाटे अचानक चार वाजता तारयंत्राला जाग आली. रेड आर्मीच्या मुख्यालयातून संदेश आला होता. लेनिनग्राडच्या लष्करी प्रशासकाला 'तातडीनं विचारविनिमयासाठी' बोलविण्यात आलं होतं. नीश्टाट गोंधळून गेला. काहीतरी मोठं घडत होतं. पण काय? त्या रात्री कमांडर शहरात नव्हता. त्यामुळे नीश्टाटनं त्याच्या चीफ ऑफ स्टाफ करवी संदेश पाठवायचा असं ठरवलं.

कमांडरच्या स्टाफचा अधिकारी मुख्यालयात चाळीस मिनिटांनी आला. झोपेमधून उठवल्यामुळे त्याचा मूड खराब होता. "हे खरंच महत्त्वाचं असलं तर ठीक." तो गुरकावला. पण दरम्यान दुसरी तार आली होती. नीश्टाटनं ती त्याच्या हाती दिली. त्यावर एकच ओळ होती – *जर्मन सैन्याने सोव्हिएत महासंघाची हद्द ओलांडली आहे.*

हिटलरच्या सोव्हिएत महासंघावरच्या आक्रमणाला – ऑपरेशन बार्बारोसाला – सुरुवात झाली होती.

"आम्हाला ते एखाद्या दुःस्वप्नासारखं वाटत होतं. आपण हे भीषण स्वप्न संपून जागे व्हावं असं आम्हा सर्वांनाच वाटत होतं." नीश्टाट सांगत होता. "जर्मनीनं हल्ला केला आहे, या बातमीवर आमचा कोणाचाच विश्वास बसत नव्हता. हिटलर पश्चिम आघाडीवर ब्रिटनशी लढत होता आणि जर्मनी-रशिया या दोन्ही देशांनी शांतता करार केला होता."

पहाटे पाच वाजून वीस मिनिटांनी *मार्शल टिमोशेंको*[१] फोनवरून सांगत होता – "युद्धासाठी सैन्य तयार ठेवा. पण हल्ला मात्र करू नका." सोव्हिएत महासंघाचा संरक्षणमंत्री असणाऱ्या मार्शल टिमोशेंको याला स्वतःच्या भावनांवर ताबा मिळवणं अवघड जात होतं. त्यानं पुन्हा पुन्हा बजावलं, "आपल्याकडून आगळीक होता

कामा नये. कोणत्याही परिस्थितीत ताबडतोब प्रत्युत्तर दिलं जाऊ नये.''

हे शब्द ऐकून नीश्टाटच्या पाठीच्या कण्यातून भीतीची लहर चमकून गेली. ''आमच्या सर्वोच्च नेत्यांनाही काय घडतंय याचा नीट अंदाज येत नव्हता.''

> 'आमच्या नेत्यांना बसलेल्या धक्क्यामधून अजून सावरता आलं नव्हतं. आमच्यावर जबरदस्त हल्ला झालेला होता, तरीही ते प्रतिकार करू नका अशी आज्ञा देत होते. आता हे सगळं पाहताना असं करणं साफ मूर्खपणाचं आहे, असंच म्हणावं लागेल. पण त्या वेळी युद्ध अजूनही टळेल असं आम्हाला उगीचच वाटत होतं. माझी पाळी खरंतर सकाळी आठ वाजता संपत होती. पण आमच्या वरिष्ठ अधिकाऱ्यांनी आम्हाला दुपारपर्यंत मुख्यालयाच्या बाहेर जाऊ दिलं नाही. जर्मनीनं आक्रमण केलं आहे ही बातमी पहिले काही तास बाहेर फुटू नये, म्हणून ते दक्षता घेत होते. सीमेवर काहीतरी गैरसमजुतीचा प्रकार घडला असावा अशी वेडी आशा त्यांना वाटत असावी.'

पण लवकरच सगळ्यांना कळून चुकलं की हा सीमेवरचा साधासुधा कुरबुरीचा किंवा गैरसमजाचा प्रकार नव्हता. तीस लाख जर्मन सैनिक, हजारो रणगाडे आणि हजारो विमानं वापरून सोव्हिएत महासंघावर जबरदस्त हल्ला चढविण्यात आला होता. बाल्टिक समुद्रापासून ते दक्षिणेत काळ्या समुद्रापर्यंत २९०० किलोमीटर लांबीच्या सरहद्दीवरून जर्मन फौजा सोव्हिएत प्रदेशात पुढे घुसत निघाल्या होत्या.

''आमच्याभोवती एकामागोमाग एक होणाऱ्या स्फोटांचे आवाज घुमत होते.'' तेव्हाच्या आठवणी सांगताना वेरमाख्त म्हणजे, जर्मन सैन्यात असणारा विल्हेम ल्युबेक म्हणाला, ''आमच्या तोफखान्यानं थोडा वेळच, पण शत्रूच्या मोर्च्यांवर जबरदस्त मारा केला. स्फोटाच्यावेळी चमकणाऱ्या प्रखर प्रकाशानं पूर्व क्षितीज उजळून निघालं होतं. पहाट होताच आकाशात प्रचंड घरघर सुरू झाली. हाईन्केल, युंकर, स्ट्रका आणि मेसेरश्मिट् विमानांचे थवेच्या थवे पूर्व दिशेला झेपावत होते.'' त्यानंतर विल्हेम ल्युबेकला आणखी काहीतरी जाणवलं. जमीन प्रचंड प्रमाणात हादरत होती. शेकडो रणगाड्यांच्या इंजिनांचा आवाज ऐकू येत होता. पँझर रणगाडे धडधडत पूर्वेकडे निघाले होते.

रशियावर आक्रमण होणार आहे अशी सूचना विल्हेम ल्युबेकच्या सैन्यविभागाला अवघ्या काही दिवसांपूर्वी मिळाली होती. त्यानुसार त्यांना हुकूम देण्यात आला होता. पूर्व प्रशियात टिलसिट नावाच्या एका छोट्या गावाजवळ सैन्य सज्ज

करण्यात आलं होतं. याच जागी सुमारे दीडशे वर्षांपूर्वी फ्रेंच सम्राट नेपोलियन आणि रशियन सम्राट झार अलेक्झांडर यांच्यातला शांतता करार असफल ठरला होता. वरवर पाहता चांगल्या वातावरणात बोलणी पार पडली असली, तरी त्यातून काहीच निष्पन्न झालं नव्हतं. सन १८९२मध्ये नेपोलियनने रशियावर प्रचंड हल्ला चढवला होता. आता तेवढ्याच जबरदस्त हल्ल्याची पुनरावृत्ती होत होती. ''काही आठवडे जरी मोठ्या प्रमाणावर तयारी चालली असली आणि रशियावर हल्ला होणार अशी कुणकुण असली, तरी आमचा त्यावर विश्वास बसत नव्हता.'' जर्मन पायदळात असणारा वॉल्टर स्टॉल सांगत होता, ''अगदी प्रत्यक्ष ते घडलं तरी आम्हाला ते खरंच वाटत नव्हतं.''

फ्यूरर याच क्षणाची वाट कितीतरी वर्षं पाहत होता. रशियावर जो प्रचंड हल्ला सुरू झाला त्याच्या एक तास अगोदर, २२ जूनच्या पहाटे ३:०० वाजता फ्यूररनं आपल्या सैनिकांना दिलेली आज्ञा अशी होती –

> 'पूर्व आघाडीवरच्या सैनिकांनो, गेले कित्येक महिने गंभीर चिंता असल्यानं मला गप्प राहणं भाग होतं. अखेर मी आता तुमच्याशी उघडपणानं बोलू शकतो. आता या क्षणी जगाच्या इतिहासात कधीही न घडलेल्या प्रचंड लष्करी हालचालींना प्रारंभ झाला आहे... संपूर्ण युरोपियन समाज आणि संस्कृती यांचं रक्षण करण्यासाठी तुम्ही काम करणार आहात. जर्मन सैनिकहो, तुम्ही आता एका अत्यंत अवघड आणि महत्त्वाच्या लढाईला सुरुवात करणार आहात. सगळ्या युरोपचं आणि जर्मन राईषचं भवितव्य आणि आपल्या राष्ट्राचं अस्तित्व आता केवळ तुमच्या हाती आहे.'

हल्ल्याचा बेत जरी आघाडीवरच्या लोकांपासूनही गुप्त राखण्यात आला असला, तरी हिटलर या हल्ल्याची तयारी अनेक महिने करीत होता. दुसरं महायुद्ध सुरू व्हायच्या अगोदर जर्मनी आणि सोव्हिएत महासंघानं परस्परांवर आक्रमण न करण्याचा एक करार केला होता. २२ ऑगस्ट १९३९ रोजी झालेल्या या दहा वर्षांच्या अनाक्रमण करारानंतर या दोन्ही सत्तांनी पोलंडचे तुकडे करून ते गिळण्याची मतलबी सोय करून ठेवली होती. या करारानंतर हिटलरनं पश्चिम युरोपातल्या युद्धाकडे लक्ष दिलं होतं. पण हा करार झाल्यानंतर थोड्याच दिवसांत हिटलर काय म्हणाला, ते त्याचा ॲडजुटंट असणाऱ्या निकोलस फॉन बेलो याला चांगलं आठवतं होतं. हिटलर म्हणाला होता की, ''पश्चिमेकडची लढाई ही तशी तात्पुरत्या स्वरूपाची असणार आहे. जेव्हा बोल्शेविक रशियाशी निर्णायक लढा देण्याची वेळ येईल तेव्हा पश्चिम दिशेकडून पाठीत खंजीर खुपसला जाऊ नये, म्हणून ती हाती

घेतली आहे इतकंच.''

जुलै १९४०मध्ये हिटलरने त्याच्या काही निवडक अधिकाऱ्यांना विश्वासात घ्यायला सुरुवात केली होती. त्यानं सैन्याधिकाऱ्यांच्या एका गटाला या हल्ल्याची योजना तयार करून ती त्याच्यासमोर सादर करायला सांगितलं होतं. या गटाचं नेतृत्व त्यानं जनरल *फ्रेडरिक पौलस*[१]कडे सोपवलं होतं. त्या उन्हाळ्यात फ्यूररनं पूर्व प्रशियामध्ये रास्टेनबर्ग गावाजवळ जंगलात एक प्रचंड मोठा लष्करी तळ बांधायची आज्ञा दिली होती. वरवर पाहता तो एखादा रासायनिक कारखाना असावा असं वाटत असलं, तरी प्रत्यक्षात तो एक लष्करी तळच होता. तिथं अनेक बंकर, विविध ऑफिसेस्चं आणि विचारविनिमयासाठी लागणाऱ्या खोल्यांचं बांधकाम केलं जात होतं. या तळाला हिटलरनं 'वुल्फस् लेअर' म्हणजे 'लांडग्याची गुहा' असं नाव दिलं होतं. पूर्वेकडच्या प्रदेशाचा घास घेणाऱ्या लढाईचं ते मुख्यालय ठरणार होतं.

डिसेंबर १९४०मध्ये सुरुवातीलाच पौलसनं हिटलरपुढे योजना सादर करताच कामाला वेगानं सुरुवात झाली. १८ डिसेंबरला फ्यूररनं एका गुप्त मोहिमेसाठीच्या हुकमावर सही केली. या मोहिमेचा उद्देश 'वेगानं चढाई करून सोव्हिएत महासंघाला चिरडून टाकणं,' असा होता. या मोहिमेला हिटलरने 'ऑपरेशन बार्बारोसा' असं सांकेतिक नाव दिलं होतं. हे नाव देण्यामागे त्याचा विशिष्ट हेतू होता. बाराव्या शतकात एका जर्मन सम्राटानं स्लाव वंशीय लोकांच्या विरोधात धर्मयुद्ध सुरू केलं होतं. त्याचप्रमाणे आता विसाव्या शतकात बोल्शेविक तत्त्वज्ञानाला अटकाव करण्यासाठी हिटलरनं युद्ध सुरू केलं होतं. प्रत्यक्ष हल्ला २२ जून १९४१ रोजी सुरू होणार होता. त्या अगोदर फ्यूररशी या विषयावर आपली काय चर्चा झाली, ते जोसेफ ग्योबेल्सनं नमूद करून ठेवलं आहे – 'फ्यूररला वाटतं की, ही मोहीम चार महिन्यांत पुरी होईल. पण मला तर त्यापेक्षाही कमी वेळ लागेल असं वाटतं होतं. पत्त्यांच्या बंगल्याप्रमाणे बोल्शेविझम कोलमडून पडेल.''

हिटलरला फार पूर्वीपासूनच बोल्शेविक तत्त्वज्ञानाचा तिटकारा होता. *माईन काम्फ* हे पुस्तक लिहिताना आपण एक जीवनकार्य करायला सिद्ध झालो आहोत, हे त्यानं स्पष्टपणानं नमूद केलं होतं. शुद्ध आर्यन वंशाचा समाज निर्माण करून जर्मनीला दुर्दशेमधून वैभवाकडे नेण्याचा त्याचा मनोदय होता. या समाजाला सुरक्षित करण्यासाठी सोव्हिएत रशियामधला साम्यवाद नष्ट करणं आणि जर्मन लोकांना 'जगण्यासाठी जागा' (*लेबेनस्ट्रॉम*) मिळवणं, ही हिटलरची धोरणं होती. जगण्यासाठी लागणारी जागा पूर्वेकडील स्लाव वंशीयांकडून जिंकून घ्यायची होती. *माईन काम्फ*मध्ये बोल्शेविक तत्त्वज्ञान हा आंतरराष्ट्रीय ज्यू कटाचा भाग होता आणि त्याला हिणकस संस्कृती असणारे स्लाव वंशीय लोक मदत करीत आहेत, असंही

त्यात लिहिलं होतं. हिटलरला पहिल्यापासूनच स्लाव वंशीयांबद्दल कमालीचा तिरस्कार आणि भीती वाटत होती. जर्मन राष्ट्राच्या अस्तित्वासाठी रशियाशी युद्ध करून त्या राष्ट्राला जिंकणं अत्यावश्यकच आहे, असं तो मानत होता.

फ्यूररच्या परराष्ट्र धोरणांवर नेहमीच या पूर्वग्रहांचा परिणाम पडत असे. त्यानं सोव्हिएत महासंघाशी शांतता करार केला खरा. पण ती एक तात्पुरती सोय होती. त्या मनातल्या मूळ योजनेला आकार येईपर्यंत तयारीला वेळ मिळावा, म्हणूनच केवळ त्यानं हा करार केला होता. २२ ऑगस्ट १९३९ रोजी त्याचा परराष्ट्रमंत्री *रिबेनट्रॉप*[३] अनाक्रमणाचा करार करण्यासाठी मॉस्कोला रवाना झाला, त्याच दिवशी हिटलरनं त्याच्या बव्हेरियामधल्या निवासात, बर्गहॉफमध्ये एक बैठक बोलावली होती. या बैठकीला पक्षामधले मोजके निष्ठावंत सहकारी हजर होते. त्यांना उद्देशून हिटलर समजावणीच्या स्वरात म्हणाला, ''आता आपण वेळ वाया घालवून चालणार नाही. युद्ध होणार हे नक्की. हा करार फक्त थोडा वेळ मिळण्यासाठी केलेला आहे. आपण सोव्हिएत महासंघाला चिरडून टाकलंच पाहिजे.''

हिटलरनं यानंतर साधारण अठरा महिन्यांनी आपल्या सैन्याधिकाऱ्यांना सूचना दिल्या तेव्हा तो अधिक सावधगिरीनं सांगत होता. १९४० या वर्षात जरी जर्मन सैन्यानं देदिप्यमान विजय मिळवले असले, तरी ब्रिटन अजून नमतं घ्यायला तयार नव्हतं. त्यातच आता फ्यूरर त्याच्या सैन्याला – वेरमाख्तला दोन आघाड्यांवर लढायला सांगत होता. काही जणांना ही कल्पना पसंत पडणार नाही, याची त्याला कल्पना होती. म्हणूनच त्यानं ऑपरेशन बार्बारोसासाठी लष्करी दृष्टीनं एक समर्थन उभं केलं. अर्थात त्यामागचं कारण पूर्णपणे खोटं होतं. सोव्हिएत महासंघच कराराचा भंग करून जर्मनीवर हल्ला करणार आहे आणि आपण त्याचा प्रतिकार करायलाच हवा, असं त्यानं सांगितलं. ज्या सेनापतींनी हिटलरचं नाझी तत्त्वज्ञान स्वीकारलं होतं, त्यांना त्याच्या मनातला खरा हेतू लक्षात यायला वेळ लागला नाही. त्यांनी उत्साहानं फ्यूररच्या मताला उचलून धरलं. यामध्ये लष्कराच्या अठराव्या सेनादलाचा प्रमुख कर्नल जनरल *जोर्ग फॉन क्यूशलर*[४] हा आघाडीवर होता. २५ एप्रिल १९४१ रोजी आपल्या हाताखालच्या सेनाधिकाऱ्यांना उद्देशून तो म्हणाला –

> आपल्यात आणि रशियामध्ये वांशिक आणि तात्त्विक भेद फार मोठे आहेत. रशिया हे त्याच्या पसरलेल्या आकारामुळे एक स्वतंत्र आशियाई राष्ट्र आहे. जर्मनीच्या अस्तित्वाची जबाबदारी फ्यूररला पुढच्या पिढीवर लादायची इच्छा नाही. त्याला रशियाबरोबरच्या वादाचा निकाल हे वर्ष संपायच्या आतच लावायचा आहे. जर जर्मनीला पुढच्या कित्येक पिढ्या शांततेत जगायचं असेल, तर हा पूर्वेकडचा धोका निपटून काढायलाच

हवा. रशियाला थोडं मागे, म्हणजे अगदी काही शेकडो किलोमीटर मागे ढकलून हे काम पूर्ण होणार नाही. रशियाचं युरोपातील अस्तित्वच नष्ट करणं हे आपलं ध्येय असायला हवं.

साठ वर्षं वयाचा क्यूशलर नाझी पक्षाचा निष्ठावंत सदस्य होता आणि इतरांप्रमाणेच तो साम्यवादाचा कट्टर विरोधक होता. त्याने पहिल्या महायुद्धात तोफखान्यात अधिकारी म्हणून काम केलं होतं. त्यानंतर तो बाल्टिक भागात असणाऱ्या 'फ्राइकॉर्प्स' या स्वयंसेवी दलात सामील झाला. साम्यवादाशी लढायचं पवित्र कर्तव्य आपल्याला पार पाडायचं आहे, या कल्पनेनं झपाटलेले सैनिक या दलात सामील झाले होते. हिटलरनं क्यूशलर कसा आहे हे कळल्यानंतर त्याला लष्करात बढती देऊन उच्च पदावर बसवलं होतं. दुसरं महायुद्ध सुरू झाल्यावर हिटलरनं आक्रमणाची मोठी जबाबदारी त्याच्यावर सोपवली होती. १९३९मध्ये डॅन्झिग जिंकणाऱ्या जर्मन सेनेचं नेतृत्व क्यूशलरनं केलं होतं. त्यानंच १९४०मध्ये हॉलंड आणि बेल्जियम जिंकण्याची मोहीम फत्ते केली होती. पॅरिसच्या पाडावानंतर त्यानंच विजयी सैन्याची मानवंदना पॅरिसच्या शांजेलीजे भागात मोठ्या थाटानं स्वीकारली होती.

आता हिटलरची नजर पूर्वेकडे वळल्यानंतर क्यूशलर आणि त्याच्या अठराव्या सेनादलाला पोलंडमध्ये रवाना करण्यात आलं होतं. पोलंडचा जो भाग सोव्हिएत महासंघाच्या ताब्यात होता, त्या भागाच्या सीमारेषेवर हे सैन्यदल रेड आर्मीच्या हालचालींवर नजर ठेवून तयारीत होते. आपल्या या सेनापतीच्या मनात शत्रूबद्दल किती तिटकारा आहे हिटलरनं जाणलं होतं. ६ जून १९४१ रोजी कुप्रसिद्ध असा 'कॉमिसार हुकूम' जारी करण्यात आला. आक्रमण सुरू झाल्यानंतर रशियात शिरल्यावर साम्यवादी पक्षाचे जे अधिकारी आढळतील त्यांना गोळ्या घालण्याचा अधिकार लष्कराला देण्यात आला होता. क्यूशलरनं या हुकमाचं मनापासून स्वागत केलं. "हे राजकीय कॉमिसार गुन्हेगार आहेत. त्यांना लवादापुढे उभं करून मृत्युदंडाची शिक्षा द्यायला हवी. पूर्वेकडच्या मोहिमेत त्यामुळे जर्मन रक्त सांडायचं प्रमाण कमी होईल आणि आपण वेगानं आगेकूच करू शकू."

सैनिकांसाठी जून १९४१मध्ये प्रसिद्ध करण्यात आलेल्या लष्करी पत्रकांत या प्रकारच्या तिरस्कार वाढवणाऱ्या प्रचाराचं प्रतिबिंब दिसतं –

> ज्या कोणी लाल कॉमिसारच्या नजरेला नजर भिडवली असेल, त्या प्रत्येकाला बोल्शेविक माणसं कशी असतात ते कळून येतं. या ठिकाणी कोणत्याही सिद्धांतांची चर्चा करायची गरजच नाही. या मुख्यत: ज्यू

असणाऱ्या आणि लोकांना छळणाऱ्या माणसांचं वर्णन पशू म्हणून करणं हा पशूंचाच अपमान ठरेल. ते नरकातल्या सगळ्या वाईट गोष्टींचं आणि मानवाला जे जे म्हणून उदात्त आहे, त्या सगळ्याचा तिरस्कार करणारं जिवंत प्रतीक आहे. उदात्त रक्ताविरुद्ध हीन दर्जाच्या मानवांनी केलेल्या उठावाचा प्रत्यय आपल्याला या कॉमिसारकडे पाहून येतो.

ऑपरेशन बार्बारोसामध्ये हिटलरने क्यूशलरसाठी खास भूमिका निश्चित केली होती. क्यूशलर त्याच्या अठराव्या सेनादलासह लेनिनग्राडच्या हल्ल्याच्यावेळी अग्रभागी असणार होता.

कोणत्याही आक्रमक फौजांनी लेनिनग्राडला लक्ष्य करणं साहजिकच होतं. त्याचं मूळ नाव 'सेंट पीटर्सबर्ग' हे महान रशियन सम्राट 'पीटर द ग्रेट' याच्या नावावरून ठेवण्यात आलं होतं. बाल्टिक समुद्रावरच्या प्रभुत्वासाठी पीटर स्वीडनशी लढत असताना, सन १७०३मध्ये या शहराची स्थापना करण्यात आली होती. नेवा नदीच्या मुखापाशी पीटरनं आपल्या शत्रूवर वरचष्मा राखण्यासाठी या विशाल शहराची निर्मिती केली होती. यामुळे त्याला त्यानं मोठ्या परिश्रमांनी जिंकलेल्या बाल्टिक समुद्रावरच्या मार्गावर नजर ठेवणं सोपं जाणार होतं. या शहरामुळेच रशियाला 'पश्चिमेकडची खिडकी,' खुली झाली असं म्हटलं जात होतं.

सेंट पीटर्सबर्ग राजधानी बनल्यामुळे तिथं सगळीकडे राजेशाही दिमाख जाणवत असे. रशियाच्या सांस्कृतिक, राजकीय आणि आर्थिक व्यवहारांचं ते मुख्य केंद्र बनलं होतं. या शहरात जहाजबांधणी उद्योग आणि इतर मोठमोठे उद्योगधंदे असल्यानं आणि लष्करी सामग्रीची निर्मिती करणारे कारखाने या शहरात असल्यानं ते रशियामधलं सर्वांत मोठं लष्करी केंद्र झालं होतं. सन १९१८मध्ये रशियन क्रांतीच्यावेळी यादवी युद्धात गुरफटलेल्या बोल्शेविक नेतृत्वानं मॉस्को ही आपली राजधानी केली होती. पण तरीही बाल्टिक समुद्राच्या किनाऱ्यावरील या मोठ्या शहराचं महत्त्व कायम होतं. या ठिकाणी रशियातले संरक्षण उत्पादन करणारे मोठे कारखाने होते आणि 'बाल्टिक फ्लीट' या नावानं ओळखल्या जाणाऱ्या सामर्थ्यवान नौदलाचा तळही तिथंच होता. सन १९२४मध्ये या शहराचं नामकरण 'लेनिनग्राड' असं करण्यात आलं.

हिटलरला लेनिनग्राडचं आर्थिक आणि लष्करी महत्त्व बरोबर माहीत होतं. पण त्याच्या दृष्टीनं हे शहर राजकीय क्रांतीचं आणि विशेषत: बोल्शेविक तत्त्वज्ञानाच्या उगमाचं केंद्र होतं. याच शहरात १८९५मध्ये कष्टकरी वर्गाचा लढा चालवण्यासाठी लेनिननं युनियन स्थापन केली होती. या ठिकाणीच लेनिननं त्याच्या मार्क्सवादी साम्यवादाचा प्रचार कामगारांमध्ये केला होता. सेंट पीटर्सबर्गमध्ये झारच्या राजवटीविरुद्ध

असंतोष खदखदत होता. १९१७मध्ये बोल्शेविक गटानं रशियामधली सत्ता आपल्या हातात घेतली. यानंतर एक वर्षानं, ज्याचं पुढे रेड आर्मीत रूपांतर झालं, त्या रेडगार्ड या दलाची स्थापना सेंट पीटर्सबर्गमध्येच झाली होती.

या सर्व कारणांमुळेच हिटलरनं लेनिनग्राडला लक्ष्य केलं होतं. ऑपरेशन बार्बारोसामध्ये त्यानं तीन ठिकाणी आघात करायची योजना बनवली होती. दक्षिणेकडच्या फौजा युक्रेनवर हल्ला चढवणार होत्या. त्यांचं उद्दिष्ट कीव्ह, डोनेटचा औद्योगिक परिसर आणि क्रिमिया जिंकणं हे होतं. मध्यभागातल्या फौजा मिन्स्क, स्मोलेन्स्क या दिशेनं जाऊन मॉस्को गाठणार होत्या. उत्तरेकडील फौजांनी बाल्टिक समुद्राच्या परिसरातून आक्रमण करून लेनिनग्राड जिंकायचं होतं. या तिन्ही फौजांनी जरी एकाच वेळी आक्रमण करायचं असं ठरलं असलं तरी त्यामध्येही एक क्रम ठरवण्यात आला होता. मॉस्को जिंकण्याच्या अगोदर लेनिनग्राड ताब्यात घेण्याचं उद्दिष्ट ठरवलेलं होतं. कारण फ्यूरर आणि जर्मनीच्या उच्चस्तरीय नेतृत्वाला लेनिनग्राडचं महत्त्व नेमकं माहीत होतं.

उत्तरेकडील आक्रमणासाठी सज्ज केलेल्या फौजांचे सेनापती हिटलरनं काळजीपूर्वक निवडले होते. क्यूशलरच्या अठराव्या सेनादलाच्या बरोबरीनं त्यानं जनरल *अर्न्स्ट बुश*[*] याच्या नेतृत्वाखाली सोळावं सेनादल दिलं होतं. सत्तावन्न वर्षं वयाचा जनरल बुश क्यूशलरप्रमाणेच कडवा नाझी होता. हिटलर सत्तेवर आल्यानंतर भराभरा बढत्या मिळून तो वेगानं उच्चपदावर पोहोचला होता. तो सतत आपल्या हाताखाली काम करणाऱ्यांना फ्यूररच्या स्वप्नाबद्दल सांगत असे. 'नॅशनल सोशालिस्ट पक्षाच्या नेतृत्वाखाली विशाल, एकसंध आणि विजेता ठरणारं जर्मन राष्ट्र निर्माण करणं,' या स्वप्नाच्या पूर्ततेसाठी *लेबेनस्ट्रॉम* म्हणजे 'जगण्यासाठी जागा' मिळवण्याचा झगडा पूर्वेकडेच होणार होता. ऑपरेशन बार्बारोसा सुरू होताना त्यानं सैनिकांना उद्देशून सांगितलं, "आपण शत्रूला केवळ पराभूतच नाही, तर त्याचा विनाश करणार आहोत याबद्दल मला खात्री आहे. आपण असं करून बोल्शेविक तत्त्वज्ञान नष्ट करण्यासाठी योग्य परिस्थिती निर्माण करायची आहे."

ऑपरेशन बार्बारोसा सुरू व्हायच्या काही दिवस अगोदर हिटलरनं उत्तरेतल्या फौजांच्या मुख्यालयाला भेट दिली होती. तिथं त्यानं आपलं लक्ष्य किती महत्त्वाचं आहे, हे सेनाधिकाऱ्यांना पुन्हा एकदा बजावून सांगितलं होतं. "लेनिनग्राड जिंकलं की आपण सोव्हिएत महासंघाचं क्रांतीचं प्रतीक हिरावून घेऊ. या प्रतिकानं गेली चोवीस वर्षं रशियन लोकांना प्रेरणा दिलेली आहे. रणांगणात पराभूत झाल्यानंतर स्लाव वंशीयांचं मनोधैर्य खालावेल हे खरं. पण त्यांच्या हातून लेनिनग्राड गेलं की, ते साफ कोलमडून पडतील." आपल्या फौजांना किती कठीण कामगिरी करायची आहे याची त्याला कल्पना होती. त्यांना खूप अंतर कापून जाताना विखुरलेल्या

सोव्हिएत फौजांचा सामना करावा लागणार होता. जर्मन फौजांना सोव्हिएत महासंघानं नुकताच व्यापलेला विशाल बाल्टिक प्रदेश जिंकून, मग मूळ रशियाच्या मध्यभागात आक्रमण करायचं होतं. शत्रूसैन्याची संख्या अफाट असल्यानं त्यांना घेरून नामोहरम करण्याचं तंत्र इथं उपयोगी पडणार नव्हतं. सोव्हिएत फौजांच्या संरक्षक फळीला भेदून उत्तरेकडच्या सैन्यानं वेगानं शत्रूच्या प्रदेशात मुसंडी मारायची होती. शत्रूला सावरायची संधी मिळू न देण्यासाठी वेग फार महत्त्वाचा ठरणार होता. हे सगळं माहीत असल्यानं फ्यूररनं फील्ड मार्शल *रिटर फॉन लीब*[६] याच्याकडे उत्तरेतल्या आक्रमणाचं नेतृत्व सोपवलं.

१९४०मध्ये लीबनं फ्रान्सची अभेद्य समजली जाणारी सुप्रसिद्ध 'मॅजिनो' तटबंदी भेदली होती. आता फ्यूरर त्याच्याकडून तशीच अपेक्षा करीत होता. सोव्हिएत हुकूमशहा स्तालिननं प्रत्यक्ष सीमारेषेच्या कित्येक मैल अलीकडे संरक्षणाची मजबूत व्यवस्था केली होती. यालाच 'स्तालिन रेषा' असं म्हटलं जात होतं. लेनिनग्राडच्या दिशेनं जाण्यासाठी लीबला स्तालिन रेषेवरच्या संरक्षक मोर्चांना आणि बंकरांच्या साखळीचा अडथळा पार करावा लागणार होता.

सोव्हिएत महासंघावरील आक्रमण सुरू व्हायच्या वेळेस पासष्ट वर्षं वयाचा असणारा फील्ड मार्शल लीब, अत्यंत अनुभवी सेनापती होता. चीनमधील सुप्रसिद्ध बॉक्सर बंडाच्यावेळी तो आघाडीवर लढला होता. पहिल्या महायुद्धाच्यावेळी तो तोफखाना विभागात अधिकारी होता. त्या वेळच्या शौर्याबद्दल त्याला मार्क जोसेफच्या नावानं दिला जाणारा लष्करी सन्मान मिळाला होता. सुडेटनलॅन्ड व्यापण्याच्या मोहिमेत त्यानं १९३८मध्ये दुसऱ्या सेनादलाचं नेतृत्व केलं होतं. जुलै १९४०मध्ये मॅजिनो तटबंदी उद्ध्वस्त केल्यानंतर त्याला फील्ड मार्शल पदावर बढती मिळाली आणि प्रतिष्ठेचा 'नाईट्स क्रॉस' हा सन्मान देण्यात आला. फ्यूररचा लीबच्या क्षमतेवर विश्वास होता. वेगानं हालचाल करण्यासाठी विविध सेनादलांमध्ये समन्वय राखण्याचं काम तो उत्तम तऱ्हेनं करेल, अशी हिटलरला खात्री वाटत होती. त्याच्या हाताखाली सोळाव्या आणि अठराव्या सेनादलाच्या जोडीला हिटलरने पँझर रणगाड्यांचा विभाग दिला. या विभागात जर्मन लष्करामधल्या तीन सर्वोत्तम रणगाडा डिव्हिजन्स होत्या. याखेरीज लीबच्या हाताखाली स्वयंचलित वाहनांची सोय असणाऱ्या पायदळाच्या तीन 'मोटोराइज्ड' डिव्हिजन्स होत्या. त्याचप्रमाणे मदतीसाठी एस.एस.ची., कवटीचं चिन्हं वापरणारी 'टोटेनकोफ' ही डिव्हिजन, हिटलरनं लीबकडे सोपविली होती.

प्रत्यक्ष स्तालिन रेषेपर्यंत पोहोचायच्या अगोदर लीबला एक नैसर्गिक अडथळा पार करावा लागणार होता. हा अडथळा म्हणजे लिथुआनिआ आणि लात्विआ या दोन बाल्टिक राष्ट्रांमधली सीमारेषा असणारी द्विना ही नदी होती. आक्रमण सुरू करताच या नदीवरच्या पुलांवर नियंत्रण मिळवून सोव्हिएत फौजेला प्रतिकारासाठी

जमवाजमव करण्याची संधी मिळू न देणं फार गरजेचं होतं. ऑपरेशन बार्बारोसा सुरू होताच लीबनं एक उत्तम निर्णय घेतला. त्यानं पँझर दलामधला एक भाग – कॉर्प्स – मागे ठेवला. हे रणगाडा दळ, लीब पुढे जात असताना, शत्रूनं मागून हल्ला केला तर त्याचा समाचार घेणार होतं. लीबनं उरलेल्या रणगाडा दलाला द्विना नदीकडे वेगानं धडक मारायची आज्ञा दिली.

मोटोराइज्ड पायदळामधला एक कमांडर गुस्ताव क्लिंटर त्या वेळी आघाडीच्या तुकड्यांमध्ये होता. ''त्या वेळी सगळीकडे धूळ, धूर आणि उष्णता यांचं साम्राज्य पसरलं होतं. मागे पाठवले जाणारे युद्धकैदी वगळता आम्हाला शत्रूचं फारसं दर्शन झालं नाही. पण राईषची सीमा ओलांडून लिथुआनिआत प्रवेश करताच चित्र बदललं होतं. पुढे गेल्यावर रशियात काय पाहायला मिळेल याची झलक लिथुआनिआत मिळाली. सगळीकडे दुरवस्था असणारे रस्ते, झोपड्यांसारख्या वाटणाऱ्या घाणेरड्या घरांच्या विखुरलेल्या वस्त्या दिसत होत्या.''

क्लिंटरच्या या वक्तव्यामधून आपल्याला जर्मनांना त्यांच्या शत्रूबद्दल काय वाटत होतं, ते कळून येतं. शत्रूच्या हिणकस जीवनशैलीचा त्यांना मनस्वी तिटकारा वाटायचा. क्लिंटरची तुकडी वेगानं वाटचाल करीत एवढी पुढे गेली की ती मुख्य दलापासून साठ मैल पुढे होती. त्या वेळी पँझर रणगाडा दल विभागून द्विना नदीवरच्या दोन पुलांकडे जात होतं. हे दोन महत्त्वाचे पूल असणारं द्विन्स्क हे ठिकाण सीमारेषेपासून ३०० किलोमीटर पूर्वेला होतं. या शहराकडे जातानाचा अनुभव क्लिंटरला अजून स्पष्ट आठवतोय –

> ''रणांगणात येणारा जळका वास आणि विशिष्ट प्रकारचा कुजका वास हवेमध्ये भरून राहिला होता. लढाईचा खास वास नाकाला जाणवू लागला होता. रशियन मोहिमेतला पहिला बळी आमच्यासमोर पडला होता. एका मंगोवंशीयांचं मुंडकं धडावेगळं पडलेलं होतं. फाटकातुटका गणवेश घातलेल्या त्या सैनिकाचं पोट बॉम्बच्या तुकड्यांनी फाटून गेलेलं दिसत होतं. आम्ही आमची आगेकूच पुढे सुरू ठेवली. ते चित्र मागे पडलं होतं. मी माझ्या सीटवर मागे रेलून विचार करू लागलो....''

क्लिंटरची डिव्हिजन द्विना नदीकडे वेगानं वाटचाल करीत असताना लीबच्या इतर तुकड्या रेड आर्मीच्या रणगाडा दलावर झडप घालण्यासाठी झेपावत होत्या. सोव्हिएत महासंघाच्या वायव्य भागातील लष्करी नेतृत्वानं फारसा विचार न करता सगळी चिलखती दलं एकाच जागी आणून ठेवली होती. ही जागा सीमारेषेच्या फार जवळ होती. जर्मन विमानांनी पाहता पाहता तो मोर्चा शोधून काढला. लिथुआनिआमधल्या

रासीनाय या छोट्या गावाजवळ हा मोर्चा होता. या ठिकाणी सोव्हिएत महासंघाकडचे केव्ही-१-एस आणि केव्ही-२-एस हे अजस्त्र रणगाडे होते. या राक्षसी आकाराच्या रणगाड्यांचं वजन अनुक्रमे ४३ आणि ५२ टन होतं. रणगाडा दलातल्या एका जर्मन सैनिकानं रणगाड्यांच्या झुंजीचं नाट्य अशा प्रकारे सांगितलं –

> "आम्ही पहिल्यांदा इथं पाहिलेले केव्ही-१-एस आणि केव्ही-२-एस हे अजब होते! आम्ही सुमारे ८०० यार्ड अंतरावर असताना त्यांच्यावर मारा सुरू केला. पण त्याचा काही उपयोग झाला नाही. आम्ही त्यांच्या दिशेनं मारा करीत पुढे जात होतो. पण त्यांना त्याचं काहीच वाटत नव्हतं, अशा प्रकारे ते आमच्या दिशेनं येत होते. आता आमच्या दोघांत अवघं ५० ते १०० यार्ड अंतर उरलं होतं. आम्ही अगदी समोरासमोर उभे ठाकून एकमेकांवर जबरदस्त मारा केला. पण आम्हाला यश आलं नाही. आमच्या दिशेनं रशियन रणगाडे येतच राहिले. आमचे सगळे तोफगोळे त्यांच्यावर आपटून मागे येत होते."

पण सोव्हिएत रणगाडा दलाची एवढी जबरदस्त ताकद असूनही रासीनाय इथं जर्मन सैन्यानं केवळ त्यांच्या व्यावसायिकतेमुळे विजय मिळवला. त्यांनी एकमेकांमध्ये रेडिओद्वारा उत्तम समन्वय राखला होता. रशियन रणगाड्यांच्या चिलखतावर तोफगोळ्यांचा काहीच परिणाम होत नाही, हे पाहून पँझर रणगाड्यांनी गिअर बदलले आणि ते मागे वळून रशियन रणगाड्यांच्या बाजूनं अगदी जवळून जाऊ लागले.

> "आमची रेजिमेंट मागे वळली. आम्ही आता त्यांच्या अगदी जवळून धडधडत जाऊ लागलो. आम्ही जणू केव्ही-१-एस आणि केव्ही-२-एस रणगाड्यांना घसटून जात होतो. त्या वेळी अगदी जवळून मारा करून आम्ही त्यातल्या काहींची हालचाल बंद पाडली."

मग जर्मन रणगाड्यांनी गुरं हाकलावीत तशा प्रकारे या अजस्त्र सोव्हिएत रणगाड्यांना घेरून मनाजोगं वळवलं आणि त्यांच्याच तोफांच्या माऱ्यात ते सापडतील अशी युक्ती केली. रशियन तोफांच्या नळ्या जमिनीला समांतर केलेल्या होत्या. जर्मन रणगाड्यांवर मारा करण्यासाठी सज्ज असणाऱ्या या तोफांच्या माऱ्यात रशियन रणगाडे सापडले. या लढाईत एकूण २०० सोव्हिएत रणगाडे नष्ट झाले. पोटं फुटलेले २९ अजस्त्र केव्ही-१-एस आणि केव्ही-२-एस रणगाडे रणभूमीवर विखरून पडले होते. या लढाईनंतर जर्मन पँझर दलानं बाल्टिक प्रदेशातल्या

उरलेल्या चिलखती दलांचा निकाल लावला. अशा तऱ्हेनं पुढे जाणाऱ्या जर्मन फौजांवर आजूबाजूंनी हल्ले होण्याची शक्यता संपुष्टात आली.

द्विना नदीवरचे पूल आता लीबच्या दृष्टिक्षेपात आले होते. २६ जून १९४१ च्या सकाळी लीबची आठवी पँझर डिव्हिजन कॉनास लेनिनग्राड हमरस्त्यावरून पुढे जात होती. रणगाड्यांच्या कमांडरनी बाहेर येऊन दुर्बिणीतून आजूबाजूचा प्रदेश नीट पाहिला आणि ते स्वत:च चकित झाले. कारण त्यांनी चार दिवसांत जवळजवळ ३०० किलोमीटरची मजल मारली होती. जर्मन पँझर दल आता द्विन्स्क शहराच्या अगदी जवळ जाऊन पोहोचलं होतं.

द्विन्स्क शहरापासून साधारण पाच किलोमीटर अंतरावर असताना त्यांना एकदम थांबायची आज्ञा मिळाली. ते चकित होऊन पाहत असताना चार सोव्हिएत ट्रक्सचा ताफा त्यांना मागे टाकून पुढे गेला. या ट्रक्स रशियन गणवेश घातलेले जर्मन चालक चालवत होते. हे जर्मन लष्करी हेरखात्याचं खास पथक होतं. शहरात शिरून, रशियनांनी पूल उडवून देण्याच्या आत ते ताब्यात घेण्याची आणि पँझर दल तिथं पोहोचेपर्यंत पूल ताब्यात ठेवण्याची कामगिरी या पथकाला पार पाडायची होती.

रशियनांना अजिबात संशय आला नाही. ट्रक्स तपासणीसाठी उभारलेल्या चौक्यांपाशी थांबल्या. पहारेकऱ्यांनी विचारलं, "जर्मन कुठं आहेत?" त्यांना आनंदी स्वरात उत्तर मिळालं, "ओह! लांब आहेत. खूपच लांब आहेत." ट्रक्स उपनगरांमध्ये शिरल्या आणि रहदारीतून वाट काढत जात होत्या. पण द्विना नदीवरचा तो मोठा पूल जवळ येताच ट्रक्सनी एकदम वेग घेतला आणि त्या पुलावर आल्या. पहिली ट्रक पूल ओलांडून पलीकडे पोहोचली. दुसरीही पोहोचली. पण तिला एका रशियन सैनिकानं हटकलं. त्यावर ट्रक्समधून मशीनगनचा मारा करण्यात आला. आता पुलाच्या दुसऱ्या टोकापाशी गोळीबाराला सुरुवात झाली होती. गोळीबाराचे आवाज घुमू लागताच तयारीत उभे असलेले जर्मन रणगाडे पुढे सरसावले. सकाळी आठ वाजता लीबला संदेश मिळाला. "द्विन्स्क आणि द्विना पुलावरची कामगिरी फत्ते झाली. पूल सुस्थितीत आहेत."

या प्रकारच्या लढाईत जर्मन कुशल होते. त्यांच्या या तंत्राला *'ब्लिट्झक्रीग'* म्हणजे 'विद्युतवेगानं चढाई' असं म्हणतात. शत्रूला बेसावध ठेवून वेगानं हल्ला करून सावरण्याची संधी न देता सतत एक पाऊल पुढे टाकत रेटत जाणं, असं हे तंत्र होतं.

उत्तरेकडच्या जर्मन फौजांचा सेनापती, फील्ड मार्शल लीब खूश झाला. कारण द्विना नदीवरील पूल ताब्यात आल्यानं शत्रूच्या काळजावर घाव घालायची संधी मिळणार होती. आता लीबनं त्याच्या समोर काही अंतरावर असणाऱ्या स्तालिन रेषेवर लक्ष केंद्रीत केलं. स्तालिन रेषा म्हणजे, उत्तम बांधणी केलेल्या किल्ल्यांची

एक साखळी होती. लीबकडे असलेल्या पाहणी अहवालांमध्ये ही गोष्ट स्पष्ट दिसत होती की ही रेषा भेदणं हे अत्यंत अवघड काम आहे.

> किल्ल्यांच्या आणि तलावांच्या भोवती, तसेच नैसर्गिक अडथळ्यांच्या भोवती काँक्रीट वापरून अनेक अडथळे निर्माण करण्यात आले आहेत. जागोजागी रणगाडे अडकवण्यासाठी दलदलींचे सापळे आहेत आणि सुरुंग पेरलेले आहेत. हे सगळं करताना मशीनगन कसा आणि कुठवर मारा करतात, याचा विचार करून, बाहेरून काही पत्ता लागणार नाही, अशी व्यवस्था केलेली आहे. १२० किलोमीटर पसरलेल्या या भागात जागोजागी डझनभर अडथळे उभारलेले असून, ते तोफगोळ्यांना आणि हलक्या बॉम्बना दाद न देणारे आहेत. अशी ही स्तालिन रेषा लीबला वेगानं भेदायची होती. पुन्हा एकदा लीबनं त्याच्या पँझर रणगाडा दलाकडे ही कामगिरी सोपविली. पण हे काम सुरू करायच्या अगोदर पायदळानं तिथवर पोहोचणं गरजेचं होतं.

उत्तर लिथुआनिआतून चढाई करणाऱ्या अठराव्या सेनादलाच्या अग्रभागी विल्हेम ल्युबेकची अठ्ठावन्नावी डिव्हिजन होती. ल्युबेक तेव्हाची आठवण सांगताना म्हणतो, "आम्ही त्रासदायक उष्णता आणि धुळीच्या दाट ढगांमधून वाट काढत अगणित मैल तुडवत पुढे जात होतो. सतत लांब अंतरावरून गोळीबारांचे आणि स्फोटांचे आवाज ऐकू येत होते. रस्त्याच्या दोन्ही बाजूला गटारांमध्ये आणि शेतांमध्ये अद्यापही गरम असलेले शेकडो मृतदेह विखरून पडलेले दिसत होते. शत्रूच्या मोडतोड होऊन पडलेल्या रणगाड्यांच्या जवळून आम्ही जात होतो. त्यामधली काही धुडं अजूनही काळा, तेलकट धूर ओकत पडली होती."

रेड आर्मीचे सैनिक आणि रणगाडे जर्मन विमानांच्या माऱ्यात उघडे पडले होते. माघार घेत असताना त्यांना जर्मन विमानांनी नष्ट केलं होतं. ल्युबेक पुढे सांगताना म्हणतो, "विमानांचे असे हल्ले फारच विनाशकारी ठरत होते. आमची विमानं रस्त्यावरून जाणारे लोक आणि वाहने यांच्यावरून जाऊन बॉम्बहल्ला करीत असत. त्यांच्या तडाख्यामधून काहीही वाचत नसे."

सोव्हिएत महासंघानं १९४०मध्ये बाल्टिक प्रदेशामधली इस्तोनिया, लात्विआ आणि लिथुआनिआ ही राष्ट्रं गिळंकृत केली होती. ल्युबेकची फौज आल्यानंतर या देशांमधल्या काही नागरिकांना प्रचंड आनंद झाला होता. या लोकांनी जर्मन फौजेचं 'मुक्तिदाते' म्हणून स्वागत केलं होतं. त्यामुळे आपण न्याय्य कारणासाठीच इथं आलो आहोत असं जर्मन सैनिकांना मनोमन खात्रीनं वाटू लागलं होतं. "सोव्हिएत

साम्यवाद हा युरोप आणि संपूर्ण पाश्चात्य संस्कृतीला धोकादायक असल्यानं त्याच्याविरुद्ध लढायला हवं, या विश्वासामुळे मी लढत होतो.'' ल्युबेक सांगत होता, ''आम्ही जर या साम्यवादाला नष्ट केलं नाही तर तो आम्हाला नष्ट करेल, असं आम्हाला वाटत होतं.''

ल्युबेक नाझी प्रचारामधली भाषा बोलत होता. नाझी प्रचारात स्लाववंशीय लोकांचा उल्लेख *'उंटरमेन्शेन'* म्हणजे माणसापेक्षा हीन दर्जाचे, असा केला जात असे. पण आपले सैनिक एवढ्या टोकाचा विचार करणारे नसावेत असं ल्युबेकचं मत होतं. त्याबद्दल बोलताना ल्युबेकनं काय सांगितलं ते पाहा – ''आमच्या दृष्टीनं स्लाव लोक हे जीवशास्त्रीय दृष्टिकोनातून हीन दर्जाचे नव्हते. आम्हाला फक्त ते एका असंस्कृत आणि मागास देशामधले अडाणी लोक आहेत असं वाटत होतं.''

सत्य असं होतं की, ल्युबेक आणि त्याच्या सैनिकांना आपण जी लढाई लढतो आहोत, ती या कारणांपेक्षा कितीतरी निराळ्या आणि भयंकर कारणासाठी सुरू झालीय याची कल्पना नव्हती. त्यांना कल्पना करता येणार नाही एवढी ही कारणं गुंतागुंतीची होती. २५ जून रोजी अर्न्स्ट बुशच्या सोळाव्या सेनादलाच्या आघाडीच्या काही तुकड्या लिथुआनिआच्या राजधानीत, कॉनॉसमध्ये शिरल्या. त्यांच्याबरोबर आईनसाट्झग्रुप्पेन-ए हे एस.एस.मधलं नव्यानं तयार केलेलं खास कमांडो पथक होतं. या पथकाचं नेतृत्व पोलीस जनरल वॉल्टर स्टालेकर याच्याकडे सोपविलेलं होतं. या पथकाची निर्मिती रशियावरील चढाई सुरू व्हायच्या अगदी अगोदर करण्यात आली होती. या पथकाचा अधिकृत उद्देश सैन्याला होणाऱ्या रसद पुरवठ्याला सुरक्षा पुरवणं आणि नव्यानं जिंकलेल्या प्रदेशात कायदा-सुव्यवस्था राखणं असा होता. पण प्रत्यक्षात ज्यू, कॉमिसार आणि सर्व तऱ्हेच्या 'अयोग्य' माणसांना ठार करणं ही त्यांची अनाधिकृत जबाबदारी होती.

एक्केचाळीस वर्षं वयाचा स्टालेकर हा उच्चशिक्षित नाझी होता. त्यानं दीर्घ काळ पोलिसप्रमुख म्हणून काम केलेलं होतं. आपल्या पथकानं केलेल्या कामांचा सविस्तर अहवाल त्यानं तयार केला होता. २५ जून रोजी सोळावं सेनादल कॉनासमध्ये शिरत असताना तो स्वत: त्याच्या पथकासह कॉनासमध्ये शिरला होता. त्याला शहरात शिरताच तिथल्या ज्यूंचं सामुदायिक शिरकाण करायचं होतं. ''आमच्या सुरक्षा पथकानं जमेल त्या मार्गानं लवकरात लवकर ज्यू प्रश्नाचा निकाल लावायचा असं ठरवलं होतं.'' वॉल्टर स्टालेकरनं सांगितलं. पण त्याच्या पथकानं प्रत्यक्षात हत्या करण्यासाठी स्थानिक लिथुआनियन लोकांना भडकवण्याचं ठरवलं. ''सुरुवातीला आम्ही मागे राहून हे सगळं घडवण्याचं ठरवलं होतं. कारण आम्ही जे कठोर उपाय अवलंबणार होतो, ते काही जर्मन लोकांना नापसंत पडण्याची शक्यता होती.''

स्टालेकरच्या कमांडोंनी लिथुआनियन बंडखोरांच्या एका गटाला, त्यांनी ज्यूंना

पकडावं म्हणून चिथावणी दिली. ज्यूंची धरपकड करण्याचं काम जर्मन सैन्याच्या, वेरमाख्तच्या अगदी नाकासमोर, भरदिवसा, शहरात वर्दळीच्या ठिकाणी पार पाडण्यात आलं. २६ जून रोजी सोळाव्या सेनादलाच्या मुख्यालयापासून जेमतेम २०० यार्ड अंतरावर असणाऱ्या लिटुकीज गराज या ठिकाणी १००० पेक्षा जास्त ज्यूंना एकत्र करून त्यांना दंडुक्यांनी बदडून ठार करण्यात आलं. हे सगळं घडत होतं तेव्हा अनेक जर्मन सैनिक बाजूला उभे राहून पाहत होते. पण कोणीही हे हत्याकांड थांबविण्याचा प्रयत्न केला नाही.

स्टालेकर आणि सोळाव्या सेनादलाचा प्रमुख अर्न्स्ट बुश यांच्यात एक वैयक्तिक पातळीवर समझोता झाला होता. ज्याला स्टालेकर 'स्वच्छतेची उत्स्फूर्त कामगिरी' असं म्हणत असे, तिकडे जर्मन सैन्य दुर्लक्ष करेल, असं आश्वासन जनरल अर्न्स्ट बुश यानं दिलं होतं.

आईनसाट्झग्रुप्पेन-एच्या प्रमुखानं अहवालात लिहिलं होतं की या 'स्वच्छतेचा उत्स्फूर्त' कामात त्या दिवशी ३८०० ज्यूंना ठार करण्यात आलं होतं. तो लिहितो, ''हे काम अगदी सुरळीत पार पडलं कारण लष्करी अधिकाऱ्यांना अगोदरच कल्पना दिलेली असल्यानं त्यांनी समजुतीनं काम केलं होतं.''

ऑर्डिनन्स विभागात ५६२ व्या बेकरी कंपनीत तेव्हा सार्जंट असणाऱ्या एका जर्मन सैनिकानं त्या दिवसाबद्दल सांगितलं, ''त्या लोकांना पकडून एकत्र केलेलं मी पाहिलं. पण आमच्यासमोर त्यांना दंडुक्यांनी बडवून ठार केलं जात असताना आम्हाला नजर फिरवून उभं राहणं भाग होतं. तो सगळा प्रकार भयंकर क्रौर्याचा होता. अनेक जर्मन सैनिक आणि लिथुआनियन लोक हे सगळं पाहत बाजूला उभे होते. पण कोणीही त्याला पाठिंबा किंवा विरोध मात्र दर्शवला नाही. सर्व जण आपला काही संबंध नाही अशा तऱ्हेनं पाहत होते.''

समोर जे काही घडत होतं ते पाहून वेरमाख्तमधल्या काही सज्जन, माणुसकी असणाऱ्या अधिकाऱ्यांना संताप आला. फ्रान्झ फॉन रुक्स हा उत्तरेकडील फौजांच्या पिछाडीवरील प्रशासनाचा प्रमुख होता. हत्याकांड झाली ती ठिकाणं पाहिल्यानंतर जनरल बुश या हत्याकांडांमध्ये सामील असेल, या शंकेनं त्यानं सरळ फील्ड मार्शल फॉन लीबकडे तक्रार केली. पण फील्ड मार्शल लीब एकदम अतिशय बचावात्मक बोलत होता. त्यानं रुक्सचं म्हणणं ऐकून घेतलं आणि याबाबतीत आपला काहीही अधिकार चालत नाही असं सांगून टाकलं. या अशा बाबतीत, आपण दूर राहणं एवढंच करता येईल, असं लीब म्हणाला.

जुलै १९४१ च्या सुरुवातीला हिटलरचा मुख्य अॅडजुटंट कर्नल रुडाल्फ श्युन्ट यानं कॉनासला भेट दिली. त्याच्या कानावर जेव्हा हत्याकांडाची बातमी गेली तेव्हा तो म्हणाला, ''सैनिकांनी अशा राजकीय प्रश्नांमध्ये लक्ष घालून स्वतःला त्रास

करून घेऊ नये. हा अत्यावश्यक साफसफाईचा भाग होता.'' जून १९४१ च्या अखेरीस कॉनासमध्ये ज्यू लोकांचं जे सामुदायिक हत्याकांड झालं, त्याची जर्मन सैन्याला पूर्ण कल्पना होती. ते थांबवण्यासाठी काहीही न करण्यानं, एक प्रकारे सैन्यानं हत्या करणाऱ्या एस.एस. कमांडो पथकाला संरक्षणच पुरवलं. वेरमाख्तनं कॉनासमध्ये अशा निर्घृण हत्याकांडाला संमती देण्यामुळे पुढील घटनांना चालना मिळाली. या उदाहरणावरून 'स्फूर्ती' घेऊन पुढे अनेक ठिकाणी याच्या कितीतरी भयंकर आवृत्त्या मोठ्या प्रमाणावर करण्यात आल्या.

१ जुलै १९४१ रोजी फील्ड मार्शल लीबनं चौथ्या पँझर ग्रुपचा प्रमुख कर्नल-जनरल *ह्योपनर*[७] ची भेट घेतली. पँझर दलाचं मनोधैर्य उत्तम होतं. लीबचा भर नेहमीच वेगावर असायचा. ''पुढे चला...! कशासाठीही थांबू नका. शत्रूला सावरण्याची संधी देऊ नका. एकदा का शत्रूला मागे ढकललं की त्याला सतत रेटत पुढे चला!''

ह्योपनर लीबच्या वचनांचं तंतोतंत पालन करण्यात अतिशय उत्साही असायचा. एक्कावन्न वर्षं वयाचा ह्योपनर पहिल्या महायुद्धात घोडदळात अधिकारी होता. सतत वेगानं हालचाल करण्याच्या लीबच्या तंत्राचा पुरस्कार करणाऱ्यांमधल्या पहिल्या काही अधिकाऱ्यांत जनरल ह्योपनरचा समावेश होता. त्याच्याकडे १९३८मध्ये एका स्वतंत्र पँझर दलाचं नेतृत्व सोपविण्यात आलं होतं. हिटलरच्या आक्रमक परराष्ट्र धोरणावर ह्योपनर सुरुवातीला टीका करीत असे. पण १९४०मध्ये हिटलरनं ज्या नाट्यमय प्रकारे फ्रान्सला पराभूत केलं, ते पाहून त्याचं मत संपूर्ण बदलून गेलं. त्यानंतर अत्यंत भारून गेलेल्या अवस्थेत तो रशियात आघाडीवर लढाईला उभा होता.

पँझर रणगाडे पूर्वेकडे वेगानं धडक मारत जात असताना जनरल ह्योपनरनं आपल्या चौथ्या पँझर ग्रुपसाठी आदेश जारी केला. भविष्यकाळामधील लढाया कशा लढल्या जातील, याबद्दल त्यानं त्यात अत्यंत 'मूलभूत तत्त्वं' नमूद केली होती.

> 'रशियाविरुद्ध होणारी लढाई हा जर्मन लोकांच्या अस्तित्वासाठीच्या झगड्याचा महत्त्वाचा भाग आहे. हा झगडा जुना आहे. जर्मन विरुद्ध स्लाव वंशीय, युरोपीय संस्कृतीचं मॉस्कोमधल्या आणि आशियाई लोकांपासून रक्षण करण्याचा झगडा आणि ज्यूंच्या बोल्शेविक तत्त्वज्ञानाचा नाश करण्याचा झगडा, असं त्याचं स्वरूप आहे. या युद्धाचं ध्येय हे आजच्या रशियाला नष्ट करून टाकणं हेच असलं पाहिजे आणि म्हणूनच कधी कोणी कल्पना केली नसेल, एवढ्या कठोरपणानं हे युद्ध केलं पाहिजे. प्रत्येक चकमकीच्या संकल्पापासून ते कार्यवाही पुरी होईपर्यंत प्रत्येक क्षणी शत्रूला संपूर्ण उद्ध्वस्त करण्याचा पोलादी निर्धार असायचा हवा. आजची ही रशियन-

बोल्शेविक यंत्रणा चालवणाऱ्यांना कसलीही दयामाया दाखवता कामा नये.'

ह्योपनरच्या चौथ्या पँझर ग्रुपमध्ये १६ कॉर्प्स आणि ५६ कॉर्प्स असे दोन विभाग होते. याखेरीज एक राखीव दल होतं. त्याच्या हाताखाली दोन अतिशय कर्तृत्ववान अधिकारी होते. चोपन्न वर्षं वयाचा *हान्स राईनहार्ट*[८] हा सोळाव्या कॉर्प्सचा कमांडर होता. १९३९मध्ये पोलंडवरच्या आक्रमणाच्यावेळी पँझर वापरून वॉर्साची संरक्षण यंत्रणा भेदण्यामुळे तो नावारूपाला आला होता. या कामगिरीसाठी त्याला नाईट्स क्रॉस देऊन सन्मानित करण्यात आलं होतं.

छपन्नाव्या कॉर्प्सचं नेतृत्व जनरल *एरिक फॉन मानस्टाईन*[९]कडे होतं. त्रेपन्न वर्षांचा हा जनरल जर्मन सैन्यामधल्या सर्वांत गुणवान सेनानी होता. १९४०मध्ये जर्मनीने फ्रान्सवर यशस्वी आक्रमण केलं होतं, तेव्हा त्यानं हल्ल्याची एक अतिशय धाडसी योजना केली होती. या योजनेचं नाव होतं 'ऑपरेशन सिकल कट'. मानस्टाईननं मोठ्या संख्येनं पँझर रणगाडे आर्देनच्या रानामधून वेगानं घुसवले होते. या रणगाड्यांनी रानातून बाहेर पडून बेसावध असलेल्या फ्रेंच सैन्याच्या बगलेकडून धडक मारण्यासाठी मेयुसच्या पुलांकडे वेगानं धाव घेतली होती. या तंत्रामुळे फ्रेंच सैन्याला उभंच राहता आलं नव्हतं. आता मानस्टाईन ऑपरेशन बार्बारोसामध्ये तसाच विळा घेऊन सज्ज होता. त्याच्या छपन्नाव्या कॉर्प्सनं अवघ्या चार दिवसांत जवळजवळ ३०० किलोमीटर अंतर कापून द्विना नदीवरचे अत्यंत महत्त्वाचे पूल ताब्यात घेतले होते. या यशामुळे मानस्टाईन अतिशय खूश झाला होता.

लीब, ह्योपनर, राईनहार्ट आणि मानस्टाईन हे सेनापती एकत्र भेटले, तेव्हा सगळेजण उत्तेजित झाले होते. त्यांनी नकाशाकडे नजर टाकली तेव्हा आपल्यासमोर आता आणखी नवीन संधी उपलब्ध आहे, हे त्यांच्या लक्षात आलं होतं. द्विना नदीवरचा पूल ताब्यात आल्यानं सैन्याला नवीन रसद मिळाली होती. आता पुढची धडक मारायची होती. स्तालिन रेषा भेदण्यासाठी आता २५० किलोमीटर अंतर पार करून जर्मन सेनानी ओस्ट्रोव्ह आणि प्सोव्ह ही शहरं ताब्यात घेणार होते.

दोन जुलैला पँझरनी आक्रमणाला सुरुवात केली आणि दोनच दिवसांत, म्हणजे ४ जुलैला, राईनहार्टनं ओस्ट्रोव्ह जिंकून घेतलं. दरम्यान त्याच्या दक्षिणेला असणाऱ्या मानस्टाईनच्या फौजा लात्विआ-रशिया दरम्यानच्या पूर्वीच्या सीमारेषेपर्यंत जाऊन पोहोचल्या होत्या. या दोघांना प्रतिबंध करण्यात रेड आर्मीला अपयश आलं होतं. त्यांनी ओस्ट्रोव्हच्या बचावासाठी सैन्य पाठवलं. पण तेव्हा उशीर झाला होता. ओस्ट्रोव्ह अगोदरच जर्मन फौजांच्या हातात पडलं होतं. सोव्हिएत फौजांनी ओस्ट्रोव्हकडे त्यांचे राक्षसी केव्ही-२ रणगाडे पाठवले होते. पण जर्मन फौजांच्या कॉंक्रीट फोडू शकणाऱ्या तोफगोळ्यांचा मारा करणाऱ्या हॉवित्झर तोफा सज्ज होत्या. त्या वेळी

तिथं झालेल्या नाट्यमय धुमश्चक्रीत १४० पेक्षा जास्त सोव्हिएत रणगाडे नष्ट झाले होते. ८ जुलैला उरलासुरला प्रतिकार मोडून काढत पँझर रणगाड्यांनी धडक मारून प्सोव्ह शहर जिंकून घेतलं होतं. अशा तऱ्हेनं स्तालिन रेषा भेदण्यात आली होती. लीबनं त्याच्या सैनिकांना उद्देशून अतिशय उत्साहवर्धक संदेश पाठवला – "जुन्या रशियन सरहद्दीवर संरक्षक फळी तयार करण्याचा शत्रूचा प्रयत्न फसला आहे. आपण पुढे मुसंडी मारली आहे. उत्तरेकडच्या फौजा आता लेनिनग्राडच्या दिशेनं हल्ला सुरू करणार आहेत."

फील्ड मार्शल लीबच्या यशाची वार्ता हिटरलकडे पोहोचली, तेव्हा योसेफ ग्योबेल्स वुल्फ्स् लेअर या ठिकाणी हजर होता. त्यानं आपल्या डायरीत लिहिलं होतं – 'आम्ही रशियात विजयी होणार याबद्दल आता कोणालाही शंका वाटत नाही. बोल्शेविझमचा मागमूसही ठेवला जाणार नाही.' त्यानं जाणीवपूर्वक साम्यवादी क्रांतीपूर्वीचं नाव वापरलं होतं. त्यानं पुढे लिहिलं – 'फ्यूररचा पीटर्सबर्गसारख्या शहरांची नावनिशाणी राहू न देण्याचा इरादा आहे.'

जर्मन सेनानी जणू वेगानं धावण्याची रिले शर्यत खेळत असावेत असं भासत होतं. ह्योपनरनं आता पुन्हा एकदा वेगानं धडक मारण्यासाठी रणगाडे पुढे घुसवले. ११ जुलैला राईनहार्टच्या दलानं पायपस सरोवराच्या परिसरातील अवघड जागेतून वाट काढत लिआदी हे गाव जिंकलं होतं. त्याचबरोबर तिथला नार्वा नदीवरचा पूल जर्मन सैन्याच्या ताब्यात आला होता.

१३ जुलैच्या संध्याकाळी कर्नल एरहार्ड राऊस आणि त्याचे रणगाडा दलातले सैनिक जेवण संपवून विश्रांती घेणार होते, तेवढ्यात जनरल राईनहार्ट तिथं आला. त्यानं सैनिकांशी गप्पा मारल्या. आपण खूप वेगानं वाटचाल केली असल्यानं लुगा नदीपाशी असणारी संरक्षक फळी फोडण्याची संधी आता आपल्याला उपलब्ध आहे असं त्यानं सांगितलं. पोरेश्ये या गावापाशी असणारी, लेनिनग्राडच्या वाटेवरची ही शेवटची संरक्षक फळी होती. कर्नल राऊसचे सैनिक दमलेले होते. खरं तर त्यांना विश्रांतीची गरज होती. पण कर्नल राऊस त्या दिवसाबद्दल सांगताना म्हणाला, की त्यांच्या सेनापतीचा उत्साह आमच्यातही स्फूर्ती निर्माण करणारा होता. राईनहार्टच्या 'चला! आपण लेनिनग्राडचे दरवाजे उघडू या!' या गर्जनेचा परिणाम प्रत्येकावर झाला. सगळेजण थकवा विसरून गेले होते. संध्याकाळ होऊन अंधार पडू लागताच रणगाड्यांच्या इंजिनांचा घरघराट सुरू झाला होता. राईनहार्टच्या फौजेनं रात्रभर काहीशी धीमी वाटचाल केली; पण उजाडताच त्यांनी वेग घेतला होता. ते जात होते त्या दिशेला जाणारा एकच रस्ता होता. त्याच्या दोन्ही बाजूंना दलदल होती. जर्मन रणगाड्यांची रांग पुढे जात असताना सोव्हिएत विमानं आली. त्यांच्या वैमानिकांना आपण काय पाहतोय हे कळेना. आणखी दूर वायव्येकडे क्यूशलरच्या अठराव्या

सेनादलाची वाटचाल नार्वा नदीपाशी रेड आर्मीच्या प्रखर प्रतिकारामुळे थांबली होती, हे त्यांना माहीत होतं. दक्षिण दिशेला मानस्टाईन आणि उरलेल्या चौथ्या पँझर ग्रुपला रेड आर्मीनं विलक्षण प्रतिकार करून लुगा नदीपाशी रोखून धरलं होतं. दलदलीच्या दुसऱ्या बाजूला सोव्हिएत सैन्याच्या काही डिव्हिजन्स उभ्या होत्या. जर्मन सैन्य त्यांच्या मागच्या बाजूनं कसं काय येईल, असं सोव्हिएत वैमानिकांना वाटलं होतं. त्यांना हे रणगाडे आपलेच असावेत असं वाटत होतं.

विमानं निघून गेली आणि मग दोन तासांनी पुन्हा परत आली. त्यांनी इशारा दिला आणि रणगाड्यांच्या रांगेवर पत्रकांचा वर्षाव केला. हे सैन्य कोणतं आहे, हे ते विचारत होते. पँझर रणगाडे दुर्लक्ष करून पुढे जातच राहिले. आता आणखी पत्रकांचा मारा झाला. 'तुमची ओळख पटवून द्या. नाहीतर आम्ही बॉम्ब फेकू!' असं त्यात लिहिलं होतं. पण रणगाडे कागदांच्या ढिगांमधून वाट काढत पुढे जात राहिले. गोंधळून गेलेल्या सोव्हिएत वैमानिकांनी दोन-चार चकरा मारल्या आणि ते निघून गेले. त्या दिवशी रात्री पहिले काही रणगाडे लुगा नदीवरच्या पुलांपाशी पोहोचले. चकित झालेले रशियन पहारेकरी तिथून घाबरून पळून गेले. रात्री दहा वाजता राईनहार्टला संदेश मिळाला. 'पूल ताब्यात आला आहे. लेनिनग्राडचे दरवाजे उघडले आहेत!'

राईनहार्टच्या पँझर दलानं प्स्कोव्ह ते पोरेश्ये हे जवळजवळ २०० किलोमीटरचं अंतर नाट्यमयरित्या कापलं होतं. राईनहार्टच्या या फौजेनं आत्तापर्यंत अवघ्या तीन आठवड्यांत ८०० किलोमीटरची धडक मारली होती आणि आता ही फौज लेनिनग्राडपासून अवघ्या ११० किलोमीटर अंतरावर येऊन ठेपली होती. पण आता सोव्हिएत सैन्याचा प्रतिकार आणखीन प्रखर झाला होता. आता जर्मन सैन्य वेगानं पुढे घुसलं, तर ते घेरलं जाण्याचा धोका निर्माण झाला होता.

अडचणीच्या भूभागामुळे चौथ्या पँझर ग्रुपच्या वाटचालीला खीळ बसली होती. राईनहार्टचं पँझर दल रसद मिळण्याच्या प्रतीक्षेत होतं. ते लुगा नदीच्या पलीकडे तळ ठोकून बसलं होतं, तर क्यूशलरचं अठरावं सेनादल पायपस सरोवराच्या उत्तरेकडील चिंचोळ्या भागात नार्वा नदीच्या परिसरातील भक्कम सोव्हिएत संरक्षक फळीशी झगडत होतं. दक्षिणेकडे मानस्टाईनच्या रणगाडा दलानं, दलदलीनं भरलेल्या आणि अद्याप नकाशा नीट तयार नसलेल्या भागात प्रवेश केला होता. हे सैन्य राईनहार्टच्या मदतीसाठी येऊ शकत नव्हतं. ओपोश्का आणि नोव्हगोरोड दरम्यानच्या ओसाड, दलदलींनी आणि तळ्यांनी भरलेल्या भागात मानस्टाईनचं सैन्य इतकं पुढे गेलं होतं, की आता त्यांची पुरवठा यंत्रणा काम करू शकत नव्हती. त्यांना अन्नपाणी आणि दारूगोळ्यासाठी हवाई यंत्रणेवर अवलंबून राहावं लागत होतं.

रशियन सैन्यानं आता त्यांची सगळी ताकद एकवटून प्रतिकार सुरू केला

होता. त्यांनी मानस्टाईनच्या फौजेचा कणा असणारी आठवी पँझर डिव्हिजन आणि इतर विभागांचा संपर्क तोडण्यात यश मिळवलं होतं. प्रदेश अडचणीचा असल्यानं रणगाड्यांच्या हालचालींवर बंधनं आली होती. आत्तापर्यंत आक्रमक हालचाली करणाऱ्या नवीन सैन्याला अचानक जीव वाचवण्यासाठी धडपड करावी लागत होती. मोटोराइज्ड पायदळाच्या तिसऱ्या डिव्हिजनच्या अहवालात असं नमूद केलं आहे की, एका दिवसात त्यांना सतरा हल्ले परतवून लावावे लागले होते. अत्यंत शिस्तबद्ध पद्धतीने युद्ध करणारे असूनही, गोलंदाजांनाही प्रत्यक्ष हातघाईच्या लढाईसाठी उभं करण्याची पाळी त्यांच्यावर आली.

१५ जुलै रोजी एका जर्मन तुकडीचा कमांडर लेफ्टनंट आल्फ्रेड हेडेरिश ओपोश्काजवळ रानात एका रस्त्यावर उभा होता. या कच्च्या रस्त्याच्या दोन्ही बाजूंना दलदल होती. ही दलदल पार करून जाणं शक्य नव्हतं. हेडेरिशनं लक्ष ठेवण्यासाठी पहारेकरी नेमावेत म्हणून दलदलीच्या बाजूनं लाकडी फळ्या टाकायला सांगितलं. पण त्याच्या या दक्षतेचा उपयोग झाला नाही. रशियन पायदळानं एकापाठोपाठ एक असे मोठे हल्ले चढवायला सुरुवात केली होती की, जर्मन तोफखान्याचे सैनिक हातात शस्त्रही धरू शकायच्या आत, यंत्रानं गवत कापावं तसा त्यांचा सफाया झाला. हेडेरिशच्या सैनिकांनी हाती जे सापडेल ते घेऊन हातघाईची लढाई केली होती.

जर्मनांकडील दारूगोळा जवळजवळ संपला होता. ट्रॅक्टर चालवणारे आणि इतर सेवा करणाऱ्यांनाही प्रत्यक्ष लढण्यासाठी उभं करावं लागलं. जवळपास सगळेजण जखमी झाले होते. परिस्थिती पूर्णपणे निराशाजनक असताना केवळ योगायोगानं जर्मनांना कुमक मिळाली. जर्मन सैनिकांची एक मोटारसायकल प्लॅटून या रस्त्यानं येत होती. समोर चाललेली लढाई पाहिल्यावर त्यांनी रशियनांवर बाजूनं जोरदार हल्ला चढवला. या अनपेक्षित हल्ल्यामुळे रशियनांनी माघार घेतली.

दलदलीच्या भागात जोरदार चकमकी झडल्यानं मानस्टाईनच्या सेनेला हादरा बसला. पायपस आणि इलमेन या दोन मोठ्या सरोवरांच्या दरम्यान असणाऱ्या भागात जर्मन सेना जागीच अडकून बसली होती. या भागाला ऐतिहासिक काळात *इंगरमानलॅन्ड*[१०] असं म्हणत असत. मध्ययुगामध्ये रशियन लोक आणि *ट्युटॉनिक नाईट्स*[११] म्हणून ओळखल्या जाणाऱ्या लोकांमधली ही पारंपरिक सीमारेषा होती. हे सरदार वसाहतवादी धोरण अवलंबत असत आणि ज्या लोकांना जिंकलं आहे, त्यांच्याबद्दल या सरदारांना अतिशय तिटकारा वाटत असे. परंतु त्यांचा विस्तारवाद या दलदलीच्या कठीण भागात संपुष्टात आला होता. रशियन लोकांनी केवळ संख्येच्या बळावर त्यांच्यावर मात केली होती. जुलै १९४१च्या त्या भयंकर दिवसांमध्ये मार खाल्लेल्या आठव्या पँझर डिव्हिजनच्या सैनिकांना, आता त्याच

इतिहासाची पुनरावृत्ती होते की काय असं वाटलं असणार.

ताजी कुमक मिळवल्यानंतर मानस्टाईननं पुढे सरकायला सुरुवात केली होती. त्याच्या लष्करी नेतृत्वामधल्या कौशल्यानं त्यानं परिस्थिती नियंत्रणात आणली होती. पण वेरमाख्तच्या सर्वोच्च लष्करी नेतृत्वाच्या हे लक्षात आलं की, त्या वेळी मानस्टाईनची सेना लेनिनग्राडवर आक्रमण करू शकण्याच्या परिस्थितीत नव्हती. जरी राईनहार्टनं लुगा नदीवर एका जागी तळ ठोकण्यात यश मिळवलं असलं, तरी तो आणखी पुढे जाऊ शकत नव्हता. याचं कारण म्हणजे त्याच्याजवळ प्रत्यक्ष वापरण्याजोगे जेमतेम ५० रणगाडे उरले होते. मानस्टाईनची परिस्थितीही फारशी वेगळी नव्हती. त्याच्याजवळ असणाऱ्या रणगाड्यांच्या संख्येत लक्षणीय घट झाली होती. त्यानं आठव्या पँझर डिव्हिजनला सावरलं तेव्हा निम्म्यापेक्षा जास्त वाहनं निकामी अवस्थेत आहेत हे त्याच्या लक्षात आलं होतं. जुलै महिन्यातल्या या लढायांनंतर जर्मनांच्या हे ध्यानात आलं की आता घाईघाईनं पुढे न जाता त्यांचा तळ आणखी मजबूत करण्याची गरज आहे. त्यांनी नवीन रसद आणि दारूगोळ्याची कुमक मागवली.

१९ जुलै १९४१ रोजी 'पूर्वेकडील युद्ध चालू ठेवण्यासंबंधी' ३३ क्रमांकाचा आदेश हिटलरनं जारी केला होता. त्यात त्यानं पूर्वेकडील विजयांचा आढावा घेऊन लीबनं मिळवलेल्या यशाचं कौतुक केलं होतं. हिटलरनं या आदेशात घोषणा केली होती की, "स्तालिन रेषा भेदल्यानंतर लढायांची एक मालिका पूर्ण होऊन आपल्या पँझर दलांनी खोलवर मुसंडी मारली आहे." हे नमूद केल्यानंतर त्याला आपली स्थिती अधिक मजबूत करण्याची गरज भासली असावी. "चौथ्या पँझर ग्रुपपर्यंत अठरावी सेना जाऊन पोहोचल्यानंतरच लेनिनग्राडच्या दिशेनं हालचालीला सुरुवात होईल. त्याचप्रमाणे सोळाव्या सेनेनं पँझर ग्रुपच्या डाव्या बाजूला संरक्षण पुरवण्याची आवश्यकता आहे." बाल्टिक राष्ट्रांमधून लेनिनग्राडच्या दिशेनं माघार घेणाऱ्या रशियन सैन्यावर अठरावी सेना धडका मारत होती. लढाईची तीव्रता वाढली तेव्हा जर्मनीच्या या उत्तरेकडील फौजेमधील काहीजणांना बदलत्या परिस्थितीची जाणीव झाली होती. मानस्टाईनच्या रणगाडा दलाबरोबर असणाऱ्या, एस. एस.च्या टोटेनकोफ डिव्हिजनमध्ये असणाऱ्या कॅप्टन मॅक्स सायमनवर, शत्रूच्या निर्धाराकडे पाहून चकित व्हायची वेळ आली होती. अतिशय अवघड प्रदेशात रशियन ज्या चिवटपणानं प्रतिकार करीत होते, ते पाहून त्या मनोमन कौतुक वाटलं होतं. पण तरीही आपल्या सैनिकांना उद्देशून बोलताना तो अजूनही शत्रूच्या या कामगिरीला कमी लेखत होता. "रेड आर्मीच्या कडव्या अधिकाऱ्यांनी आणि बोल्शेविक कॉमिसारनी चाबकाचे फटकारे मारल्यानं वेडेपिसे झालेले हे रशियन दरोडेखोर आहेत."

या ठिकाणी आपल्याला जर्मन आक्रमणाला त्यांनी दिलेलं वांशिक समर्थन हे

साम्यवादविरोधाच्या प्रचारकी बडबडीपेक्षा जास्त महत्त्वाचं ठरत असल्याचं जाणवतं. स्लाव वंशाच्या आणि आशियाई लोकांचं वर्णन ते कमी प्रतीच्या वंशाचे असल्याचं केलं जात होतं. ते मुळात असंस्कृत असल्यानं निसर्गातल्या प्रतिकूल गोष्टींचा त्यांच्यावर फारसा परिणाम होत नाही. शिवाय ते अत्यंत धूर्त आणि लबाड असल्यानं ते शत्रू म्हणून अवघड ठरतात, असं मानलं जात होतं. ओसाड पडलेल्या गावांमधून जात असताना तिथं कोणीही नव्हतं हे जर्मन अधिकारी शपथेवर सांगायला तयार होते. पण त्यांच्यानंतर त्या भागात येणाऱ्या सैन्याला मात्र त्याच जागी पक्का बंदोबस्त केलेल्या बचावफळ्यांचा सामना करावा लागे. या ठिकाणी सोव्हिएत सैनिक एवढ्या बेमालूमपणे सर्व काही दडवून लपून राहात की, तिथून जाणाऱ्यांना कशाचाही पत्ता लागत नसे. या अशा प्रकारच्या प्राण्यांसारख्या धूर्तपणाकडे जर्मनांना दुर्लक्ष करून चालणारं नव्हतं.

मॅक्स सायमननं रशियन शत्रूशी लढताना समोर येणाऱ्या धोक्यांकडे आपल्या सैनिकांचं लक्ष वेधलं होतं.

> ते (रशियन) आजूबाजूच्या प्रदेशात मिळून जात असत आणि कल्पनाही करता येणार नाही, एवढ्या वेगानं खड्डे खणून त्यात दडून बसत असत. त्यांची बचावाची व्यवस्था साधी पण उपयोगी पडणारी असते. मशिनगन अगदी नेमक्या जागी बसवलेल्या असून प्रत्येक कंपनीतले पन्नास-साठ बंदूकधारी मोक्याच्या जागा धरून बसतात. सर्व आकाराचे मोर्टार गोळे उपलब्ध असून त्यांच्या जवळ दूर अंतरावरून ज्वाळा फेकणारे गोळेही आहेत. अचानक हल्ला चढवण्यासाठी बाजूला रणगाडे बेमालूमपणे दडवून ठेवलेले असतात किंवा ते ठरावीक अंतरावर सज्ज ठेवलेले असतात. शिवाय, या सगळ्याभोवती तारांचं भेंडोळं आणि सुरुंग पेरलेले असल्यानं हा बचाव भक्कम होतो.

लढाईची तीव्रता जसजशी वाढत गेली त्याबरोबर जर्मन सैन्याचं रशियनांबरोबरचं वागणं क्रूर होत गेलं. काही वेळा तर नि:शस्त्र कैद्यांवर बेलगामपणे गोळीबार होत असे. नाझी तत्त्वज्ञानाच्या प्रचाराचा जो भडिमार होत होता, त्याचा परिणाम दिसू लागला होता. काही प्रसंगांमध्ये तर सैनिकांच्या वागण्याचा त्यांच्या लढण्यावर विपरीत परिणाम घडून येत होता. म्हणूनच ५ जुलैला सोळाव्या सेनादलानं अशी आज्ञा दिली की, 'युद्धकैद्यांची कामकरी बटालियनमध्ये विभागणी केल्यानंतर त्यांच्यावर हल्ला करू नये आणि त्यांना गोळ्या घालू नयेत.' यानंतर दोन आठवडे उलटतात न उलटतात तोच बाराव्या पायदळ डिव्हिजनला पुन्हा तसाच हुकूम द्यावा लागला.

वंशभेदामधून वाटणारा तिरस्कार उफाळून येऊ लागला होता. रेड आर्मीच्या हजारो सैनिकांना शेकडो किलोमीटर अंतरावर असणाऱ्या छावण्यांकडे चालत नेलं जात होतं. या दरम्यान थकवा आणि उपासमारीनं हजारोजण मृत्युमुखी पडत होते. पूर्वेकडील आघाडीवरून परतणाऱ्या रेल्वेगाड्या रिकाम्या असत. पण ३१ जुलैला सोळाव्या सेनादलानं त्याच्या डिव्हिजनल कमांडर्ससाठी आदेश काढून, अशा रिकाम्या गाड्यांमधून कैद्यांची वाहतूक करायला बंदी घातली. रेल्वेचे डबे 'प्रदूषित होतील आणि खराब होतील' असं कारण त्यात दिलेलं होतं.

पोलीस जनरल वॉल्टर स्टालेकर यानं लिथुआनिआ, लात्विआ आणि इस्तोनिया या तीन देशांमध्ये ज्यूंची सामुदायिक कत्तल केली होती. आता प्रत्यक्ष रशियन भूमीवर त्याच्या भाषेत 'क्षुद्र किड्यांचं निर्दालन' करण्याच्या मोहिमेचा त्याला विस्तार करायचा होता. १७ जुलै रोजी त्याच्या आईनसाट्झग्रुप्पेन-ए या पथकाची कार्यकक्षा वाढवण्याचा आदेश निघाला होता. ज्यू आणि कॉमिसार यांच्याखेरीज आता सोव्हिएत महासंघाचे सर्व अधिकारी, व्यवसायामधले अग्रणी, प्रांतिक प्रशासनामधले अधिकारी आणि रशियन गुप्तचर यंत्रणांमधील लोक यांचा समावेश करण्यात आला होता. रशियन भूभागामधील खराब रस्ते, वाहनांची कमतरता, पेट्रोलची टंचाई आणि लांब अंतरं यामुळे आपण हे काम व्यवस्थित करू शकत नाही, अशी स्टालेकरची तक्रार होती. पण आता त्याच्या मदतीसाठी ह्योपनरचं चौथं पँझर सरसावलं. "फौज आणि माझं आईनसाट्झग्रुप्पेन पथक यांच्यातील सहकार्य उत्तम होतं. त्यातही पँझर ग्रुप प्रमुख कर्नल-जनरल ह्योपनर याच्याशी माझे संबंध फार जवळचे आणि मैत्रीचे होते."

आजवर कोणी ऐकलं नसेल, एवढ्या कठोरपणानं बोल्शेविझम विरुद्धची लढाई होईल, असा इशारा ह्योपनरनं अगोदरच दिला होता. लेनिनग्राडवर हल्ला चढवण्यासाठी तयारी करायला म्हणून, राईनहार्टच्या सैनिकांनी लुगा नदीपाशी तळ ठोकला तेव्हा स्टालेकरच्या पथकालाही सामील करून घेण्यात आलं होतं. जर्मन फौज लेनिनग्राडच्या जवळ नेण्याचा निर्णय झाला, त्या वेळच्या परिस्थितीबद्दल स्टालेकरनं सांगितलं –

> 'शहरात प्रवेश करण्याची तयारी सुरू असताना मला माझं पथक सज्ज ठेवण्याची आणि कामाचा विस्तार करण्यासाठी तयार राहायची सूचना करण्यात आली. म्हणून मी १८ जुलै १९४१ रोजी माझ्या माणसांना लुगा जिल्ह्यात जाऊन पुढील कारवाईची तयारी करायला सांगितली. शक्य तितक्या लवकर आम्ही लेनिनग्रडच्या उपनगरांमध्ये प्रवेश करायचा होता. पँझर ग्रुपच्या इच्छेनुसारच आमच्या पथकानं त्यांच्याबरोबर काम करायचं

असं ठरलं होतं.'

स्टालेकरच्या अहवालावरून असं दिसतं की, जुलै अखेरीस ह्योपनरचा लेनिनग्राडवर हल्ला करून ते शहर जिंकण्याचा विचार होता. स्टालेकरच्या पथकाला फौजेबरोबर लेनिनग्राडमध्ये शिरण्यासाठी सज्ज राहा असं सांगण्यात आलं होतं. त्यांनी जिंकलेल्या भागात काम करायचं होतं. पण वाहनांची कमतरता असल्यानं 'काम करण्याची संधी' फार कमी वेळा मिळत होती, असं स्टालेकरनं नमूद केलं आहे. तो म्हणतो, ''फक्त एक मोहीम यशस्वी झाली. एका मनोरुग्णांसाठीच्या केंद्रात जाऊन आम्ही तिथल्या शेकडो लोकांचा निकाल लावला आणि लष्कराला बरॅक म्हणून वापरण्यासाठी ते केंद्र रिकामं केलं.''

जर्मन लष्करातील काहीजणांना हे सगळं पसंत नव्हतं. जनरल फॉन मानस्टाईननं अशा लोकांना कडक शब्दांत इशारा दिला होता, 'ज्यू आणि बोल्शेविकांनी मिळून निर्माण केलेली व्यवस्था एकदाच आणि कायमची उखडून टाकायला हवी. या व्यवस्थेनं पुन्हा कधीही आपल्या युरोपीय संस्कृतीला धक्का लावता कामा नये. या युद्धात भाग घेणारे जर्मन सैनिक या उद्देशासाठी लढत आहेत.'

लेनिनग्राडचा आपण सहज घास घेऊ शकतो, असं अजूनही जर्मन सैन्याला वाटत होतं. रशियन पायदळ, रणगाडादल आणि त्यांची विमानं यात चांगला समन्वय नाही आणि हे सगळं आपल्या पथ्यावर पडणारं आहे, याची त्यांना कल्पना होती. लुगा नदीपाशी कर्नल एरहार्ड राऊस याला असाच अनुभव आला. सोव्हिएत सैन्याचा हल्ला जोरदार होता आणि त्यांच्यात चांगली कल्पकताही दिसत होती. सुरुवातीला पायदळ आणि रणगाडे एकत्रितपणानं जोरदार हल्ला चढवत होते. पण जर्मनांनी तोफांचा भडिमार सुरू करताच अचानक सोव्हिएत सैन्यात गोंधळ उडाला होता. रणगाडे पायदळापासून वेगळे झाले आणि पायदळाचा सगळा व्यूहच ढासळला होता. राऊसनं नमूद केलं आहे की, शत्रू अनुभवात कमी पडत असल्यानं चारी दिशांना त्यानं स्वैर हल्ले चढवले. बघता बघता हा सगळा हल्ला पूर्णपणानं फसला होता.

राईनहार्टनं लुगा नदीपाशी जे ठाणं निर्माण केलं होतं, त्या दिशेनं जर्मनीची अठरावी सेना आगेकूच करीत होती. तिची लेनिनग्राडवर नैर्ऋत्य दिशेनं हल्ला चढवण्याची पुरती तयारी झालेली होती. या सेनेच्या बगलेला संरक्षण देण्यासाठी सोळावी सेना दक्षिणेकडे इलमेन सरोवराच्या दिशेनं वाटचाल करीत होती. लुगा नदीपाशी उरलेल्या बचावफळीला मजबुती आणण्याचं काम सावधपणानं करीत होते. शक्य असेल त्या प्रकारे ते नवीन खंदक खणणे, नवीन आडोसे उभारणे वगैरे कामं करीत होते. सैन्याला मदत करण्यासाठी त्यांनी कामगारांच्या पथकांना कामाला

जुंपलं होतं.

८ ऑगस्ट १९४१ रोजी राईनहार्टच्या पँझर दलाला आक्रमण सुरू करण्याचा आदेश मिळाला. सकाळी आठ वाजता कोसळत्या पावसात रणगाड्यांनी चाल सुरू केली, पण हवा खराब असल्यानं त्यांना पुरेसं हवाई संरक्षण मिळत नव्हतं. त्यातच त्यांचा मार्ग रोखण्यासाठी सोव्हिएत सैन्यानं दोन रायफल डिव्हिजन्स सज्ज ठेवल्या होत्या. जर्मन हल्ला मंदावला आणि होणारी प्रचंड प्राणहानी पाहता हल्ला जवळजवळ थांबवायची वेळ आली होती. या वेळी पोलीस जनरल स्टालेकरच्या आईनसाट्झग्रुप्पेन पथकानं चौथ्या पँझर ग्रुपच्या बरोबरीनं लढाईला सुरुवात केली होती. अखेर १४ ऑगस्टला जर्मनांना शत्रूचं कडं तोडून एका जागी उघड्या मैदानात जाता आलं. क्यूशलरची अठरावी सेना आणि मानस्टाईनचं बराच काळ अपेक्षित असणारं रणगाडादल त्यांच्या दिशेनं निघालं होतं. पण अचानक अनपेक्षित दिशेनं जर्मन सैन्याची कोंडी व्हायचा गंभीर धोका निर्माण झाला.

लेनिनग्राडवरचा दबाव कमी करण्यासाठी सोव्हिएत सेनापतींनी एक अत्यंत धाडसी निर्णय घेतला होता. इलमेन सरोवर आणि सेलिंगर या दरम्यानच्या चिंचोळ्या पट्टीमधून दिमियन्स्क या ठिकाणी जर्मन सैन्यावर दक्षिणेत हल्ला करण्याचं त्यांनी ठरवलं. जर्मन फौजांच्या उत्तरेकडील आणि मध्यभागातील फळीत फट पडली होती. जर्मनीचा लेनिनग्राडवरील हल्ला रोखण्यासाठी या फटीतून हल्ला करण्याची मोठी संधी सोव्हिएत सेनापतींना दिसली. त्यांनी संपूर्ण ताकद एकवटून या संधीचा फायदा घेतला होता. जर्मनीच्या सोळाव्या सेनेच्या तीन पायदळ डिव्हिजन्स स्तारया रुसा या दळणवळणाच्या दृष्टीनं महत्त्वाच्या केंद्रांपर्यंत महत्प्रयासानं पोहोचल्या होत्या. सोव्हिएत सेनापतींनी त्यांच्याविरुद्ध नऊ रायफल डिव्हिजन्स, एक घोडदळ डिव्हिजन आणि चिलखती दलाचा एक भाग उभा केला. रशियनांची योजना साधी पण धिटाईची होती. सोळाव्या सेनेला नेस्तनाबूत करून पश्चिमेकडे जायचं आणि इलमेन सरोवर आणि पायपस सरोवर या दरम्यानची पट्टी जिंकून लेनिनग्राडकडे येणाऱ्या जर्मन सैन्याची वाट रोखायची अशी ही योजना होती.

१५ ऑगस्टला मानस्टाईन त्याच्या सैन्यासह दिवसभर सतत उत्तरेकडे, लुगा येथून निघून जात होता. भयंकर रस्त्यांवरून १९५ किलोमीटरचं अंतर कापून तो सामरो सरोवरापाशी राईनहार्टच्या मागे पूर्वी ठरवलेल्या जागी जवळजवळ जाऊन पोहोचला होता. त्याच्या मागे खड्डे आणि वाळू यांचा सामना करीत पुढे सरकणारी मोटोराइज्ड पायदळाची तिसरी डिव्हिजन होती. अखेर मानस्टाईन आणि राईनहार्ट यांची ताकद एक होऊन लेनिनग्राडवर धडक मारण्याची शक्यता निर्माण झाली होती.

१५ ऑगस्टला दिवस संपल्यानंतर मानस्टाईन आणि त्याचे अधिकारी एकदाचे

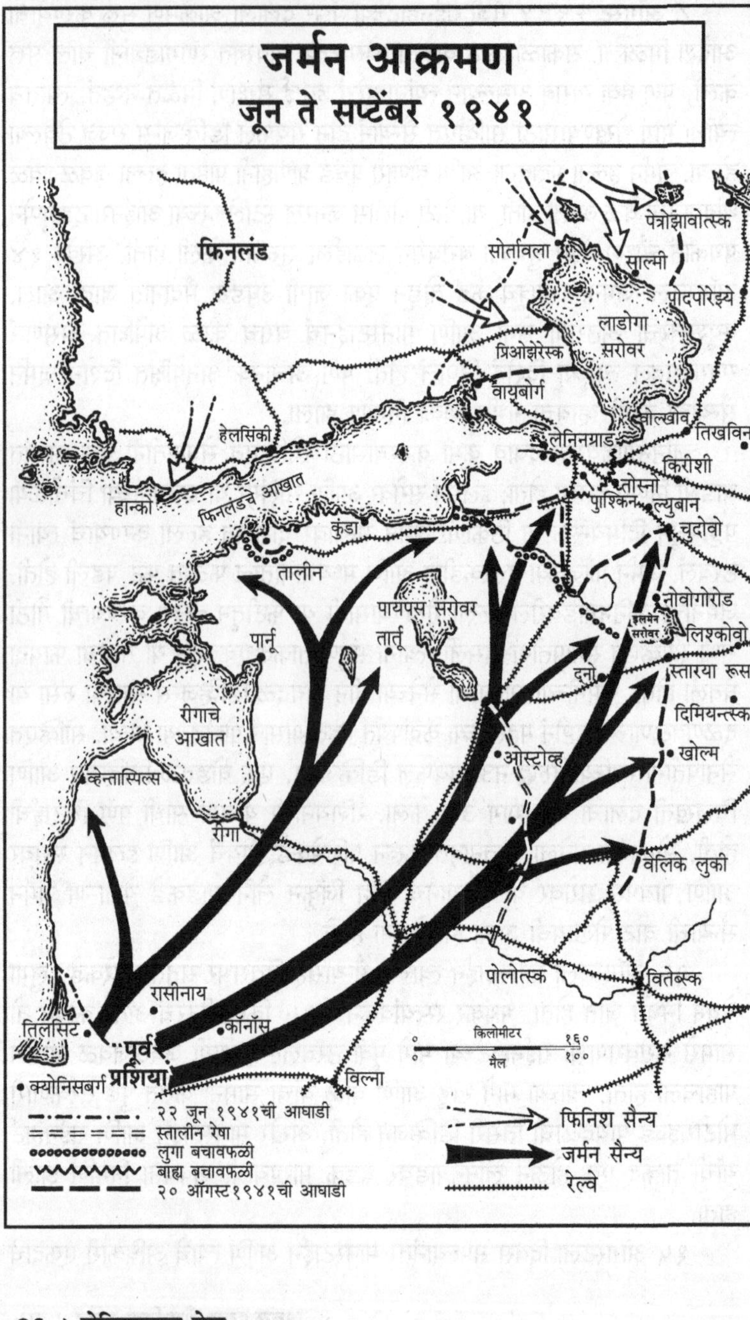
जर्मन आक्रमण
जून ते सप्टेंबर १९४१
फिनलंड
सोर्तावला
पेत्रोझावोत्स्क
साल्मी
पोदपोरेझ्ये
लाडोगा सरोवर
प्रिओझेरेस्क
वायबोर्ग
व्होल्खोव
तिखविन
हेलसिंकी
लेनिनग्राड
किरीशी
हान्को
फिनलंडचे आखात
तोस्नो
पुश्किन
ल्युबान
कुंडा
चुदोवो
तालीन
पायपस सरोवर
नोवोगोरोड
तार्तू
पार्नू
इलमेन सरोवर
लिश्कोवो
दनो
स्तारया रूसा
रीगाचे आखात
दिमियन्स्क
ओस्ट्रोव्ह
खोल्म
व्हेन्तास्पिल्स
रीगा
वेलिके लुकी
पोलोत्स्क
वितेब्स्क
रासीनाय
तिलसिट
कॉनॉस
पूर्व प्रशिया
किलोमीटर
मैल
क्योनिसबर्ग
विल्ना
२२ जून १९४१ची आघाडी
स्तालीन रेषा
लुगा बचावफळी
बाह्य बचावफळी
२० ऑगस्ट१९४१ची आघाडी
फिनिश सैन्य
जर्मन सैन्य
रेल्वे

सामरो सरोवराजवळ येऊन पोहोचले. लालभडक सूर्य नुकताच अस्ताला गेला होता. मानस्टाईनचे लोक दिवसभराच्या प्रवासानं धुळीनं माखून गेले होते. त्यानं आपल्या लोकांना पोहोण्याचे पोशाख चढवून सरोवरात स्नान करायची मजा लुटा अशी आज्ञा जेमतेम दिली असतानाच एक रनर धावत धावत आला, "हेर जनरल, पँझर ग्रुपकडून फोन आहे." मानस्टाईन कपाळाला आठ्या घालून पाहू लागला. त्यावर रनरनं क्षमा मागितली आणि तो पुढे म्हणाला, "हेर जनरल... कमांडर-इन-चीफ स्वत: फोनवर बोलत आहेत."

मानस्टाईन वेगानं फील्ड टेलिफोनपाशी गेला. संपूर्ण पँझर ग्रुपचा सेनापती असणारा जनरल ह्योपनर बोलत होता, "मानस्टाईन, एक बातमी सांगायची आहे. लेनिनग्राडवरचा हल्ला रद्द करण्यात आला आहे. इलमेन सरोवरापाशी सोळाव्या सेनेपुढे गंभीर संकट उभं आहे. तेव्हा तुला आता अग्निशामक दलासारखं काम करावं लागेल. तुझ्या फौजांची वाटचाल ताबडतोब थांबव. त्यांना वळवून तत्काळ दक्षिणेकडे निघायचं आहे."

मानस्टाईन अर्थातच हे सगळं ऐकून नाखूश झाला होता. ह्योपनरलाही ते जाणवलं होतं, "परिस्थिती खरोखरच गंभीर असणार. नाहीतर फील्ड मार्शल फॉन लीब आपली आगेकूच अशी थांबवणार नाही." मानस्टाईनला परिस्थितीची नेमकी कल्पना आली. दुसऱ्या दिवशी तो सोळाव्या सेनेच्या मुख्य तळावर दनो इथं हजर झाला. या खेपेस १९५ किलोमीटरच्या प्रवासाला तेरा तास लागले होते.

काही वेळा लष्करी मोहिमांमध्ये महत्त्वाच्या सेनापतीच्या संदर्भातल्या अगदी क्षुल्लक वाटणाऱ्या गोष्टी फार निर्णायक ठरणाऱ्या असतात. सेनापतीला मिळणारं यश, त्याचा सावधपणा, मन एकाग्र करण्याची क्षमता आणि क्षणार्धात अचूक निर्णय घेण्याची ताकद या सगळ्यावर अवलंबून असतं. मानस्टाईनच्या बाबतीत त्याचा वैताग ही गोष्ट महत्त्वाची ठरणारी होती. त्यानं रशियातल्या भयाण घाणेरड्या रस्त्यांवर ठेचाळत असंख्य तास काढत प्रवास केला होता आणि आता आपण छान पोहोणार म्हणून तो खुषीत होता. पण या सगळ्याचा विचका झाल्यानं त्याचा पारा चांगलाच चढलेला होता.

मानस्टाईन सोळाव्या सेनेपाशी पोहोचला, तेव्हा जर्मन सैन्य पराकाष्ठा करून इलमेन सरोवरापाशी बचावफळी टिकवून लढत होतं. मानस्टाईननं विश्रांतीसाठी जराही न थांबता या जर्मन सैन्याला वळसा घातला आणि सोव्हिएत सैन्याच्या मागच्या बाजूनं धडक मारली. मानस्टाईनच्या वेगवान हालचालींमुळे सोव्हिएत सैन्याच्या पिछाडीवर अफरातफर माजली. मानस्टाईननं आपल्या थकल्याभागल्या सैन्याला शत्रूवर सर्वशक्तीनिशी हल्ला चढविण्यासाठी पुढे रेटलं. या वेळी त्याच्यापेक्षा सोव्हिएत सैन्याचं बळ एकास चार एवढं विषम होतं. पण मानस्टाईननं अनोखा

जुगार खेळला होता आणि तो कमालीचा यशस्वी ठरला. सोव्हिएत सैन्याच्या चिंधड्या उडाल्या. त्या वेळच्या आपल्या मानसिक स्थितीबद्दल नंतर मानस्टाईननं लिहिलं, 'शत्रूचा प्रतिकार दुबळा पडतोय हे कळल्यानंतर त्याच्यावर जबरदस्त घाव घालण्याची यापेक्षा जास्त चांगली संधी मिळेल असं मला वाटत नाही.' इलमेन सरोवराच्या परिसरातील मानस्टाईनच्या या विजयानं युद्धाचा व्यूह एकदमच बदलून गेला.

सोव्हिएत सैन्याची फार मोठी मनुष्यहानी झाली होती. त्यांचं बरंच युद्धसाहित्यही नष्ट झालं होतं. आता त्यांच्या बचावफळीत मोठी फट निर्माण झाली होती. सोव्हिएत सैन्य लेनिनग्राडच्या दिशेनं पश्चिमेकडून होणारा हल्ला रोखण्याचा खटाटोप करीत असताना जर्मन सेनापती मानस्टाईनच्या फौजेचं तोंड वळवून लेनिनग्राडवर पूर्व बाजूनं हल्ला करू शकणार होतं किंवा ते लेनिनग्राडची नाकेबंदी करू शकणार होते.

१८ ऑगस्ट रोजी ग्योबेल्स पूर्वेकडील लढाईच्या मुख्यालयात म्हणजे वुल्फस् लेअरमध्ये जाऊन पोहोचला. मानस्टाईनच्या विजयाची बातमी नुकतीच फ्यूररला देण्यात आली होती. आता हिटलरच्या विचारात फरक पडला होता. ग्योबेल्सनं नबूद केलं आहे की, 'आता फ्यूररला एखादं विशिष्ट शहर ताब्यात घेण्याबद्दल रस वाटत नाही. त्याला आपल्या सैनिकांचे प्राण नाहक जाऊ नयेत असं वाटतंय. म्हणूनच आता घाईगर्दीनं पीटर्सबर्ग ताब्यात घ्यावं असं त्याला वाटत नाही. त्याऐवजी त्या शहराची उपासमार करून त्याला शरणागती पत्करायला लावायची आहे. या शहराला इतर भागापासून अलग पाडल्यानंतर लुफ्तवाफ आणि तोफांचा वापर करून शहरावर प्रचंड बॉम्बवर्षाव करावयाचा आहे. या शहराचा फारसा काही भाग नंतर शिल्लकच उरणार नाही.' यानंतर ग्योबेल्सने जर्मनांच्या योजनेमधला सर्वात क्रूरपणाचा इरादा आपण एखादी साधीसुधी गोष्ट सांगतो आहोत अशा प्रकारे नमूद केला. 'लुफ्तवाफचे पहिले हल्ले पीटर्सबर्गच्या पाणीपुरवठा, वीज आणि इंधनकेंद्रांवर असतील.'

मानस्टाईनचं पँझर दल आणि सोळावी सेना वेगानं पुढे सरकत होती. त्यांनी रशियाची मध्ययुगातील राजधानी असणारं नोव्हगोरोड हे शहर ताब्यात घेतलं होतं. तिथल्या सुप्रसिद्ध सोनेरी घुमटावर जर्मनीचा स्वस्तिक चिन्हाचा झेंडा फडकू लागला होता. आता त्यांनी चुदोवो हे अतिशय महत्त्वाचं रेल्वेजंक्शन जिंकण्यासाठी हालचाल सुरू केली होती. २० ऑगस्टला अचानक चढवलेल्या हल्ल्यात हे जंक्शन जर्मनीच्या कब्जात आलं. आणखी एक आठवडाभर जर्मन विमानं लेनिनग्राडच्या अगदी जवळ असणाऱ्या म्गा या रेल्वे जंक्शनवर हल्ले चढवत होती. अखेर ३० ऑगस्टला ते जर्मनीच्या ताब्यात आलं.

पश्चिमेकडून लेनिनग्राडच्या दिशेनं चाल करून येणारे राईनहार्टचे रणगाडे काटेरी तारा, पिलबॉक्स आणि इतर अडथळ्यांमधून वाट काढत पुढे सरकण्यासाठी

झगडत होते. पण पूर्वेकडून चाल करून येणाऱ्या जर्मन सैन्याची प्रगती डोळ्यांत भरण्याजोगी होती. त्यांचं लक्ष्य लाडोगा सरोवराच्या काठावर असणारं श्लीसेलबर्ग हे गाव होतं. श्लीसेलबर्ग हा लेनिनग्राडचा पूर्वेकडचा दरवाजा होता. या ठिकाणी नेवा नदी लाडोगा सरोवराला जाऊन मिळते. या गावाला मोठा इतिहास आहे. अठराव्या शतकाच्या प्रारंभी याच ठिकाणी सम्राट पीटर द ग्रेट याने स्वीडिश लोकांचा पराभव केला होता. याच ठिकाणी सोव्हिएत रशियानं नदीच्या कालव्यांचा वापर वीजनिर्मिती करण्यासाठी केला होता. तसेच इथून निघणारे कालवे दळणवळणासाठी उपयोगात आणले जात होते. म्हणूनच लेनिनग्राडमधल्या उद्योगधंद्यांना लागणाऱ्या विजेसाठी आणि दळणवळणासाठी या गावाचे महत्त्व फारच मोठे होते.

८ सप्टेंबरला सकाळी ६ वाजून ४५ मिनिटांनी हल्ला करण्यासाठी जर्मन तुकड्यांनी श्लीसेलबर्गभोवती जागा धरल्या. प्राथमिक माहिती काढणाऱ्या पथकांनी पूर्वेकडील बाजूला शत्रूची तयारी कमी आहे हे सांगितलं होतं. या बाजूनं हल्ला होईल असं सोव्हिएत सैन्याला वाटत नसावं. ही सुवर्णसंधी न दवडता जर्मन सैन्यानं ७ वाजता हल्ला सुरू केला आणि अवघ्या चाळीस मिनिटांनंतर श्लीसेलबर्गच्या मुख्य चर्चवर जर्मन झेंडा फडकू लागला होता.

जर्मनीशी अनाक्रमणाचा करार केल्यानंतर सोव्हिएत महासंघाने बाल्टिक प्रदेशात आपला प्रभाव वाढवायला सुरुवात केली होती. त्यांनी लात्विआ, लिथुआनिआ आणि इस्तोनिया ही तीन बाल्टिक राष्ट्रं गिळंकृत केली होती. त्या वेळी फिनलंडबरोबर सुरू झालेल्या युद्धात सोव्हिएत महासंघानं फिनलंडचा बराच भाग जिंकून घेतला होता. आता स्तालिनच्या या विस्तारवादी धोरणाची प्रतिक्रिया त्याला सहन करावी लागत होती. जर्मन सैन्य लेनिनग्राडच्या दिशेनं आगेकूच करीत असताना फिनलंडने सोव्हिएत महासंघाविरुद्ध युद्ध पुकारत असल्याची घोषणा केली. ८ सप्टेंबरला फिनलंडचं सैन्य लाडोगा सरोवर आणि फिनलंडचं आखात या दरम्यानचा १९४०मध्ये सोव्हिएत महासंघानं गिळंकृत केलेला प्रदेश जिंकून दोन देशांमधल्या १९३९ मधल्या जुन्या सरहद्दीपर्यंत येऊन ठेपल्या होत्या. लेनिनग्राडच्या उत्तर दिशेकडून नाकेबंदी करून फिनिश फौजांनी शहराचं दळणवळण आणि पुरवठा व्यवस्था बंद पाडली. त्यामुळे श्लीसेलबर्ग जर्मनांच्या हाती पडल्यानंतर लेनिनग्राड एखाद्या बेटासारखं झालं. लुफ्तवाफचा चीफ ऑफ स्टाफ असणाऱ्या हान्स येशोनेक यानं ९ सप्टेंबरला त्याच्या डायरीत नोंद केली : 'आम्ही एका आठवड्यात लेनिनग्राडभोवती वेढा घट्ट आवळला आहे असं दिसतंय. आत्ताच खाद्यपदार्थांची टंचाई जाणवू लागली आहे.'

आल्फ्रेड रोझेनबर्ग हा नाझी पक्षाच्या वंशद्वेषी तत्त्वज्ञानाचा प्रमुख शिल्पकार होता. त्यानंच सर्वांत अगोदर हिटलरला सोव्हिएत महासंघाच्या बोल्शेविक तत्त्वज्ञानाच्या

धोक्याची जाणीव करून दिली होती. रशियावरील आक्रमणानंतर पूर्वेकडील नव्यानं जिंकलेल्या भागाचा मंत्री म्हणून त्याची नेमणूक झाली होती. डॉ. वेर्नेर क्योप्पेन हा आल्फ्रेड रोझेनबर्गचा संपर्क अधिकारी म्हणून काम पाहत असे. त्यानं १० सप्टेंबरला आपल्या बॉसला लिहिलं :

'गेले तीन दिवस आपल्या २४० एम.एम. तोफा लेनिनग्राडवर अविरत मारा करीत आहेत. लुफ्तवाफनं अगोदरच मोठ्या जलकेंद्राचा निकाल लावलेला आहे. रशियनांनी फक्त त्यांच्या अत्युत्तम कामगारांना आजूबाजूच्या प्रदेशातून शहरात आणलं आहे. आजूबाजूच्या प्रदेशातून लोक स्थलांतर करीत असल्यानं लेनिनग्राडची लोकसंख्या फुगत चालली आहे. आत्ताच शहरात ब्रेड, साखर आणि मांस मिळणं अवघड झालं आहे. लेनिनग्राडची कोंडून उपासमार करायची आहे आणि शहराचे तुकडे तुकडे करावयाचे आहेत.'

१५ सप्टेंबरला अठरावी सेना पश्चिमेकडून वेढा पक्का करण्यासाठी जागा निश्चित करू लागली होती. वेरमाख्त पायदळातला सैनिक विल्हेम ल्युबेक फिनलंडच्या आखाताजवळ असणाऱ्या उरित्स्क या छोट्या गावाजवळून जात होता. त्याला लेनिनग्राडच्या मध्यभागातल्या उंच इमारती आणि धुराडी स्पष्ट दिसली. लेनिनग्राडच्या नैर्ऋत्य दिशेला असणाऱ्या पुल्कोवो हाइट्स या उंच ठिकाणाहून साधारण १२ किलोमीटर अंतरावर असणाऱ्या लेनिनग्राडमधल्या सोनेरी घुमटांचं मनोहारी दर्शन होत होतं. निर्णायक हल्ला करण्याची अपेक्षा असणाऱ्या जर्मन सैनिकांच्या आणि अधिकाऱ्यांच्या मनात गोंधळ उडाला होता. पण जर्मन पायदळातला सैनिक वॉल्टर ब्रोशेरी याला वास्तवाची जाणीव होती. लेनिनग्राडवर असा हल्ला न करण्याचं कारण त्याला अर्थातच माहीत नव्हतं. पण त्याला त्याचा नेमका अंदाज मात्र आला होता.

'सप्टेंबरच्या मध्याला आम्ही लेनिनग्राडपासून १६ किलोमीटर आणि फिनलंडच्या आखातापासून ८ किलोमीटर अंतरावर असणाऱ्या टेकड्यांच्या मालिकेपाशी पोहोचलो. दूर अंतरावर असणारं शहर जिवंत होतं. धुराड्यांमधून धूर बाहेर पडत होता. रेल्वेगाड्या धावत होत्या आणि नेवा नदीतून जोरदार रहदारी नेहमीप्रमाणे चालू आहे हे पाहून आश्चर्य वाटलं. नेहमी कंपनीत १२० सैनिक असतात. पण त्या वेळी आमच्याजवळ फक्त २८ जण उरले होते. यामधून आता तथाकथित 'झुंजीसाठी' बटालियन तयार करण्यात आली असली, तरी लेनिनग्राडवर हल्ला चढवायला ही ताकद पूर्णपणानं

निरुपयोगी होती.'

१६ सप्टेंबरला विशी फ्रान्स म्हणजे जर्मनीच्या ताब्यामधील फ्रान्समधला जर्मन राजदूत ओटो आबेट्झला हिटलरनं स्पष्ट शब्दांत त्याच्या मनातलं सांगितलं, "बाल्टिक प्रदेशात जिथून दीर्घ काळ जहर पसरवलं जात होतं ती जागा म्हणजे पीटर्सबर्ग शहर. हे शहर पृथ्वीच्या पाठीवरून नष्ट व्हायलाच हवं. त्याचा इतर जगाशी संबंध अगोदरच तोडण्यात आला आहे. आता फक्त आपण त्याच्यावर बॉम्बवर्षाव करून तिथले पाण्याचे आणि विजेचे स्रोत नष्ट करायचे तेवढं बाकी आहे. मग तिथले लोक जगण्यासाठी आवश्यक त्या सर्व गोष्टींना मोताद होतील."

हिटलरनं असं सांगायच्या अगोदरच त्या भीषण प्रक्रियेला सुरुवात झाली होती. साधारण एक आठवड्यापूर्वी ८ सप्टेंबरला, म्हणजे लेनिनग्राड भोवतीचा वेढा पूर्ण केल्याच्या दिवशी जर्मन सैन्याच्या मुख्यालयात एक बैठक घेण्यात आली होती. या बैठकीसाठी म्युनिक इन्स्टिट्यूट ऑफ न्युट्रिशनमधील आहारशास्त्राचे तज्ज्ञ प्राध्यापक अर्न्स्ट झीगेलमेअर यांना पाचारण करण्यात आलं होतं. लेनिनग्राडवरचा हल्ला आता थांबवला आहे आणि शहराची नाकेबंदी केली आहे हे प्रा. झीगेलमेअरना सांगण्यात आलं. त्यांना शहरातील लोकसंख्येची माहिती पुरविण्यात आली आणि लेनिनग्राडमध्ये धान्याचा किती साठा आहे हे सांगण्यात आलं. त्याचप्रमाणे त्या भागात हिवाळ्यात तापमान किती असतं याचा अंदाज देण्यात आला. लेनिनग्रडमधल्या नागरिकांना एकूण उष्मांक, प्रथिनं आणि स्निग्ध पदार्थांची चणचण भासू लागल्यानंतर काय होईल याचं गणित प्रा. झीगेलमेअरने मांडायचं होतं. त्यांच्यासमोर मांडलेले प्रश्न अगदी स्पष्ट होते. सध्या रेशनचं जे प्रमाण आहे ते पाहता लोक उपासमारीनं मरू लागण्यासाठी वेढा नेमका किती दिवस घालावा लागेल? मरणाची प्रक्रिया नेमकी कशी असेल आणि नागरिक संपूर्णपणानं खलास होण्यासाठी किती काळ लागेल?

दुसऱ्या दिवशी प्रा. झीगेलमेअरने त्यांचा अहवाल सादर केला. शहराभोवती एक महिना घट्ट वेढा घालून ठेवला, तर माणशी २५० ग्रॅम ब्रेड हे रेशन ठरवावं लागेल. या एवढ्या कमी अन्नावर जास्त काळ टिकाव धरणं शरीराला शक्यच होणार नाही. म्हणूनच झीगलमेअरनी सांगितलं की जर्मन सैन्यानं संपूर्ण हिवाळा वेढा चालूच ठेवायला हवा. झीगलमेअरने नमूद केलं : 'आपल्या सैनिकांचा जीव धोक्यात टाकायची आवश्यकता नाही, कारण लेनिनग्राडमधले नागरिक कसेही मरणारच आहेत. आपल्या वेढ्यामधून एकही माणूस बाहेर निसटता कामा नये. शहरात जितके जास्त जण जितके जास्त काळ राहतील, तितके ते लवकर मरतील. मग आपण एकही जर्मन सैनिक न गमावता शहरात एक दिवस विनाअडथळा प्रवेश करू शकू.'

१० सप्टेंबरला ग्योबेल्सनं त्याच्या डायरीत अशी नोंद केली : 'आपण

लेनिनग्राडकडून शरणागती मिळावी यासाठी त्रास घेण्याची काहीच गरज नाही. त्या शहराचा *जवळजवळ वैज्ञानिक पद्धतीनं* पूर्ण निकाल लावता येईल.'

लोकांची उपासमार करून सामुदायिक हत्याकांड करण्याचं विज्ञान हे असं होतं. आता फक्त लष्करानं तपशील ठरवणं एवढंच बाकी होतं.

सप्टेंबरच्या मध्याला जर्मन लष्कराच्या सर्वोच्च नेतृत्वानं एक गुप्त टिपण तयार केलं होतं. त्यात सर्व शक्यतांचा विचार करण्यात आला होता. 'नेहमीच्या लष्करी पद्धतीनं' लेनिनग्राड ताब्यात घेण्याची कल्पना फेटाळून लावण्यात आली होती. लहान मुलं आणि वृद्ध यांना बाहेर जाऊ द्यावं की काय याचा विचार करण्यात आला होता. पण त्या परिस्थितीत 'उरलेल्यां'ना उपासमारीनं ठार करण्याचं ठरलं होतं. संपूर्ण शहराभोवती विद्युतप्रवाह सोडलेलं तारांचं कुंपण उभारण्याचा विचार सर्वांना पटत होता. पण आतल्या मरणाऱ्या लोकांमध्ये जर साथीचे रोग पसरले तर त्यांच्यापासून वेढा घालून बसलेल्या जर्मन सैनिकांना धोका उद्‌भवण्याची भीती होती. वेढा घालून बसलेल्या सैन्याच्या कॉर्प्स कमांडरना पळून जाणाऱ्या नागरिकांवर तोफांचा मारा करण्याची आज्ञा द्यायचं ठरलं. पण पळून जाणाऱ्या लहान मुलांवर आणि स्त्रियांवर सैनिक गोळीबार करतीलच याची खात्री लष्करी नेतृत्वाला वाटत नव्हती. अखेर पुढील 'योग्य उपाय' सुचविण्यात आला :

> 'लेनिनग्राडला एकाकी पाडून शहराची पक्की नाकेबंदी करा. दहशत आणि उपासमारीनं त्याची ताकद खच्ची करा. आपण वसंत ऋतूत शहर कब्जात घेतलं की तिथं जगल्या-वाचल्यांना कैदी करू. कैद्यांना रशियाच्या दुर्गम भागात रवाना केल्यानंतर स्फोटकं वापरून शहर जमीनदोस्त करायचं आहे.'

जनरल *आल्फ्रेड योड्ल*[१२] यानं वैयक्तिकरित्या या आदेशाला मान्यता दिली होती.

जर्मन उच्च नेतृत्वाच्या हेतूंप्रमाणे आता योजना प्रत्यक्षात उतरू लागण्याची वेळ आली होती. ही योजना सामान्य सैनिकाला आपल्या स्वत:च्या संरक्षणासाठी गरजेची आहे असं वाटावं अशा तऱ्हेनं समर्थन केलं जात होतं. त्यामुळे लेनिनग्राडच्या नागरिकांना उपाशी मारून खलास करण्याची योजना व्यूहात्मक दृष्टीनं योग्यच आहे असं सर्वांना पटू लागलं होतं. 'लेनिनग्राड शहराभोवती सुरुंग पेटलेले आहेत आणि शेवटचा माणूस जिवंत असेपर्यंत शहर लढविण्यात येईल ही घोषणा अगोदरच सोव्हिएत रेडिओवरून करण्यात आली आहे,' असं सप्टेंबर अखेरीच्या लष्करी पत्रकात नमूद करण्यात आलं होतं. 'तिथं गंभीर स्वरूपाचे साथीचे रोग पसरण्याची

शक्यता आहे. त्यामुळे एकाही जर्मन सैनिकानं तिथं पाऊल टाकता कामा नये,' असं बजावण्यात आलं होतं. या सगळ्यामागे वंशश्रेष्ठत्वाचं निर्दयी तत्त्वज्ञान होतं. जर्मन फौजेनं लेनिनग्राडच्या काही उपनगरांवर ताबा मिळवला होता. तिथल्या रशियन लोकांना अन्नपुरवठा करण्यासंबंधी प्रश्न जर्मन सैन्याच्या क्वार्टरमास्टर असणाऱ्या एदुआर्द वॅग्नर याला विचारला होता. तेव्हा तो साफ शब्दांत म्हणाला, ''राईषमध्येच टंचाई आहे, तेव्हा आपल्या लोकांना काहीतरी खायला मिळणं नि रशियनांनी उपाशी राहावं हेच योग्य आहे.'' यानंतर पुश्कीन या उपनगरातल्या वीस हजार कामगारांना केला जाणारा अन्नपुरवठा ताबडतोब थांबविण्यात आला. 'कोणत्याही परिस्थितीत नागरिकांना लष्करातून रेशन देण्याचा प्रश्नच उद्‌भवत नाही,' असं आदेशात स्पष्ट करण्यात आलं होतं.

काही जर्मन सैनिकांना हे जे काही चालू होतं त्याची पक्की कल्पना होती आणि त्यांची त्याला मान्यताही होती. पायदळात सैनिक असणाऱ्या योहानेस हाफेरकाम्फ यानं नमूद केलं आहे की, 'आम्ही लेनिनग्राडभोवती एक अभेद्य कडं उभारलं होतं. त्यात राहणाऱ्या सर्वांना उपासमार आणि रोगराईनं मरणाची शिक्षा ठोठावण्यात आली होती. रशियन नाकेबंदी मोडून आपल्या नागरिकांच्या मदतीला येतील असं आम्हाला वाटत नव्हतं. नागरिक निश्चितपणे उपासमारीनं खलास होणार होते. आमच्या वरच्या नेतृत्वाला तेच हवं होतं.'

सदसद्‌विवेक जागृत असणाऱ्या काहीजणांच्या मनात झगडा सुरू झाला. जर लोकांनी सामुदायिकरित्या पळून जाण्याचा प्रयत्न केला तर त्यांच्यावर गोळीबार करावाच लागेल हे अठ्ठावन्नाव्या पायदळ डिव्हिजनच्या कमांडरनं मान्य केलं, पण तरीही 'काही वास्तव मात्र विसरता येणार नाही,' असं त्याचं मत होतं. सुरवातीला कदाचित आपले सैनिक आदेशाचं पालन करतील, पण नंतर काही वेळानं ते लहान मुलं, बायका आणि असहाय वृद्धांवर गोळीबार करतीलच याबद्दल त्याला खात्री वाटत नव्हती. अशा प्रकारचे विचार करणारा हा एकटा मात्र नव्हता. लेनिनग्राडभोवती वेढा आवळताना हजारो जणांना हाकलून दूर नेण्यात येत होतं. त्यात मुख्यत: बायकापोरं आणि म्हातारे लोक असत. या लोकांच्या झुंडी प्स्कोव्ह रस्त्यानं हाकलल्या जात असत. हे लोक कुठं जाणार ते कोणालाच माहीत नव्हतं. पण 'आज ना उद्या हे उपासमारीनं मरणार आहेत' याची सगळ्यांनाच कल्पना होती. 'या रस्त्यावर असणाऱ्या जर्मन सैनिकांवर याचा फार नकारात्मक परिणाम होत असे.'

आता सगळी तयारी पूर्ण झाली होती. २२ सप्टेंबरला हिटलरनं 'पीटर्सबर्ग शहराचं भवितव्य' असं शीर्षक दिलेला आदेश जारी केला. त्यातही त्यानं शहराच्या जुन्या नावाचाच वापर मुद्दाम केला होता. हा आदेश उत्तर आघाडीवरील सर्व सैनिक, अधिकारी आणि सेनापती या सर्वांसाठी होता. त्याचा हेतू या आदेशात अगदी स्पष्ट

कळत होता. सगळीकडे यश मिळत गेल्यानं रशियन आघाडीवरील जर्मन सैन्य विजयाच्या शिखरावर होतं. दक्षिण आघाडीवर कीव्हपाशी जवळपास साडेसात लाख सोव्हिएत सैनिक वेढ्यात अडकून पडले होते. जर्मन फौजा युक्रेनमध्ये कोणताही प्रतिकार न होता पुढे जात होत्या. आता रशियन आघाडीवरचा सगळा प्रकाशझोत मध्यभागातील लढाईवर पडला होता. तिथल्या रशियन सेनेला चिरडून पुढे जायचं, मॉस्को जिंकायचं आणि युद्ध समाप्त करायचं एवढंच काय ते बाकी राहिलं होतं. हिटलर खुषीत होता. उत्तरेकडील फौजांमधले पँझर रणगाडे मॉस्कोवरील हल्ल्यासाठी पाठविता येतील असं त्याला वाटत होतं. लेनिनग्राडचा वेढा चालू ठेवण्याची जबाबदारी पायदळावर टाकली जाणार होती. शहर आता अवजड तोफखान्याच्या माऱ्याच्या टप्प्यात असल्यानं त्यावर सतत तोफगोळ्यांचा मारा करण्याची योजना होती. मॉस्को संकटात असल्यानं सोव्हिएत सैन्य लेनिनग्राडच्या मदतीला येऊ शकणार नव्हतं. लेनिनग्राड आता पूर्णपणे असहाय अवस्थेत आहे हे जाणवल्यानंतर हिटलरनं उपासमार करून शहराचा निकाल लावण्याची त्याची योजना तयार केली होती.

> 'फ्यूररनं आता पीटर्सबर्ग शहराची नामोनिशाणीही राहू नये एवढं ते उद्ध्वस्त करण्याचं ठरवलं आहे. सोव्हिएत रशिया नष्ट झाल्यानंतर हे शहर अस्तित्वात राहण्याचं कोणतंच सयुक्तिक कारण नाही. या शहराभोवती वेढा घट्ट आवळून त्यावर तोफांचा भडिमार करायचा. त्याचबरोबर त्यावर हवेतून अविरत बॉम्बवर्षाव करून ते पूर्णपणानं जमीनदोस्त करायचं असं ठरविण्यात येत आहे. जर अशा परिस्थितीत शरणागती पत्करण्याची तयारी दर्शविण्यात आली, तर ती नाकारली जाईल. या शहरातल्या लोकसंख्येपैकी एक अंशही वाचता कामा नये.'

हिटलरच्या सैनिकांना हा आदेश मिळाल्यानंतर त्यामधल्या क्रूर योजनेची माहिती त्यांना कळली आणि अनेक गोष्टींचा उलगडा झाला. लेनिनग्राडवरचा हल्ला एकदम कसा थांबविण्यात आला, असा प्रश्न तोफदलातील अधिकारी रोल्फ दाम याला पडला होता. पण त्याच्या शब्दांत सांगायचं तर, "फ्यूररचा आदेश हाती पडल्यावर सगळं काही स्पष्ट झालं. आमच्या वरिष्ठांनी बहुधा असा विचार केला असावा, की शहर जिंकलं तर आतल्या वीस लाखापेक्षा जास्त लोकांना संपूर्ण हिवाळा खायला घालावं लागेल. त्यापेक्षा शहराबाहेर राहून त्यांची उपासमार करून त्यांना शरण आणणं जास्त योग्य वाटलं असणार." जरी हा अधिकारी लोकांना शरण आणायचं असं म्हणत असला, तरी त्यांना उपाशी मारून खलास करण्याचा

इरादा लष्करी नेतृत्वाच्या मनात होता. त्या दिशेनं कामाला सुरुवातही झाली होती.

हिटलरनं त्याच्या आदेशात 'अविरत बॉम्बवर्षाव' असे शब्द वापरले होते. ८ सप्टेंबरला म्हणजे ज्या दिवशी श्लीसेलबर्ग ताब्यात आलं, त्या दिवशी लेनिनग्राडवरचा पहिला मोठा हवाई हल्ला झाला. इस्तोनियामधल्या कब्जात आलेल्या विमानतळांवर जर्मन विमानं मोठ्या प्रमाणात आणून अगोदरच तयारीत ठेवण्यात आली होती. त्या दिवशी संध्याकाळी ६.५५ वाजता जर्मन विमानांचा पहिला थवा आला. या वेळी जुंकर जातीच्या २७ विमानांनी सहा हजारापेक्षा जास्त बॉम्ब टाकले. त्यानंतर एक तासानं विमानांचा दुसरा थवा आला. या विमानांनी ५०० ते १००० पौंड वजनाचे ४८ अतिउच्च क्षमतेचे बॉम्ब टाकले. या सगळ्यांचं लक्ष्य एकच होतं. ते म्हणजे लेनिनग्राडमधली धान्य गोदामं. बादायेव इथली धान्य गोदामं सेंट पीटसबर्ग शहरातल्या एका जुन्या व्यापाऱ्यानं पहिल्या महायुद्धापूर्वी बांधली होती. संपूर्ण लाकडी बनावटीची ही गोदामं एकमेकांना चिकटून होती. दोन गोदामांमध्ये पंचवीस फुटांपेक्षा कमी अंतर होतं. ही गोदामांची जागा शहराच्या नैर्ऋत्य कोपऱ्यात असून तिचा विस्तार अनेक एकर एवढा होता. शहराला लागणारं सगळं धान्य, मांस, चरबी आणि लोणी वगैरे गोष्टी या ठिकाणी साठवून ठेवलेल्या होत्या. लेनिनग्राडच्या प्रशासननानं या गोष्टी विखरून ठेवल्या नाहीत, ही आश्चर्याची बाब होती. आता हे सगळं आगीत भस्मसात व्हायची वेळ आली होती. बॉम्बमुळे लागलेल्या आगीनं साखर वितळली आणि अडीच हजार टन साखर गोदामांच्या तळघरांमध्ये वाहू लागली. जळणाऱ्या मांसाचा आणि कोळसा झालेल्या साखरेचा उग्र वास हवेत पसरू लागला होता.

त्या दिवशी संध्याकाळी अग्निशामक दलातला कर्मचारी इव्हगेनी मोनियुश्को शहरातल्या अनेक कालव्यांजवळ असणाऱ्या ग्रिबाइदोव स्ट्रीटवर काम करीत होता. त्यानं अगोदर कधीतरी एखाद-दुसरं जर्मन विमान पाहिलं होतं, पण त्या दिवशीची परिस्थिती पूर्णपणानं निराळी होती.

> 'आम्हाला आमच्या सहा मजली इमारतीवरून दक्षिणेकडचं क्षितीज व्यवस्थित दिसत होतं. दक्षिण दिशेला विमान विरोधी तोफांचा गडगडाट सुरू झाला होता. आकाशात स्फोटांमुळे पांढऱ्या धुरांचे पुंजके तयार होत होते. त्यांच्यामधून जर्मन विमानं येत होती. या वेळी एकटंदुकटं नाही तर दहा-दहांच्या गटानं एकामागोमाग एक जर्मन विमानांचे थवे येत होते. ती इतक्या कमी उंचीवरून उडत होती, की आम्हाला त्यांची इंजिनं नि पंख्यांमधल्या चकाकणाऱ्या तबकड्या, इतकंच नाही तर त्यांच्या शेपटांवर लिहिलेला सगळा तपशील स्पष्ट दिसत होता. विमानांनी त्यांच्याजवळचे बॉम्ब दक्षिण दिशेला टाकले आणि ती उत्तरेकडे निघून गेली. जणू परेड

चालावी त्याप्रमाणे ही विमानं सरळ दिशा जराही न बदलता निघून गेली. बॉम्ब जिथं पडले, तिथं धूर आणि धुळीची एक अजस्त्र भिंत उभी राहिली आणि तिची उंची वाढतच गेली.'

या सगळ्यात काहीतरी निराळाच प्रकार आहे हे मोनियुश्कोच्या लक्षात येऊ लागलं होतं :

'विमानं निघून गेली तरी धूर विरळ झाला नाही. उलट तो अधिकाधिक दाट होत गेला. त्या काळ्याशार गडद धुराच्या खालच्या बाजूला तांबडा धूर दिसत होता. अंधार पडू लागल्यानंतर हा लाल भाग चांगलाच भडक रंगानं झगझगू लागला. अखेर इमारतींच्या मधल्या जागेमधून लालभडक ज्वाळांच्या जीभा लवलवू लागलेल्या दिसल्या. आता ते भयंकर सत्य मला कळून चुकलं होतं. बादायेव इथली अन्नाची गोदामं जळत होती हे आम्हाला कळून आलं.'

नंतरच्या काही दिवसांमधल्या वाढत जाणाऱ्या भीषण परिस्थितीचं नेमकं वर्णन आपल्याला लेनिनग्राड शहरात राहणाऱ्या एलेना स्क्राआबिनाच्या डायरीमधल्या नोंदीत सापडतं :

'बादायेव इथली गोदामं पूर्णपणे नष्ट झाली आहेत. शहरामधली सगळी शिधासामुग्री त्या जागी साठविण्यात आली होती. सगळा शिधा एकाच जागी साठविलेला असणं चमत्कारिक नाही का? तो सुद्धा अशा जागी, की ते ठिकाण शहरातल्या प्रत्येकाला ठाऊक असावं? अर्थातच जर्मनांना या जागेची उत्तम माहिती मिळालेली होती. ही गोदामं नष्ट झाल्यामुळे आता लेनिनग्राडची उपासमार होणं अटळ झालं आहे. शहरभर धूर आणि जळक्या साखरेचा आणि हॅमचा दर्प पसरला आहे.'

यानंतर दुसऱ्या दिवशी स्क्राआबिनानं डायरीत केलेली नोंद अशी आहे :

'बादायेव इथल्या गोदामांची जी अवस्था झाली आहे तिचा परिणाम आत्ताच जाणवू लागला आहे. जे इतरांवर अवलंबून आहेत, अशांचं रेशन दरदिवशी २५० ग्रॅम इतकं कमी झालं आहे. या ब्रेडखेरीज आणखी काही मिळतच नसल्यानं ही कपात जास्तच तीव्रतेनं जाणवते आहे.'

२२ सप्टेंबरला म्हणजे हिटलरनं लेनिनग्राडच्या भवितव्यासंबंधीचा आदेश जारी केला, त्या दिवशी स्क्राआबिना भविष्याचा विचार करीत होती, तेव्हा तिला पुढे घडणाऱ्या भीषण घटनांची धास्ती वाटली होती :

> भयंकर परिस्थितीला आम्ही सामारे जात आहोत. परिस्थिती दररोज कठीण होत चाललेली आहे. पोषक अन्न मिळण्याचा प्रश्न सर्वांत महत्त्वाचा आहे. प्रत्येकाच्या मनात सतत एकच प्रश्न घोळतो आहे. उपाशी राहून मरू नये म्हणून खाण्याजोगं काहीतरी कसं मिळवायचं? आम्ही आता इतिहासपूर्व काळात गेलो आहोत. आता आमच्या जीवनात एकच गोष्ट शिल्लक उरली आहे. ती म्हणजे अन्नाची शिकार.

टीपा :

१. मार्शल टिमोशेंको (Marshal Timoshenko) : मार्शल सिमोन टिमोशेंको (१८९५-१९७०) हा रेड आर्मीमधील, दुसऱ्या महायुद्धाच्या काळात गाजलेला सेनापती होता. दोन वेळा हिरो ऑफ सोव्हिएत युनियन आणि पाच वेळा ऑर्डर ऑफ लेनिन असे सन्मान मिळालेला टिमोशेंको जुन्या विचारसरणीचा पण अतिशय प्रतिभाशाली लष्करी सेनापती होता. त्याच्या अधिपत्याखाली मे १९४२मध्ये खार्कोवच्या लढाईत प्रथमच रेड आर्मीने जर्मन सैन्यावर जो विजय मिळविला तो दुसऱ्या महायुद्धाला कलाटणी देणारा ठरला.

२. फ्रेडरिक पौलस (Friedrich Paulus) : फील्ड मार्शल फ्रेडरिक पौलस (१८९०-१९५७) या दुसऱ्या महायुद्धातल्या जर्मन सेनापतीची कारकीर्द वादग्रस्त आहे. त्याने जानेवारी १९४३मध्ये स्तालिनग्राडच्या लढाईत शरणागती पत्करली. दुसऱ्या महायुद्धामधला जर्मनीचा हा पहिला दारूण पराभव ठरला. नंतर रशियाच्या कैदेत असताना असणारा त्याने रशियाच्या हस्तकाप्रमाणे काम केले. सुटका झाल्यानंतर त्याने पूर्व जर्मनीत पोलीस दलात काम केले.

३. जोकिम फॉन रिबेनट्रॉप (Ribbentrop) : जोकिम फॉन रिबेनट्रॉप (१८९३-१९४६) हा अतिशय गाजलेला वरिष्ठ नाझी नेता दुसऱ्या महायुद्धाच्या काळात जर्मनीचा परराष्ट्रमंत्री होता. सोव्हिएत महासंघाबरोबर त्यानेच १९३९मध्ये सुप्रसिद्ध 'मोलोटोव्ह-रिबेनट्रॉप' अनाक्रमण करार घडवून आणला होता. न्युरेंबर्ग

लवादाने युद्धगुन्हेगार ठरविल्यानंतर त्याला १९४६मध्ये फाशी देण्यात आली.

४. जोर्ग फॉन क्यूशलर (Georg von Kuchler) : फील्ड मार्शल जोर्ग फॉन क्यूशलर (१८८१-१९६८) हा पहिल्या महायुद्धापासून लष्करात असणारा जर्मन सेनापती नाझी विचारसरणीचा होता. पण त्याच्या नेतृत्वाखालील तिसऱ्या आर्मीने पोलंड जिंकल्यावर नागरिकांना एस.एस.च्या सैनिकांनी केलेल्या अत्याचारांना त्याने पायबंद घातला होता. १९४२मध्ये रिटर फॉन लीब अपयशी ठरल्यानंतर आर्मी ग्रुप नॉर्थचं नेतृत्व त्याच्याकडे सोपविण्यात आले होते. १९४४मध्ये लुगा नदीपाशी माघार घेतली म्हणून हिटलरने त्याला निवृत्त केलं. युद्ध संपल्यावर अमेरिकन लवादाने १९४८मध्ये युद्धगुन्हेगार ठरवून त्याला वीस वर्षांची शिक्षा दिली, पण १९५३मध्ये आजारपणामुळे त्याची सुटका करण्यात आली.

५. अर्न्स्ट बुश (Ernst Busch) : आर्यन क्रॉसने सन्मानित केलेला फील्ड मार्शल अर्न्स्ट बुश (१८८५-१९४५) लेनिनग्राडच्या वेढ्याच्या वेळचा हा महत्त्वाचा सेनापती असून जून १९४४ मधील पराभवानंतर हिटलरने त्याला बडतर्फ केलं, पण पुन्हा १९४५मध्ये सेवेत घेतलं. शरणागती पत्करल्यानंतर, १९४५मध्ये तो युद्धकैदी असताना मरण पावला.

६. रिटर फॉन लीब (Ritter von Leeb) : फील्ड मार्शल रिटर फॉन लीब (१८७६-१९५६) हा पहिल्या महायुद्धाच्या अगोदरपासून नावाजलेला जर्मन सेनापती होता. त्याचा नाझी पक्षाला विरोध असल्याने त्याला १९३८मध्ये निवृत्त केलं गेलं असलं, तरी १९३९मध्ये पुन्हा त्याला बोलावून घेतल्यानंतर, त्याने सुप्रसिद्ध मॅजिनो तटबंदी फोडून जर्मन सैन्याला पश्चिम युरोपात विजय मिळवून दिला. १९४२ मधल्या तिखविनच्या पराभवानंतर त्याने निवृत्ती पत्करली. न्युरेंबर्गमधल्या अमेरिकन लवादाने युद्धगुन्हेगार ठरवून त्याला तीन वर्षांची शिक्षा दिली.

७. एरिक ह्योपनर (Erich von Hoepner) : कर्नल जनरल एरिक ह्योपनर (१८८६-१९४४) हा जर्मन सेनापती दुसऱ्या महायुद्धाच्या काळातील त्याच्या पँझर दलातील कामगिरीसाठी विख्यात होता. मॉस्कोमधील अपयशानंतर त्याची सैन्यातून हकालपट्टी झाली. १९४४मध्ये हिटलरला ठार करण्याच्या कटात तो सामील होता. ऑगस्ट १९४४मध्ये त्याला फाशी देण्यात आली.

८. जोर्ग-हान्स राईनहार्ट (Georg Hans Reinhardt) : कर्नल जनरल जोर्ग-हान्स राईनहार्ट (१८८७-१९६३) हा तिसऱ्या पँझर आर्मीचा प्रमुख असून मानवतेविरुद्ध केलेल्या अपराधांसाठी त्याला न्युरेंबर्गमध्ये १५ वर्षांची शिक्षा झाली, परंतु १९५२मध्ये त्याला सोडून देण्यात आलं.

९. एरिक फॉन मानस्टाईन (Eric von Manstein) : फील्ड मार्शल एरिक फॉन मानस्टाईन (१८८७-१९७३) हा अत्यंत गाजलेल्या जर्मन सेनापतींपैकी एक होता. जर्मनीत नाझी राजवटीतही सैन्याचे व्यावसायिक दृष्टिकोतून व्यवस्थापन केले पाहिजे अशा मताचा तो होता आणि सैन्यात त्याच्याकडे आदराने पाहिलं जात असे. त्याने कधीही नाझी पक्षाचे सदस्यत्व स्वीकारलेलं नव्हतं. तसेच तो हिटलरशी वादविवाद आणि त्याच्यावर उघड टीका करीत असल्याने १९४४मध्ये त्याला बडतर्फ करण्यात आलं. न्युरेंबर्गमध्ये त्याच्यावर खटला झाला नाही तरी नंतर १९४९मध्ये खटला होऊन त्याला १८ वर्षांची शिक्षा झाली. तथापि चार वर्षांनी सुटका झाल्यानंतर त्याने पश्चिम जर्मनीचा संरक्षण क्षेत्रातील सल्लागार म्हणून काम पाहिले.

१०. इंगरमानलँड (Ingermanland) : इंगरमानलँड अथवा फिनीश भाषेतील इंग्रिया हा युरोपातील ऐतिहासिक काळापासून वेगळा मानला गेलेला एक भाग असून त्याची हद्द फिनलंडच्या आखातापासून ते नार्वा नदीपर्यंत होती.

११. ट्युटॉनिक नाईट्स (Teutonic Knights) : बाराव्या शतकाच्या अखेरीस युरोपात स्थापन झालेल्या एका लष्करी धार्मिक संप्रदायाला ट्युटॉनिक ऑर्डर असे म्हणत असत. या संप्रदायातील शिलेदार आणि नेते ट्युटॉनिक नाईट्स या नावाने ओळखले जातात. या संप्रदायाची सत्ता विनरीष फॉन नीप्रोड (१३५१-१३८२) या ग्रँडमास्टरच्या काळात युरोपात मोठ्या प्रदेशावर पसरली होती. टाटेनबर्गच्या पहिल्या (१४१०) लढाईत संयुक्त पोलिश-लिथुआनियन फौजांनी पराभव केल्यानंतर संप्रदायाचा प्रभाव कमी कमी होत गेला. जर्मन वंशाने शेजारच्या स्लाववंशीय देशांवर मिळविलेल्या वर्चस्वांचे प्रतीक म्हणून नाझी प्रचारकांनी ट्युटॉनिक नाईट्सच्या इतिहासाचा वापर करून घेतला होता.

१२. आल्फ्रेड योड्ल (Alfred Jodl) : जर्मन सैन्याच्या सर्वोच्च मुख्यालयाचा प्रमुख या नात्याने कर्नल जनरल आफ्रेड योड्ल (१८९०-१९४६) याचा सोव्हिएत महासंघावरील आक्रमणाच्या नियोजनात सहभाग होता. न्युरेंबर्ग लवादाने युद्धगुन्हेगार ठरवून १९४६मध्ये फाशीची शिक्षा देण्यात आली पण १९५३मध्ये जर्मन न्यायालयाने तो निर्दोष असल्याचा निकाल दिला.

२
लष्करातलं घाणीचं सर्वांत मोठं पोतं

जर्मन सैन्य श्लीसेलबर्ग जिंकून लेनिनग्राडचा वेढा घट्ट करीत होतं, त्या वेळी या भागाच्या संरक्षणाची जबाबदारी ज्याच्यावर होती, तो *मार्शल क्लिमेंट वोरोशिलोव*[१] आपल्या अपयशाची खबर स्तालिनपर्यंत जाऊ नये, म्हणून जीव तोडून प्रयत्न करीत होता. लेनिनग्राडसारखं महान शहर त्या वेळी दुहेरी शोकांतिकेला सामोरं जात होतं. या शहराला त्याच्या दिशेनं चालून येणाऱ्या बलाढ्य पँझर दलाचा सामना करावा लागत असताना, वायव्येकडच्या सोव्हिएत आघाडीची जबाबदारी वोरोशिलोव याच्यासारख्या नाकर्त्या माणसावर सोपविली गेली होती. ही खरोखरच दुर्दैवी गोष्ट होती.

वोरोशिलोव हा रशियन क्रांतीच्या वेळच्या यादवी युद्धातला खंदा नायक होता. स्तालिनचा पक्का समर्थक असणारा वोरोशिलोव अतिशय कडवा बोल्शेविक होता. राजकीय पेचप्रसंगात त्याच्यावर भरवसा टाकता येईल एवढा तो स्तालिनचा विश्वासू समजला जात होता. त्याच्या गुणामुळे या वयोवृद्ध मार्शलला सोव्हिएत सत्तेच्या उतरंडीत स्तालिनच्या खालोखाल दुसऱ्या क्रमांकाचे स्थान होते. पण बऱ्याच वर्षांनी *निकीता खुश्चेव्ह*[२] यानं वोरोशिलोवचं जे मूल्यमापन केलं ते जास्त अचूक होतं. खुश्चेव्हनं त्याचं वर्णन 'लष्करातील घाणीचं सर्वांत मोठं पोतं,' अशा शेलक्या शब्दांत केलं होतं.

युद्धाच्या सुरुवातीच्या काही महिन्यांमध्ये वोरोशिलोवचा जो राजकीय प्रभाव होता, त्याचा नकारात्मक परिणाम झाल्याने लेनिनग्राडला लष्करी संकटाला तोंड देण्याची वेळ आली होती. जर्मन सैन्य या शहराच्या दिशेनं पुढेपुढे सरकत असताना, स्तालिनची काळजी सतत वाढत चालली होती. जुलै १९४१मध्ये रेडिओ ऑपरेटर असणाऱ्या मिखाईल नीश्टाट याची बदली लेनिनग्राडमधल्या प्रसिद्ध स्मोल्नी इन्स्टिट्यूटमध्ये झाली. हे लेनिनग्राडच्या नागरी आणि लष्करी प्रशासनाचं मुख्यालय होतं. त्या वेळची आठवण सांगताना नीश्टाट सांगतो, "त्या

वेळी मॉस्कोहून येणाऱ्या फोनच्या संख्येत वाढ झाली होती. बऱ्याचदा स्तालिन स्वत: बोलत असे. सुरुवातीला जरी हे प्रमाण कमी असलं, तरी नंतर मात्र ते बरंच वाढलं होतं. अखेर जर्मन सैन्य शहराभोवती वेढा घालून बसल्यानंतर तर दिवसरात्र अखंड फोन येत असत.'' याचा अर्थ अगदी स्पष्ट होता. नीश्टाटलाही काहीतरी गडबड आहे याची जाणीव झाली होती. वोरोशिलोव लेनिनग्राडचं संरक्षण नीटपणे करू शकेल, या स्तालिनच्या विश्वासाला आता हळूहळू तडा जाऊ लागला होता.

सोव्हिएत युगात लेनिनग्राड हे बोल्शेविक क्रांतीचे जन्मस्थान म्हणून त्याचे महत्त्व होतेच, पण शिवाय देशाच्या अवजड उद्योगांचे अतिशय महत्त्वाचे असे केंद्र होते. लेनिनग्राडमधल्या मुख्य कारखान्यांच्या संचालकांची नावं, इतकंच नाही तर त्यांच्या घराण्यांची नावं स्तालिनला माहीत होती असं नीश्टाट सांगतो, ''त्याचं ज्ञान विलक्षण होतं. तो अगदी बारीकसारीक गोष्टीकडेही लक्ष देत असे.''

लेनिनग्राड जर्मनीच्या हातात पडलं तर महाभयंकर उत्पात होईल याची सोव्हिएत हुकूमशहाला चांगली कल्पना होती. नीश्टाट पुढे सांगत होता, ''त्या वर्षी म्हणजे १९४१ च्या भयंकर उन्हाळ्यात आमचं सैन्य सतत माघार घेत होतं. पण तरीही स्तालिन सतत एकच गोष्ट बजावत होता. ती म्हणजे लेनिनग्राड कधीही शत्रूच्या हातात पडता कामा नये!''

स्तालिनच्या या खंबीर विचारांना एक महत्त्वाची ऐतिहासिक पार्श्वभूमी होती. चोवीस वर्षांपूर्वी यादवी युद्ध सुरू असताना बोल्शेविक पक्ष त्यांची ताकद वाढवण्यासाठी झगडत होता. त्या वेळच्या भयंकर यादवीत लेनिनग्राड शहराला धोका निर्माण झाला होता. ऑक्टोबर १९१९मध्ये *'व्हाईट आर्मी'*[३] या नावानं ओळखल्या जाणाऱ्या सैन्याचा एक सेनापती जनरल निकोलाय युडेनिक लेनिनग्राड जवळच्या पुल्कोनो हाईट्स या टेकड्यांपर्यंत येऊन ठेपला होता. या सैन्याचा बोल्शेविक तत्त्वज्ञानाला कडवा विरोध होता. लेनिन हा साम्यवादी क्रांतीचा मुख्य स्फूर्तीस्त्रोत होता. पण त्या वेळी मात्र त्याचा धीर जरासा सुटला होता. त्यानं शहर सोडून देण्याची तयारीही केली होती. लेनिनग्राडचा बचाव करता येईल असं त्याला मुळातच वाटत नव्हतं.

रेड आर्मीचा सेनापती असलेल्या *ट्रॉट्स्की*[४] नं लेनिनच्या या आदेशाचं पालन करायला साफ नकार दिला होता. बोल्शेविक क्रांतीचं जन्मस्थान असणारं हे शहर आपण गमावलं, तर त्याचा बोल्शेविक क्रांतीवर भयंकर परिणाम होणार होता. त्यामुळे परिस्थिती कितीही वाईट असली तरी कोणत्याही परिस्थितीत शहर सोडून देऊ नये असं त्याचं मत होतं. त्यानं आपले सैनिक गोळा केले आणि जनरल युडोनिकला पिटाळून लावलं होतं. स्तालिनला ट्रॉट्स्कीबद्दल कमालीचा तिरस्कार वाटत होता. पण तरीदेखील त्याचा हा निर्णय योग्यच आहे, हे त्याला कळत होतं. १९१९मध्ये हिवाळ्याच्या प्रारंभी लेनिनची घाबरगुंडी उडाली होती. पण १९४१च्या

हिवाळ्यात लेनिनचा वारसदार स्तालिन आता धीर सोडणार नव्हता. लेनिनग्राडचा बचाव करायचाच असा त्याचा निर्धार होता.

पण या एवढ्या महत्त्वाच्या कामासाठी स्तालिननं ज्या वोरोशिलोवची निवड केली होती, तो त्यासाठी बिलकूल सक्षम नव्हता. "स्तालिनला त्याचे लष्करी निर्णय अजिबात पसंत पडेनासे झाले होते." नीश्टाट त्या वेळची आठवण सांगत होता. एकदा तर त्यानं घेतलेल्या निर्णयावर स्तालिननं थेट टीकेची झोड उठवली होती. लेनिनग्राडपासून साधारण ११० किलोमीटर अंतरावर असलेल्या लुगा नदीपाशी बचावरेषा तयार करायचा वोरोशिलोवचा मनोदय होता. त्याचं सगळं लक्ष यावरच केंद्रित झालेलं होतं. पण स्तालिननं त्याचे हुकूम फिरवले होते. त्यानं लेनिनग्राडचं रक्षण करण्यासाठी अधिक खोलवर बचावफळी उभारावी अशी सूचना वोरोशिलोवला केली होती. वोरोशिलोवच्या लष्करी नेतृत्व करण्याच्या क्षमतेबद्दल स्तालिनला शंका निर्माण झाली असली, तरी त्यानं या जुन्या सेनापतीला त्याच्या पदावरून हटवण्याच्या बाबतीत टाळाटाळ केली होती. त्याचं हे वागणं अनाकलनीय होतं.

वोरोशिलोवच्या क्षमतेविषयी जरी स्तालिनला भरवसा वाटत नसला तरी संकटाच्यावेळी हा मुरब्बी बोल्शेविक नेता आपल्याशी पूर्णपणे निष्ठावान राहील याची त्याला पक्की खात्री होती. सोव्हिएत महासंघाच्या अस्तित्वाच्या दृष्टीनं लेनिनग्राडचं महत्त्व अनन्यसाधारण आहे, याची स्तालिनला कल्पना होती, पण त्याचा या शहरावर अजिबात विश्वास नव्हता. त्यामुळेच निष्ठा या गोष्टीला फार महत्त्व प्राप्त झालेलं होतं. १९२०-३० या दशकात स्तालिननं सत्ता काबीज केली होती, त्या वेळी लेनिनग्राडमधले पुढारी त्याच्या हेतूंकडे साशंकतेनं पाहात असत. त्या वेळी पक्षांतर्गत विरोधाचं लेनिनग्राड हे मुख्य केंद्र झालेलं होतं. स्तालिन कधीच कोणाला क्षमा करीत नसे. लेनिनग्राड शहराबद्दल त्याच्या मनात ही आठवण जागी होती. याखेरीज जास्त खोलातलं कारण म्हणजे लेनिनग्राड शहराची परंपरा. लेनिनग्राडची विशिष्ट सांस्कृतिक प्रतिमा आणि तिथली मुक्त विचारसरणीची परंपरा याबद्दल त्याच्या मनात सतत धास्ती होती. सेंट पीटर्सबर्ग हे रशियातील बुद्धिवादी वर्गाचं मुख्य केंद्र होतं आणि सोव्हिएत युगात लेनिनग्राड शहरानं ती परंपरा पुढे चालू ठेवली होती.

१९२०-३० या दशकाच्या अखेरीस आणि १९३० नंतर स्तालिननं सोव्हिएत महासंघातली हुकूमशाही राजवट जास्तीत जास्त बळकट करीत नेली होती. त्या वेळी त्यानं लेनिनग्राडवर एकसारखी साम्यवादी विचारसरणीची चौकट कठोरपणे लादली होती. तरीही त्याच्या मनात लेनिनग्राडबद्दल कायम शंका होतीच. ऑगस्ट १९४१मध्ये जर्मन सेना वेगानं लेनिनग्राडकडे येत असताना शहराच्या प्रशासनानं एक नवीन शहर बचाव समिती स्थापन केली होती. या समितीनं शहराचा बचाव

करण्यासाठी जी काही उपाययोजना केली, त्यासाठी त्या लोकांनी स्तालिनची परवानगी घेतलेली नव्हती. यामुळे सोव्हिएत हुकूमशहा संतापला होता. बहुधा त्याला मनोमन खात्रीनं वाटत होतं की, ही बचावसमिती म्हणजे वरवरची रंगरंगोटी होती. प्रत्यक्षात त्याच्या परोक्ष काहीतरी भयंकर गोष्टी चालू असाव्यात. कदाचित शहरातील लोक जर्मनांशी गुप्तपणानं वाटाघाटी करीत असावेत असा त्याला संशय होता. त्यामुळेच त्यानं तत्परतेनं ही समितीच मोडीत काढली.

त्यामुळे नाइलाजानं का होईना स्तालिननं वोरोशिलोवला त्याच्या पदावर कायम ठेवलं होतं, कारण तो त्याचा आधार घेऊ शकत होता. सुरुवातीच्या काळात लेनिनग्राड गमावण्याची भीती आणि मनात खोलवर रुजलेली अविश्वासाची भावना यांचा पगडा स्तालिनच्या मनावर होता, पण १९४१ च्या सप्टेंबरमध्ये स्तालिनची सहनशक्ती जवळजवळ संपण्याच्या बेतात आली होती. त्याच्या सेनापतीचं म्हणजे वोरोशिलोवचं वर्तन दिवसेंदिवस चमत्कारिक होत चाललं होतं. एकदा तर ११ सप्टेंबरला वोरोशिलोव स्वत: आघाडीवर गेला होता. पिस्तूल नाचवत त्यानं रशियन सैनिकांना लढाईत भाग घेण्याची आज्ञा दिली होती. त्यांना घेऊन तो जर्मन सैन्याच्या दिशेनं धावून गेला होता. पण धाप लागल्यानं तो मागे पडला. त्या वेळी जर्मन सैन्यात जराही हालचाल झाली नाही. मग काही वेळानंतर जर्मनांकडून मशीनगन आणि तोफांचा भडिमार सुरू झाल्यानंतर वोरोशिलोवनं पुढे धाडलेले सैनिक कसेबसे बचावले होते. म्हाताऱ्या मार्शलच्या या हिरोगिरीमुळे लेनिनग्राडवासी अजिबात प्रभावित झाले नाहीत. वोरोशिलोवच्या व्यवस्थापनाचा एवढा बोजवारा उडाला होता, की अनेकांना आता निराळीच शंका येऊ लागली होती. पदावरून काढून टाकल्यावर स्तालिनच्या हुकमावरून गोळी खाऊन मरण्यापेक्षा आपण आघाडीवर मेलो तर बरं असं त्याला वाटत असावं आणि म्हणूनच तो मुद्दाम हे असं करीत असावा ही शंका अनेकांच्या मनात येत होती.

१९४१मध्ये जर्मनांनी रशियात ज्या वेगानं धडक मारली होती, त्याकडे पाहता जर्मन लष्करी यंत्रणेभोवती अजिंक्यपणाचं एक वलय निर्माण झालं होतं. त्या वर्षीच्या उन्हाळ्यात वेरमाख्तचे पँझर रणगाडे लेनिनग्राडच्या दिशेनं मुसंडी मारणार आणि रशियन सैन्य कितीही कडवा प्रतिकार करीत असलं तरी त्यांना थांबविता येणार नाही असंच सर्वांना वाटत होतं. आजही आपण त्याबद्दल विचार केला तरी असं होणं अटळ होतं, हे आपल्याला पटतं. पण असं असलं तरी हिटलरच्या फौजांचं यश मात्र इतकं काही अटळ नव्हतं. यंत्रांचा वापर करण्याच्या नवीन लष्करी तंत्रांचा अर्थ समजून घेणारा आणि त्यांच्या हालचालींचा नेमका अंदाज बांधू शकणारा एखादा झुंझार सोव्हिएत सेनानी जर्मनांसमोर उभा ठाकला असता, तर चित्र नक्कीच वेगळं दिसलं असतं. एखादा सोव्हिएत सेनानी उत्तम प्रशिक्षित सेना आणि साधनसामग्रीच्या

बळावर जर्मनीच्या *ब्लिट्झक्रीग* तंत्राचा सामना करू शकला असता. पण लेनिनग्राडच्या दृष्टीनं आणि संपूर्ण सोव्हिएत महासंघातल्या लोकांचं हेच दुर्दैव होतं की असा सेनापती तिथं हजर नव्हता.

स्तालिननं वोरोशिलोवचे जरुरीपेक्षा लाड करणं, यामागे गंभीर स्वरूपाची तेढ होती. दुसरं महायुद्ध सुरू व्हायच्या साधारण दहा वर्षं अगोदर सोव्हिएत सत्ताधारी वर्गात दोन गट पडले होते. एका गटाला रेड आर्मी ही आधुनिक आणि व्यावसायिक पद्धतीची असावी असं वाटत होतं, तर दुसऱ्या गटाला सशस्त्र दलांवर कठोर अशी राजकीय तत्त्वप्रणाली लादायची होती. उत्तम लष्करी साधनसामुग्रीपेक्षा साम्यवादावरील दृढ विश्वासच भविष्यात उपयोगी पडेल, असं या गटाचं म्हणणं होतं. असं मत असणाऱ्या गटाचा वोरोशिलोव हा मुख्य पुढारी होता.

जर्मनीशी युद्ध सुरू व्हायच्या अगोदर वोरोशिलोवला फक्त रशियन यादवी युद्धाच्या वेळचा लष्करी अनुभव होता. म्हणजेच त्याचा अनुभव वीस वर्षांपूर्वीच्या लढाईचा होता. क्लिमेंट वोरोशिलोव हा दक्षिण रशियामधल्या एका गरीब रेल्वे कामगाराचा मुलगा होता. तो स्वत: धातू उद्योगात कामगार म्हणून काम करीत असे. युक्रेनमधल्या बोल्शेविक क्रांतिकारकांची एकजूट करून त्यातून एक लढाऊ सेना उभारल्यामुळे तो प्रसिद्ध झाला होता. लढाईत वोरोशिलोव अतिशय नीडर स्वभावाचा होता. पुढील काळात स्तालिनग्राड असं नामकरण झालेलं झारित्सिन शहर व्हाईट आर्मीशी झुंजून जिंकणं, ही त्याची सर्वांत मोलाची कामगिरी होती. त्या वादळी दिवसांमध्येच त्याची जोसेफ स्तालिनशी भेट झाली आणि दोघांच्यात मैत्री निर्माण झाली होती. पण वोरोशिलोवमध्ये लष्करी नेता म्हणून असलेल्या आत्मविश्वासाचा अभाव होता.

१९४१ मधल्या लेनिनग्राडच्या पेचप्रसंगाच्या पार्श्वभूमीवर १९१९ मधली झारित्सिनची लढाई फारच जुन्या काळातली वाटत होती. पण तरीही लेनिनग्राडचं संरक्षण झारित्सिन या शहराप्रमाणे केलं जाणार, ही गोष्ट फारच भयप्रद होती. काही वेळा इतिहासाची पुनरावृत्ती होते हे खरंच. लेनिनग्राडसमोर काय वाढून ठेवलंय याची कल्पना येऊ लागली होती. ट्रॉट्स्कीनं यादवी युद्धाच्यावेळी नंतर असे उद्‌गार काढले होते की झारित्सिनचं संरक्षण करताना वोरोशिलोवकडे गुरिल्ला युद्धतंत्रामधल्या रांगडेपणा आणि प्रशासकीय अनागोंदी ही दोन वैशिष्ट्यं होती. झारित्सिनच्या लढाईच्यावेळी काय घडलं असेल याबद्दल ट्रॉट्स्कीच्या मनात कसलाही भ्रम नव्हता. वोरोशिलोवबद्दल आपलं मत लेनिनला कळवताना त्यानं 'वोरोशिलोवची लायकी एखाद्या रेजिमेंटचं नेतृत्व करण्यापेक्षा जास्त नाही' असं लिहिलं होतं. १९१९मध्ये झारित्सिनच्या लढाईच्यावेळी वोरोशिलोवच्या हाताखाली ५०,००० सैनिक होते. आता १९४१मध्ये वायव्य आघाडीवर अनेक सेनादलं त्याच्या हाताखाली

होती. तो किमान ५ लाख सैनिकांचा सेनापती म्हणून त्याच्यावर मोठी जबाबदारी होती. लेनिनग्राडच्या भवितव्याच्या दृष्टीनं हे काही शुभचिन्ह नव्हतं.

यादवी युद्धाच्यावेळी वोरोशिलोव नेमकं काय करीत होता, याचं मूल्यमापन करणं कोणालाच शक्य नव्हतं. वोरोशिलोवचा चीफ ऑफ स्टाफ नेहमी झिंगलेल्या अवस्थेत असायचा असं कळत होतं. लष्करी कामकाजाचा अहवाल दररोज दोन वेळा वरिष्ठांकडे पाठवायचा अशी लष्कराची पद्धत होती. पण वोरोशिलोवच्या सैन्याकडून कधीच असे अहवाल जात नसत. या वेळीही वेरमाख्तनं लेनिनग्राडभोवती आपली मगरमिठी घट्ट करायला सुरुवात केल्यानंतर स्तालिनला हाच अनुभव येत होता. अर्थात त्याबद्दल स्तालिननं चकित व्हावं असं काहीही नव्हतं. आता संपूर्ण वायव्य आघाडीची जबाबदारी सांभाळणारा त्याचा हा सेनापती लष्करी पठडीतल्या व्यवस्थेत नीट काम करू शकत नाही, हे अगोदरच दिसून आलं होतं. वोरोशिलोवनं १९१९मध्ये त्याच्या आघाडीवरील सेनापतीबरोबर योग्य समन्वय राखला नव्हता, तेव्हाच ही गोष्ट कळून आली होती. ट्रॉट्स्कीनं त्याचं विश्लेषण अशा प्रकारे केलं होतं –

> लष्करी पेशाचा मनस्वी तिरस्कार करणारा वोरोशिलोव हा माणूस 'लुगान्स्कचा कुलूपवाला' म्हणून ओळखला जातो. हा माणूस मनस्वी स्वभावाचा आणि दूरदर्शीपणाचा अभाव असणारा आहे. जास्त बुद्धिवादी नाही, पण तो कसलाही विधीनिषेध न बाळगणारा महाधूर्त आहे. लष्करी सिद्धांतांमधलं त्याला ओ की ठो, कळत नाही. पण लोकांना धाकात ठेवण्याची कला त्याला अवगत आहे. आपल्या हाताखालच्या हुशार लोकांच्या कल्पना तो बिनदिक्कतपणे वापरतो आणि त्याबद्दल पूर्ण श्रेय घेताना खोटा विनयही तो अजिबात दाखवत नाही.

झारित्सिनच्या लढाईच्यावेळी स्तालिन आणि वोरोशिलोव यांच्यात एक अभद्र युती झाली होती. ही युती दुसऱ्या महायुद्धाची सुरुवात होईपर्यंत अभंग होती. वोरोशिलोवनं जाणीवपूर्वक आपल्याबद्दल अशा कहाण्या प्रचलित केल्या होत्या की तो आणि स्तालिन या दोघांनी मिळून रेड आर्मीमधील फुटीर ताकदींचा बंदोबस्त करून 'खराखुरा बोल्शेविझम' निर्माण केला होता. त्या दोघांनी त्या भागातल्या लष्करी सेनानीच्या सूचनांकडे संपूर्ण दुर्लक्ष केलं होतं, ही खरं तर त्रासदायक बाब आता विस्मृतीत गेली होती. वोरोशिलोव त्याला सोयीच्या असणाऱ्या स्तालिनच्या वाक्यांचा संदर्भ देताना म्हणतो –

> आपले 'लष्करी तज्ज्ञ' मानसिकदृष्ट्या प्रतिक्रांतीचा सामना करायला सक्षम नाहीत. या 'कर्मचाऱ्यां'ना फक्त योजना बनविता येतात आणि आराखडे चित्रित करता येतात... मी या अशा आणि इतरही त्रुटी प्रत्यक्ष जागेवर जाऊन दूर करेन. इतकंच नाही तर कामाचा विचका करणाऱ्या अधिकाऱ्यांना आणि सेनापतींना मी काढून टाकायलाही मागे-पुढे पाहणार नाही. कितीही अडचणी येवोत, मी त्या सगळ्या बाजूला सारून, हे असंच यापुढेही करीत राहणार आहे.

लष्करी पेशाबद्दलच्या तिरस्काराच्या जुन्या भुतानं पुन्हा एकदा १९४१मध्ये स्तालिन आणि वोरोशिलोव यांच्या मनाचा पगडा घेतला होता. ते ज्या देशाचं नेतृत्व करीत होते, त्या देशासाठी पहिले काही महिने ही गोष्ट फारच घातक ठरली होती. लेनिनग्राडवर आता येऊ घातलेल्या भीषण संकटाची चुणूक १९१९मध्येच झारित्सिनला दिसली होती. त्या वेळी वोरोशिलोवनं लष्करी नियोजनात येणाऱ्या सर्व 'अधिकृत' अडचणी निर्दयपणानं बाजूला सारल्या होत्या. आघाडीवरच्या सेनापतीनं झारित्सिनमध्ये नीट व्यवस्था लावण्यासाठी त्याच्या स्टाफच्या काही अधिकाऱ्यांना पाठवलं होतं. स्तालिन आणि वोरोशिलोव या जोडगोळीनं त्यांनाच अटक केली होती. हे लोक 'क्रांतीचे शत्रू' आहेत असा आरोप त्यांच्यावर ठेवून त्यांना व्होल्गा नदीपाशी एका बंधाऱ्याजवळ अडकवून ठेवण्यात आलं होतं. सर्वोच्च सेनानी असलेल्या ट्रॉट्स्कीनं त्यांच्या सुटकेसाठी हुकूम दिला होता. पण जेव्हा ही तार आली, त्यावर स्तालिननं 'दखल न घेणं' असं लिहून ती बाजूला टाकली होती. पुढे स्तालिन आणि वोरोशिलोव यांच्या खासगी पत्रव्यवहारात या प्रसंगाचा उल्लेख आढळतो. त्यात त्यांनी अशा 'बेभरवशाच्या लष्करी तज्ज्ञांची' एकत्रितपणे विल्हेवाट लावण्याबद्दल चर्चा केली आहे. ट्रॉट्स्की ज्यांना वाचवू पाहत होता, त्या अधिकाऱ्यांना खलास करून टाकायचं असं या दोघांनी मिळून ठरवल्याचं त्यात स्पष्ट दिसत होतं.

अशा प्रकारे स्वतःचा राजकीय स्वार्थ साधण्यासाठी स्तालिन आणि वोरोशिलोव यांनी निर्दय खून पाडण्यात भागीदारी केलेली होती. अठरा वर्षांनंतर १९३७मध्ये दोघांनी पुन्हा हाच प्रयोग आणखी मोठ्या प्रमाणावर केला होता. रेड आर्मीच्या 'सफाई' कार्यक्रमात हजारो अधिकाऱ्यांना ठार करण्यात आलं होतं. हे सगळे बोल्शेविक राज्याचे शत्रू आहेत, असा आरोप त्यांच्यावर ठेवण्यात आला होता. या निष्ठूर उपाय योजनांमुळे रेड आर्मीची ताकद कमी झाली होती आणि त्यांचं मनोबलही लयाला गेलं होतं. या अशा सैन्यावर देशाचं रक्षण करण्याची जबाबदारी होती. हे सगळं पाहिल्यानंतर अनेक जर्मन सेनापतींना सोव्हिएत महासंघाला चुटकीसरशी पराभूत करता येईल याची खात्री वाटू लागली होती.

सोव्हिएत महासंघात भूतकाळातील घटनांबद्दल मुद्दामच अनेक दंतकथा पसरवल्या जात असत. यादवी युद्धाच्या काळातल्या घटनांविषयी जाणीवपूर्वक रोमहर्षक कथा रचल्या जात. वोरोशिलोवनं त्या वेळी झारित्सिनच्या लढाईत अतिशय ढिसाळपणा केला होता, ही गोष्ट अर्थातच लपवली जात होती. त्याच्यापेक्षा जास्त लष्करी ज्ञान आणि अनुभव असणाऱ्या सेनापतींचा सल्ला त्यांनी धुडकावला होता. त्यानं अर्धवट प्रशिक्षण घेतलेल्या हजारो नागरिकांना लढाईत लोटलं होतं. रेड आर्मीनं 'लोकांमधल्या क्रांतिकारकां'चा जास्तीत जास्त उपयोग करून घेतला पाहिजे, असा वोरोशिलोवचा आग्रह होता. लढाईत नागरिक आणि सैनिक यांचा वापर करण्याबाबत तो कमालीचा बेफिकीर होता.

बोल्शेविक क्रांतीच्या वेदीवर त्यांचा बळी द्यायला त्याला जराही काही वाटत नसे. अशा निर्दयपणाच्या बाबतीत तो आणि स्तालिन यांच्यात साम्य होतं. मानवी आयुष्याबद्दल संपूर्ण बेफिकीर असणं हे १९४१मध्ये लेनिनग्राडच्या वेढ्याच्या प्रसंगी देखील वोरोशिलोवच्या वागणुकीत स्पष्ट दिसत होतं.

१९१९मध्ये लेनिनलाही काळजी वाटली होती. त्यानं एका टिपणात असं नमूद केलं आहे, 'वोरोशिलोवनं लष्करी तज्ज्ञांना बाजूला ठेवलं आणि ६०,००० जणांना गमावलं... हे भयंकर आहे... कॉम्रेड वोरोशिलोवच्या बाबतीत ही अडचण आहे की तो त्याची जुनी बंडखोरीची वृत्ती दूर करायला तयार नाही.'

वोरोशिलोव त्याची ही वृत्ती बदलणार नव्हताच. आपलं स्थान बळकट करीत असताना स्तालिननं आपल्या मित्राला लष्करात कॉमिसार म्हणून पदोन्नती दिली होती. नव्यानं उदयास येणाऱ्या सोव्हिएत महासंघात वोरोशिलोवभोवती व्यक्तिपूजनाचं स्तोम निर्माण झालं होतं. त्याची ही लोकप्रियता सर्वोच्च नेता, स्तालिनच्या खालोखाल होती. त्याचा फोटो सगळीकडे लावलेला असायचा. त्याच्यावर गीतं रचली जात होती. इतकंच नाही, तर त्याच्यावर चित्रपटही तयार केले जात होते. पण वोरोशिलोव आळशी होता आणि आपल्या पूर्वायुष्यातील यशाचा उपयोग करीत राहण्यावरच तो समाधानी होता. ज्या लष्करावर तो हुकूमत गाजवत होता, त्या लष्कराबाबतचा त्याचा दृष्टिकोन अगदी शिळा होता. त्याच्यामुळे लष्करी विचारसरणीत कमालीचा जुनाटपणा आलेला होता. साहजिकच, वोरोशिलोवमुळे लेनिनग्राडचा बचाव वीस वर्षांपूर्वीच्या जुनाट क्रांतिकारी तंत्रानंच करण्याचं ठरलं होतं. व्यावसायिक वृत्तीच्या आधुनिक आणि ताकदवान जर्मन सैन्यासमोर हे असं सैन्य उभं राहूच शकणार नाही, हे उघड होतं.

घटना वेगळ्या घडू शकत असूनही तशा घडल्या नाहीत, हे लेनिनग्राड शहराचं सर्वांत मोठं दुर्दैव होतं. १९२०-३० दशकाच्या अखेरीस आणि १९३० नंतरची काही वर्षं लेनिनग्राडचा लष्करी प्रशासक असणारा *मिखाईल तुकाचेवस्की*

[५] हा माणूस अगदीच वेगळ्या क्षमतेचा होता. बुद्धिमत्तेची नैसर्गिक देणगी लाभलेला तुकाचेवस्की व्यूहरचनेत कुशाग्र होता. वोरोशिलोवकडे जे नव्हतं ते सगळं काही या माणसाकडे होतं – हुशारी, उत्तम शिक्षण, विचारात नावीन्य, उपक्रमशीलता, कठोर परिश्रम करणारा आणि लष्करासंबंधी उत्कृष्ट ज्ञान असणारा. रेड आर्मीचा एक महत्त्वाचा सेनापती असलेल्या मार्शल कोनियेवनं त्याच्या आत्मवृत्तात लिहिलं आहे – '१९३०-४० च्या दशकांमध्ये असणाऱ्या सेनपतींमध्ये इतर कोणी नाही, तर ज्याला आधुनिक लष्करी नेता म्हणता येईल असा तुकाचेवस्की एकमेव सेनापती होता. जर १९४१मध्ये जर्मनीच्या विरुद्ध लढाईची सूत्रं त्याच्या हाती असती तर आपल्याला एवढे भयंकर पराभव सहन करायची वेळच आली नसती.'

मार्शल कोनियेवचं म्हणणं बरोबरच होतं. तुकाचेवस्कीच्या नेतृत्वाखाली सोव्हिएत महासंघातल्या सर्वांत आधुनिक शस्त्रास्त्रांची निर्मिती सुरू होती. लष्करी नियोजनातले सर्वांत कुशल आणि सर्वोत्कृष्ट रचनाकार त्याच्याकडे भरपूर संख्येनं होते. हे शहर अत्याधुनिक तंत्रानं युद्ध लढवू शकेल असं वाटत होतं. पण ठोकळेबाज निर्बुद्ध बोल्शेविक विचारसरणीत सारं आयुष्य काढलेल्या माणसाला अशा आधुनिक लष्करी ताकदीमुळे अतिशय असुरक्षित वाटणं स्वाभाविक होतं. त्यामुळे वोरोशिलोव आणि तुकाचेवस्की यांना एकमेकांबद्दल कमालीचा तिरस्कार वाटणं, हे अजिबात अनैसर्गिक नव्हतं.

एन.के.व्ही.डी.[६] या सोव्हिएत गुप्तचर यंत्रणेचा कुप्रसिद्ध प्रमुख *लावरेन्ती बेरीया*[७] याने वोरोशिलोवच्या स्वभावाचं वर्णन केलं आहे. वोरोशिलोवला त्याच्यापेक्षा जास्त हुशार अशा कोणत्याही अधिकाऱ्याबद्दल कमालीची असूया वाटत असे, असं तो म्हणतो. उलटपक्षी तुकाचोवस्कीला वोरोशिलोवची टिंगलटवाळी करण्यात मनापासून आनंद होत असे. वोरोशिलोवची कुचेष्टा करणारे किस्से तो सांगत असे.

मार्शल *जॉर्जी झुकोव*[८] हा सोव्हिएत कालखंडातील सर्वांत गाजलेला सेनापती वोरोशिलोव आणि तुकाचेवस्की यांच्यामधल्या कडवट शाब्दिक चकमकीच्यावेळी प्रत्यक्ष हजर होता. सोव्हिएत महासंघाच्या संरक्षण धोरणाची चर्चा करणारी बैठक सुरू होती. तुकाचेवस्की काहीतरी सांगत असताना वोरोशिलोवनं त्याला मध्येच थांबवून काहीतरी अडचणीची ठरणारी सूचना केली होती. तुकाचेवस्की त्याला सरळसरळ उडवून लावत म्हणाला, "कॉम्रेड पीपल्स कॉमिसार... तुमची ही सूचना समितीला मान्य होण्याजोगी नाही." हे ऐकून वोरोशिलोव संतापला होता. त्यानं 'का?' असं विचारलं. त्यावर तुकाचेवस्की एवढंच म्हणाला, "कारण कॉम्रेड पीपल्स कॉमिसार... तुमची सूचना विचार करण्याच्या लायकीचीही नाही."

तुकाचेवस्कीला लोकांना त्यांची जागा दाखवून देण्यात जरुरीपेक्षा जास्त आनंद होत असे. लेनिनग्राडमधल्या संगीतकार दिमित्री शोस्ताकोविच हा त्याचा मित्र होता.

त्यानं एकदा लेनिनग्राडमधल्या हर्मिटेज म्युझियमला भेट देताना शोस्ताकोविचला बरोबर घेतलं होतं. कोणालाही आपली ओळख पटू नये म्हणून तुकाचेवस्की साध्या कपड्यांत होता. सुरुवातीला त्यांनी काही चित्रं पाहायची असं ठरवलं होतं. त्यांच्याबरोबर एक तरुण गाईड होता. हा गाईड फारसा शिकलेला नव्हता. त्याचं बोलणं ऐकताना तुकाचेवस्की त्याला अडवून त्याच्या चुका दुरुस्त करू लागला होता. तुकाचेवस्कीचे शेरे एवढे नेमके होते की, म्युझियम पाहणारे लोक त्याचंच बोलणं मन लावून ऐकू लागले होते. त्यामुळे गाईडनं संतापून शोस्ताकोविचला 'हा कोण माणूस आहे?' असं विचारलं. तो कोण आहे हे कळताच त्याचा आवाज एकदम बंद झाला होता. त्याच्या चेहऱ्यावर भीतीची छाया दिसू लागली होती. अर्थात कारण योग्यच होतं. "त्या विभागाचा लष्करी कमांडर म्हणून लेनिनग्राडमध्ये तुकाचेवस्कीचं स्थान फार वरचं होतं. त्यानं साधी तक्रार केली असती, तर त्या गाईडची काही खैर नव्हती," शोस्ताकोविचनेच त्याविषयी बोलताना सांगितले होते.

"आता तिथलं दृश्य एखाद्या फार्सिकल नाटकात असतं तसं झालं होतं. गाईड आता अमूल्य माहिती सांगितल्याबद्दल तुकाचेवस्कीचे पुन्हापुन्हा आभार मानू लागला. त्यावर तुकाचेवस्कीनं त्याला शांतपणानं सांगितलं की, 'तरुण माणसा... अभ्यास करायला हवा! अजूनही उशीर झालेला नाही... चांगला अभ्यास कर.' मग आम्ही बाहेर जाऊ लागलो. या सगळ्या प्रकाराबद्दल तुकाचेवस्की स्वतःवर बेहद्द खूश झाला होता."

तुकाचेवस्कीला वोरोशिलोवच्या राजकीय कावेबाजपणाचा नीटसा अंदाज आला नव्हता. वोरोशिलोव स्तालिनच्या हाताखाली पूर्णपणानं दुय्यम भूमिका स्वीकारून त्याच्याशी एकनिष्ठ होता. त्याचबरोबर स्तालिनला स्तुती आवडते आणि ही त्याची गरज असल्याचं वोरोशिलोवच्या लक्षात आलं होतं. लष्करी बाबतीत जरी तो कमी पडत असला, तरी राजकारणात मात्र तो अतिशय खुनशी आणि कडवा प्रतिस्पर्धी होता. तुकाचेवस्की आणि वोरोशिलोव यांच्यामधल्या वैमनस्याचे अतिशय वाईट परिणाम लेनिनग्राड आणि पर्यायानं देशावर झाले होते.

१९२९ च्या अखेरीस आपली औद्योगिक उत्पादनक्षमता वाढवण्यासाठी सोव्हिएत महासंघात पहिली पंचवार्षिक योजना सुरू झाली होती. त्याच वेळी संरक्षण उत्पादनांसाठी एक विस्तृत योजना तयार होणं अपेक्षित होतं. पण वोरोशिलोवला ते जमलं नाही. उलट त्यानं अनेक लष्करी तज्ज्ञांना अटक करवून त्यांच्यावर नाटकी खटले चालवले जाण्याची व्यवस्था केली होती. यामुळे विमान निर्मिती आणि तोफांच्या तंत्रज्ञानविकासावर विपरीत परिणाम झाला होता.

स्थानिक पातळीवरील सत्तेवर पकड असणारा तुकाचेवस्की लेनिनग्राडमधून लष्कराच्या आधुनिकीकरणासाठी सतत प्रयत्न करीत होता. पण २१ डिसेंबर

१९२९ रोजी, म्हणजे स्तालिनच्या ५० व्या वाढदिवसाच्या दिवशी वोरोशिलोवनं एक छोटं पत्रक प्रसिद्ध केलं. 'स्तालिन अँड द रेड आर्मी' असं शीर्षक असणारं हे पत्रक म्हणजे खुशामतखोरीचा उत्कृष्ट नमुना होता. त्यात स्तालिनचं एक लष्करी नेता म्हणून भरभरून कौतुक केलेलं होतं. डिफेन्स कॉमिसार म्हणजे संरक्षणमंत्री म्हणून वोरोशिलोवनं रेड आर्मीमधल्या जुन्या, झारच्या काळातील अधिकाऱ्यांची 'सफाई' करण्याचा कार्यक्रम पार पाडला होता. त्याची ही एक मोठी कामगिरी होती. वोरोशिलोवनं त्या घटनेचा उत्तम वापर करून स्तालिनला त्यांच्यामधल्या मैत्रीची आठवण करून दिली होती. तसंच, त्यानं आपण बोल्शेविक तत्त्वज्ञानाशी एकनिष्ठ असल्याचा पुनरुच्चार केला होता. या पत्रकामुळे आपलं संरक्षणमंत्री म्हणून स्थान बळकट होईल, अशी वोरोशिलोवची अटकळ होती. या पत्रकाला भरपूर प्रसिद्धी देण्यात आली होती. जरी त्यात सोव्हिएत महासंघाच्या इतिहासाची हवी तशी मोडतोड केलेली असली, तरी त्यामधल्या स्तुतीसुमनांमुळे स्तालिन खूश झाला होता. तुकाचेवस्की सतत लष्कराच्या वाटचालीसंबंधी विचार करीत असे. भविष्यात सोव्हिएत महासंघाला सुसज्ज अशा एखाद्या युरोपीय लष्कराच्या, यंत्रांवर आधारित युद्धतंत्राचा सामना करावा लागणार आहे, असं त्याला वाटत होतं. उलट वोरोशिलोव सतत यादवी युद्धाच्या वेळचे अनुभव आठवून जणू एकच पवित्र मंत्र असावा असं म्हणत राही. एकदा का रेड आर्मीत बोल्शेविक तत्त्वज्ञानाची ज्योत चेतवली की, रेड आर्मी विजयीच होईल, असं तो म्हणायचा. वोरोशिलोव हा मूळचा घोडदळातला माणूस होता. त्याला घोडेस्वारी प्रिय होती. १९१९मध्ये रेड आर्मीनं एक उत्तम घोडदळ उभारलं होतं. पण आता अवजड तोफा आणि रणगाड्यांच्या जमान्यात त्याचे विचार जुनाट ठरत होते.

लष्कराच्या आधुनिकीकरणाच्या कार्यक्रमात सतत काही ना काही अडथळे येत असत; त्याचं कारण वोरोशिलोवची अकार्यक्षमता हे असलं, तरी त्याचा सगळा दोष 'लष्करी तज्ज्ञांवर' ढकलण्यात येई. संपूर्ण संरक्षण उद्योगाच्या प्रगतीला खीळ घालण्यासाठी हे लोक मुद्दाम कटकारस्थान करीत असल्याचा आरोप केला जात असे.

वोरोशिलोवच्या काम करण्याच्या पद्धतीबद्दल पुढील काळात, सोव्हिएत महासंघाचा तत्कालीन परराष्ट्रमंत्री असणाऱ्या *वियाचेस्लाव मोलोटोव्ह*[१]नं अशी टिप्पणी केली होती –

> 'संरक्षण खात्याचा कॉमिसार म्हणून वोरोशिलोवनं बरंच काही करणं अपेक्षित होतं. तो सर्वशक्तिनिशी प्रयत्न करीत होता. पण त्याला काम जमतच नव्हतं. तो नेहमीच प्रत्येक बाबतीत मागं पडत असे... त्याला त्या

गोष्टी करताच येत नव्हत्या हेच खरं....'

हे सगळं असं चाललं असताना तुकाचेवस्की लेनिनग्राड लष्करी जिल्ह्याचा प्रमुख या पदावर असण्याचा पुरेपूर उपयोग करून घेत होता. तो शहरात असणाऱ्या रणगाडा आणि दारूगोळा कारखान्यांना भेटी देऊन नवीन शस्त्रसामुग्रीबद्दल जाणून घेत होता. नवीन तंत्रज्ञानामधली प्रगती पाहून तो खरोखरच प्रभावित झाला होता. त्यानं रेड आर्मीची सगळीच शस्त्रास्त्रं मोठ्या प्रमाणावर बदलण्यासाठी प्रस्ताव तयार केला होता. वोरोशिलोवचा अर्थातच त्याला विरोध होता. त्यानं तुकाचेवस्कीचा प्रस्ताव स्तालिनकडे पाठवला खरा; पण त्याला एक वेगळं टिपण वोरोशिलोवनं जोडलं होतं – 'तुकाचेवस्कीला आपण 'मूलगामी बदल घडवणारा' आणि 'कल्पक' माणूस आहोत असं भासवायचं होतं. या वरवरच्या देखाव्याला फशी पडणारे काही जण रेड आर्मीत आहेत, ही फार वाईट गोष्ट आहे... दोन्ही दस्तऐवज वाचून आपलं मत द्यावं, अशी माझी प्रार्थना आहे.'

स्तालिनजवळ सोव्हिएत महासंघाच्या लष्करी प्रगतीचा स्वच्छ आराखडा तयार होता, असं मानण्याचा मोह कोणाही इतिहासकाराला सहज होईल, पण प्रत्यक्षात इतक्या महत्त्वाच्या विषयात त्याच्या मनात बराच गोंधळ होता. एकीकडे लष्करामधल्या व्यावसायिकतेला विरोध करण्याच्या वोरोशिलोवच्या मताशी तो सहमत होता. पण तरीही नवीन तंत्रज्ञानाच्या विकासाची आवश्यकता त्याला मनोमन पटली होती. म्हणूनच आधुनिक लष्कर उभारण्याच्या बाबतीत त्याच्या मनात बराच खुलेपणा होता. असं असूनही, तुकाचेवस्की ज्या प्रमाणावर लष्करी शस्त्रसामुग्रीचं नूतनीकरण करावं असं सुचवत होता, त्याबद्दल स्तालिनच्या मनात संशय होता.

स्तालिननं वोरोशिलोवला सांगितलं होतं की – "ही योजना खऱ्याखुऱ्या लष्करी माणसांचे हेतू साध्य करणारी आहे, हे खरं. पण लष्कर हा राज्याच्या एकूण आर्थिक आणि सामाजिक व्यवस्थेचाच एक भाग आहे. ही गोष्ट या माणसांच्या लक्षात येत नाही." हे ऐकल्यानंतर वोरोशिलोवला झालेला आनंद फार वेळ टिकला नाही. कारण स्तालिन पुढे म्हणाला, "मला कॉम्रेड तुकाचेवस्कीच्या विलक्षण क्षमतेबद्दल आदर वाटतो."

याच्या नेमकी उलट गोष्ट वोरोशिलोवची होती. राजकारणातल्या एकनिष्ठपणाचं बक्षीस म्हणून वोरोशिलोवला संरक्षणमंत्री या पदावर नेमतानाही स्तालिननं वोरोशिलोवच्या मर्यादा स्पष्ट केल्या होत्या. हे कळल्यानंतर आता देशाबाहेर गेलेल्या ट्रॉट्स्कीनं अगदी नेमक्या शब्दांत असं वर्णन केलं होतं –

'म्हातारा बोल्शेविक वोरोशिलोव हा निव्वळ शोभेचा बाहुला आहे, हे

काही फार मोठं रहस्य आहे अशातला भाग नाही. लेनिन जिवंत असताना या माणसाला मध्यवर्ती समितीवर घेणंदेखील कोणाच्या स्वप्नातही आलं नसतं. जरी यादवी युद्धाच्यावेळी त्यानं दाखवलेलं वैयक्तिक शौर्य कौतुकास्पद असलं, तरी या संपूर्णपणानं जुनाट मनोवृत्तीच्या माणसाजवळ लष्करी आणि प्रशासकीय क्षमता नावालाही नाही. स्तालिन किंवा पॉलिट ब्युरोच्या इतर कोणाही सदस्याच्या मनात वोरोशिलोवच्या लष्करी क्षमतेबद्दल जराही भ्रम नाही. म्हणूनच ते त्याला पदावर टिकवून धरण्यासाठी, त्याच्यापेक्षा जास्त कुवतीचे मदतनीस देतात.'

अशा तऱ्हेनं रेड आर्मी आणि पर्यायानं सोव्हिएत महासंघानं आधुनिक युद्धात टिकाव धरण्याची शक्यता, या दोन माणसांमधल्या भांडणावर अवलंबून होती.

वोरोशिलोवनं तुकाचेवस्कीला उद्देशून एक पत्र लिहिलं होतं. आपण नवीन शस्त्रांच्या विकासाकडे दुर्लक्ष केल्यानं रेड आर्मी बलवान होऊ शकली नाही, असं तो पसरवत असल्याचा आरोप वोरोशिलोवनं केला होता. नंतर त्यानं वडिलकीचा आव आणून तुकाचेवस्कीला सल्ला दिला, 'तू लवकरात लवकर भरकटत जाणं थांबवून तुझी सगळी शक्ती प्रत्यक्ष कामावर एकवटशील अशी मला आशा आहे. पक्षानं तुझी नेमणूक ज्या कामासाठी केली आहे, त्या कामाची पूर्तता होण्याच्या दृष्टीनं ते जास्त योग्य होईल. त्यापेक्षाही जास्त महत्त्वाचं म्हणजे तुला तुझ्या चुकीच्या आणि राजकीय दृष्टीनं घातक मतांपासून मुक्ती मिळेल.'

वोरोशिलोवमध्ये लष्कर सांभाळण्याची कुवत नसली तरी, एखाद्या प्राण्यात जसा उपजत चिवटपणा असतो, त्याप्रमाणे तो सत्तेला चिकटून राहण्यात वाकबगार होता. तुकाचेवस्कीची अडचण ही आपली संधी आहे, हे त्यानं बरोब्बर ओळखलं होतं. सोव्हिएत पत्रकारांमध्ये तो 'लाल नेपोलियन' म्हणून कौतुकानं ओळखला जात असे. नेपोलियन देखील लष्करी यशानंतरच सत्तेवर आला होता. तुकाचेवस्कीबद्दल आपल्या मनात असणारी शंका वोरोशिलोवनं चातुर्यानं स्तालिनच्या कानावर घातली होती. त्यानं तुकाचेवस्की हा 'लाल लष्करवाद' पसरवत असल्याचा आरोप केला होता. साम्यवादी विचारसरणीच्या शब्दभांडारात हा शब्द अत्यंत भयानक अर्थानं वापरला जात असे. लष्कराला नवीन शस्त्रास्त्रं पुरविण्याचा बहाणा करून तुकाचेवस्की लष्करात स्वत:ची वेगळी सत्ता निर्माण करीत आहे असा त्याच्या म्हणण्याचा सारांश होता. वोरोशिलोवनं तुकाचेवस्कीला उद्देशून लिहिलेल्या पत्रात या आरोपाचा पुनरुच्चार केला होता.

तुकाचेवस्कीच्या विरोधात अचानक तो देशद्रोही असल्याच्या आरोपांचं वादळ उठलं होतं. सोव्हिएत सरकार उलथवून टाकण्याच्या कटात त्याचा सहभाग

असल्याचं बोललं जाऊ लागलं होतं. पण स्तालिनला याबद्दल काय वाटत होतं, याविषयी वोरोशिलोवला खात्रीनं काही ठरविता येईना. म्हणून मग त्यानं काळजीपूर्वक वाक्यरचना करून तयार केलेलं ते पत्र पाठवलं नाही. हे पत्र त्याच्या खासगी पत्रव्यवहारात उपलब्ध आहे. त्याच्यावर 'न पाठविलेलं' असा शेरा मारलेला आहे.

ऑगस्ट १९३०मध्ये एक 'चौकशी' मालिका सुरू झाली होती. सोव्हिएत मिलिटरी अकॅडमीच्या दोन सदस्यांनी तुकाचेवस्की हा 'उजव्या' विचारसरणीच्या गटाचा पुढारी असून लष्करी हुकूमशाही स्थापन करण्याचा या गटाचा प्रयत्न आहे असे आरोप केले होते. पण वोरोशिलोवनं घाईनं पत्र न पाठवण्याचा जो निर्णय घेतला होता, तो बरोबर ठरला होता. तुकाचेवस्कीबद्दल वोरोशिलोवच्या मनात वैयक्तिक पातळीवर तिरस्काराची भावना आहे, याची स्तालिनला चांगली कल्पना होती. वोरोशिलोवकडून आलेली माहिती तो तशीच्या तशी स्वीकारत नव्हता, म्हणूनच स्तालिन खूपच सावधगिरीनं पावलं उचलत होता. त्यानं पॉलिट ब्युरोमधल्या आपल्या एका अत्यंत विश्वासू सहकाऱ्याला लिहिलेल्या पत्रात हे स्पष्ट होतं –

> 'क्लिमला (वोरोशिलोव) खरोखर पुरेशी माहिती आहे की, नाही हे मला समजत नाही. त्याच्या म्हणण्यानुसार... तुकाचेवस्की सोव्हिएतविरोधी गटाच्या कब्ज्यात गेला आहे, याचा असा अर्थ होतो... हे शक्य आहे का?...हा पेचप्रसंग नेहमीच्या पद्धतीनं (तत्काळ अटक, चौकशी आणि मृत्युदंड वगैरे) संपवून टाकणं शक्य नाही. याबाबतीत काळजीपूर्वक विचार करण्याची गरज आहे.'

या सगळ्या प्रकाराची सखोल चौकशी झाली आणि सगळे आरोप बिनबुडाचे असल्याचं उघड झालं. ऑक्टोबर १९३०मध्ये आपला परराष्ट्रमंत्री मोलोटोव्हला स्तालिननं कळवलं –

> 'तुकाचेवस्कीबद्दल सांगायचं, तर तो १०० टक्के स्वच्छ आहे हे दिसून आलं आहे. हे फारच चांगलं झालं.'

आता सोव्हिएत महासंघाच्या सर्वोच्च नेत्याला, लष्कराला नवीन शस्त्रास्त्रं देण्यात रस वाटू लागला होता. भरपूर चर्चा झाल्यानंतर तुकाचेवस्कीच्या काही योजना अमलात आणण्याचं ठरलं होतं. लेनिनग्राडमधल्या कारखान्यांमधल्या रणगाड्यांच्या उत्पादनावर देखरेख करण्याचं काम त्याच्याकडे देण्यात आलं होतं. ७ मे १९३२ रोजी स्तालिननं एक महत्त्वाचं पत्र तुकाचेवस्कीला पाठवलं होतं. त्यात त्यानं

तुकाचेवस्कीच्या योजनांना पूर्ण पाठिंबा दिला होता आणि बोल्शेविकांची युद्धाची जुनाट पद्धत बदलायला हवी, हे मान्य केलं होतं –

> 'किती डिव्हिजन सैन्य आहे यापेक्षा सगळ्यात महत्त्वाची गोष्ट म्हणजे, त्यांचा दर्जा, नवीन साधनसामुग्रीही आहे. यापुढील काळात याच बाबी निर्णायक ठरणार आहेत. उत्तम शस्त्रास्त्रं मिळालेली आणि नव्यानं रचना केलेली आपल्या ६० लाख सैन्याची ताकद एवढी असेल की, आपण आपल्या स्वातंत्र्याचं सहज रक्षण करू शकू. अशी फौज तयार करणं आपल्या जवळजवळ आवाक्यात आहे.'

जर तुकाचेवस्कीला केंद्रस्थानी ठेवून जर हे धोरण व्यवस्थित अमलात आणलं असतं, तर १९४१ च्या उन्हाळ्यात जर्मन सैन्य लेनिनग्राडच्या जवळपास पोहोचूच शकलं नसतं.

तुकाचेवस्कीचा आता उत्कर्ष होत होता आणि वोरोशिलोवला त्याच्यामागे फरफटत जाणं भाग होतं. त्याच्यावर नव्यानं सोपविलेलं काम करणं त्याला भागच होतं. स्तालिन त्याला वारंवार ढोसून संरक्षण उत्पादनाची प्रगती कुठवर आलीय हे विचारत होता. तुकाचेवस्कीच्या मार्गदर्शनाखाली रेड आर्मीच्या लढाऊ क्षमतेत नाट्यमयरित्या वेगानं वाढ होऊ लागली होती. सार्वजनिक पातळीवर तुकाचेवस्कीच्या आधुनिकीकरणाच्या कार्यक्रमाची स्तुती करण्यावाचून वोरोशिलोवला काही पर्यायच नव्हता, पण खासगीत मात्र तो त्याच्याविरुद्ध नंतर वापरता येईल अशी माहिती गुपचूप जमवून ठेवू लागला होता. मनात खोलवर रुजलेले जुने पूर्वग्रह सहजासहजी बदलत नाहीत, हे वोरोशिलोवला माहीत होतं. जरी स्तालिननं लष्कराच्या आधुनिकीकरणाकडे आपला कल झुकल्याचं दाखवलं असलं, तरी त्याचा तुकाचेवस्कीवर पूर्ण विश्वास नाही, याची वोरोशिलोवला कल्पना होती. वातकुक्कुट यंत्रावरचा कोंबडा जसा फिरतो, तसा स्तालिन कधीही पलटी मारू शकतो, हे त्याला पक्कं ठाऊक होतं. एकदम विलक्षण वेगळी परिस्थिती निर्माण झाल्यानं अचानक वोरोशिलोवसमोर एक संधी चालून आली होती.

१९२०-३० या दशकात आणि १९३० नंतरची काही वर्षं जर्मनी आणि सोव्हिएत महासंघाच्या दरम्यान लष्करी सहकार्याचा एक अतिशय गुप्त कार्यक्रम चालू होता. त्यानंतर अवघ्या काही वर्षांतच हे दोन देश मानवी इतिहासातल्या एका भीषण विनाशकारी युद्धात एकमेकांसमोर उभे ठाकले होते, हे पाहता असा कार्यक्रम फारच चकित करणारा वाटत होता. या कार्यक्रमाबद्दल दीर्घ काळ सोव्हिएत सरकारनं गुप्तता पाळली होती. पण अलीकडेच उपलब्ध झालेल्या कागदपत्रांमधून

ही गोष्ट उघड झाली आहे.

खरं तर पहिल्या महायुद्धानंतर झालेल्या *व्हर्सायच्या तहा*[१०]नुसार अशा प्रकारच्या कोणत्याही सहकार्याला बंदी होती. पण तरीही असं सहकार्य केल्यास दोन्ही बाजूंचा फायदा होणार होता. सोव्हिएत बाजूला पश्चिमेच्या औद्योगिक प्रगतीची आणि तंत्रज्ञानाची माहिती होणार होती, तर जर्मनीला त्यांच्या सैनिकांना प्रशिक्षण देणं शक्य होणार होतं. सोव्हिएत महासंघात खूप आतल्या बाजूला जर्मन सैनिकांना लढाऊ विमानं आणि रणगाडे वापरण्याचं तंत्र शिकायला मिळणार होतं आणि ते देखील जगाला न कळता. व्हर्सायच्या तहानुसार जर्मनीला रणगाडे बाळगायला बंदी होती. पण १९२७ पासून जर्मनीनं सोव्हिएत महासंघात एक गुप्त लष्करी तळ चालू केला होता. कझान या शहराजवळ असणाऱ्या या लष्करी तळाला 'कामा' असं सांकेतिक नाव होतं. रणगाडा युद्धाचं प्रशिक्षण देणाऱ्या या तळावर जाण्यासाठी जर्मन सैन्याधिकारी फौजेतली नोकरी तात्पुरती सोडून, सामान्य नागरिक म्हणून पर्यटनाला जात असल्याचे दाखवून पोलंडमार्गे कझानला जात असत. याच प्रशिक्षण केंद्रात शिकलेल्या एका माणसाचं नाव होतं *हाईन्झ गुडेरियन.*[११] पँझर रणगाडा दलाचा हा सर्वांत गाजलेला हुशार सेनापती पुढील काळात जर्मनीच्या ब्लिट्झक्रीग युद्धतंत्राचा शिल्पकार होता. रशियातच प्रशिक्षण घेतलेल्या या सेनापतीनं रशियावर त्याच्या रणगाड्यांनी भीषण हल्ला चढवावा ही दैवाची फारच विचित्र लीला होती.

आपल्याला अशा प्रकारच्या लष्करी सहकार्याची कल्पना नव्हती, असा कांगावा स्तालिन आणि वोरोशिलोव या दोघांनी वारंवार केला असला तरी ते खरं नाही. या दोघांनाही अशा कार्यक्रमाची सगळी माहिती होती. एकदा मेजर जनरल विल्हेम ॲडम याच्या नेतृत्वाखाली जर्मन सेनाधिकाऱ्यांच्या एका गटानं भेट दिली असताना, वोरोशिलोव त्यांना प्रत्यक्ष भेटला होता. सोव्हिएत मिलिटरी अकॅडमीमधल्या या भेटीचा अहवाल वोरोशिलोवनं ११ नोव्हेंबर १९३१ रोजी स्तालिनला पाठविला होता.

१९३३मध्ये हिटलर सत्तेवर आल्यानंतर साम्यवाद किती घातक आहे हे दाखविणारे हल्ले वारंवार जर्मन वर्तमानपत्रांतून होऊ लागले. त्यानंतर हळूहळू दोन देशांमधले संबंध बिघडू लागले. जर्मनीतल्या नव्या नाझी सत्ताधाऱ्यांबरोबर लष्करी सहकार्य पुढे चालू ठेवता येईल, याबद्दल वोरोशिलोवच्या मनात कसलाही भ्रम नव्हता. "जर्मन लष्कर जरी मित्रत्वानं वागत असलं तर मनोमन ते आपला तिरस्कार करतात," असं तो म्हणत असे. जर्मनीच्या वेगानं वाढणाऱ्या लष्करी बळाची त्याला चांगली कल्पना होती. 'दळणवळण, तोफखाना आणि यांत्रिकीकरण या क्षेत्रात जर्मन आपल्याला दाखवितात त्यापेक्षा कितीतरी जास्त पुढे आहेत,' असा अहवाल एप्रिल १९३३मध्ये वोरोशिलोवकडे आला होता.

दरम्यान तुकाचेवस्कीच्या सगळ्या हालचालींवर वोरोशिलोवचं बारीक लक्ष होतं. जर्मन सेनाधिकाऱ्यांचं शिष्टमंडळ जेव्हा मॉस्कोत आलं होतं, तेव्हा तुकाचेवस्कीच त्यांच्याबरोबर जास्तीत जास्त वेळ होता. यानंतर परतभेट म्हणून तुकाचेवस्कीनं जर्मनीला जावं असा प्रस्ताव पुढे आला. शिष्टमंडळाला दिलेल्या जेवणाच्यावेळी हजर असणाऱ्या मोजक्या लष्करी अधिकाऱ्यांमधला एकजण खबऱ्या होता. त्यानं त्याच्या अहवालात लिहिलं होतं –

> जर्मनीनं अवघड राजकीय परिस्थितीतून सुटका करून घेण्यासाठी शक्य तितक्या लवकर २००० बॉम्बर विमानं असणारं वायुदल उभारायला हवं असं कॉम्रेड तुकाचेवस्की वारंवार सांगत होते.

हा अहवाल जेव्हा वोरोशिलोवकडे पोहोचला, तेव्हा त्याचं महत्त्व त्याच्या तत्काळ लक्षात आलं. निळी पेन्सिल घेऊन त्यानं या शब्दांखाली तीन रेषा मारून, हे शब्द अधोरेखित केले.

१९३६मध्ये तुकाचेवस्की आणि वोरोशिलोव यांच्यामधला तणाव शिगेला पोहोचला होता. वोरोशिलोव अकार्यक्षम आहे, असं दाखवून त्याची संरक्षणमंत्री पदावरून हकालपट्टी करविण्यासाठी तुकाचेवस्की आणि काही इतर अधिकारी प्रयत्न करीत होते. वोरोशिलोवनं प्रतिहल्ला चढविताना बर्लिनला जर्मन दूतावासानं पाठविलेला एक संदेश सरळ स्तालिनकडे पाठवून दिला. 'जर्मन लष्कराबद्दल तुकाचेवस्कीच्या मनात आता खूप आदराची भावना आहे.' असं मॉस्कोमधल्या जर्मन दूतावासानं बर्लिनला कळवलं होतं.

आता राजकारणाचा रंग बदलला होता. देशभर *'सफाई कार्यक्रम'*[१२] जोरानं चालू होता. रेड आर्मीत खरोखरच एखादं निराळं स्वतंत्र सत्ताकेंद्र तयार झालं असावं याबद्दल स्तालिनच्या मनातला संशय सतत वाढतच होता. जर्मन गुप्तचर याचा पुरेपूर फायदा उठवत होते. तुकाचेवस्की त्यांच्याशी गुप्त खलबतं करतो आहे, असं दाखविणारी कागदपत्रं बनवून ही खोटी कागदपत्रं सोव्हिएत गुप्तहेरांच्या हातात पडतील अशी व्यवस्था करीत होते.

मे १९३७ च्या अखेरीस तुकाचेवस्कीला अटक झाली. छळ झाल्यानंतर तपास अधिकाऱ्यांना हवा तसा कबुलीजवाबही मिळाला. त्यानंतर त्याला गोळी घालण्यात आली. यानंतर स्वत: स्तालिन आणि वोरोशिलोव यांनी जातीनं लक्ष घालून रेड आर्मीत रक्तरंजित 'सफाई' केली होती. या वेळी रेड आर्मीमधल्या हजारो 'कटवाल्यां'ना हुडकून त्यांचा नायनाट करण्यात आला. तुकाचेवस्कीला ठार केल्यानंतर काही काळानं लावरेन्ती बेरीयानं एन.के.व्ही.डी.ची सूत्रं हाती घेतली

होती. त्याबद्दल आपल्या मुलाला सर्गोला सांगताना बेरीया म्हणाला होता की, अशा कोणत्याही कटाचा कसलाही पुरावा त्याला सापडला नाही बेरीयानं त्याविषयी असं सांगितलं –

'तुकाचेवस्कीनं स्तालिन किंवा पक्षाच्या विरुद्ध काहीही केलेलं नव्हतं. म्हणजे त्याच्या अटकेचं समर्थन करता येण्याजोगं काहीच नाही. त्यानं त्या मूर्ख वोरोशिलोववर हल्ला केला, हा एवढाच त्याचा अपराध होता.'

१९४१ च्या कडक उन्हाळ्यात जर्मन सैन्य रशियात घुसून लेनिनग्राडच्या रोखानं वेगानं मुसंडी मारत असताना दिमित्री शोस्ताकोविच याला आपला मित्र तुकाचेवस्कीची आठवण झाली होती. त्या वेळच्या भयंकर प्रसंगात जर आपला मित्र लेनिनग्राडचा कमांडर असता, तर बरंच काही वेगळं घडलं असतं, असं त्याला वारंवार वाटत होतं.

"युद्धाच्यावेळी मला तुकाचेवस्कीची पुन्हापुन्हा आठवण येत असे. त्याला सोव्हिएत महासंघातला सर्वांत मोठा लष्करी विचारवंत मानलं जात होतं. आता नेमका त्याच्या अचूक आणि पारदर्शक विचारपद्धतीचा अभाव जाणवत होता. मी जुलै १९४१मध्ये लेनिनग्राड शहराच्या बाहेर खड्डा खणत असताना मला त्याची आठवण आली... आम्ही सगळेजण एकत्रच काम करीत होतो. प्रचंड कष्ट करणारे वादक-संगीतकार फारच केविलवाणे दिसत होते. आम्ही सगळेच फारच वाईट काम करीत होतो... आमचा एक पियानोवादक नवीन सूट घालून आला होता. त्यानं काम सुरू करताना हळुवारपणे पँटच्या खालच्या कडा दुमडल्या. त्याचे लुकडे पाय दिसत होते. पण लवकरच तो मांड्यांपर्यंत चिखलात बरबटून गेला. आम्ही सगळेच जीव खाऊन मेहनत करावयाचा प्रयत्न करीत होतो... पण आम्ही हे सगळं खूपच आधी करायला हवं होतं... खूप अगोदर व्यावसायिक सफाईनं खंदक खणले जाणं जरूरी होतं... संरक्षणासाठी जे काही केलं गेलं होतं, ते सगळं तुकाचेवस्कीच्याच काळात झालं होतं."

तुकाचेवस्कीला मृत्युदंड देण्याचे अतिशय वाईट परिणाम झाले. नोव्हेंबर १९३८मध्ये वोरोशिलोवनं अतिशय अभिमानानं घोषणा केली की, 'रेड आर्मीची सफाई करताना १९३७-३८मध्ये ४०,००० पेक्षा जास्त लोकांना हाकलून देण्यात आलं होतं.' ज्यांची हकालपट्टी झाली, त्यांच्यामधल्या बहुतेकांना गोळ्या घालण्यात

आल्या. वोरोशिलोवला लष्करी तज्ज्ञांबद्दल जो तिरस्कार वाटत होता, त्यातूनच हे सगळं घडत होतं. विरोधकांचा काटा काढण्यासाठी त्यांच्यावर 'लोकांचे शत्रू', 'ट्रॉट्स्कीचे दुहेरी एजंट', 'झारसमर्थक' असे वेगवेगळे शिक्के मारण्यात येत होते. याखेरीज ज्यांची विचारसरणी अडचणीची वाटायची अशा सगळ्यांचा नायनाट करण्यासाठी वोरोशिलोव टेलिग्राम पाठवून देत असे.

सोव्हिएत महासंघात एक विलक्षण वेडेपणाचं थैमान सुरू झालं होतं. स्वत:च्या मनातले जुने पूर्वग्रह आणि स्तालिनच्या इच्छेनुसार लष्कराचा प्रमुखच स्वत:च्याच अधिकाऱ्यांवर हल्ले चढवत होता. त्या वेळी फौजेत फील्ड मार्शल दर्जाचे (त्यांना मार्शल ऑफ द सोव्हिएत युनियन म्हणत) पाच वरिष्ठ सेनापती होते. त्यामधल्या तिघांना गोळ्या घालण्यात आल्या होत्या. सोळामधल्या पंधरा सेनापतींचा नायनाट करण्यात आला होता. कॉर्प्स कमांडर दर्जाच्या ६७ पैकी ६० आणि १६९ मधल्या १३६ डिव्हिजनल कमांडर पदावरच्या सेनापतींना मृत्युदंड देण्यात आला होता. हे सगळं इतक्या मोठ्या प्रमाणावर झालं की, सोव्हिएत लष्कर जवळजवळ नेतृत्वहीन होऊन बसलं.

लष्करामधली ही 'सफाई' पाहून सोव्हिएत महासंघातला सामान्य माणूस गोंधळून जाणं स्वाभाविक होतं. एका तरुण पोरानं त्या वेळच्या परिस्थितीचं नेमकं वर्णन केलं आहे –

> 'आम्हाला आमच्या सेनापतींची चरित्रं तोंडपाठ होती. आता अचानक आम्हाला सांगितलं जाऊ लागलं की त्यामधले काही 'लोकांचे शत्रू' आहेत. या लोकांनी नेमकं काय केलंय ते आम्हाला कोणीच सांगत नव्हतं. फक्त या सेनापतींवर तसा शिक्का मारण्यात आला होता इतकंच. अगदी १४-१५ वर्षांच्या मुलांना हा प्रश्न पडू लागला की, असं कसं झालं? काहीजण तर स्तालिनचे वीस किंवा त्यापेक्षाही जास्त वर्षांपासून सहकारी होते आणि अचानक ते 'लोकांचे शत्रू' कसे काय झाले? मी लहान असताना वोरोशिलोवला माझा खास हिरो म्हणून निवडलं होतं, तर एका मुलानं तुकाचेवस्कीला हिरो मानलं होतं. आता त्या मुलानं काय करायचं?'

आता मर्चंट नेव्हीमधून निवृत्त झालेल्या एका अधिकाऱ्याला तेव्हाचे दिवस आठवतात. १९३७ च्या सुमारासच आपला अधिकृत प्रचारावरचा विश्वास उडू लागल्याचं त्यानं नमूद केलं आहे.

> 'तुकाचेवस्कीच्या संदर्भात मला आठवतंय की, एक दिवस मी शाळेत

गेलो असताना कोणीतरी त्याचा फोटो भिंतीवरून काढून टाकला. त्यानंतर आम्हाला शाळेच्या पुस्तकांमधलं त्याचं चित्र खोडून काढा आणि त्याच्याबद्दल अपशब्द लिहा असं सांगण्यात आलं.'

आपल्या प्रतिस्पर्ध्याचा नायनाट झाल्यानंतर वोरोशिलोव एकदम खूश झाला होता. आपलं यश साजरं करण्यासाठी तो वारंवार विख्यात सोव्हिएत चित्रकार अलेक्झांडर गेरासिमोवच्या स्टुडिओत जाऊ लागला. मोलोटोव्हनं त्या दिवसांबद्दल असं लिहिलं आहे –

'गेरोसिमोव हा एक अतिशय हुशार चित्रकार होता... त्यानं वोरोशिलोवची अनेक चित्रं रंगवली... घोड्यावर स्वार झालेला वोरोशिलोव... स्किईंग करणारा वोरोशिलोव... हा सगळा एकमेकांची पाठ खाजवण्याचा प्रकार होता.'

वोरोशिलोवला आता ऑपेरा आणि नाटकांबद्दल एकदम प्रेम उफाळून आलं होतं. त्याच्याविषयी सांगताना खुश्चेव्हनं लिहिलंय –

> 'सार्वजनिक ठिकाणी आपला लष्करी रुबाब मिरवण्याची त्याला (वोरोशिलोव) फार हौस होती. सैन्यासाठी शस्त्रसामग्रीचा पुरवठा होतो की नाही किंवा सैन्य योग्य जागी पोहोचलं की नाही, याबाबतीत लक्ष घालण्यापेक्षा त्याला असं मिरवणं जास्त पसंत होतं. त्याचा निष्काळजीपणा हा मोठाच गुन्हा होता. त्याच्या हाताखालचे लोक त्याला सगळी माहिती देत असणार हे नक्की. पण बदक जसं पंखावरचं पाणी झटकून टाकतं तसं तो करीत असणार.'

१९३८मध्ये एक 'इफ देअर इज वॉर टुमॉरो' या नावाचा एक चित्रपट आला होता. एक तासाच्या या चित्रपटात वोरोशिलोवनं मुख्य भूमिका केली होती. हिटलरच्या राजवटीत जर्मनीनं हल्ला केला, तर त्याला सोव्हिएत सैन्य सहज पराभूत करेल असं त्यात दाखविण्यात आलं होतं. जर्मन सैनिक त्यांच्या रणगाड्यात चढत आहेत आणि विमानं रशियावर घोंघावत आहेत असं दृश्य आल्यानंतर मग पुढच्या दृश्यात उत्तम पोशाख केलेला वोरोशिलोव येतो आणि एक भाषण देतो. 'शत्रूला परतवून लावा,' असं त्याचं भाषण ऐकून युद्धाचा रंग पालटतो. रेड आर्मीचं घोडदळ जर्मन लष्करावर चालून जाण्याचा प्रसंग त्यात रंगविलेला होता. घोडदळ, जर्मन सैनिकांना त्यांच्या खंदकांमधून हुसकावून लावतं असं या नाट्यमय प्रसंगात

दाखविलं होतं. संभाव्य युद्ध आक्रमकाच्या भूमीवरच लढलं जाईल असं वोरोशिलोवला वाटत होतं.

मार्च १९३९मध्ये साम्यवादी पक्षाचं अधिवेशन झालं होतं. युद्धाच्यावेळी पराभव व्हावा म्हणून जे देशद्रोही देशाला आतून कमजोर करायचा प्रयत्न करीत होते, अशा सर्व छुप्या शत्रूंचा निर्णायक पराभूत करण्यात आलं आहे, असं वोरोशिलोवनं या अधिवेशनात जाहीर केलं. तो उत्साहानं सांगत होता –

> 'विश्वासघाताचा हा अल्सर कापून काढण्यात आला असून रेड आर्मीमधली ही सगळी घाण साफ करून टाकलेली आहे.'

या त्याच्या वाक्यावर झालेला टाळ्यांचा कडकडाट कमी झाल्यानंतर त्यानं देशवासीयांना उद्देशून घोषणा केली –

> 'आपली सेना सीमेवर डोळ्यांत तेल घालून लक्ष ठेवत आहे. सोव्हिएत महासंघाच्या पवित्र भूमीवर पाऊल टाकणाऱ्या कोणाही शत्रूवर हल्ला चढविण्यासाठी आपलं सैन्य सज्ज आहे... शत्रूला थोड्याच वेळात चिरडून टाकून त्याचा नायनाट करण्यात येईल... आपलं सैन्य अव्वल दर्जाचं असून इतर कोणत्याही देशाच्या सैन्यापेक्षा चांगलं आहे... तंत्रज्ञानात उत्तम आणि उत्कृष्ट प्रशिक्षण मिळालेलं... कॉम्रेड्स, आपलं सैन्य अजिंक्य आहे!'

आपलं सैन्य अजिंक्य असण्याबद्दल वोरोशिलोवनं जे विधान केलं होतं, ते खरं की खोटं हे कळायची वेळ लवकरच आली. नोव्हेंबर १९३९मध्ये फिनलंड आणि सोव्हिएत महासंघात युद्ध सुरू झालं होतं. रेड आर्मीनं कमी वेळात विजय मिळवणं अपेक्षित होतं. पण युद्ध सुरू होण्याच्या अगोदरच घडलेल्या एका प्रसंगाबद्दल मोलोटोव्हनं लिहून ठेवलं आहे. रशियन सैनिकांना मशीनगन देऊन सुसज्ज करण्याचा प्रश्न निघाला तेव्हा वोरोशिलोवनं त्या प्रस्तावाला ठाम नकार दिला होता. "तसं करण्याची आपली क्षमता नाही." असं वोरोशिलोवनं सरळ सांगून टाकलं होतं. हे ऐकल्यावर स्तालिनला शंका आली. त्यानं विचारलं, "हे तू कसं काय म्हणू शकतोस?... इतरांकडे आहेत नि आपल्याच सैनिकांना का नाहीत?" स्तालिनच्या या बोलण्यावर वोरोशिलोव एकदम क्षुब्ध झाला होता. तो म्हणाला, "आपण सबमशीनगन वापरण्याचं ठरविलं, तर त्यांना लागणाऱ्या गोळ्या कुठून आणणार? आपल्याजवळ तेवढ्या बिलकूल नाहीत!"

फिनलंडविरुद्धचं युद्ध लेनिनग्राड लष्करी जिल्ह्यातून होणार होतं. युद्धाच्या तयारीवर वोरोशिलोव आणि लेनिनग्राडमधला पक्षनेता *आंद्रेई झाडनोव*[१३] हे देखरेख करीत होते. वोरोशिलोव-झाडनोव ही दुक्कल वैशिष्ट्यपूर्ण होती. कारण ते एकमेकांच्या नेमके उलट होते. वोरोशिलोव कायम अतिशय नीटनेटका राहात असे, तर झाडनोव कधीच आपण कसे दिसतो याची जराही फिकीर करीत नसे. झाडनोवचे लाल डोळे पूर्णपणाने निर्विकार असत. त्याच्याकडे पाहून यानं कधी अंघोळ केली आहे की नाही अशी शंका येई. फोफशा शरीरयष्टीच्या झाडनोवच्या खांद्यावर नेहमी कोंडा पसरलेला दिसायचा. त्याला 'करड्या व्यक्तिमत्वाचा' असं संबोधलं जाई. दोघांच्यात हा एवढा फरक असला तरी दोघंही कडवे बोल्शेविक होते आणि पक्षाच्या नावाखाली लोकांना ठार करण्यात दोघं उत्साहानं पुढाकार घेत असत. स्तालिनशी एकनिष्ठ असणाऱ्या या जोडगोळीमुळे सोव्हिएत-फिनिश युद्धावर अतिशय वाईट परिणाम झाले होते. आणि आश्चर्याची गोष्ट म्हणजे नंतर १९४१मध्ये जर्मन सेना लेनिनग्राडवर चालून येत असताना याच दोघांवर शहराच्या संरक्षणाची जबाबदारी सोपविण्यात आली होती.

स्तालिनला नेहमीच लेनिनग्राडबद्दल संशय वाटतो आणि तिथल्या लोकांच्या स्वतंत्र विचारसरणीचा त्याला तिटकारा आहे, ही गोष्ट आंद्रेई झाडनोवला चांगलीच माहीत होती. म्हणूनच ज्या कठोरपणानं वोरोशिलोवनं रेड आर्मीत 'सफाई' कार्यक्रम पुरा केला होता, तेवढ्याच तडफेनं झाडनोवनं राजकीय क्षेत्राची 'सफाई' सुरू केली होती. त्यानं अनेक काल्पनिक 'कट' उधळून लावले होते. लेनिनग्राडच्या जनतेनं जर्मन सैन्यानं घातलेल्या वेढ्यात खूप हालअपेष्टा भोगल्या हे खरंच होतं. पण त्या अगोदर दोन वर्षे लेनिनग्राडमधल्या नेत्यांना अतिशय पाशवी शिक्षांना सामोरं जावं लागलं होतं. १९३७-३८ या दोन वर्षांमध्ये ३०,००० पेक्षा जास्त जणांना अटक झाली होती आणि अनेकांना ठार मारण्यात आलं होतं. बऱ्याच जणांना सैबेरिया आणि उत्तर ध्रुवानजिकच्या 'श्रम छावण्यांमध्ये' रवाना करण्यात आलं होतं. त्या काळातल्या सफाई कार्यक्रमातून वाचलेला एकजण सांगत होता –

> 'यानंतर कोणाला ठार करण्यात येईल हे सांगणं अशक्य होतं. अनेकजण भ्रमिष्ट अवस्थेत मरणाला सामोरे जात असत. सोव्हिएत राजवट आतून खिळखिळी करणं, घातपात, हेरगिरी आणि दहशतवादी कृत्य करणं अशा अनेक गुन्ह्यांची कबुली त्यांनी दिलेली असायची. हे लोक कसलीही खूण मागे न राहता अदृश्य होत असत. त्यानंतर त्यांच्या बायका-मुलांचाही काही ठावठिकाणा लागायचा नाही.'

झाडनोवकडेही वोरोशिलोवसारखंच जन्मजात कौशल्य होतं. त्यामुळे तोदेखील

एका मागोमाग एक कट 'उघडकीस' आणत होता. त्यानं तर लेनिनग्राडच्या हर्मिटेज म्युझियममध्ये एन.के.व्ही.डी.च्या अधिकाऱ्यांना तपासासाठी पाठविलं होतं. तिथं या अधिकाऱ्यांना नाणी आणि दुर्मिळ वस्तूंच्या विभागात जर्मन हेर, पौर्वात्यकला विभागात जपानी हेर आणि इतर सर्व विभागांमध्ये 'लोकांचे शत्रू' सापडले होते. या म्युझियममध्ये एक अनुभवी क्युरेटर होता. त्यानं कित्येक वर्षं तो प्राचीन काळातील शस्त्रं आणि चिलखतं जमा करीत होता. 'सशस्त्र उठाव करण्यासाठी शस्त्रास्त्रांचा साठा करणं' हा आरोप त्याच्यावर ठेवण्यात आला होता. त्या वेळी क्युरेटर पदावर काम करणाऱ्या १२ जणांना हेर म्हणून मृत्युदंड देण्यात आला होता. ५०जणांची सक्तमजुरीसाठी श्रमछावण्यांकडे रवानगी झाली होती.

१९३७ च्या उन्हाळ्यात सफाई कार्यक्रम ऐन भरात असताना लेनिनग्राडमध्ये जे वातावरण होतं, याचं यथार्थ वर्णन ल्युबोव शापोरिना हिनं केलं आहे –

> 'मी एका प्रचंड मोठ्या आणि भीषण दुःस्वप्नात आहे असं वाटत होतं. जेव्हा लोक याला गोळी घातली, त्याला गोळी घातली असं म्हणताना ऐकलं की मला पोटात ढवळून येतं. एखादा माणूस नाटक पाहायला गेला असं सांगावं इतक्या सहजपणे लोक गोळी घातली असं म्हणतात. या शब्दांचा नेमका अर्थ आमच्या आतल्या मनाला जाणवतच नसावा. गोळी घातल्यानंतर मरणाऱ्या माणसाची प्रतिमा आमच्या मेंदूला दिसतच नाही... नुकत्याच झालेल्या एका स्पर्धेत भाग घेतलेल्या वितेल्को या गायिकेचं आणि नतालिया सात्झ नावाच्या एका दिग्दर्शिकेचं आणि अशा कितीतरी लोकांचं नाव आमच्या कानावर येतं होतं. तसंच ज्या माणसांना अटक झाली, त्यांच्या बायकांच्या वाट्याला काय क्रौर्य येतं हे आम्हाला कळत नाही. पण कानावर ज्या गोष्टी येतात, त्या एवढ्या भयंकर आहेत की, कान बंद करून घ्यावेत असं वाटतं. कधीही झडप घालेल असं मांजर समोर असताना उंदीर जसा वागेल, तशी माझी मैत्रीण इव्हगेनिया भेदरून जगते आहे. पत्रकार असणाऱ्या तिच्या नवऱ्याला नोव्हेंबर १९३६मध्ये अटक झाली होती... आता कोणाची पाळी? कदाचित तुमची... कदाचित माझी?'

हुशार तुकाचेवस्कीनं लेनिनग्राडमधल्या लष्करी संस्थांबरोबर अगदी निकटचं सहकार्य केलं होतं. पण म्हणूनच झाडनोवनं त्यांच्याकडे खास लक्ष पुरवलं होतं. १९३७ च्या अखेरीस लेनिनग्राडमधले अनेक उत्तम लष्करी आणि नौदल कर्मचारी निवडून त्यांचा निकाल लावण्यात आला. ही संख्या कित्येक हजारांमध्ये होती. एके दिवशी सकाळी अचानक शापोरिनाला जाग आली होती.

पहाटेचे तीन वाजले असावेत. मला जाग आली आणि नंतर पुन्हा झोप आली नाही. ट्राम अजून सुरू झालेल्या नव्हत्या. बाहेर सर्वत्र नीरव शांतता होती. मला अचानक गोळीचा आवाज ऐकू आला. मग काही वेळानं आणखी एकदा गोळीचा आवाज मी ऐकला. यानंतर दर पाच-दहा मिनिटांनी गोळाबार झाल्याचे आवाज सकाळी पाच वाजेपर्यंत सुरू होते... मग ट्राम सुरू झाल्या. मी खिडकी उघडून आवाज कुठून येत होते याचा कानोसा घेतला. पीटर आणि पॉल यांचे किल्ले जवळच होते. गोळीबाराचे आवाज तिथूनच येणं शक्य होतं. तिथं कोणाला ठार केलं जात होतं? आणि कशासाठी?

रात्री किंवा पहाटे जे काही ऐकलं ते लेनिनग्राडच्या दिवसाच्या धावपळीत लक्षात ठेवणं शापोरिनाला अवघड जात होतं. तिला त्याचा त्रास होत होता.

'आमची सदसद्‌विवेकबुद्धी इतकी मरून गेली आहे की, आमच्या मनावर दिवसाच्या चकचकाटाचा एक जाड पडदा येऊन आमच्या मनातले विचार बाजूला सरतात. सगळी रात्र निरपराध माणसांना गोळ्या घातल्या जाण्याचे आवाज ऐकायचे आणि तरीही आपण भ्रमिष्ट व्हायचं नाही! नंतर जणू काही घडलंच नाही असं मानून झोपी जायचं....'

अटकसत्र सतत सुरूच होतं. १५ जानेवारी १९३८ रोजी शापोरिनाला कळलं की नाटकात प्रॉपर्टी सांभाळणाऱ्या, अगदी साध्यासुध्या स्वभावाच्या लेवा नावाच्या माणसाची चीनकडे हकालपट्टी झाली होती. कसलीही चौकशी नाही की काही नाही. सरळ हद्दपारी. तिच्या नवऱ्याला पकडून नेल्यानंतर शापोरिनाची मैत्रीण इव्हगेनियालाही अटक झाली होती. त्यांच्या मुलांना आता शापोरिना आपल्या घरी घेऊन आली होती. शापोरिना म्हणते –

'इव्हगेनियाला आता तोम्स्क इथल्या कैद्यांसाठीच्या खास छावणीत ठेवण्यात आलं आहे... ही बाई कोणासाठी कशी काय धोकादायक ठरू शकेल? या दुर्दैवी स्त्रीनं तिच्या मुलांना असं वाढवलं आहे की, आपल्या आईबापांना पकडून नेल्यानंतर त्या बिचाऱ्या पोरांच्या तोंडून एकही शब्द बाहेर पडलेला नाही.'

लेनिनग्राडमधलं दैनंदिन जीवन दिवसेंदिवस कठीण होत चाललं होतं. सफाई कार्यक्रमात इतक्या मोठ्या प्रमाणात कुशल तंत्रज्ञ आणि अनुभवी प्रशासकीय कर्मचाऱ्यांना निकाल लागला होता की, शहराची यंत्रणा कोलमडून पडण्याच्या मार्गावर होती. जानेवारी १९३९मध्ये शापोरिनानं तिच्या डायरीत लिहिलं –

> 'आम्हाला एखादी वस्तू विकत घ्यायची असेल तर अख्खा दिवस रांगेत उभं राहावं लागतं. इंधनाचा पुरेसा पुरवठा नसल्यानं कारखाने बंदच आहेत आणि तरीही आमचं सुखी-समृद्ध जीवन आणि कामगारांमधलं शिस्तपालन याबद्दल वर्तमानपत्रांमध्ये भरभरून छापून येतंय.'

स्तालिनची कृपादृष्टी आपल्याकडे वळावी म्हणून फिनलंडविरुद्धच्या युद्धात साधनसामग्री वगैरेचा पुरवठा लेनिनग्राड शहर करेल असा निर्णय झाडनोवनं घेतला होता. हा निर्णय ऐकून एन.के.व्ही.डी.चा सर्वेसर्वा लावरेन्ती बेरीया हादेखील दिङ्मूढ होऊन गेला.

झाडनोवनं स्तालिनला पटवून दिलं की, फिनलंडला शरण आणायला दोन किंवा फार तर तीन आठवडे पुरेसे आहेत. परंतु स्तालिनला या दोन देशांमधल्या *मानरहाईम रेषेची*[१४] कल्पना होती. अनेक नद्या आणि मोठी जलाशये यांचा वापर करून बनविलेली ही संरक्षणफळी, ही फिनलंडची मुख्य ताकद होती. त्यामुळे स्तालिननं चिंता व्यक्त करताच वोरोशिलोव अभिमानानं म्हणाला, "काही काळजी करायला नको. ही सगळी रेषा गोठून गेली असेल."

बासष्टाव्या रायफल डिव्हिजनमध्ये तोफखान्यात काम करणारा मिखाईल लुकिनोव डिसेंबर १९३९ मधल्या आठवणी सांगताना म्हणाला –

> 'ज्या शहरामधून जगाला हादरा देणारी क्रांती सुरू झाली, त्या शहरात उत्तमोत्तम इमारती, राजवाडे आणि म्युझियम आहेत. त्या लेनिन आणि पीटर यांच्या महान शहरात आम्ही पोहोचलो, पण आता हे शहर ओळखता येत नव्हतं. हे आता काहीतरी निराळंच वाटत होतं – सरहद्दीवरचं थंडगार, अतिशय रुक्ष आणि सगळीकडे अंधार पसरलेला असलेलं विरूप झालेलं होतं. आम्ही एका मालधक्क्यापाशी आमचं सामान उतरवलं. आमच्या तोफा शहरातून घोडागाड्यांवर लादून नेल्या जात होत्या. आम्ही बर्फानं काचा धुरकटलेल्या ट्राममध्ये बसून, बर्फ पडलेल्या रस्त्यांवरून उत्तरेकडच्या उपनगरांकडे जात होतो.'

लेनिनग्राड शहराची परिस्थिती सांगितल्यानंतर लुकिनोव पुढे म्हणतो –

'फिनलंडबरोबरच्या सरहद्दीजवळ सोव्हिएत प्रदेश निर्माण करून लेनिनग्राडला असणारा धोका कमी करण्याची कामगिरी आम्हाला करावयाची आहे असं सांगण्यात आलं होतं. पण आम्हाला हे युद्ध कसं लढलं जातंय तेच कळेना. फिनिश मोर्च्यांवर नीट बॉम्बवर्षाव होत नव्हता की, शत्रूच्या बगलेवर हल्ला चढवण्यासाठी विमानातून सैन्य उतरवलं जात नव्हतं. रणगाड्यांचा वापरही नीट होत नव्हता. हे सगळं न करता त्यांनी आमच्या सैनिकांना सरळ शत्रूच्या तोफांसमोर आणि मशीनगनच्या भडिमारासमोर जायचा हुकूम दिला होता.'

सुरुवातीचा सोव्हिएत हल्ला निरुपयोगी ठरल्यानंतर ॲडमिरल निकोलाय कुझनेत्सोव यानं मानरहाईम रेषा निकामी करण्यासाठी फिनिश आघाडीच्या मागच्या बाजूला नौदलानं सैन्य उतरवण्याचा प्रस्ताव ठेवला होता. पण वोरोशिलोवनं ही कल्पना धुडकावून लावली होती.

सुधारणांच्या अनेक कार्यक्रमांमुळे आपण रेड आर्मीच्या कार्यक्षमतेत वाढ केली आहे, असा वोरोशिलोवचा दावा होता. त्यानं सैन्यातल्या अधिकाऱ्यांना बढती देण्यासाठी खरोखरच एक नवीन योजना सुरू केली होती. या योजनेनुसार बढती देताना अधिकाऱ्याचं तांत्रिक प्रशिक्षण आणि नियोजनक्षमता यांच्यापेक्षा त्याचा वर्ग आणि आपल्या सहकाऱ्यांना 'देशद्रोही' ठरविण्यात असलेला त्यांचा सहभाग या गोष्टींना जास्त महत्त्व दिलं जात होतं. १३८ व्या डिव्हिजनमधल्या रणगाडा बटालियनचा कमांडर असणाऱ्या कॅप्टन यानोव यानं केलेल्या वर्णनात वोरोशिलोवची ही नवीन योजना नेमकी कशी उपयोगी पडत होती, याचं प्रतिबिंब पाहायला मिळतं. सुम्मा या गावाजवळ असणाऱ्या हिल-६५ नावाच्या एका महत्त्वाच्या फिनिश मोर्च्यावर रेड आर्मीनं हल्ला चढविणं अपेक्षित होतं.

'१७ डिसेंबर १९३९ला सकाळी सहा वाजता आम्ही हल्ला करण्यासाठी योग्य जागा घेण्याची अपेक्षा होती. पण या कामाला आम्हाला अनंत अडचणी आल्या होत्या. रस्त्यांमध्ये सर्व प्रकारची पथकं जागोजागी पसरलेली होती. आम्ही यामधून मार्ग काढत कसेबसे आघाडीवर पोहोचलो, तर त्या ठिकाणी जास्तच गोंधळ होता. आम्ही जी जागा धरायची होती, त्या जागी निराळीच रणगाडा बटालियन अगोदरच येऊन थांबली होती. इतकंच नाही तर आणखी एक रणगाडा बटालियन तिथं भरकटत आली होती. यामुळे

एवढा गोंधळ उडाला की कोणी काय करायचं हे कोणालाच कळेना. मग तोफखान्याची एक रेजिमेंट तिथं आली. त्यांना तिथं पोहोचायला कित्येक तासांचा उशीर झाला होता. यातच आणखी भर म्हणून पायदळाची एक तुकडी तिथं धडपडत पोहोचली... सगळीकडे कल्पनेच्या पलीकडचा सावळा गोंधळ होता.'

या सगळ्यात आता दुपार झाली होती. आता १२:३० वाजता हल्ला करा असा आदेश मिळाल्यावर कॅप्टन यानोवनं त्याच्या वरिष्ठ कमांडरला शोधून काढलं होतं. पण यानोवला पाहून तो अधिकारी चकित झाला होता.

'तू कोण आहेस?... माझ्याबरोबर लढण्यासाठी ९५ वी रणगाडा बटालियन असेल असं ठरलं होतं.' तो कमांडर मला म्हणाला, मी या हल्ल्यामध्ये सहभागी व्हायचं आहे असा आदेश मला मिळाला असल्याचं मी त्याला सांगितलं. त्यानं हा गुंता सोडविण्याचा प्रयत्न केला. पण त्यात यश येत नाही हे पाहून त्यानं मला त्याच्या चीफ ऑफ स्टाफकडे पाठविलं. पण त्यालाही काही कळेना. त्यानं प्रत्यक्ष कारवाईसाठी दिलेले आदेश जरा उलटेपालटे केले. अर्थात हे काम फारसा विचार न करता घाईगर्दीनं केलेलं होतं. त्यानं तोफखान्याच्या तुकडीशी संपर्क साधण्यासाठी मला दळणवळण यंत्रणेच्या प्रमुखाकडे पाठविलं. पण त्यामधूनही काही साध्य झालं नाही. कारण त्याला कसलाही अनुभव नव्हता. साहजिकच तोफखाना दलाशी संपर्क होऊच शकला नाही. दरम्यान इकडं चीफ ऑफ स्टाफभोवती गोंधळून गेलेल्यांची एकच गर्दी उडाली होती. मी अखेर त्याचा नाद सोडला आणि फक्त वाट पाहत राहावं असं ठरवलं.

रेड आर्मी अशा तऱ्हेनं हळूहळू पुढे सरकत असताना त्यात कसलंही नियोजन नव्हतं. मात्र वोरोशिलोवनं स्तालिनकडे जो अहवाल रवाना केला, त्यात त्याच्या नेहमीच्या पद्धतीनं त्यानं सगळा दोष इतरांवर ढकलला होता, 'माझ्या मते कॉर्प्स डिव्हिजन आणि रेजिमेंट या सगळ्या पातळ्यांवर चांगली सफाई करणं आवश्यक वाटतं!' वोरोशिलोवनं अशा प्रकारे अनेक कोर्ट मार्शल आणि मृत्युदंडांच्या शिक्षेची शिफारस केली असताना इकडे रेड आर्मीला अन्न, इंधन आणि दारूगोळ्याचा तुटवडा भासू लागला होता. त्यांची बऱ्याच मोठ्या प्रमाणात जीवितहानी होऊ लागली होती.

"आमची युद्धाची तयारी नीट झालेली नव्हती." रेड आर्मीतून निवृत्त झालेला

वसिली दविदेन्को सांगत होता, ‘‘मी तेव्हा प्लॅटून कमांडर होतो आणि माझ्या रेजिमेंटच्या आघाडीवरच्या पथकात माझा समावेश होता. आम्ही मानरहाईम रेषेपाशी पोहोचलो; पण आमच्याजवळ नकाशाच नव्हता. साहजिकच आम्हाला थांबण्यावाचून पर्यायच नव्हता. आम्ही थांबल्यानंतर एक फिनिश विमान आमच्या डोक्यावरून उडत गेलं. त्या विमानानं आमचे फोटो काढले असणार. कारण जरा वेळानं आमच्यावर नेमका तोफखान्याचा मारा सुरू झाला. आमची हानी मोठी होती हे सांगायला नकोच.’’

मानरहाईम रेषेवर केलेला रेड आर्मीचा पहिला अयशस्वी हल्ला अतिशय महागडा ठरला होता. परिस्थिती आटोक्यात आणण्यासाठी अनुभवी सेनापती मार्शल सिमोन टिमोशेंको याला तिथं पाचारण करण्याची वेळ आली होती. अखेर टिमोशेंकोच्या नेतृत्वाखाली सोव्हिएत फौजांनी मानरहाईम रेषा भेदून मार्च १९४०मध्ये या युद्धाचा शेवट केला. फिनलंडसारख्या छोट्या राष्ट्राविरुद्ध रेड आर्मीला एवढं झगडावं लागलं, ही गोष्ट फारच लाजिरवाणी होती. पण वोरोशिलोव आणि झाडनोवनं लेनिनग्राडमध्ये आयोजित केलेल्या पोकळ विजयी संचलनाची हकिकत मिखाईल लुकोनोवला अजून चांगली आठवते –

‘ज्या रेजिमेंट्सना राखीव म्हणून ठेवण्यात आलं होतं आणि ज्यांचा प्रत्यक्ष लढाईत जरासाही सहभाग नव्हता, त्यांना संचलनात अग्रभागी ठेवण्यात आलं होतं. त्यांना विजयी वीर म्हणून गौरवण्यात आलं होतं. प्रत्यक्षात प्रचंड कष्ट सोसून मानरहाईम रेषा भेदणाऱ्या आमच्या रेजिमेंटमधले उरलेसुरले लोक शहरात परत आले तेव्हा संचलन संपलं होतं आणि लोक आपापल्या घरी निघून गेले होते.’

अपयशाची जबाबदारी ढकलण्यासाठी लागणारे बळीचे बकरे लवकरच शोधून काढण्यात आले होते. वरिष्ठ अधिकाऱ्यांच्या नालायकपणामुळे अनेक सोव्हिएत सैनिक शत्रूच्या घेऱ्यात अडकून बंदी झाले होते. आता या दुर्दैवी लोकांना शत्रूला मदत करण्याच्या आरोपाखाली दोषी ठरविण्यात आलं होतं. लुकिनोव यानं स्वत: असा एक अनुभव घेतला होता.

‘लेनिनग्राडच्या रेल्वे स्टेशनवर आम्हाला काही मालवाहू डबे दिसले होते. त्यांच्या खिडक्यांवर काटेरी तारा लावलेल्या होत्या. हे डबे एका बाजूला रुळांवर उभे होते आणि बायोनेट लावलेल्या रायफली रोखून अनेक पहारेकरी तिथं उभे होते. एका रेल्वे कर्मचाऱ्यानं मला हलक्या आवाजात

सांगितलं की, फिनिश सैन्यानं पकडलेले हे सोव्हिएत सैनिक त्यात आहेत.’

आपल्याला हेरखात्यानं पुरेशी माहिती पुरविली नाही, असा आरोप नंतर वोरोशिलोवनं केला. पण ते खरं नव्हतं. हेरखात्यानं पुरविलेल्या माहितीचा वापरच करण्यात आला नव्हता. युद्ध संपल्यानंतर टिमोशेंको ख्रुश्चेव्हशी बोलताना म्हणाला, ‘‘नकाशा पाहून सैन्य कुठं पाठवावं हे एखाद्या शेंबड्या पोरालाही कळलं असतं. आपण जरी तेवढंच केलं असतं, तरी परिस्थिती नक्कीच वेगळी झाली असती.’’

या रखडलेल्या फिनिश युद्धाचा एकमेव फायदा असा झाला की, वोरोशिलोवच्याबाबतीत स्तालिनचे डोळे उघडले होते. या युद्धाच्यावेळी दिसलेली त्याची भयंकर अकार्यक्षमता पाहून त्याची संरक्षणमंत्री पदावरून हकालपट्टी करण्यात आली होती. स्तालिननं त्याच्याबद्दल अशा जळजळीत शब्दांत शेरे मारले –

> ‘‘फिनलंडविरुद्धच्या युद्धात संरक्षणमंत्र्यांच्या (वोरोशिलोव) नेतृत्वाचा मागासलेपणा आणि खुजेपणा उघड झाला होता. रेड आर्मीजवळ मशीनगन आणि दारूगोळा नव्हता. त्यांच्याकडे नेमके किती रणगाडे आणि विमानं आहेत, याची त्यांना कल्पनाच नव्हती. सैनिकांकडे कडक हिवाळ्यात वापरायचे कपडे नव्हते आणि रसद पुरविण्यासाठी योग्य व्यवस्था केलेली नव्हती. तोफदल आणि हवाईदलाला योग्य ते प्रशिक्षण देण्याच्या कामात अक्षम्य असा हलगर्जीपणा दिसून आला... या सगळ्याचा परिणाम म्हणजे युद्ध जरुरीपेक्षा लांबलं होतं आणि निष्कारण हानी झाली होती.’’

स्तालिननं हे ज़े काही केलं ते फार उशिरा होतं खरं, पण आता वोरोशिलोवचं कार्यक्षेत्र फक्त राजकारणापुरतं मर्यादित झालं होतं. त्याला लष्करापासून दूर करण्यात आलं होतं. पण त्यानंतर पुन्हा पंधरा महिन्यांनी जे काही घडलं त्याचं स्पष्टीकरण देणं अवघड आहे. जर्मनीविरुद्धचं युद्ध सुरू होऊन अवघे तीन आठवडे झाले असताना स्तालिननं आपल्या जुन्या मित्राला पुन्हा आघाडीवर नेमलं होतं. वायव्य आघाडीचा सेनापती म्हणून क्लिमेंट वोरोशिलोव याची नेमणूक होऊन ११ जुलै १९४१ रोजी त्याच्याकडे लेनिनग्राडच्या संरक्षणाची जबाबदारी सोपविण्यात आली होती. दोन दिवसांनी त्याचा मदतनीस म्हणून आंद्रेई झाडनोवची नेमणूक झाली होती.

अशा प्रकारे कोलांट्या उड्या मारणं हे स्तालिनच्या स्वभावाचं वैशिष्ट्यच होतं. रेड आर्मीत सुधारणा करण्याच्या बाबतीतही त्यानं असंच केलं होतं. त्यानं अगोदर

तुकाचेवस्कीला पाठिंबा दिला होता आणि मग अचानक निर्णय फिरवून त्यानं वोरोशिलोवची पाठराखण केली होती. वोरोशिलोवला पुन्हा महत्त्वाच्या जागी नेमण्याचा त्याचा हा निर्णयही चमत्कारिक होता. जर्मनीनं अचानक केलेल्या हल्ल्याच्या धक्क्यामधून स्तालिन अजून सावरला नव्हता असं दिसत होतं. वोरोशिलोवच्या लष्करी क्षमतेविषयी त्याच्या मनात शंका असल्या, तरी संकटाच्यावेळी हा जुनाजाणता कॉम्रेड आपल्याशी एकनिष्ठ राहील, याची त्याला पक्की खात्री होती. या निष्ठेला स्तालिनच्या दृष्टीनं जास्त महत्त्व होतं.

स्तालिनला लेनिनग्राडला असणाऱ्या धोक्याची चांगली कल्पना होती. फिनलंडनं जर्मनीच्या बाजूनं युद्धात उडी घेतली होती आणि आता फिनिश सैन्य उत्तर दिशेनं लेनिनग्राडच्या रोखानं चालून येत होतं. अलीकडेच सोव्हिएत महासंघानं कबजात घेतलेल्या बाल्टिक राष्ट्रांमधली जनता वेरमाख्तचं स्वागत करू लागली होती. लेनिनग्राडच्या पश्चिमेला इस्तोनियामधलं सैन्य जर्मन फौजांशी सहकार्य करीत होतं. त्यांनी अगोदरच त्या देशाच दक्षिण भाग जिंकून घेतला होता. जर त्या वेळी लेनिनग्राड इतर सोव्हिएत भागापासून राजकीयदृष्ट्या अलग पडलं, तर शहरामधले विरोधी मताचे लोक उचल खाऊन जर्मनीशी परस्पर शांतता तह करून टाकतील अशी भीती स्तालिनला वाटत होती. पण काहीही असलं, तरी वोरोशिलोवची नेमणूक ही एक घोडचूक होती आणि या घोडचुकीची मोठी किंमत लेनिनग्राड शहराला चुकवावी लागणार होती.

११ जुलै रोजी वोरोशिलोव ज्या नाटकी पद्धतीनं स्मोल्नी इन्स्टिट्यूटमध्ये आला, ते रेडिओ ऑपरेटर मिखाईल नीश्टाटला चांगलं आठवतं होतं –

> 'दुपारची वेळ होती. कानठळ्या बसतील एवढ्या जोरात दरवाजा उघडला गेला. मार्शल वोरोशिलोव जोरानं आत शिरला. त्याच्या मागोमाग झाडनोव धावत येत होता. ड्युटी कमांडर एवढा गोंधळून गेला की, त्या दोघांना संबोधताना त्यानं गफलत केली. त्यानं वोरोशिलोवला लेनिनग्राडमधल्या पक्षाचा सेक्रेटरी असं संबोधलं, तर झाडनोवला तो लष्करप्रमुख म्हणाला. आम्ही सगळेजण गोंधळून पाहत होतो.'

जेव्हा वोरोशिलोवनं वायव्य भागाचा सेनापती म्हणून पदभार स्वीकारला तेव्हा लेनिनग्राडच्या संरक्षणासाठी त्याच्याजवळ निदान कागदावर तरी तीस डिव्हिजन सैन्य होतं. यामधल्या काहींमध्ये माणसांची आणि यंत्रांची कमतरता होती. खरं तर वोरोशिलोवनं प्राधान्यानं शहराभोवती संरक्षक फळी उभारण्याची आणि त्याच्याजवळ असणाऱ्या सैनिकांना प्रशिक्षण देऊन लढाईला सज्ज करण्याची गरज होती. पण

लष्करी विचारसरणीकडे दुर्लक्ष करणं हा त्याचा स्वभावच होता. त्यानं त्याच्या मनाप्रमाणे लुगा नदीच्या किनाऱ्यावर सगळं सैन्य एकवटून संरक्षक फळी उभारली आणि इतरत्र काहीच केलं नाही. त्याचं म्हणणं असं होतं की जर्मनांना लेनिनग्राडपासून जितक्या लांब रोखता येईल तेवढ्या लांब अंतरावर रोखावं. पण अशी संरक्षक फळी तयार करताना त्यानं हजारो नागरिकांना कामाला लावलं आणि त्यांचे प्राण निष्कारण धोक्यात आणले.

पद स्वीकारल्यानंतर एका आठवड्याच्या आत त्यानं लुगा नदीच्या परिसरात खंदक वगैरे खणण्यासाठी हजारो लोकांना रवाना केलं होतं. त्यांच्या मागोमाग लढाऊ पथकं आणि कामगारांच्या तुकड्या बनवून पाठविण्यात आल्या होत्या. पण या सगळ्याला संरक्षण पुरविणारी यंत्रणाच नव्हती. आघाडीवरचा चीफ ऑफ स्टाफ मेजर जनरल निकीशेव्ह यानं नंतर असं नमूद केलं आहे –

> 'आमची परिस्थिती कठीण होण्याचं मुख्य कारण म्हणजे आमच्या कोणाही डिव्हिजनल कमांडरजवळ राखीव सैन्यच नव्हतं. त्यामुळे संरक्षक रेषेमधली अगदी छोटीही पोकळी आम्हाला कामचलाऊ पथकांकडूनच भरून काढावी लागत होती. ही अशी घाईगर्दीनं जमविलेली कामचलाऊ पथकं जर्मन सैन्याची वाटचाल रोखतील असं मानणं साफ अयोग्य होतं.'

कोणालाही काही वाटत असलं, तरी वोरोशिलोव त्याच्या मतालाच चिकटून होता. लेनिनग्राडमधले नागरिक त्यांच्यात अचानक येऊन मिसळताना पाहून सोव्हिएत सैनिक चकित होऊन गेले होते. हे नागरिक म्हणजे प्रामुख्याने बायका आणि कोवळी तरुण पोरं होती. त्या वेळी तिथं असणाऱ्या एका सैनिकानं त्या वेळी परिस्थिती कशी होती हे सांगितलं –

> 'त्यांना कसल्याही सोयी नव्हत्या की खायला पुरेसं अन्न नव्हतं. त्यांना शत्रूपासून कसलंही संरक्षण नव्हतं. जर्मन सैन्य आता तोफांचा मारा करू शकण्याएवढ्या जवळ आलं होतं. लेनिनग्राडमधले नागरिक जिथं खणत होते, त्याच्यासमोर एक जर्मन सैनिक दुर्बिणीतून पाहत उभा होता. काही वेळातच अगदी अचूक जागी तोफगोळे पडू लागले. आमचे सैनिक खंदकातून बाहेर धावले आणि त्यांनी काम करणाऱ्या बायकापोरांना माऱ्यापासून दूर नेण्यासाठी खेचत नेलं. त्या वेळची एक प्रतिमा माझ्या मनात कायमची राहिली आहे. एक तोफगोळा रस्त्यावर पडला. रस्त्यावरचं डांबर पेटलेलं पाहून घाबरलेला गुरांचा एक कळप उधळला आणि भेदरलेले ते दुर्दैवी

प्राणी सरळ सुरुंग पेरलेल्या क्षेत्रात शिरले.'

वोरोशिलोव लेनिनग्राडमध्ये येताच ठोकळेबाज प्रकारच्या अनेक घोषणा प्रसारित करण्यात आल्या. ११ जुलैला एक पत्रक प्रसिद्ध झालं. त्याच्या खाली वोरोशिलोव आणि झाडनोव दोघांची नावं होती. 'कॉम्रेड्स, रेड आर्मीचे सैनिक, सेनाधिकारी आणि राजकीय कार्यकर्तेहो!' अशी सुरुवात केलेल्या या निवेदनात लेनिनच्या या शहरावर शत्रूच्या हल्ल्याचं संकट उभं आहे असं नमूद केलं होतं. लेनिनग्राडमध्ये लोकांकडून कडक शिस्तपालनाची अपेक्षा व्यक्त करून जो कोणी आघाडी सोडून जाईल किंवा जबाबदारी टाळेल, त्यांची चौकशी करून त्यांना गोळ्या घातल्या जातील असं बजावलं होतं. पण तरीही पुढचे कित्येक दिवस लष्करी परिस्थितीवर वोरोशिलोव आणि झाडनोव या दोघांनाही नियंत्रण मिळविता आलं नाही. रेड आर्मीमधल्या सामान्य सैनिकांनी लिहिलेल्या अनेक डायऱ्या पुढे जर्मनांच्या किंवा एन.के.व्ही.डी. एजंटांच्या हातात पडल्या होत्या. परिस्थिती त्या वेळी किती भयंकर होती याची माहिती त्यामधून मिळते.

अनेक लष्करी पथकं इकडून तिकडे उगीचच फिरविली जात होती. जुलैच्या मध्याला जर्मनीच्या आर्मी ग्रुप नॉर्थला सामोरं जाण्यासाठी जेकब युश्केविचच्या पथकाची रवानगी केली होती. उदास नजरांनी पाहत असलेल्या लेनिनग्राडवासी लोकांमधून रस्त्यानं जात असल्याचं त्याला आठवत होतं. "प्रत्येकाच्या नजरेत अनिश्चितता होती. नागरिकांना आमच्याबद्दल आणि आम्हाला आमच्या स्वत:बद्दल काळजी वाटत होती."

युश्केविचचं पथक शहराबाहेर आल्यानंतर त्यांना थांबण्याचा हुकूम मिळाला होता. "त्यांनी आम्हाला ट्रक्समध्ये घातलं आणि अचानक निराळ्याच दिशेनं ट्रक्स जाऊ लागले." या गडबडीत पथकामधले लोक विखरून गेले. त्यांनी एकत्र येण्याचा प्रयत्न केला, पण त्यांना ते जमलं नाही. "आम्ही त्यांना आणि ते आम्हाला शोधत फिरत होते. आम्ही आमची बटालियन एकत्र करण्याच्या प्रयत्नात ज्या 'लष्करी हालचाली' केल्या, त्या वेळी आम्ही ९४ किलोमीटर अंतर कापलं असल्याचं आमच्या लक्षात आलं."

स्टीफन कुझनेत्सोवचं पथक १६ जुलै १९४१ रोजी लेनिनग्राडमध्ये आलं. आपण आता प्रत्यक्ष युद्धावर लगेच जाणार असं या पथकातल्या सैनिकांना वाटत होतं. त्यांना नौदल बटालियनचे गणवेश देण्यात आले. दोन दिवस असेच गेल्यानंतर वेगळाच हुकूम त्यांना मिळाला. त्यांना आता नेहमीचे लष्करी गणवेश मिळाले. त्यांनी प्राथमिक सर्वेक्षणाचं काम करायचं होतं. पण २० जुलैला त्यांना कळलं, की त्यांना बाल्टिक फ्लीट या नौदल ताफ्यात सामील व्हायचं होतं; परंतु एक दिवस

उलटताच हा हुकूमही फिरविण्यात आला. त्यांना आता पीटरहॉफकडे कूच करून एका मोटोराइज्ड बटालियनला जाऊन मिळण्याचा हुकूम बजावला गेला. पण हे सगळेजण तिथं पोहोचले, तर ती बटालियन अगोदरच आणखी कुठेतरी हलविण्यात आली होती. २३ जुलैला कुझनेत्सोव आणि त्याचे सहकारी फील्ड किचनभोवती जमा झाले. विलक्षण थकलेल्या या लोकांना पुढे काय करावयाचं हे कळत नव्हतं.

सैन्याच्या हालचालींमध्ये कसल्याही प्रकारची सुसूत्रता नव्हती. वोरोशिलोवच्या एकूण कामाचा अंदाज आल्यानंतर स्तालिननं लेफ्टनंट जनरल वातुनिनला बोलावून घेतलं. हा सेनापती अतिशय अनुभवी होता. स्तालिननं वातुनिनला वेगानं पुढे येणाऱ्या जर्मन फौजेच्या बगलेवर प्रतिहल्ला चढविण्याचा हुकूम दिला. वातुनिनच्या सैन्यानं केलेला हल्ला एवढा प्रखर होता की, काही काळ वेरमाख्तचं नेतृत्व बुचकळ्यात पडलं होतं. या हल्ल्यामध्ये सोव्हिएत दलांनी केव्ही-१-एस आणि केव्ही-२-एस हे अजस्त्र रणगाडे वापरले होते. या रणगाड्यांच्या निर्मितीसाठी तुकाचेवस्कीनं कसून प्रयत्न केले होते. या रणगाड्यांचा विकास होऊ नये म्हणून प्रयत्नांची पराकाष्ठा करणाऱ्या क्लिमेंट वोरोशिलोव याच्या नावानं या रणगाड्यांचं नामकरण व्हावं हा मोठाच दैवदुर्विलास होता.

दोन आठवडे गोंधळ झाल्यानंतर वोरोशिलोवनं अचानक एक निर्णय घेतला. या निर्णयासंबंधी फारशी माहिती उपलब्ध नाही, कारण ती कित्येक वर्षं सोव्हिएत अधिकाऱ्यांनी दडपून ठेवली होती.

जुलै १९४१ च्या सुरुवातीला सोव्हिएत व्यापारमंत्री अनातास मिकोयान याने धान्य आणि इतर अन्नपदार्थांनी भरलेल्या अनेक रेल्वेगाड्या पश्चिमेकडे प्सोव्ह या गावाकडे पाठविल्या होत्या. या ठिकाणी रेड आर्मीची रसद पुरवठ्याची मुख्य गोदामं होती. पण वेरमाख्तनं वेगानं हालचाली करून जनरल हान्स राईनहार्टच्या नेतृत्वाखाली ८ जुलैला प्सोव्हवर कब्जा केला होता. मिकोयाननं स्वत:च्या अधिकारात एक महत्त्वाचा निर्णय तत्परतेनं घेतला. त्यानं अन्नधान्यानं भरलेल्या गाड्या लेनिनग्राडकडे वळविण्याचा आदेश दिला. खरं तर प्रत्येक शहराला अन्नधान्याचा ठरावीक कोटाच पाठविण्याचं सोव्हिएत धोरण कडकपणानं अमलात आणलं जात असे. पण लेनिनग्राडमध्ये अन्नधान्याची टंचाई निर्माण झाली आहे आणि जर्मन सेना वेगानं लेनिनग्राडभोवती फास आवळत आहेत, हे त्याच्या लक्षात आलं होतं. त्यामुळे नेहमीच्या कोट्यापेक्षा हा पुरवठा जास्त असला तरी पुढील काळात उद्‌भवणाऱ्या संकटात तो उपयोगी पडेल अशी त्याला खात्री होती.

जर्मन सैन्याच्या तावडीत न सापडता रेल्वेगाड्या लेनिनग्राडकडे जाऊ लागल्या. ही गोष्ट वोरोशिलोवच्या कानावर जाताच त्यानं त्यात हस्तक्षेप केला. असा अतिरिक्त पुरवठा करणं हे विनाकारण पराभूत मनोवृत्तीचं निदर्शक ठरेल आणि

स्तालिनला तसं वाटता कामा नये असा विचार वोरोशिलोवनं केला असावा. कारण काहीही असो, आघाडीवरचा सेनापती या नात्यानं त्यानं तत्काळ हा हुकूम फिरविला आणि गाड्या जागच्या जागीच उभ्या करण्याचा हुकूम दिला. या अन्नधान्यानं भरलेल्या मालगाड्या लेनिनग्राडच्या दक्षिणेला नोव्हगोरोड या जंक्शनमध्ये उभ्या करण्यात आल्या.

वोरोशिलोवनं झाडनोवशी चर्चा केली. जास्तीचा अन्नसाठा स्वीकारला, तर त्यामुळे आपल्या प्रतिमेवर नकारात्मक परिणाम होईल असं दोघांनाही वाटलं. दोघांनाही स्वत:च्या राजकीय अस्तित्वाची जास्त चिंता होती. त्यांनी मालगाड्या लेनिनग्राडकडे येऊ न देण्याचं ठरविलं. लेनिनग्राडमध्ये 'हा साठा ठेवण्यासाठी पुरेशी गोदामं नाहीत' असं कारण त्यांनी मिकोयानला दिलं. ज्यामुळे लेनिनग्राडमधल्या हजारो नागरिकांचे प्राण वाचू शकले असते, त्या मालगाड्या मग अन्यत्र रवाना करण्यात आल्या.

लेनिनग्राड आघाडीवरच्या सावळ्या गोंधळाचं यथार्थ वर्णन रेड आर्मीमधल्या सिमोन पुतियाकोव या सैनिकानं ऑगस्ट १९४१मध्ये आपल्या डायरीत केलेलं आहे –

> 'सगळ्याच बाबतीत विलक्षण गोंधळ आहे... आम्ही सतत खणतोय... आम्हाला कसलंही लष्करी प्रशिक्षण दिलं जात नाही... अखेर आमच्या रेजिमेंटला नेतृत्व करण्यासाठी पेत्रेन्को नावाचा लेफ्टनंट मिळाला. पण त्याच्या हुकमांमुळे नवीन शिपाईही चिडतात. त्याला स्वत:ला कसलंही प्रशिक्षण मिळालेलं नाही. तो प्रत्येक कामाचा फक्त विचका करतो... आपल्या नेतृत्वप्रणालीचं भरघोस कौतुक करणारा एक लेख मी 'लेनिनग्राड प्रावदा'मध्ये वाचला आहे. पण किती भयंकर गैरव्यवस्था आहे याचा मी स्वत: अगदी जवळून अनुभव घेतो आहे.'

१६ ऑगस्टला मानस्टाईनच्या पँझरदलानं इलमेन सरोवरापाशी सोव्हिएत फौजेचा धुव्वा उडविला होता. आता त्याचे रणगाडे वोरोशिलोवच्या बचावफळीच्या कुशीवर घणाघाती हल्ला करण्यासाठी सज्ज झाले होते. लेफ्टनंट जेकब युश्केविचची बटालियन आता समोरून येणाऱ्या मानस्टाईनच्या सैन्यासमोर उभी ठाकली होती. त्यांच्या डोक्यावरून जर्मन विमानं सतत उडत होती. युश्केविच आणि त्याच्या सैनिकांवर या विमानांनी आग ओकायला सुरुवात केली. त्यांनी धावत जाऊन एका उघड्या शेतापलीकडच्या झाडीत आसरा घेतला. पण त्यांची ही जागा विमानांनी हेरली होती. तिथंही त्यांच्यावर मशीनगन आणि बॉम्बचा वर्षाव सुरू झाला. त्या

संध्याकाळी युश्केविचनं वाचलेले मोजके लोक एकत्र केले, पण दुसऱ्या दिवशी सकाळ उजाडताच पुन्हा विमानांनी बॉम्ब टाकायला सुरुवात केली.

अनपेक्षितपणे दक्षिणेकडून लेनिनग्राडला धोका निर्माण झाला आहे, हे पाहून वोरोशिलोव बिचकून गेला. २० ऑगस्टला त्यानं लेनिनग्राडच्या रक्षणासाठी होमगार्डची बटालियन उभारण्याचा आदेश दिला. या बटालियनमध्ये बायका आणि पोरांचा समावेश करावयाचा होता. हे 'स्वयंसेवक' शत्रूच्या हालचालींवर नजर ठेवायला आणि संदेशांचं दळणवळण करायला उपयोगी पडतील असं त्याचं मत होतं. आपल्याजवळ पुरेशी शस्त्रं आणि दारूगोळा नाही हे त्यानं कबूल केलं होतं. पण शत्रूच्या तांत्रिक वर्चस्वाला शह देण्यासाठी त्याच्याजवळ उपायही तयार होता. "होमगार्डमधल्या स्वयंसेवकांना शिकारीच्या बंदुका, गावठी स्फोटकं आणि लेनिनग्राड म्युझियममधल्या कट्यारी-तलवारींनी शस्त्र सज्ज करण्यात येईल," असं वोरोशिलोवनं जाहीर केलं.

ऑगस्टच्या अखेरीस स्तालिनला लेनिनग्राडच्या संरक्षणाबद्दल जास्तच काळजी वाटू लागली. त्यानं तथ्य शोधून काढण्यासाठी पॉलिट ब्यूरोची एक समिती लेनिनग्राडला विमानानं पाठविली. ही समिती जेव्हा लेनिनग्राड आघाडीच्या मुख्यालयात पोहोचली, तेव्हा तिथं वोरोशिलोवचा पत्ता नव्हता. तो खंदकांची पाहणी करीत हिंडत होता हे नंतर त्यांना कळलं असं मोलोटोव्हनं नमूद केलं आहे. सोव्हिएत महासंघातल्या अंतर्गत पुरवठ्याची जबाबदारी ज्याच्यावर होती, त्या अलेक्सी कोसिगीन यानं रोखठोकपणे नमूद केलं आहे –

> 'या शहराच्या प्रशासनाला धोक्याची नेमकी कल्पना आली नाही. त्यांनी लोकांना किंवा कारखान्यांना तिथून हलवावं अशा उपाययोजना करण्याबद्दल विचारही केला नाही.'

गल्फ ऑफ फिनलंडच्या काठावर लेनिनग्राडच्या पश्चिमेला असणाऱ्या ओरानीनबॉम या बंदरात ३० ऑगस्ट १९४१ रोजी स्टीफन कुझनेत्सोव काम करीत होता. तिथं जमा झालेल्या काही निर्वासितांशी त्याचं बोलणं झालं. आपल्यावर वोरोशिलोव जर्मनांशी सहकार्य करण्याचा आरोप लादेल या भीतीनं जर्मन सेना ज्या रेषेत पुढे येत होती, तिथले गावकरी घरदारं सोडून लेनिनग्राडकडे निर्वासित म्हणून येत होते. या लोकांच्या खाण्यापिण्याची काय व्यवस्था करावयाची याबद्दल कोणीच विचार केला नव्हता. एका निर्वासितानं कुझनेत्सोवला सांगितलं की, सोव्हिएत सेना लोकांना जबरदस्तीनं हुसकावून लावत होती. पण लेनिनग्राडच्या दिशेनं येणाऱ्या या लोंढ्याला खायला अन्न मिळत नव्हतं. त्यांना रेशनकार्डं मिळालेली नव्हती.

रानात जनावरं मारली जावीत त्याप्रमाणे घेरून लेफ्टनंट युश्केविचचे उरलेसुरले लोक टिपून काढले जात होते. त्यानं ३ सप्टेंबरला त्याच्या डायरीत शेवटची नोंद केली.

'आमच्याजवळ फक्त जुन्या रायफली आहेत... आमच्याजवळ हातबॉम्ब अजिबात नाहीत. वैद्यकीय सेवेचं नामोनिशाणही नाही!... सतत गोळीबार... सगळीकडे पँझर रणगाडे आहेत.'

लेफ्टनंट युश्केविचची वही दुसऱ्या दिवशी सकाळी मृत सोव्हिएत सैनिकांचे ढिगारे तपासताना जर्मन सैनिकांना मिळाली.

८ सप्टेंबर १९४१ रोजी जर्मनांनी श्लीसेलबर्ग जिंकून घेतलं आणि लेनिनग्राडचा देशाच्या इतर भागाशी असणारा संपर्क तोडला. आता मात्र स्तालिनच्या सहनशक्तीचा अंत झाला. त्यानं टेलिग्राम पाठवून वोरोशिलोव आणि झाडनोवची कडक शब्दांत हजेरी घेतली.

'तुमच्या वर्तनामुळे आम्ही अस्वस्थ झालो आहोत... श्लीसेलबर्ग आपल्या हातातून जाण्याची तुम्ही कळविलेली माहिती विस्कळीत आहे... ही हानी कधी थांबणार आहे की नाही? आघाडीवर परिस्थिती सुधारेल अशी आशा बाळगावी का? तिथली परिस्थिती कशी आहे आणि तुम्ही नेमकी काय उपाययोजना करता आहात हे आम्हाला दररोज दोन-तीन वेळा कळवलंच पाहिजे.'

जर्मनांनी श्लीसेलबर्ग जिंकलं त्याच दिवशी बादायेव इथल्या धान्याच्या गोदामांवर जबरदस्त बॉम्बवर्षाव केला. एन.के.व्ही.डी. प्रमुख लावरेन्ती बेरीया यानं नंतर आपला मुलगा सर्गो याला सांगितलं –

"वोरोशिलोव आणि झाडनोव यांना लेनिनग्राडमधला अन्नधान्याचा साठा विखरून ठेवण्याची सूचना देण्यात आली होती. त्यांनी शहराच्या निरनिराळ्या भागात नवीन गोदामं बांधणं अपेक्षित होतं... पण केवळ नाकर्तेपणामुळे हे काम लांबत गेलं आणि आता जर्मनांनी ती लाकडी गोदामं जाळून खाक केली आहेत... शहरावर उपासमारीचं संकट ओढवलं आहे."

पिस्तूल नाचवत आघाडीवर मिरवण्याचं काम थांबवून ११ सप्टेंबरला वोरोशिलोव

जनरल जॉर्जी झुकोवला भेटण्यासाठी लेनिनग्राडला परतला. लेनिनग्राड भोवतीच्या प्रदेशातल्या सैन्याचं नेतृत्व स्वीकारण्यासाठी तो मुद्दाम स्तालिनच्या हुकमावरून विमानानं तिथं आला होता. कारण स्तालिननं वोरोशिलोवला तत्काळ पदच्युत केलं होतं. स्तालिनच्या स्वभावाप्रमाणे त्यानंच विश्वास ठेवलेल्या माणसाला पदावरून हाकलताना सगळा दोष त्याच्यावरच ढकलला होता. लेनिनग्राडचं संरक्षण करताना त्यानं 'गंभीर चुका' केल्याचा आरोप ठेवण्यात आला होता. आधुनिक युद्धतंत्रामधलं प्राथमिक ज्ञानही वोरोशिलोवला नाही ही गोष्ट अखेर त्याच्या बॉसला कळून आली होती.

इतकी भयंकर अकार्यक्षमता दिसून आल्यानंतर दुसऱ्या कोणत्याही सोव्हिएत कमांडरला तत्काळ गोळ्या घालणाऱ्या पथकासमोर उभं केलं गेलं असतं. पण आश्चर्याची गोष्ट म्हणजे जरी वोरोशिलोवची मानहानी झाली असली, तरी त्याला शिक्षा मात्र झाली नाही. स्तालिननं युद्धक्षेत्रापासून खूप दूर अंतरावर त्याला एक पद देऊन पाठवून दिलं. तिथं पाठवल्यावर वोरोशिलोवमुळे कमी नुकसान होईल असा त्याचा कयास असावा. जुनी मैत्री म्हणा किंवा वोरोशिलोवनं दाखविलेली राजकीय निष्ठा म्हणा, पण स्तालिननं त्याच्या बाबतीत निर्दयपणानं निर्णय घेतला नाही, हे खरं. पण झारित्सिनच्या १९१९ मधील निर्घृण हत्यांपासून ते १९३७-३८ मधल्या रक्तरंजित सफाईच्यावेळी बळकट झालेली या दोघा रेड आर्मीमधल्या जुन्या खोडांची दोस्ती संपुष्टात आली.

वोरोशिलोव मॉस्कोला परत आल्यानंतर त्याची आणि स्तालिनची जी असाधारण भेट झाली, त्याबद्दल खुश्चेव्हनं आपल्या आठवणींमध्ये असं नमूद केलं आहे –

> 'स्तालिन रागानं बेभान होऊन वोरोशिलोवला अपमानास्पद बोलू लागला. वोरोशिलोववर त्याचा काही परिणाम होताना दिसत नव्हता. उलट तोदेखील रागानं धुमसू लागला. त्याचा चेहेरा लालीलाल झाला होता. त्यानं स्तालिनच्या तोंडावर त्याच्यावर प्रत्यारोप केले. 'या सगळ्याला तूच जबाबदार आहेस! तूच आपल्या जुन्या आणि अनुभवी सेनापतींचा नायनाट केलास!' पण स्तालिननं त्याला फटकारलं. त्यावर वोरोशिलोवनं भाजलेल्या डुकराचे तुकडे ठेवलेली प्लेट उचलली आणि जोरानं टेबलावर आदळली... मी अशा प्रकारचा उद्रेक माझ्या आयुष्यात प्रथमच पाहत होतो.'

ज्या दिवशी जर्मनांनी लेनिनग्राडभोवतीचा वेढा पक्का आवळला, त्या दिवशी संध्याकाळी म्हणजे ११ सप्टेंबर १९४१ रोजी वोरोशिलोवनं त्याच्या हाताखालच्या लोकांशी हस्तांदोलन केलं आणि तो विमानानं लेनिनग्राड बाहेर पडला. "अच्छा

कॉम्रेड्स... त्यांनी मला तिकडे मुख्यालयात बोलावून घेतलंय... अर्थात ते बरोबरच आहे म्हणा. हे काही यादवी युद्ध नाही... हे युद्ध वेगळ्या प्रकारेच लढायला हवं.''

वोरोशिलोव लेनिनग्राडमधून बाहेर पडला. त्याच दिवशी या शहराचं विलक्षण अग्निदिव्य सुरू झालं होतं.

टीपा :

१. क्लिमेंट वोरोशिलोव (Kliment Voroshilov) : क्लिमेंट वोरोशिलोव (१८८१-१९६९) हा सोव्हिएत इतिहासातील प्रसिद्ध राजकीय नेता आणि लष्करी सेनापती होता. त्याची कारकीर्द अनेक वादग्रस्त प्रकरणांनी भरलेली होती. परंतु स्तालिनच्या मर्जीतला असल्याने दीर्घ काळ तो सत्तेच्या जवळ असे. दुसरं महायुद्ध संपल्यानंतर त्याने हंगेरीत साम्यवादी राजवटीचा वरवंटा फिरवण्यात मोलाची भूमिका बजावली. १९५३मध्ये त्याची सुप्रीम सोव्हिएतच्या अध्यक्षपदी नेमणूक झाली. निकीता खुश्चेव्हने १९६१मध्ये सत्तेवरून दूर केल्यानंतर पुन्हा लिओनिद ब्रेझनेवच्या कारकिर्दीत काही काळ (१९६६-१९६९) तो पक्षाच्या मध्यवर्ती समितीत नामधारी पदावर होता.

२. निकीता खुश्चेव्ह (Nikita Khruschev)

स्तालिनच्या दीर्घ काळाच्या हुकुमशाहीनंतर निकीता खुश्चेव्ह (१८९४-१९७१) सत्तेवर आला. १९५३ ते १९६४ अशी अकरा वर्षं खुश्चेव्ह सोव्हिएत साम्यवादी पक्षाच्या सरचिटणीस पदावर होता. अमेरिका आणि सोव्हिएत महासंघाच्या दरम्यान असलेल्या शीतयुद्धाच्या आणि क्युबाच्या प्रश्नावरून उद्‌भवलेल्या सुप्रसिद्ध पेचप्रसंगात जागतिक अणुयुद्ध टाळण्यात खुश्चेव्हनी महत्त्वाची भूमिका बजावली. त्याने सत्तेवर आल्यानंतर स्तालिनच्या काळात झालेल्या अन्यायाचा जाहीर धिक्कार केला. पण नंतर स्वत: तशीच हुकूमशाही गाजवली.

३. व्हाईट आर्मी (White Army)

रशियात ऑक्टोबर १९१९ च्या साम्यवादी क्रांतीनंतर जे यादवी युद्ध झालं, त्यात व्हाईट आर्मीने रेड आर्मीबरोबर झगडा केला. तथापि बोल्शेविक पक्षाला विरोध करणाऱ्या या फौजांना जरी व्हाईट आर्मी असं म्हटलं जात असलं, तरी त्या बऱ्याचशा विस्कळीत होत्या. निकोलाय युडेनिक, अनातोली लिवेन, लाव्र कोर्निलोव, मिखाईल अलेक्सीव आणि अलेसांद्रे कोल्चाक हे या लढ्यातले प्रमुख सेनापती होते. १९२२ पर्यंत या सर्व फौजांचा पराभव झाला.

४. लिऑं ट्रॉट्स्की (Leon Trotsky)

रशियातील साम्यवादी क्रांती यशस्वी करण्यात लेनिनप्रमाणे ट्रॉट्स्कीचा (१८७९-१९४०) मोठा वाटा होता. बोल्शेविक पक्षात त्याचे स्थान लेनिनच्या खालोखाल होते. क्रांतीनंतर तो सोव्हिएत महासंघाचा पहिला परराष्ट्रमंत्री (पिपल्स कॉमिसार) झाला. क्रांतीला विरोध करणाऱ्या सर्व पक्षांशी झगडण्यात रेड आर्मी अयशस्वी ठरत आहे, हे पाहून रेड आर्मीचं नेतृत्व ट्रॉट्स्कीकडे सोपविण्यात आलं. त्याने यादवी युद्धाच्या काळात (१९१८ ते १९२२) रेड आर्मीमध्ये सुधारणा घडवून आणल्या. लेनिनच्या मृत्यूनंतर बोल्शेविक पक्षाच्या अंतर्गत झालेल्या सत्तास्पर्धेत ट्रॉट्स्कीवर स्तालिनने मात केली आणि ट्रॉट्स्कीला 'क्रांतीचा शत्रू' ठरवून त्याची देशाबाहेर हकालपट्टी झाली. स्तालिनने घडवून आणलेल्या पक्ष 'शुद्धीकरणाच्या' (purges) मोहिमेत ट्रॉट्स्कीच्या सर्व समर्थकांची विल्हेवाट लावण्यात आली. हकालपट्टीनंतर अनेक देशांमध्ये वणवण फिरणाऱ्या ट्रॉट्स्कीचा १९४०मध्ये मेक्सिकोत एका एन.के.व्ही.डी. एजंटने खून केला.

५. मिखाईल तुकाचेवस्की (Mikhail Tukachevasky)

रशियात साम्यवादी क्रांती यशस्वी झाल्यानंतर रेड आर्मीची स्थापना झाली, तेव्हा मिखाईल तुकाचेवस्की (१८९३-१९३७) रेड आर्मीत १९१८मध्ये अधिकारी म्हणून उदयास आला. यादवी युद्धात त्याने मॉस्कोच्या संरक्षणाची जबाबदारी सांभाळली. तसेच व्हाईट आर्मीच्या जनरल डेन्किन या प्रमुख सेनापतीला पराभूत केलं. १९२५ ते १९२८ या काळात तो रेड आर्मीचा प्रमुख आणि सोव्हिएत महासंघाचा उपसंरक्षणमंत्री होता. १९३५मध्ये तुकाचेवस्कीला 'मार्शल ऑफ द सोव्हिएत युनियन' हा लष्करी हुद्दा होता. १९३५मध्ये त्याला राजकीय प्रतिस्पर्धी समजून शुद्धीकरणाच्या मोहिमेत स्तालिनने त्याचा काटा काढला. गुप्तपणे राजद्रोहाचा खटला चालवून तुकाचेवस्की आणि इतर अनेक सेनापतींना मृत्युदंड देण्यात आला. त्या काळात अत्यंत कर्तबगार आणि म्हणून लोकप्रिय असलेल्या तुकाचेवस्कीला ठार केल्यानंतर स्तालिनची सत्ता निरंकुश झाली. स्तालिन गेल्यानंतर १९५७मध्ये तुकाचेवस्की निर्दोष असल्याचे मान्य करून तात्कालिन सोव्हिएत सरकारने त्याचं 'पुनर्वसन' केल्याचं दिसतं.

६. एन.के.व्ही.डी. (NKVD) : रशियात ऑक्टोबर १९१९ च्या साम्यवादी क्रांतीनंतर झारच्या काळातील पोलीस दल निकालात काढून त्या जागी नवीन पोलीस दलाची स्थापना करण्यात आली. हे करताना मिनिस्ट्री ऑफ इंटर्नल अफेअर्सचं रूपांतर 'पिपल्स कॉमिसारिएत फॉर इंटर्नल अफेअर्स' म्हणजे एन.के.व्ही.डी. यात झालं. १९३४ पासून या पोलीस दलाकडे संपूर्ण सोव्हिएत महासंघाच्या अंतर्गत संरक्षणाची जबाबदारी सोपविण्यात आली. एन.के.व्ही.डी. ही संघटना

अनेक बेकायदेशीर कारवाया, गुप्त कट-कारस्थानं, खोटे पुरावे तयार करून राजकीय आणि लष्करी प्रतिस्पर्ध्यांचा काटा काढणं, खून, राजकीय हत्या, 'गुलाग' या नावाच्या 'श्रमछावण्या' (छळछावण्या) उभारून लक्षावधी नागरिकांवर जुलूम करणे वगैरेसाठी कुख्यात आहे.

७. लावरेन्ती बेरीया (Lavrentiy Beria) : लावरेन्ती बेरीया (१८९९'-१९५३) हा स्तालिनच्या हुकूमशाही राजवटीत त्याचा उजवा हात होता. लक्षावधी नागरिकांवर जुलूम करणं आणि हजारोंच्या मृत्यूंसाठी त्याला जबाबदार मानलं जातं. तो १९३८मध्ये एन.के.व्ही.डी.चा उपप्रमुख झाला. लगेचच त्याने 'शुद्धीकरण' केले आणि आधीचा प्रमुख निकोलाय येझोवलाच देशद्रोही ठरवून त्याचा काटा काढला. यानंतर बेरीया १९४०मध्ये एन.के.व्ही.डी.चा प्रमुख बनला. तो जरी १९४६मध्ये प्रमुख या पदावरून दूर झाला असला, तरी उपपंतप्रधान या नात्याने तो स्तालिन सत्तेवरून दूर होईपर्यंत सोव्हिएत महासंघातला सर्वांत प्रभावशाली नेता होता. त्यानेच स्तालिनला विष घालून ठार केलं असं म्हटलं जातं. तथापि स्तालिनच्या नंतर झालेल्या सत्तासंघर्षात त्याचा पराभव झाला आणि १९५३मध्येच त्याच्यावर देशद्रोहाचा खटला होऊन त्याला गोळ्या घालण्यात आल्या होत्या.

८. जॉर्जी झुकोव (Georgy Zhukov) : मार्शल जॉर्जी झुकोव (१८९६-१९७४) हा रेड आर्मीमधील एक जगप्रसिद्ध सेनापती विलक्षण प्रतिभेचा लष्करी नेता होता. सोव्हिएत महासंघावरील जर्मन आक्रमण परतवून लावण्यात त्याचा फार मोठा वाटा होता. त्याने १९५५ ते १९५७ दरम्यान सोव्हिएत महासंघाच्या संरक्षणमंत्री पदावर काम केलं होतं. स्पष्टवक्तेपणा आणि सत्तासंघर्षामुळे अनेकदा झुकोव राजकारणातून बाहेर फेकला गेला असला, तरी त्याच्या मृत्यूपर्यंत तो सोव्हिएत इतिहासातील सर्वाधिक लोकप्रिय सेनापती होता.

९. मोलोटोव्ह (Molotov)

वियाचेस्लाव मोलोटोव्ह (१८९०-१९८६) हा वरिष्ठ साम्यवादी राजकीय नेता दुसऱ्या महायुद्धाच्या काळात सोव्हिएत महासंघाचा परराष्ट्रमंत्री होता. जर्मनीबरोबर १९३९मध्ये झालेल्या सुप्रसिद्ध 'मोलोटोव्ह-रिबेनट्रॉप' अतिक्रमण करारासाठी तो प्रसिद्ध आहे. फिनलंडशी झालेल्या युद्धाच्यावेळी रणगाड्यांवर फेकायच्या एका बॉम्बला फिनिश सैनिकांनी 'मोलोटोव्ह कॉकटेल' असे नाव दिले होते. स्तालिनच्या मृत्यूनंतर त्याचं राजकीय वजन कमी होत गेलं आणि १९६२मध्ये मोलोटोव्ह सार्वजनिक जीवनातून निवृत्त झाला असल्याचं जाहीर करण्यात आलं. रशियात साम्यवादी क्रांती झाल्यापासून ते सोव्हिएत महासंघाचा जवळजवळ ऱ्हास होईपर्यंत जगलेला, तो एकमेव नेता होता.

१०. व्हर्सायचा तह (Treaty of Versellies)

पहिल्या महायुद्धाच्या समाप्तीनंतर विजेत्या राष्ट्रांनी युद्धखोर जर्मनीला वेसण घालण्यासाठी १९१९मध्ये व्हर्सायचा तह केला होता. या तहामुळे कमालीच्या अपमानित झालेल्या जर्मनीच्या असंतोषातूनच दुसरं महायुद्ध उद्‌भवलं असं मानलं जातं.

११. हाईन्झ गुडेरियन (Heinz Guderian)

पँझर दलाचा प्रमुख जनरल हाईन्झ गुडेरियन (१८८१-१९५४) हे लष्करी इतिहासातील अत्यंत महत्त्वाचं नाव आहे. त्यानेच जर्मनीचं अत्यंत गाजलेले ब्लीट्झक्रीग हे वेगवान लढाईचं तंत्र विकसित केलं. १९४५मध्ये तो 'चीफ ऑफ स्टाफ' असताना हिटलरने त्याला बडतर्फ केलं होतं.

१२. सफाई कार्यक्रम (Purges)

सोव्हिएत इतिहासात 'सफाई' किंवा 'शुद्धीकरण' हा अनेक अर्थच्छटा असणारा शब्द आहे. सोव्हिएत महासंघात साम्यवादी विचारसरणीच्या बोल्शेविक पक्षाची सत्ता आल्यानंतर तिथे लवकरच स्तालिनची हुकूमशाही सुरू झाली. पक्षात किंवा लष्करात असलेल्या विरोधकांचा काटा काढण्यासाठी सफाई किंवा शुद्धिकरणाच्या मोहिमा काढल्या जात. त्या अर्थातच रक्तरंजित असत. १९३६-१९३८ मधल्या शुद्धीकरणाच्या कुप्रसिद्ध मोहिमेत पाच लाखांपेक्षा जास्त जणांना मृत्युदंड देण्यात आला होता. शिक्षा देण्यासाठी एखादा माणूस क्रांतीच्या विरोधी आहे किंवा देशद्रोही आहे असे आरोप ठेवले जात आणि खटल्यांची नाटकं झाल्यावर अशा आरोपींना गोळ्या घालण्यात येत किंवा छळछावण्यांमध्ये सडण्यासाठी पाठविलं जाई. अनेकदा आरोपीच्या संपूर्ण कुटुंबालाच नष्ट केलं जात असे.

१३. आंद्रेई झाडनोव (Andrei Zhdanov)

आंद्रेई झाडनोव (१८९६-१९४८) हा सोव्हिएत महासंघातील एक महत्त्वाचा राजकीय नेता होता. स्तालिनच्या विश्वासातील असल्याने लेनिनग्राडच्या संरक्षणाची जबाबदारी त्याच्यावर टाकण्यात आली होती. कलेच्या क्षेत्रात समाजवादी विचारसरणी असण्याबद्दल तो कमालीचा आग्रही असे. सोव्हिएत महासंघाच्या सांस्कृतिक धोरणाचा प्रमुख झाल्यानंतर १९४६मध्ये त्याने सोव्हिएत लेखकांवर सेन्सॉरशिप लादली. या धोरणाला 'झाडनोव डॉक्ट्रिन' असे म्हणतात.

१४. मानरहाईम रेषा (Mannerheim Line)

फिनलंडने सोव्हिएत महासंघाच्या संभाव्य आक्रमणाला प्रतिकार करण्यासाठी फिनलंडच्या आखातापासून ते लाडोगा सरोवरापर्यंत बळकट मोर्चेबांधणी केली होती. याला 'मानरहाईम रेषा' असे म्हणतात. फील्ड मार्शल कार्ल मानरहाईम (१८६७-१९५१) या विख्यात फिनिश सेनापतीचं नाव या रेषेशी पत्रकारांनी जोडलं.

३
सामान्य नागरिकांचे अनुभव

जर्मनीने सोव्हिएत महासंघाविरुद्ध युद्ध पुकारलं तो दिवस होता रविवार, २२ जून १९४१. या आक्रमणाची बातमी कानावर आली, तेव्हा आपण काय करीत होतो, हे अनेक लेनिनग्राडवासीयांना चांगलं आठवतंय.

जॉर्जी कन्याझेव प्रावदाचा अंक वाचत असताना एका बातमीनं त्याचं लक्ष वेधून घेतलं. पुरातत्त्वशास्त्रज्ञांची एक तुकडी समरकंदकडे गेली होती. मध्ययुगामधला एक सुप्रसिद्ध योद्धा *तैमूरलंग*[१] याचं थडगं ते उघडणार होते. प्राचीन अशा गुर अमीर राजवाड्यात उत्खननाचं काम आदल्याच दिवशी सुरू झालं होतं. लेनिनग्राडमधल्या हर्मिटेज म्युझियममध्ये मंगोल साम्राज्याच्या विषयावर प्रदर्शन भरवायचं होतं. या प्रदर्शनासाठी लागणाऱ्या प्राचीन वस्तू गोळा करण्यासाठी पुरातत्त्वशास्त्रज्ञांची ही तुकडी मुद्दाम मध्य आशियात गेली होती. या तुकडीनं १८ जूनला थडग्याची काळ्या जेड दगडाची मुख्य शिळा उचकटून काढली आणि मग २० जूनला त्यांनी तैमूरच्या सांगाड्याची मोजमापं घेतली असं या बातमीत नमूद केलं होतं. अभिमानानं हातामधली तैमूरची कवटी दाखविणाऱ्या लेनिनग्राडमधल्या मिखाईल गेरासिमोवचा फोटो प्रावदानं प्रसिद्ध केला होता.

ही बातमी वाचून कन्याझेव बुचकळ्यात पडला होता. तो लेनिनग्राडच्या अकॅडमी ऑफ सायन्सेच्या अभिलेखागाराचा संचालक होता. शहराच्या सांस्कृतिक परंपरेचा त्याला अभिमान होता. पण प्रावदाच्या लेनिनग्राड आवृत्तीत प्रसिद्ध झालेली बातमी त्याला चमत्कारिक वाटली होती. बातमीत असं म्हटलं होतं की, काही स्थानिक उझ्बेक नागरिकांनी थडग्याच्या उत्खननाला विरोध केला होता आणि त्यांनी कडक शब्दांत धोक्याचा इशारा दिला होता.

> 'अगदी आजपर्यंत चालत आलेली आख्यायिका अशी आहे की, या थडग्यामध्ये भयंकर युद्धाचा स्त्रोत आहे. तैमूर अतिशय क्रूर मनोवृत्तीचा

आक्रमक राज्यकर्ता होता. तो वादळासारखा वेगानं येऊन संपूर्ण देशच्या देश उद्ध्वस्त करून जात असे. त्याच्यामुळे पाठीमागे मुंडक्यांच्या राशी तयार होत. पण काहीही झालं, तरी त्याला मरून आता ५०० वर्षं होऊन गेली होती. अंधविश्वास ठेवणारे काहीजण म्हणतात की, मृतांच्या आत्म्यांची ताकद त्यांच्या थडग्याच्या बाहेरही चालते. काहीही असलं तरी पुरातत्त्वशास्त्रज्ञ तिथं भरपूर उत्खनन करणार हे नक्कीच.'

जॉर्जी कन्याझेवचं वर्तमानपत्राचं वाचन संपलं होतं. अकरा वाजल्यानंतर लगेचच 'हिटलरनं रशियावर आक्रमण केलंय' अशी बातमी रेडिओनं दिली. त्या दिवशीच कन्याझेवनं डायरी लिहायची असा निर्धार केला. त्यानं त्याच्या डायरीत केलेली पहिली नोंद अशी होती –

'जगात अनेक गोष्टींची पुनरावृत्ती होते हे किती खरं आहे. चौदाव्या शतकात तैमूरलंगनं सिंधूपासून ते गंगेपर्यंतचा भारत, पर्शिया आणि दक्षिण रशिया हा एवढा सगळा भाग जिंकला होता आणि आता हा हिटलर तर त्याच्यावरही कडी करतोय. त्याच्या अघोरी राजवटीला विरोध करणारे आणि त्यानं गुलाम केलेले, अशा असंख्य लोकांना तो अनन्वित वेदना देतो आहे.'

जूनमधली ती सुंदर सकाळ एलेना स्क्रआबिना हिलादेखील चांगली आठवते.

'एखाद्या शांत सरोवरासारखं सगळं काही निवांत आणि छान होतं. ऊन छान पडलं होतं आणि सगळा दिवस मस्त जाणार असं वाटत होतं.'

एलेना तिचा मोठा मुलगा आणि त्याचा मित्र यांना घेऊन पीटरहॉफ या लेनिनग्राडच्या एका उपनगरात सहलीसाठी नेणार होती. पोरं बऱ्याच दिवसांत कुठं घराबाहेर पडलेली नव्हती. त्यामुळे तिथल्या राजवाड्यात पुनर्निर्माण केलेलं कारंजं पाहायला ती दोघं उत्सुक होती. सकाळी उठल्यानंतर एलेनानं बेडरूमची खिडकी उघडताच सकाळची ताजी थंड हवा घरात शिरली. त्यामुळे एलेनाला प्रसन्न वाटलं. बाहेर तिची दाई एलेनाच्या सर्वांत मोठ्या मुलीला – युराला गप्प करण्याचा प्रयत्न करीत होती. युरा पाच वर्षांची होती. अचानक एलेनाच्या नवऱ्याचा फोन आला. त्याच्या कानावर काही अफवा आल्या होत्या. सगळ्यांनी घरातच राहावं असं त्यानं बजावून सांगितलं.

लेनिनग्राडमधल्या अनेकजणांना युद्धाची घोषणा अजून खरी वाटतच नव्हती. उन्हाळ्याचा हा काळ 'प्रकाशित' रात्रींचा होता. या काळात सूर्यप्रकाश कधीच कमी होत नाही. अगदी मध्यरात्रीही लेनिनग्राडमधले लोक बागांमध्ये जाऊन किंवा रस्त्यावर निवांत रेंगाळत सूर्यप्रकाशाची मजा चाखत असत.

जोसेफ फिंकेलस्टाईन लेनिनग्राडच्या संशोधन संस्थेत अभियंता म्हणून काम करीत असे. ती रात्र छान उबदार आणि भरपूर प्रकाश असणारी होती हे त्याला आठवतं. ते दिवस सुट्टीचे होते. तो एका पार्टीनंतर बराच उशिरा घरी परतला होता. पार्टीत अनेक मुली पांढरे लांबलचक पोशाख घालून आणि उंच टाचांचे बूट घालून आल्या होत्या. त्यातल्या काहीजणींबरोबर त्यानं 'समव्हेअर इन ताहिती' या गीताच्या तालावर नृत्यही केलं होतं. सकाळी उठल्यावरही त्याला आदल्या रात्रीच्या पार्टीची गंमत आठवत होती. काहीतरी खावं म्हणून तो बाहेर पडला तेव्हा त्याला रस्त्यावर मोठी गर्दी दिसली. ते लाऊडस्पीकरवरून प्रसारित होणारं भाषण ऐकत होते. मधेमधे थांबत सोव्हिएत महासंघाचा परराष्ट्रमंत्री मोलोटोव्ह बोलत होता. "जर्मन विमानांनी आपल्या अनेक शहरांवर बॉम्बफेक केली आहे... सरहद्दीवर घनघोर लढाईला तोंड फुटलं आहे." असं त्यानं जाहीर केलं.

ही धक्का देणारी बातमी कानावर आली असली तरी त्या दिवशी निदान सुरुवातीला तरी लेनिनग्राड शहरात लोकांच्या मनात विश्वास आणि आशावाद होता. 'आपण आपली एक इंचही भूमी गमावणार नाही.' असं स्तालिनं जाहीर केलेलं आहे ना? असं सगळेजण एकमेकांना सांगत होते. फिंकेस्टाईन सांगतो की आम्ही 'फारशी हानी होऊ न देता शत्रूला लोळवू' अशा प्रकारची देशभक्तीपर गाणी म्हटली. पण आपण यापेक्षाही देशासाठी आणखी काहीतरी करायला हवं असं फिंकेस्टाईनला वाटलं. म्हणून मग तो सोमवारी सकाळी सैन्यभरतीच्या ऑफिसात गेला होता. जुलैमध्ये भरती होण्यासाठी त्याला पत्र आलं होतं. पण त्याला तत्काळ सैन्यात भरती व्हायचं होतं. ऑफिसपाशी असणाऱ्या लांबलचक रांगेत फिंकेस्टाईन उभा राहिला होता.

> 'सगळीकडे गोंगाट आणि भरपूर गोंधळ होता. सतत शिव्या देत अनेक कॅप्टन, लेफ्टनंट, मेजर वगैरे अधिकारी इकडेतिकडे धावाधाव करीत होते. एका ऑर्डर्लीनं माझ्या हातातले कागद वाचले आणि तो माझ्यावर खेकसला, 'तू अडाणी आहेस का? इथं केव्हा यायचं ते त्यावर स्पष्ट लिहिलेलं तुला वाचता येत नाही का? जा, मला त्रास देऊ नकोस.' मी त्याला म्हणालो, 'पण आता युद्ध सुरू झालंय आणि मला जर्मन छान येतं... तेव्हा मी दुभाषा म्हणून काम करू शकतो? पण तो ऑर्डर्ली

काहीही ऐकून घ्यायलाच तयार नव्हता. 'चालता हो!' असं त्यानं मला शिवी हासडून हाकलून दिलं.'

फिंकेस्टाईनला आलेला अनुभव काही फार वेगळा नव्हता. सोव्हिएत नोकरशाही अशीच वागत असे. जर्मनीचा हल्ला इतका अनपेक्षित होता की, लेनिनग्राडच्या सैन्य मुख्यालयात कमालीचा गोंधळ उडाला होता. पण पुढचे काही दिवस शहरात शांतता होती. रेस्टॉरंट उघडी होती. उन्हाळ्यात होणारे करमणुकीचे सार्वजनिक कार्यक्रम व्यवस्थित सुरू होते. सुरुवातीला युद्ध सुरू झालं हे कळल्यावर लोकांनी खरेदीसाठी झुंबड केली होती. पण भरपूर अन्नधान्य उपलब्ध आहे हे दिसल्यावर ही घाईगर्दीची खरेदी काहीशी मंदावली होती.

२७ जूनला अचानक लेनिनग्राड शहर समितीनं लोकांना संरक्षणाच्या कामात सहभागी करण्याचा निर्णय जाहीर केला. घाईगडबडीनं जारी केलेल्या हुकमानुसार १६ ते ५० वर्षं वयाच्या सर्व पुरुषांनी आणि १६ ते ४५ वर्षं वयाच्या सर्व स्त्रियांनी काम करायला तयार व्हायचं होतं. ज्यांना नोकरी नव्हती त्यांनी दिवसात ८ तास आणि नोकरी करणाऱ्यांनी आणि विद्यार्थ्यांनी दिवसात ३ तास खणण्याचं काम करावयाचं होतं. कारखान्यांचे व्यवस्थापक आणि अपार्टमेंटचे चालक या सर्वांनी चोवीस तासांत त्यांच्याकडच्या माणसांच्या याद्या तयार करावयाच्या होत्या. यात कुचराई करणाऱ्यांना जबरी दंड किंवा शिक्षेला सामोरं जावं लागणार होतं.

लेनिनग्राड शहर सुरुवातीला काही काळ शांत भासलं होतं, पण आता त्या शांततेचा भंग झाला होता. मानस्टाईनचे पँझर रणगाडे द्विना नदीपर्यंत येऊन थडकले आहेत हे कळल्यावर शहर प्रशासनाची त्रेधातिरपीट उडाली होती. एखाद्या बाणाचं टोक असावं त्याप्रमाणे जर्मन रणगाड्यांचा रोख लेनिनग्राडवरच होता. आता हे युद्ध केवळ सरहद्दीपुरतं मर्यादित असणार नाही, हे दिसत होतं. सुरुवातीला बावरलेल्या शहर प्रशासनानं एकदम थैमान घातल्याप्रमाणे हालचाली सुरू केल्या होत्या. मातीचे प्रचंड अडथळे उभारून शहराचं संरक्षण करण्याची त्यांची योजना होती. जर्मनीच्या प्रगत सेनेला हे अडथळे पार करणं अवघड जाईल अशी त्यांची खुळचट कल्पना होती. संरक्षणासाठी सर्वांत बाहेरचं कडं लुगा नदीपाशी म्हणजे शहरापासून साधारण ११० किलोमीटर अंतरावर असणार होतं, तर त्याच्या आत लेनिनग्राडच्या उपनगरांमध्ये तीन छोटी कडी उभारावयाची होती.

शहर प्रशासनानं लोकांच्या देशभक्तीला आवाहन केलं. अनेकांना शत्रूशी लढण्यात आपलाही सहभाग असावा असं वाटत होतं. त्यांनाही देशासाठी काहीतरी करावयाचं होतं. एलेना कोचिनानं लेनिनग्राडमधल्या एका प्रयोगशाळेत काम करणाऱ्या तिच्या तंत्रज्ञ सहकाऱ्यांमध्ये कसा उत्साह होता याचं वर्णन केलेलं आहे –

‘आम्ही सगळ्यांनी आज लेनिनग्राडभोवती रणगाडा-प्रतिबंधक खंदक खणले होते. मला माती खोदताना खरोखरच आनंद होत होता. निदान आता तरी आम्ही प्रत्यक्ष काहीतरी करीत होतो!... खंदकाचं काम करणाऱ्या बहुसंख्य स्त्रिया होत्या. सूर्यप्रकाशात त्यांच्या डोक्याचे रुमाल रंगीत दिव्यांप्रमाणे झगमग करत होते. शहराभोवती रंगीत फुलांचं एखादं वर्तुळ तयार झालं की काय असा भास होत होता.’

शहराला असणारा धोका वाढू लागल्यावर शहर प्रशासन जास्तच कठोर उपाय अवलंबू लागलं, पण त्यांना प्रत्यक्ष कामाचं नियोजन कसं करतात याचा गंधही नव्हता. सर्वांत बाहेरच्या बाजूला जे काम चालू होतं, तिथं काम करणाऱ्या नागरिकांना कमालीच्या हालअपेष्टा सहन कराव्या लागत होत्या.

वायव्य आघाडीचा सेनापती म्हणून वोरोशिलोव लेनिनग्राडमध्ये येताच ११ जुलै रोजी नव्यानं आदेश जारी करण्यात आला. त्यानुसार सक्तीच्या कामाची मुदत एका महिन्यानं वाढविण्यात आली होती. तसेच कामासाठी बोलविण्याजोग्या माणसांची यादी आणखी वाढविण्यात आली. त्या वेळी सक्तीचं काम करणाऱ्या एका सत्तावन्न वर्षांच्या बाईनं त्या वेळची आठवण सांगितली –

‘आम्ही दररोज सतत १२ तास, विश्रांती न घेता सलग १८ दिवस काम करीत होतो. जमीन एखाद्या खडकासारखी टणक असल्यानं आम्हाला बहुतेक वेळ कुदळ मारावी लागत होती.’

११ जुलै रोजी एलेना स्क्रआबिनानं या सक्तीच्या कामाबद्दल तिला काय वाटतं ते मोकळेपणानं डायरीत नमूद केलं आहे :

‘हजारो जणांना खंदकाच्या कामासाठी पाठविलं जात आहे... कोणाचीही त्यातून सुटका नाही. सॅन्डल घातलेल्या नि हलके उन्हाळी पोशाख केलेल्या कोवळ्या मुली आणि अर्ध्या चड्ड्या नि साधे शर्ट परिधान केलेली कोवळी पोरं या सर्वांना तिकडं जावंच लागतं. या कोणालाही घरी जाऊन कपडे बदलावयाचीही परवानगी दिली नाही. या पोरांना कितपत उपयोग होईल? शहरातल्या पोरांना खुरपं कसं वापरतात ते कळत नाही. ही पोरं कठीण माती खणण्यासाठी जड अवजारं कशी वापरणार? ...कामगारांना जमेल तिथं, बहुधा चक्क उघड्यावरच झोपावं लागतं. अनेकजण थंडीवाऱ्यानं

आजारी पडतात. पण तरीही त्यांना कामातून सुटका मिळत नाहीच... आमच्याजवळ राहणारी तार्नोवस्काया ही लहान मुलगी काम करून परतली तेव्हा तिच्या अंगात बराच ताप होता. हे साहजिकच होतं, कारण ती तिकडं गेली तेव्हा तिच्या अंगावर एक हलका पोशाख होता....'

लेनिनग्राडचं बाह्यरूप आता पालटू लागलं होतं. शहरामधल्या सर्व सांस्कृतिक महत्त्वाच्या स्थळांभोवती वाळू भरलेली पोती रचली जात होती. पीटर द ग्रेटचा ब्रॉन्झचा भव्य अश्वारूढ पुतळा संरक्षक कवचात झाकण्यात आला. कारखान्यांमधली यंत्रसामुग्री सुटी करून ती शहरातून बाहेर पाठवून देण्याची तयारी सुरू झाली. बॉम्बफेकीमुळे काचा फुटू नयेत म्हणून खिडक्यांच्या तावदानावर फुलीच्या आकारात स्टिकर चिकटवले जात होते. त्या वेळी अशी कामं यांत्रिकपणे करीत राहिल्यानं लोकांचं लक्ष काही काळ तरी युद्धापासून विचलित होत होतं. आपल्यापुढे काय भीषण भवितव्य आहे याचा विचार त्यांच्या मनाला थोडा वेळ का होईना सतावत नव्हता. जरी एकही जखम अद्यापि दाखल झाला नसला, तरी एखाद्या हॉस्पिटलच्या चकचकीत वॉर्डात आपल्याला काहीतरी भीषण जाणवतं, तसं काहीसं लेनिनग्राडमधल्या लोकांना सतत वाटत होतं. याबद्दल लिडीया गिन्झबर्ग सांगत होती –

'काही जणांनी तावदानांवर पट्ट्या जरा निराळ्या प्रकारे लावल्या होत्या. त्यामुळे एक प्रकारे इमारती सुशोभित झाल्या आहेत असं वाटत होतं. पण ते फक्त दुरून. जवळ गेल्यावर पिवळा पडलेला कागद, खळीचे डाग, वेडेवाकडे कातरलेले वर्तमानपत्रांचे कागद हे सगळं दिसायचं. मला अद्यापि तिथं न आलेल्या मृत्यूचं आणि विनाशाचं ते प्रतीक वाटलं.'

शहर प्रशासनानं उचललेली पावलं ही अशी होती. पण अजून ते शहर चालविण्याची जबाबदारी असलेल्यांना परिस्थितीचं गांभीर्य अजून कळलेलं नव्हतं. उलट प्रशासनानं शत्रूच्या वाटचालीची खरी माहिती लोकांपासून दडविण्याचा प्रयत्न चालविला होता. सुरक्षा उपाय म्हणून त्यांनी सर्वांत अगोदर खासगी मालकीचे सगळे रेडिओ जप्त केले होते. त्यामुळे लोकांना बाहेरच्या जगाची माहिती मिळणं बंद झालं होतं. उलट प्रशासनानं लोकांना त्यांच्या इमारतींमध्ये स्वस्तातले लाऊडस्पीकर लावायची परवानगी दिली. हे लाऊडस्पीकर वायरनं एका सार्वजनिक प्रसारण यंत्रणेला जोडले होते. त्यावरून अधिकृत सोव्हिएत बातम्या आणि प्रचारकी कार्यक्रम प्रसारित केले जात. ठिकठिकाणी सूचनाफलक लावण्यात आले. त्याचप्रमाणे खास पोस्टर आणि माहितीपत्रकं छापून घेऊन ती वाटली जाऊ लागली. या सगळ्या

साहित्यात लोकांच्या देशाभिमानाला फुंकर घातली जात होती आणि त्या आड सरहद्दीवरची खरी परिस्थिती त्यांच्यापासून दडवली जात होती. अधिकृत बातमीपत्रांमध्ये जर्मन सैन्याबद्दल अगदी जुजबी आणि उडवाउडवीची माहिती असायची.

८ जुलैला फॉन लीबच्या फौजेनं पायपस सरोवराच्या काठी असणारं, व्यूहात्मक दृष्टीनं अतिशय महत्त्वाचं प्सोव्ह हे ठिकाण जिंकलं. हे ठिकाण द्विना आणि लुगा या दोन नद्यांच्या मधोमध आहे. जर्मन फौजा अतिशय वेगानं लेनिनग्राडच्या दिशेनं पुढे येत होत्या. तरीही लेनिनग्राडमधले प्रशासक धोका फारसा नाही असं भासवत होते. प्सोव्हच्या जवळ लढाई सुरू आहे, ही बातमी १२ जुलैपर्यंत सांगितलीच नाही. यानंतर प्सोव्ह जर्मनीच्या हातात पडून १६ दिवस उलटून गेले असले, तरी २४ जुलैपर्यंत तिथं 'लढाई चालू असल्याचं' खोटंच वृत्त प्रसारित करण्यात येत होतं.

लेनिनग्राडमधल्या फारच थोड्या जणांना वस्तुस्थितीची कल्पना होती. पण काहीतरी घोटाळा आहे, असा संशय सामान्य माणसांना येऊ लागला होता. प्रशासन सत्य दडविण्याचा जेवढा जास्त प्रयत्न करीत होतं, तेवढ्या जास्त प्रमाणात लोक अफवा आणि ऐकीव बातम्यांवर विश्वास ठेवू लागले. लोक अधिकृत बातम्यांना संपूर्ण निराशावादी पद्धतीनं स्वतःच अर्थ लावून सर्वांत वाईटच काहीतरी घडत असणार असं गृहीत धरू लागले होते. रेड आर्मीच्या छोट्या पथकानं किंवा एखाद्यानं विलक्षण पराक्रम केला असं कळलं की, लोक वैतागून जात. लेनिनग्राडमध्ये त्या वेळी एक वाक्य अतिशय उपहासानं बोललं जात होतं, *'आपण जिंकतो आहोत. पण जर्मन पुढे येतच आहेत.'*

बातम्या दाबल्या जात असल्यानं जुलैच्या पहिल्या काही दिवसांत लोकांमध्ये घबराटीचं वातावरण होतं. मनातल्या काळजीमुळे त्या वेळी लेनिनग्राडमधल्या लोकांचं मन भलतेच विचार करू लागलं होतं. आपल्यामध्ये हेर पसरले आहेत असं त्यांना वाटू लागलं होतं. अधिकारी वर्ग तर कायमच हेर असतील म्हणून साशंक होता. प्रचारकी साहित्यातही सतत लोकांनी शत्रूच्या हस्तकांपासून सावध राहावं असा इशारा दिला जात होता. तिकडे जर्मन फौजा लेनिनग्राडच्या दिशेनं रोखानं धडक मारत असताना इकडे लेनिनग्राडमध्ये लोकांमधलं हेर शोधण्याचं वेड आता उन्मादाच्या थराला पोहोचलं होतं. एखाद्या भागात नवीन माणूस दिसला की लोक त्याच्याकडे संशयानं बघत असत. पहारेकरी सगळीकडे होतेच. ट्राम कंडक्टरांनी आता स्टॉपची नावं पुकारणं थांबवलं. त्यामुळे हेरांना शहरात फिरणं अवघड व्हावं ही यामागची कल्पना होती. एन.के.व्ही.डी. आणि सुरक्षा यंत्रणांकडे असंख्य तक्रारी जात होत्या. जरा वेगळा पोशाख, पाश्चात्त्य पद्धतीचा वेष, उच्चाराची वेगळी ढब, जरा वेगळं वागणं आणि सतर अशी कारणं संशय घ्यायला पुरेशी ठरत होती.

एलेना कोचिनानं अशाच एका 'हेर पाहण्या'च्या प्रसंगाचं वर्णन केलं आहे –

> 'एखाद्या संसर्गजन्य रोगाप्रमाणे सगळ्यांच्यातच हेर शोधण्याचं वेड पसरलेलं आहे. काल बाजारात एका लहानखुऱ्या चणीच्या म्हातारीनं मला थांबवलं, 'तू बघितलंस का? नक्कीच हेर असणार!' ती ओरडली आणि तिनं एका माणसाकडे बोट दाखविलं. त्याची पँट आणि कोट वेगवेगळ्या रंगाचे होते. त्याच्या मिशा चिकटवल्यासारख्या वाटत होत्या... मला हसू आवरेना. ते पाहून तिनं खोल गेलेल्या नजरेनं माझ्याकडे रागावून पाहिलं. मी तिच्यापासून स्वत:ला सोडवून घेतलं, तर ती माझ्यामागे तशीच दोन-चार पावलं आली....'

अलीकडेच लेनिनग्राड पोलिसांकडच्या नोंदी उपलब्ध झाल्या आहेत. त्या वेळी प्रत्यक्षात कोणी हेर पकडले गेल्याचा पुरावा मात्र फारसा मिळत नाही. पण लोकांना मात्र त्यांच्यात आणि इतरांच्यात बदल होतोय याची जाणीव होऊ लागली होती.

५ जुलैला आपण आणि आपला नवरा दिमा यांच्यात गंभीर स्वरूपाचं पहिलं भांडण झाल्याचं एलेना कोचिनानं नमूद केलं आहे. लहान मुलांना शहरातच ठेवावं की त्यांना सुरक्षित ठिकाणी हलवावं याबद्दल त्यांच्यात वादविवाद झाला.

> 'आमच्यात कडाक्याचा वाद झाला. आम्ही एकमेकांना उद्देशून अनेक अपमानास्पद आणि अयोग्य शब्द उच्चारले. आमचा त्यांच्यावर ताबा नव्हता. जणू या शब्दांना स्वत:चं वेगळं अस्तित्व होतं. हे आमचं पहिलं भांडण होतं. नंतर जेवणाच्या सुट्टीत दिमा घरी आला. 'तू रागावलेली असताना माझं कामात लक्ष लागणं शक्य नाही... आपण समेट करू या...' असं तो म्हणाला. मग आमच्यात समेट झाला खरा, पण आमच्यात तरीही काहीतरी बिघडलेलं राहिलंच. आमचे संबंध भांडणापूर्वीचे आणि मुख्य म्हणजे युद्ध सुरू व्हायच्या अगोदर जसे होते, तसे कधीच पूर्ववत झाले नाहीत.'

लेनिनग्राड इतर शहरांपासून अलग पडत असताना या शहरातल्या लोकांना प्रेरणा देणारं नेतृत्वच नव्हतं. बोल्शेविक क्रांतीच्या काळात असं नेतृत्व उपलब्ध होतं. ऑक्टोबर १९१९मध्ये जनरल निकोलाय युडेनिक याची व्हाईट आर्मी लेनिनग्राडवर चालून येत असताना रेड आर्मीचा सेनापती लिआँ ट्रॉट्स्कीनं स्वत: लोकांमध्ये फिरून त्यांना संरक्षणासाठी सिद्ध केलं होतं. त्याच्या ओजस्वी शब्दांमुळे

लोकांच्या मनात क्रांतीचं रक्षण करण्याची प्रेरणा निर्माण झाली होती. ट्रॉट्स्की त्याच्या नेहमीच्या शैलीत भाषणाचा शेवट करताना म्हणाला होता, "तुम्ही आपल्या क्रांतीची मशाल आहात. आपण आपलं भवितव्य ज्यावर घडविणार आहोत, त्याची तुम्ही आधारशीला असणार आहात." त्याच्या भाषणामुळे प्रेरित झालेल्या हजारो लोकांनी शहराचं एका चक्रव्यूहात रूपांतर करून युडेनिकच्या सैन्याला पिटाळून लावलं.

आता जुलै १९४१ मधली परिस्थिती तितकीच गंभीर होती. पण या खेपेस शहराच्या प्रशासनाची आणि संरक्षणाची जबाबदारी असणाऱ्यांजवळ ट्रॉट्स्कीच्या कळकळीचा अभाव होता. दरम्यानच्या काळात लेनिनग्राडनं त्या शहरातला एक लोकप्रिय नेता सर्जी किरोव याला गमावलं होतं. डिसेंबर १९३४मध्ये त्याचा खून झाला होता. स्तालिन त्याच्याकडे आपला प्रतिस्पर्धी म्हणून पाहत होता. म्हणूनच त्याच्याच फूस लावण्यानं हा खून झाला असं अनेकजण खासगीत बोलत असत. किरोवच्या जागी मग स्तालिनचा विश्वासू हस्तक आंद्रेई झाडनोव आला होता. त्याच्याबद्दल लेनिनग्राडवासियांना ना प्रेम होतं, ना आदर.

महायुद्धाला सुरुवात झाली तेव्हा ओल्गा ग्रेचिना लेनिनग्राडच्या सरकारी विद्यापीठात शिकत होती. ती त्या वेळच्या आठवणी सांगताना म्हणाली –

> 'कोणीही शहरामधल्या नेत्यांबद्दल जराही बोलत नसे. तो विषय पूर्णपणे वर्ज्य होता. कारण सगळीकडे खबरे असत. अर्थात लोकांना झाडनोव आवडत नव्हताच. त्याला 'लठ्ठ बोका' म्हणत असत. आम्ही पाहिलेला तो सर्वांत वाईट नेता होता. लेनिनग्राडमधल्या लोकांना बोलणं जरा सुरक्षित वाटू लागल्यानंतर सतत सिगारेट ओढणाऱ्या लठ्ठंभारती झाडनोवला 'भित्रा' आणि 'डुक्कर' अशा शेलक्या नावांनी संबोधलं जात असे.'

ट्रॉट्स्कीप्रमाणे स्तालिन लेनिनग्राडला वारंवार जात नसे. त्यामुळे त्यानं ३ जुलै रोजी खूपच उशीर करून रेडिओवर जे भाषण केलं, त्यामुळे शहरवासीयांचं मनोधैर्य उंचावण्यात जराही त्याचा उपयोग झाला नाही. त्यानं भाषणाची सुरुवात 'बंधू आणि भगिनींनो' अशी केली होती. निदान ही सुरुवात तरी जरा वेगळी होती, असं जोसेफ फिंकेस्टाईननं सांगितलं. अशा प्रकारे तो त्या आधी कधीच बोलला नव्हता. पण स्तालिननं गळ घालून केलेल्या आवाहनाचा फारसा उपयोग झाला नाही. भाषण नीट ऐकू येत नव्हतं आणि बरीच खरखर होती असं जॉर्जी कन्याझेवला आठवत होतं. भाषणाच्यामध्ये अनेकदा ग्लासात पाणी ओतल्याचा आणि ते गटागटा पिण्याचा आवाज ऐकू येत होता. या दरम्यान जे काही ऐकू आलं, त्यावरून स्तालिन काहीसा

खेदजनक स्वरात जर्मनी जिंकत असल्याची कबुली देत होता. "आता हा राजीनाम्याची घोषणा करतो की काय?" असं ऐकणारा एकजण चकित होऊन म्हणालादेखील.

किरोवच्या खुनानंतर स्तालिननं लेनिनग्राडमध्ये जी प्रचंड राजकीय दडपशाही केली, त्यामुळे या शहरातले बरेचसे लोक बोल्शेविकांच्या तत्त्वज्ञानापासून दूर गेले होते. जुलै १९४१मध्ये महिन्याच्या सुरुवातीला एलेना स्क्रआबिनाच्या एका शेजारणीचा नवरा अचानक पुन्हा उगवला. तो एका श्रमछावणीत दोन वर्षं सडत होता. त्याच्या बायकोनं त्याच्या केसचा पुनर्विचार करावा म्हणून भरपूर प्रयत्न केले होते. नवरा परत आल्यामुळे सुरुवातीला तिला खूपच आनंद झाला होता. पण तो जास्त काळ टिकला नाही.

> 'दोघांमधले संबंध चमत्कारिक आणि ताणलेले झाले. तो सतत घाबरलेला आणि चिरडून गेल्याप्रमाणे दिसत असे. त्याला बोलायला त्रास होत होता. त्यानं काय भोगलं ते तो मला हलक्या आवाजात सांगत असे. ते लोक त्याला अत्यंत निर्दयपणे मारहाण करीत. त्यांना त्याच्याकडून 'गुन्ह्याची कबुली' हवी असे... त्याची एक बरगडी तुटली होती आणि त्याला एका कानानं ऐकू येत नव्हतं.'

जर्मन सैन्य चालून येत असताना लोकांची रक्षणाच्या कामासाठी एकजूट करण्याऐवजी शहरातल्या अधिकाऱ्यांनी विनाकारण आणि मन मानेल तसं अटकसत्र चालूच ठेवलं होतं. ८ जुलैला स्क्रआबिनाबरोबर काम करणारी एक सहकारी नाहीशी झाली.

> '...ते रात्रीच्यावेळी आले. त्यांनी झडती घेतली, पण त्यांना काहीच सापडलं नाही. तरीही ते तिला पकडून घेऊन गेले.'

तिला का पकडलं असावं हे कोणालाच कळेना. या घटनेचं स्पष्टीकरण देणं अवघड होतं. तिचा भाऊ सैन्यात भरती झाला होता. म्हातारी आई, तिची क्षयरोगी बहीण आणि तीन वर्षं वयाची मुलगी अशा तिघी जणी तिच्यावर अवलंबून होत्या. स्क्रआबिना तिच्या घरी भेटायला गेली आणि अर्धा तास तिथं होती. ती लवकर परत आली नाही हे पाहून तिलाच अटक तर झाली नाही ना अशी शंका स्क्रआबिनाच्या घरच्यांना आली.

आणखी एका प्रसंगात शहर प्रशासन आणि नागरिकांमधले संबंध किती भयंकर झाले होते हे समजतं. झाडनोवनं एक लोकसेना उभारण्याचा निर्णय जाहीर

केला. स्तालिननं ३ जुलैला रेडिओवर जे भाषण केलं, त्याला प्रतिसाद म्हणून लोकांनी हजारोंच्या संख्येनं या सेनेत सामील व्हावं अशी झाडनोवची अपेक्षा होती. या सेनेमधल्या स्वयंसेवकांनी 'रक्ताचा शेवटचा थेंब असेपर्यंत' शहराचं रक्षण करायचं होतं. जोसेफ फिंकेनस्टाईनसारखे काही उत्साही लोक पुढेही आले. या लोकांच्या मनात देशप्रेमाची भावना प्रबळ होती.

लोकसेनेतल्या भरतीसाठी अधिकारी लेनिनग्राडमधल्या विविध कारखान्यांमध्ये आले. त्यांनी कर्मचाऱ्यांना बोलावून त्यांची या सेनेत स्वयंसेवक व्हायची 'इच्छा' आहे असं विचारलं. जर त्यांनी नकार दिला तर त्याचा अर्थ 'राजकीय बंडखोरीची प्रवृत्ती दिसणं' असा घेतला जाईल हे त्यांना बजावण्यात आलं. एका माणसाला सांगितलं, 'तू सोव्हिएत नागरिक आहेस. तेव्हा तू नकार देऊच शकत नाहीस.' दुसऱ्या एका पन्नास वर्षं वयाच्या माणसाचं हृदय थोडं कमजोर होतं. त्याला सांगितलं, 'तुझी प्रकृती कशी आहे याला जराही महत्त्व नाही. स्वत: पुढे येऊन आपली राजकीय इच्छा दाखविणं ही गोष्ट जास्त महत्त्वाची आहे.'

फाटकेतुटके कपडे असणारी ही लोकसेना कशी तयार झाली, हे जोसेफ फिंकेस्टाईनला चांगलं आठवतं.

> 'जुलैच्या सुरुवातीला ही स्वयंसेवकांची सेना उभारायला सुरुवात झाली. त्यात कोणीही सहभागी होऊ शकत होतं. अगदी सैन्यात भरती व्हायला अपात्र असणाऱ्यांनाही या सेनेत भरती होता येत असे. माझी नेमणूक 'लोकांच्या राखीव डिव्हिजन'मध्ये झाली. आमच्याकडे कनिष्ठ पातळीवरील अधिकाऱ्यांची वानवाच होती. आमची संख्या जेमतेम एखादी रेजिमेंट पुरी व्हायला पुरेशी होती. आम्हाला तात्पुरत्या प्रशिक्षणासाठी लेनिनग्राडच्या क्रेस्तोवस्की आयर्लंडवर पाठविण्यात आलं. तिथे आम्हाला नर्सेसबरोबर राहावं लागलं. या नर्सेसचं प्रशिक्षण संपत आलं होतं म्हणे. युद्धात सगळं काही क्षम्य असतं असं आमचे अधिकारी म्हणाले... तेव्हा काम कशा तऱ्हेनं चालत होतं हे तुमच्या सहज लक्षात येईल.'

शहर प्रशासन लोकांना सहभागी करण्यासाठी प्रचंड प्रयत्न करीत होते. ज्या लोकांनी अगोदर नकार दिला होता, त्यांना पुन्हा एकदा भरती अधिकाऱ्यांपुढे उभं करण्यात आलं. 'तुम्हाला आपल्या मातृभूमीची सेवा करावी असं वाटत नाही का?' असं त्यांना धमकावून विचारण्यात आलं. काही जणांना त्यांच्या कुटुंबाला जास्त रेशन मिळेल असं आमिषही दाखविण्यात आलं होतं. जमेल तितक्या जणांना कसंही करून भरती करून घेण्याचा हुकूम या अधिकाऱ्यांना बजाविण्यात आला होता.

लोकांची प्रकृती किंवा वय याच्याकडे फारसं लक्ष त्यांनी द्यायचं नव्हतं. त्यामुळेच कमकुवत हृदय असणाऱ्या, संधिवात असणाऱ्या आणि दमेकरी लोकांच्या खांद्यावरही लवकरच रायफल दिसू लागली. इतकंच नाही तर अपंगांची नावंही नोंदविण्यात आली. आपण काय करण्यासाठी स्वयंसेवक झालो आहोत याची फारच थोड्या जणांना कल्पना होती. तुम्हाला शहरातच पहारेकरी म्हणून काम करायचं आहे असं काहीजणांना सांगितलं गेलं होतं. जर जर्मन शहरात शिरले तरच त्यांना लढायला पाठविण्यात येईल, असंही काहीजणांना सांगण्यात आलं होतं. पण सगळ्यांनाच प्रशिक्षण घ्यावं लागणार होतं.

१२ जुलैपर्यंत अशा तीन डिव्हिजन्स तयार झाल्या होत्या. पण त्यांच्याजवळ शस्त्रं नि साधनसामग्री, सगळ्याचीच टंचाई होती. त्यांच्याजवळ पुरेसे गणवेश आणि रायफली नव्हत्या. त्यांच्याजवळ अगदी मोजक्या मशीनगन आणि हलक्या तोफा होत्या. बहुसंख्य लोकांना कसलंही लष्करी प्रशिक्षण मिळालेलं नव्हतं. अगदी फारच थोड्या अधिकाऱ्यांना लष्करी अनुभव होता. १५ जुलैला राईनहार्टच्या रणगाडा दलानं लुगा नदी गाठली हे कळल्यानंतर या लोकांमध्ये प्रचंड घबराट पसरली याचं जराही आश्चर्य वाटायला नको.

फिंकेस्टाईन ज्यात होता, अशा काही रेजिमेंट शहराच्या संरक्षणासाठी राखून ठेवण्यात आल्या. पण वोरोशिलोव आणि झाडनोवनं तत्काळ उरलेल्यांना आघाडीवर रवाना केलं. 'या लोकसेनेला जरी फारसं लष्करी प्रशिक्षण नसलं, तरी ती कमतरता त्यांच्या जबरदस्त मनोबलामुळे भरून निघेल,' असं समर्थनही या नेत्यांनी केलं. या स्वयंसेवकांनी आघाडीवर विलक्षण कामगिरी केल्याच्या बातम्या वर्तमानपत्रं प्रसिद्ध करू लागली. पण असं असलं तरी ही लोकसेना पुढील काही दिवसांत नष्ट होणार होती. अर्थात, या निरर्थक कुर्बानीची खबर लोकांपासून दडविण्यात आली होती.

युरी रियाबिनकीन हा त्या वेळी पंधरा वर्षांचा शाळकरी पोरगा होता. त्याच्या काही मित्रांनी आपण लोकसेनेत सामील व्हावं असं म्हटल्याचं त्यानं ऐकलं. त्या दिवशी त्यानं डायरीत लिहिलं –

> 'रायफलच्या आतल्या भागांची माहिती घेऊन काय उपयोग? त्यामुळे रणगाड्यांशी लढता येणार नाही.'

युरी रियाबिनकीन लेनिनग्राड शहरातल्या मध्यभागात राहत होता. तिथं असणारा नेवस्की प्रॉस्पेक्ट हा लेनिनग्राडमधला हमरस्ता असल्यानं या पोराला, अधिकाऱ्यांची वटवट आणि वस्तुस्थिती यामधली दरी केवढी मोठी आहे, हे सहज नजरेस पडत होतं.

'आमचा प्रत्येक नेता सतत ओरडून सांगतोय, 'आपण कधीच लेनिनग्राड शत्रूच्या हाती पडू देणार नाही! शेवटचा माणूस असेपर्यंत आपण शहर लढवू!' पण आमच्या सैन्यानं अद्यापि एकही विजय मिळविलेला नाही. शस्त्रास्त्रंही पुरेशी नाहीत. शहरात फिरणाऱ्या लोकसेनेच्या स्वयंसेवकांकडची शस्त्रं प्राचीन काळात शोभणारी आहेत. जर्मन रणगाडे धडधडत पुढे येतच आहेत. आम्ही त्यांच्याशी मोजक्या हातबॉम्बने आणि बाटलीत भरलेल्या स्फोटकांनी लढायचं आहे. हे सगळं असं आहे!'

आपल्या आजूबाजूच्या लोकांच्या स्वभावात बदल होतोय, हे जॉर्जी कन्याझेवला जाणवत होतं. फारच थोडेजण आशावादी विचार करीत होते. बरेचजण उपहासानं बोलत आणि नकारात्मक पराभूत विचारसरणीत गुरफटून जात असत. नालायक राजकारणी आणि भयंकर आक्रमक यांच्या कात्रीत सापडलेल्या लेनिनग्राडवासी लोकांना आपलं आयुष्य बदलत चालल्याची जाणीव झाली होती. कन्याझेव हा मन मोकळं बोलणाऱ्या स्वभावाचा माणूस असल्यानं त्यानं डायरी लिहिणं सुरू करावं यात काहीच नवल नाही. पण इतर वेळी जे लोक लिहिणं शक्य नाही अशा अनेक सामान्यजनांना डायरी लिहावीशी वाटली हे चकित करणारं आहे. काय चालू आहे याची नोंद त्यांना करणं गरजेचं वाटलं. त्यामुळेच आज आपल्याला शहरात त्या वेळी लोक कसे जगले याची फारच वैविध्यपूर्ण माहिती वाचायला मिळते. प्रत्येक डायरीमधून आपल्याला त्या माणसाच्या मनातील भीती आणि मनाच्या तळातल्या भावभावनांची कल्पना येते. पेत्रोवस्काया हॉस्पिटलमध्ये काम करणाऱ्या फैना प्रुसोवा हिनं आपल्या मुलाच्या हातात एक जाडजूड वही दिली आणि त्याला सगळं काही लिहून ठेव असं सांगितलं. तिनं स्वतःही डायरी लिहायला सुरुवात केली होती.

युरी रियाबिनकीन हा सुद्धा उत्साहानं डायरी लिहीत असे. त्यानं त्याच्या डायरीत पहिल्या पानावर अशी नोंद केली होती –

'माझा जन्म २ सप्टेंबर १९२५ ला इथंच लेनिनग्राडमध्ये झाला. मी, माझी बहीण, आई आणि आन्ट यांच्याबरोबर राहतो. माझी आन्ट डॉक्टर आहे नि आत्ता आघाडीवर गेलेली आहे. माझी बहीण आठ वर्षांची आहे. डॅड आम्हाला सोडून १९३३मध्ये गेले. दुसऱ्या कोणा बाईशी लग्न करून ते करेलियात राहू लागले.'

१८ जुलै १९४१ रोजी रेशन व्यवस्था सुरू झाली. ब्रेड, लोणी आणि इतर

सर्व अन्नपदार्थ मिळण्यासाठी कार्ड दाखविणं गरजेचं झालं होतं. कारखान्यात काम करणाऱ्यांसाठी दररोज ८०० ग्रॅम, ऑफिस कर्मचाऱ्यांसाठी ६०० ग्रॅम आणि केवळ अवलंबून असणाऱ्यांसाठी ४०० ग्रॅम असं ब्रेडचं रेशन ठरविण्यात आलं होतं. **(पाहा : परिशिष्ट)** त्याच दिवशी शहराचे सगळे नकाशे काढून टाकण्यात आले. हर्मिटेज म्युझियममधली पिकासो, रेम्ब्रॉ यांची किमती चित्रं आणि इतर मौल्यवान कलावस्तू रेल्वेच्या खास गाड्यांमध्ये भरण्याचं काम सुरू झालं. जॉर्जी कन्याझेवला तर आपल्या आत्म्याचाच एखादा भाग तोडला जातोय असं वाटू लागलं होतं. त्यानं आणि त्याच्या अकॅडमी ऑफ सायन्सेसमधल्या सहकाऱ्यांनी पीटर-द-ग्रेटचं सुप्रसिद्ध चित्र काढून ते पॅक केलं. हे शहर वसविणाऱ्या त्या महान सम्राटाचं चित्र विख्यात चित्रकार लोमोनोसोव यानं काढलं होतं.

'ते चित्र भिंतीवरून काढलं तेव्हा काय वाटलं ते शब्दांत सांगणं अवघड आहे. कामगारांनी काळजीपूर्वक ते खाली काढलं आणि ते बाहेर ठेवलेल्या गाडीत नेऊन ठेवलं. मी मनातल्या मनात चडफडत त्यांच्याबरोबर होतो. पीटर द ग्रेटनं आमची अकॅडमी स्थापन केली होती... मला आता ते चित्र पुन्हा दिसणार नाही असं वाटत होतं.'

जरी अन्नाच्या रेशनची पद्धत सुरू झाली असली, तरी त्याचा फारसा परिणाम लगेच दिसून आला नाही. दुकानात अजून बऱ्याच प्रमाणात अन्नधान्य दिसत होतं. जरी किमती सामान्य माणसाच्या अवाक्यातल्या नसल्या तरी निदान अन्न उपलब्ध आहे ही गोष्टदेखील लोकांना सुखावणारी होती. एलेना स्क्रआबिनानं सांगितलं –

'या दुकानांचा प्रत्यक्ष उपयोग कमी असला, तरी मानसशास्त्रीय फायदा मात्र भरपूर होता. काचेमधून आतले भरपूर पदार्थ दिसले की उपासमार होणार वगैरे अफवांवर विश्वास बसत नसे.'

१९ जुलैला युरी रियाबिनकिननं डायरीत केलेली नोंद पाहिल्यानंतर आता लोकांचा मूड बदलत होता हे कळून येतं.

'मी डेव्हिड कॉपरफील्ड वाचतोय. मी आज बुद्धिबळ खेळलो. ममनं मला थोडे पैसे दिले. मी पॅलेस ऑफ लेबरमधल्या कॅन्टीनमध्ये जाऊन सेमोलिनाची एक प्लेट आणि थोडं सूप घेतलं. मग मी घरी आलो... मी घोडा आणि उंट वापरून मात करायची युक्ती शिकलो... आन्ट टिना

अचानक श्लीसेलबर्ग आघाडीवरून परत आली. तिची आता हॉस्पिटलप्रमुख या पदावर नेमणूक झाली आहे... ममला काही झालं तर ती मला आणि इराला घेऊन जाणार आहे.'

जुलै महिन्याच्या अखेरीस पहिल्यांदा जर्मन विमानं लेनिनग्राडवर आली होती. ही विमानं नुसती टेहळणी करायला आली होती. त्यामुळे त्यांनी बॉम्ब टाकले नाहीत. पुढचे काही दिवस एकेकटं विमान शहरावर घिरट्या घालून जात असे. अनेकदा अशी विमानं आली, तरी त्यांनी बॉम्बफेक मात्र केली नाहीत. २९ जुलै रोजी कन्याझेवनं डायरीत अशी नोंद केली –

'पुन्हा आम्हाला जर्मन विमानं दिसली. पण त्यांनी बॉम्ब टाकले नाहीत.'

असं असलं तरी लेनिनग्राडमधल्या लोकांच्या मनात प्रचंड अस्वस्थता होती. जर्मन सैन्य मोठ्या हवाई हल्ल्याची तयारी तर करत नाही ना, असं त्यांना वाटू लागलं होतं. ऑगस्टच्या प्रारंभी स्क्रआबिनाच्या एका शेजारणीचा नवरा घरी भेटायला आला होता. तो शस्त्रसज्ज होता. आपण मुख्य लष्करात मोठ्या पदावर आहोत याचा अभिमान त्याच्या चेहेऱ्यावरून ओसंडून वाहत होता. त्यानं अधिकाऱ्याच्या रुबाबात तिला सांगितलं की, लेनिनग्राडला कसलाही धोका नाही. विमानविरोधी तोफा इतक्या सज्ज आहेत की, एकही विमान त्यांच्यापासून वाचून शहरावर येणार नाही असं त्यानं ठासून सांगितलं. हे सगळं डायरीत नोंदविल्यावर स्क्रआबिनानं पुढं लिहिलं, 'हे खरंच असं होईल का?'

पण प्रत्यक्षात लेनिनग्राड शहरावर हवाई हल्ला होऊ नये म्हणून केलेली व्यवस्था अतिशय कमकुवत होती. तिथून बॉम्बर आणि लढाऊ विमानं उडणार होती त्या लेनिनग्राडच्या पश्चिमेकडच्या सगळ्या हवाईपट्ट्या केव्हाच शत्रूच्या ताब्यात गेल्या होत्या. जी काही विमानं शिल्लक होती, ती फारशी आश्वासक नव्हती. खंदक खणत असताना डोक्यावरून विमानांचा एक ताफा गेल्याचा प्रसंग इव्हगेनी मोनियुश्कोला चांगला आठवतो.

'आमच्या डोक्यावरून अगदी कमी उंचीवरून जात असताना एक विमान हवेतच मोडलं. विमानाच्या धडापासून एक पंख वेगळा झाला. मग दुसरा तुटला आणि धडासकट पंख खाली कोसळले. पाठोपाठ एक मोठा स्फोट झाला. स्वत:ला धीर देण्यासाठी माझ्या आजूबाजूचे काहीजण

म्हणाले की, हे जर्मन विमान आहे. पण हे रशियनच विमान असल्याची माझी खात्री होती.'

जर्मन हल्ल्याचा धोका समोर दिसत असताना नागरी संरक्षणदलाच्या कर्मचाऱ्यांना दिलेलं प्रशिक्षण घाईघाईचं आणि अतिशय जुजबी होतं. अग्निशमनासाठी साधी हेल्मेट, कुऱ्हाडी, पहारी आणि क्वचितच आग विझविण्यासाठी उपकरण अशी साधीसुधी सामग्री त्यांच्याजवळ होती. आग लागत नाही ना हे पाहण्याची जबाबदारी प्रामुख्याने स्त्रियांवर येऊन पडली. महत्त्वाच्या इमारतींभोवती वाळूची पोती उभी करण्याचं काम बायका मन लावून करीत असल्या, तरी आपण करीत असलेलं काम निरर्थक आहे याची त्यांना कल्पना होती.

दररोज जर्मन टेहळणी विमानं लेनिनग्राडवर घोंघावत जाताना पाहून लोकांचा थरकाप होत होता. जरी प्रत्यक्ष बॉम्बहल्ला झाला नाही, तरी अनेकदा धोक्याचा इशारा देणारे भोंगे वाजत होते. जुलै महिन्याच्या अखेरीस आणि ऑगस्ट महिन्यात लेनिनग्राडवासियांच्या अनेक डायऱ्यांमध्ये तसे उल्लेख आढळतात. कधी कधी दिवसात चार वेळा भोंगे वाजत. एका दिवशी तर बारा वेळा हवाई हल्ल्याचा इशारा दिला गेला.

लुगा नदीच्या परिसरात जर्मन फौजेच्या हल्ल्यांची तीव्रता पुन्हा एकदा वाढल्यानंतर अखेर १० ऑगस्ट रोजी लेनिनग्राड शहराच्या प्रशासनानं शहरामधून ४,००,००० बायका-मुलांना बाहेर काढण्याची कारवाई सुरू करण्यात आली होती. जुलै महिन्यात अधूनमधून काहीजणांना लेनिनग्राडमधून बाहेर पाठविण्यात आलं होतं. लुगा नदीच्या काठावर असणाऱ्या तोल्माशेवो आणि गात्चिना या ठिकाणी काही पोरांना पाठविलं होतं. या ठिकाणी उन्हाळी कॅम्पची जागा होती. पण जागेची ही निवड पूर्णपणे चुकीची होती. कारण जर्मन सैन्य फार वेगानं प्स्कोव्हपाशी येऊन ठेपलं होतं. त्यामुळे पोरांना घाईघाईनं परत लेनिनग्राडकडे परत आणावं लागलं. एकूणात लेनिनग्राडमधल्या नागरिकांचा या स्थलांतराच्या योजनेवरचा विश्वास डळमळीत होऊ लागला होता. त्या काळात लोकांच्या मनातल्या अनिश्चिततेची धास्ती किती भयंकर होती, याचं वर्णन एलेना स्क्रआबिनानं केलेलं आहे –

'मला कोपऱ्याकोपऱ्यावर मुलांबद्दलच चर्चा ऐकू येते. युद्धासारख्या भयानक प्रसंगात स्वत:च्या मुलांची काळजी हीच सतत आमच्या डोक्यात असते... कदाचित या काळजीनं आम्हाला वेडही लागेल.'

स्थलांतराची ही नवीन योजना चौदा वर्षांखालच्या सर्व मुलांसाठी सक्तीची

होती. आया तर या सगळ्याकडे काळजावर दगड ठेवून पाहत होत्या. खास तयार केलेल्या समित्यांपुढे संपूर्ण कुटुंबाला हजर राहावं लागे. लेनिनग्राडमधल्या प्रत्येक विभागात (डिस्ट्रिक्ट) अशा समित्या स्थापन करण्यात आल्या होत्या. या समित्या पोरांना कुठं पाठवायचं ते ठरवत असत. अर्थातच, कुटुंबाला काय वाटतं याचा प्रश्नच येत नसे. एका बाईला आपल्या पोरांना पाठविण्याची इच्छा नव्हती. त्यावर तिला सावधगिरीचा इशारा देण्यात आला –

> 'तू मुलांना या वेळी आमच्या योजनेनुसार पाठवायला तयार नाहीस. पण तसं झालं तर मुलांना मग पायी लेनिनग्राड सोडण्याची वेळ येईल.'

दिमित्री पावलोव यानं लेनिनग्राडच्या वेढ्याबद्दलचं सोव्हिएत बाजूचं पहिलं पुस्तक लिहिलं होतं. या पुस्तकामधलं स्थलांतराचं वर्णन, पहिलं 'अधिकृत' वर्णन आहे. पावलोवनं स्थलांतराच्या योजनेत काही प्रमाणात दिरंगाई झाल्याचं मान्य केलं आहे. त्याचप्रमाणे आयांना आपल्या मुलांना आपल्यापासून दूर करताना फार त्रास होत होता हे देखील त्यानं नमूद केलं आहे. पण 'एकदा का पोरं सुरक्षित ठिकाणी गेली हे कळल्यानंतर त्यांना हायसं वाटलं' असं पावलोव लिहायला विसरला नाही. मुलांचं स्थलांतर करताना झालेली प्रशासकीय हेळसांड आणि ढिसाळ नियोजन याची कल्पना अशा सरकारी वार्तांकनामधून येऊच शकत नाही, या सगळ्याला बजबाबदार असणाऱ्यांनाही हे उघड होऊ नये असं वाटत होतंच. त्यांनी अनेक लहान मुलांना एकटं पाठविलं. त्यांच्या आया शहरात कामासाठी लागणार आहेत, असं कारण त्यांनी दिलं होतं. एलेना कोचिनानं असाच एक प्रसंग स्वत: पाहिला होता –

> 'ते लहान मुलांना स्थलांतरित करीत आहेत! भेदरलेल्या प्राण्यांप्रमाणे दिसणारी ती छोटी मुलं रस्त्यानं रेल्वे स्टेशनकडे जात आहेत. सगळा रस्ता मुलांनी भरून गेला आहे. रेल्वे स्टेशन ही त्यांचं बालपण संपण्याची सीमारेषा ठरणार आहे. त्यानंतर त्यांना आपल्या आईवडिलांशिवाय जगावं लागणार आहे... ट्रकमध्ये भरलेल्या पोरांची डोकी छोट्या सोनेरी-तपकिरी मश्रूमप्रमाणे हलत होती... वेडेपिसे झालेले आई-बाप ट्रकमागून धावत होते.'

शहर प्रशासनामधल्या एका माणसानं नंतर आपण काम नीट करू शकलो नव्हतो अशी कबुली दिली –

'बायकामुलांना शहराबाहेर पाठविण्याचा निर्णय घेताना आम्ही अक्षम्य दिरंगाई केली. आम्ही त्यांना, म्हणजे मुख्यत: मुलांना गोळा केलं. त्यांना ट्रक्समध्ये भरून आम्ही सहा-सात मैल अंतरावर असणाऱ्या रिबात्स्कोये या ठिकाणी पाठविलं. तिथून त्यांना रेल्वेनं पाठविण्याचं ठरलं होतं. पण एवढ्या मुलांना हलविण्याएवढी आमची रेल्वेव्यवस्था पुरेशी नव्हती. पोरं तिथं तीन दिवस, पाच दिवस आणि आठवडाभर वाट पाहत थांबली होती. त्यांना आपल्या आई-बापांशी संपर्क साधता येत नव्हता. त्यांच्या आई-बापांना मात्र आपली पोरं केव्हाच सुरक्षित जागी पोहोचली असं वाटत होतं. बहुतेक पोरांजवळ काहीही पैसे नव्हते आणि त्यांच्या घरून त्यांना या ट्रीपसाठी दिलेलं अन्न पोरांनी केव्हाच खाऊन टाकलं होतं.'

अखेर रेल्वेगाड्या भरून पाठविण्याची वेळ आली. लेनिनग्राडमधल्या विविध कारखान्यांमधून सुटी केलेली यंत्रसामग्री रेल्वेत सर्वांत अगोदर चढविण्यात आली होती. त्या यंत्रांवर पाईन वृक्षाच्या फांद्या झाकलेल्या होत्या. मग काही कामगारांची कुटुंबं रेल्वेत बसविण्यात आली. अखेर पोरांना डब्यांमध्ये भरण्याचं काम सुरू झालं. अखेर अनेक डब्यांमध्ये पोरांना कोंबण्यात आलं. त्यांच्या डब्यात झोपायला कठीण लाकडी फळ्या होत्या आणि अगदी फालतू गाद्या होत्या. व्हेरा इन्बरनं अशाच पोरांना पाहिलं होतं. 'बिचारी पोरं एकमेकांना चिकटून खिडक्यांमधून बाहेर डोकावत होती. त्यांच्यामधल्या एकाच्याही चेहेऱ्यावर हसू नव्हतं.'

१८ ऑगस्टला लेनिनग्राडमधली हजारो पोरं नोव्हगोरोड आणि म्गा या रेल्वे जंक्शनांकडे जात होती. त्याचवेळी नुकताच इलमेन सरोवरापाशी नाट्यमय विजय मिळवून उत्साहानं भरलेलं मानस्टाईनचं पॅंझरदल नेमक्या विरुद्ध दिशेनं तिकडेच वेगानं वाटचाल करीत होतं.

जर्मनांचं विद्युतवेगानं चढाई करून शत्रूला चिरडून टाकायचं जे युद्धतंत्र (ब्लिट्झक्रीग) होतं, त्यामध्ये अगोदर बॉम्बफेकी विमानं जाऊन शत्रूची दळणवळण यंत्रणा मोडून टाकत असत. त्यामुळे शत्रूला प्रतिकार करायला उभंच राहता येत नसे. या वेळी जेव्हा मानस्टाईनचे रणगाडे लेनिनग्राडच्या रोखानं येत होते तेव्हा ते तिथं आहेत हेच रशियनांना माहीत नव्हतं! लेनिनग्राडमधल्या लोकांना वाटत होतं की, सुरक्षित मार्गानं मुलांचं स्थलांतर व्यवस्थित होत आहे. अशा एका स्थलांतराच्या प्रसंगी मारिआ मोस्तोवस्काया तिथं हजर होती. तिला सगळं काही स्वच्छ आठवतं.

'आम्ही सरळ जर्मनांच्या दिशेनं तेव्हा जात होतो हे आता माझ्या

लक्षात येतंय. अर्थात, त्या वेळी कोणालाच त्याची कल्पना नव्हती. ती असणार तरी कशी? आम्ही खूप दूरवर चांगल्या भागात होतो. मुलांना नोव्हगोरोड इथवर पोहोचविण्याची जबाबदारी माझ्यावर सोपविलेली होती. तेव्हा जे घडलं ते असं – आम्ही जाऊन पोहोचलो होतो. दिमियन्स्कमधले लोक आमच्या स्वागतासाठी आले होते. आम्ही कोण कुठे राहणार याबद्दल चर्चा केली. हजारो मुलांची व्यवस्था करायची होती. पण त्याच वेळी तातडीचा हुकूम देण्यात आला. आम्हाला मुलांना घेऊन तसंच पुढे जावं लागणार होतं. तेव्हा कुठे आम्हाला जर्मन आमच्या दिशेनं वेगानं येत असल्याची कल्पना आली. जरा विचार करून पाहा! आमच्याजवळ बालवाडीत जाणारी बरीच मुलं होती. मुलं दमलेली आणि भुकेलेली होती. अचानक आम्हाला कळलं की आमची मागची वाट रोखण्यासाठी जर्मन छत्रीधारी सैनिक उतरवत आहेत. हे कळताच जी वाहनं मिळतील त्यामधून आम्ही अनेक फेऱ्या करून मुलांना दिमियन्स्कपासून साधारण पन्नास किलोमीटर अंतरावर असणाऱ्या लिश्कोवो या स्टेशनकडे नेलं.'

त्या वेळी नेल्या जाणाऱ्या मुलांमध्ये मिखाईल मास्लोव हा छोटा मुलगा होता. ''दळणवळण यंत्रणा पूर्णपणानं कोलमडून पडलेली होती हे दिसत होतं. आम्हाला मुळातच दिमियन्स्ककडे पाठवायला नको होतं. नाझी सरळ आमच्याच रोखानं येत होते.''

त्या वेळी तिथं हे सगळं भोगलेल्या नीना मालाकोवानं तेव्हाची आठवण सांगितली –

'आम्हाला नुकताच चहा देण्यात आला होता. एवढ्यात जवळच्या सामुदायिक शेतीचा संचालक धावत आमच्यापाशी आला. मला त्याचे शब्द अजूनही आठवतात. 'नाझी छत्रीधारी सैनिक पुढे आहेत.' आम्हाला जेवढ्या शक्य असेल तेवढ्या वेगानं तिथून हलवायचं होतं. कारण वेगाबद्दल जर्मनांची ख्याती होती. पण आम्हाला ज्या गाड्यांमध्ये कोंबलं त्या झारच्या काळातल्या जुन्यापुराण्या वाटत होत्या.'

पोरांना गाड्यांमध्ये भरून लिश्कोवो स्टेशनकडे नेण्यात आलं. मारिआ मोस्तोवस्कायानं तिथल्या दृश्याचं वर्णन केलं –

'तो दिवस छान होता. हवा सुखद होती. पोरं गाडीत चढू लागली.

त्यांच्या अंगावर त्यांचे सर्वांत चांगले रंगीत कपडे होते. जर्मन विमानं आली. घिरट्या मारून ती पुन्हा आमच्या दिशेनं आली होती. फारच भयंकर प्रसंग होता तो. पोरं 'मम्मी! मम्मी!' असं रडू लागली. आयुष्यात पहिल्यांदाच मी लहान मुलांशी खोटं बोलले. 'घाबरू नका. घाबरण्यासारखं काही नाही! ही आपलीच विमानं आहेत.' पण माझं वाक्य पुरं व्हायच्या आतच बॉम्बवर्षाव सुरू झाला. वैमानिक खूपच खालून जात होते. ते नीट बघून बटण दाबत आणि मग लगेचच स्फोट होई. नंतर वैमानिकांनी आपल्याला काही माहीत नव्हतं असा कांगावा केला. किती खोटारडेपणा! त्यांना सगळं नीट दिसत होतं. त्यांनी मुद्दामच पोरांवर बॉम्ब टाकले.'

एलेना पाराकोवा तेव्हा एका डब्यात होती. तिच्या वरच्या बर्थवर असणाऱ्या एका छोट्या मुलीनं खिडकीबाहेर बोट दाखविलं. "पाहा! विमान!" ती निरागसपणे म्हणाली, "ते काहीतरी खाली टाकतायत... पत्रकं किंवा कदाचित खेळणी!" मग ती मुलगी एलेना पाराकोवाच्या अंगावर कोसळली, कारण डब्यावर वैमानिक मशीनगनमधून गोळीबार करू लागले होते.

आता बॉम्बवर्षाव सुरू झाला होता. "मी डब्यात धूर पसरत असताना मुलांचं किंचाळणं कधीच विसरू शकणार नाही," व्हेरोनिका किरिलोवा सांगत होती, "माझ्या भोवती सगळीकडे खेळणी विखरून पडली होती. एक मुलगी बाहुली छातीपाशी घट्ट धरून बसली होती. माझ्या आईनं बाहुली सोडू नकोस असं सांगितलंय हे ती तीन वर्षांची एलेना सिमोनेवा मला सांगत होती."

इवान फेदुलोव आणि जरा मोठ्या वयाची काही मुलं प्लॅटफॉर्मजवळ उभी होती. ती इतर लहान मुलांना त्यांचं सामान गाडीत चढवायला मदत करीत होती. फेदुलोव त्या दिवसाबद्दल सांगताना म्हणाला,

> 'मला अचानक भीषण आक्रंदन ऐकू आलं. कोणीतरी जोरात 'बॉम्बर! बॉम्बर!' असं ओरडलं. एक विमान आमच्या डोक्यावर आलं. गाडीच्या या टोकापासून त्या टोकापर्यंत त्यानं बॉम्ब टाकले. त्याची फेक अगदी अचूक होती. जणू एखाद्या राक्षसानं फटकारा मारावा, अशा तऱ्हेनं जळते डबे इतस्तत: विखरून पडले.'

बॉम्बच्या स्फोटांचा दणका एवढा मोठा होता की जवळच्या, टेलिग्राफच्या तारेवर अनेक छोटे हातपाय लटकलेले फेदुलोवला दिसले. जवळच असणाऱ्या एका झाडाच्या फांदीला लहान मुलाचा पाय लोंबकळत होता. जी काही मुलं वाचली

होती, त्यांना फेदुलोवनं गोळा केलं आणि ते सगळे जवळच्या बटाट्याच्या शेताकडे पळू लागले. त्यांच्या पाठोपाठ वाचलेली आणखी काही मुलं पळत होती.

> 'एक विमान घिरटी मारून पुन्हा तिथं आलं. मग त्या विमानातून पळणाऱ्या पोरांवर मशीनगनमधून गोळीबार सुरू झाला. ते विमान इतक्या खालून जात होतं की मला वैमानिकाचा चेहेरा स्पष्ट दिसला. तो संपूर्ण निर्विकार होता.'

अलेक्झांद्रा अर्सेनियेवा त्या वेळी तिथं गाडीत तिच्या मुलीबरोबर होती. ती त्या वेळची आठवण सांगताना म्हणाली,

> 'जर्मनांनी गाडीच्या डब्यांवर बॉम्बफेक सुरू केली. आम्ही मुलांना सीटखाली लपविलं. त्यांच्या अंगावर गाद्या टाकल्या आणि मग आम्ही स्वत:ला त्यावर झोकून दिलं... जरा वेळानं थोडं शांत झाल्यानंतर आम्ही डब्यातून बाहेर पडलो. स्टेशन जळत होतं. तिथलं दृश्य भयंकर होतं. सगळीकडे मृतदेह विखुरलेले होते. स्थलांतराची जबाबदारी ज्याच्यावर होती, तो माणूस हातात डोकं धरून बसला होता. त्याचं सगळं कुटुंब मारलं गेलं होतं. कोणालाच काय करावं ते कळत नव्हतं....'

अखेर कित्येक तास उलटल्यावर तिथं एक रेल्वेगाडी आली. ती हळूहळू लेनिनग्राडच्या दिशेनं जात होती. गाडी गच्च भरलेली होती. त्यात कित्येक गंभीर जखमी सैनिक होते. अर्सेनियेवा गाडी पकडण्यासाठी धावली. पण तिला गाडी पकडता आली नाही. तिनं तिच्या मुलीला आत फेकलं आणि सैनिकांना उद्देशून म्हणाली, ''तिला लेनिनग्राडला न्या!'' दहा दिवसांनंतर तिची आणि मुलीची पुन्हा भेट झाली. पण तिच्या मुलीची वाचाच गेली होती.

लिश्कोवोमधल्या या भयंकर हत्याकांडाची बातमी लवकरच लेनिनग्राडमध्ये पोहोचली. जर्मन सैन्य वेगानं पुढे येत असताना मुलांना त्याच दिशेनं पाठविण्याची कल्पना लोकांच्या सहनशक्तीच्या पलीकडची होती. लोक मुलांच्या स्थलांतराला विरोध करू लागले होते. 'चिथावणीखोर लोकांनी पसरवलेल्या अफवांचा परिणाम म्हणून आई-बाप उगीच घाबरून जात आहेत.' असं अजूनही अधिकारी सांगतच होते.

जर्मन हल्ल्यामधून वाचलेल्या मुलांना त्यांच्या आई-बापांकडे परत पाठविणं आणि जखमी मुलांना लेनिनग्राडला आणून त्यांच्यावर उपचार करण्याची गरज

होती. पण स्थलांतराच्या योजनेचा पुरता विचका झाला आहे, हे उघडपणे लेनिनग्राडचं प्रशासन मान्य करीत नव्हतं. त्यांनी नंतर कधीही ही गोष्ट कबूल केली नाही. ''मी जेव्हा लेनिनग्राडला परतले तेव्हा 'मी हे सगळं माझ्याच कल्पनेतून सांगते आहे' असं मला सांगण्यात आलं.'' व्हॅलेंटिना लाझारोवा सांगत होती. लेनिनग्राडचं प्रशासन हे असं होतं. त्या वेळी लिश्कोवोत दोन हजारांपेक्षा जास्त मुलं ठार झाली होती आणि शेकडो इतर मुलं जखमी अवस्थेत आसपास भटकत होती आणि तरीही असं काहीच घडलं नाही, असा प्रशासनाचा दावा होता. आता क्षुब्ध झालेल्या अनेकजणींनी आपल्या मुलांचा स्वतःच शोध घ्यायला सुरुवात केली. लिडीया ओखापृकिनानं तिच्या मुलाला शोधण्यासाठी काय केलं ते ती सांगत होती –

> 'मी माझ्या छोट्या मुलीला कडेवर घेऊन ब्रेड मिळविण्यासाठी गेले होते. रांगेत माझ्यापुढे एक चष्मा घातलेली बाई उभी होती. आपण दोन दिवसांचा ब्रेड मागणार आहोत असं ती म्हणत होती. ती तिच्या मुलाला आणण्यासाठी जाणार होती. तिच्या मुलाला स्थलांतरासाठी कुठं बोलावलं होतं आणि कुठून त्याला बाहेर पाठवलं हे मी तिला विचारलं. तिनं नर्सरी स्कूल क्र. २१ असं सांगितलं. हा क्रमांक माझ्या चांगला लक्षात होता, कारण याच ठिकाणी त्यांनी माझ्या मुलालाही ठेवलं होतं. मी जरासा विचार केला आणि मग माझ्या मुलालाही शोधून आणशील का असं तिला विचारलं. तिनं सुरुवातीला माझं म्हणणं धुडकावलं. वाटेत बॉम्बफेक व्हायचा धोका आहे आणि माझाही मुलगा ठार होऊ नये अशी तिची इच्छा असल्याचं ती म्हणाली. तिचा मुद्दा माझ्या लक्षात आला. पण माझा नाइलाज होता. मी छोट्या मुलाला घेऊन जाऊ शकत नव्हते आणि आणखी कोणी जाण्याजोगं नव्हतं. मी तिला वारंवार गळ घातली आणि विनवण्या केल्या. जरा वेळानं ती बाई स्वतःच रडू लागली. मग तिनं माझा मुलगा किती वर्षांचा आहे हे विचारलं. ती माझ्या मुलालाही शोधून आणायला तयार झाली होती.'

पण ओखापृकिनाला कागदपत्रांची गरज होती. दुसऱ्या दिवशी ती पुन्हा मुलीला कडेवर घेऊन बाहेर पडली. ती आता डिस्ट्रिक्ट सोव्हिएतसमोर एका भल्यामोठ्या रांगेत उभी होती. तिथं बायकांची गर्दी उसळली होती. प्रक्षुब्ध अवस्थेमधल्या अनेकजणी किंचाळत होत्या, 'आमची मुलं परत आणा! कुठंतरी मरण्यापेक्षा आम्ही एकत्र मेलो तरी चालेल!' तिथल्या अधिकाऱ्यानं त्यांना आपण सर्वकाही उत्तम नियोजन करूनच केलं होतं असं सांगायचा प्रयत्न केला. पण बायकांचा एकंदर

रागरंग पाहून त्यानं भराभरा आवश्यक ती कागदपत्रं देऊन टाकली. ओखापृकिना तिथून सरळ त्या बाईंच्या घरी गेली. आवश्यक तो परवाना जवळचा सगळा ब्रेड आणि थोडे पैसे तिच्या हातात ठेवले. ती बाई त्याच दिवशी निघाली.

दोन आठवडे उलटून गेले. लिडीया आतुरतेनं वाट पाहत होती. पण आता आपल्याला आपला मुलगा परत दिसणार नाही, असं तिला वाटू लागलं होतं. एक दिवस सकाळी तिला खिडकीतून घरासमोर एक बाई आणि दोन मुलं उभी असलेली दिसली होती. लिडीया बाहेर धावली आणि तिनं आपल्या मुलाला मिठीत घेऊन त्याच्यावर मुक्यांचा वर्षाव केला होता. लिडीयानं त्या बाईंचे आभार मानले. तिनं सांगितलं की परतीचा प्रवास फार खडतर झाला. त्यांनी थोडा प्रवास गाडीनं केला. पण त्या गाडीवर बॉम्बफेक झाल्यानंतर त्यांनी गाडीतून पळ काढला होते. मग हे एवढं प्रचंड अंतर ते जवळपास पायी चालून आले होते. जर्मन आता लेनिनग्राडचा इतर देशाशी असणारा संपर्क वेगानं तोडत होते. आता फक्त म्गा जंक्शनमधून रेल्वे बाहेर पडू शकत होत्या. पण २५ ऑगस्टला हा शेवटचा मार्गही बंद झाला. ताबडतोब स्थलांतराची योजना स्थगित करण्यात आली. या जंक्शनजवळच्या गावात हजारो मुलं बाहेर पाठवली जाण्याची वाट पाहत थांबत होती. ती तिथंच अडकून पडली.

लेनिनग्राडमधून जी शेवटची रेल्वेगाडी बाहेर पडू शकली, त्यात व्लादिमिर गान्केविच होता. मुलांनी गच्च भरलेली ही गाडी पहाटे लवकर लेनिनग्राडहून निघाली होती. वाटेत आणखी मुलांना गाडीत घ्यायचं होतं. गाडी एका स्टेशनपाशी आली. तिचा वेग कमी झाला होता. अचानक वोलोद्या नावाचा एक छोटा मुलगा टाळ्या पिटू लागला होता. "पाहा! कितीतरी बलून दिसत आहेत!" गान्केविचनं बाहेर नजर टाकली. आकाश पॅराशूटने गच्च भरून गेलं होतं. जर्मन छत्रीधारी सैनिक रेल्वे रूळांच्या बाजूला असणाऱ्या कुरणांमध्ये उतरत होते. काही सैनिक उतरून रूळांच्या दिशेनं निघालेले दिसले होते. त्याच वेळी गाडीनं वेग घेतला आणि स्टेशनमध्ये न थांबता ती सुसाट वेगानं बाहेर पडून निघून गेली होती. गान्केविचला स्टेशनचं 'म्गा' हे नाव जेमतेम वाचता आलं होतं.

आता आणखी मुलांना लेनिनग्राडमधून बाहेर सुरक्षित हलविण्याची शक्यता मावळली होती. लेनिनग्राडमधून बाहेर पडण्याच्या भयंकर प्रवासात नेमकी किती मुलं मरण पावली आणि किती परत आली हे आपल्याला कधीच कळणार नाही. लोकांच्या मनस्तापात भर घालणारा प्रसंग अगदी अखेरच्या क्षणीही घडला होता. घाईगर्दीत काम उरकताना मुलांना पाठविताना प्रशासनानं त्यांच्याजवळ योग्य ती कागदपत्रं दिली नव्हती. त्याऐवजी त्यांच्या हातावर त्यांची नावं न पुसणाऱ्या शाईनं लिहिली होती. पण ही शाई तशी नव्हती हे नंतर लक्षात आलं. बोलू न शकणाऱ्या

शेकडो अर्भकांची ओळख पटविण्याचं कोणतंच साधन उरलं नव्हतं.

जर्मनांनी लेनिनग्राडला घेरल्याचं कळल्यानंतर जॉर्जी कन्याझेवसारख्या अनेक नागरिकांना आश्चर्य वाटलं होतं. शत्रू एकदम एवढा कसा शिरजोर झाला हे त्यांना कळेना. लेनिनग्राडमधले साधारण पंचवीस लाख नागरिक वेढ्यात अडकले होते. त्यामध्ये साधारण पाच लाख लहान मुलं होती. २५ ऑगस्टला एलेना स्क्रआबिनानं फक्त इतकंच डायरीत लिहिलं – 'लेनिनग्राडला घेरण्यात आलंय. आम्ही उंदराच्या पिंजऱ्यात अडकलो आहोत.'

ऑगस्ट महिन्याच्या अखेरीस लोकांना अन्नपुरवठ्याबद्दल काळजी वाटू लागली. लेनिनग्राडमधून आता कोणालाही बाहेर पाठविलं जाणार नाही, हे कानावर आल्यानंतर लोकांनी अन्नाचा साठा करून ठेवायला सुरुवात केली. एलेना स्क्रआबिनाला तिच्या घरासाठी काही खाद्यपदार्थ आणायचे होते. पण 'अन्न साठविण्याचा ज्वर' सगळ्यांनाच चढला होता. वस्तू एकामागोमाग एक गडप होत होत्या.

> 'अचानक कानावर आलं की, शहराच्या पेट्रोग्राड विभागात अमूक-तमूक वस्तूंचं वाटप सुरू आहे. म्हणून तिथं जावं तर काहीच नसतं. मग नार्वा गेट भागात काहीतरी मिळतंय असं कळतं. त्यानंतर वासिलेवस्की आयलंड... तिथं जे काही मिळेल ते घेण्यासाठी सगळेजण धडपडतात. पण जे काही मिळतं ते फारसं चांगलं मात्र नसतं... दुकानात जवळपास काहीच शिल्लक नाही. शिवाय सगळीकडे मोठमोठ्या रांगा आहेतच....'

२८ ऑगस्टला 'सकाळपासून संध्याकाळपर्यंत' असणाऱ्या एका लांबलचक रांगेवर जर्मन विमानांनी पत्रकांचा वर्षाव केला होता. 'हे शहर लवकरच त्यांच्या हातात पडणारच होतं. तेव्हा अन्नाचा साठा करून ठेवण्याची गरज नाही' असं त्यात लिहिलेलं होतं.

३० ऑगस्टला लेनिनग्राडमधली सगळी दुकानं बंद झाली. जरी जर्मन सैन्याचा धोका होता, तरी लोक आजूबाजूच्या परिसराकडे जाऊ लागले. आजूबाजूच्या खेडेगावांमधल्या लोकांनी पळून जाताना त्यांचं मागे जे काही उरलं होतं ते म्हणजे बटाटे, भाज्या, धान्य वगैरे शोधून काढायला लेनिनग्राडवासी धावत होते. लेनिनग्राडमधला अन्नाचा साठा फारतर एक महिना पुरेल, अशी अफवा सगळीकडे पसरली होती.

लेनिनग्राडवरचं संकट आणखी गहिरं होत असताना शहराचा मुख्य प्रशासक आंद्रेई झाडनोवनं सगळीकडे मोठमोठी पोस्टर्स लावली. 'कॉम्रेड्स! प्रिय मित्रांनो! आपल्या शहरावर जर्मन हल्ला करण्याचा धोका निर्माण झाला आहे. रेड आर्मी शत्रूचा शौर्यानं सामना करीत आहे. पण शत्रूनं त्याचा राक्षसी बेत बदललेला नाही...'

एलेना कोचिनानं त्यातल्या एका पोस्टरकडे नजर टाकली. आपल्या तान्हुल्या मुलीसाठी दूध मिळवायला ती बाहेर पडली होती. ती सांगत होती –

> 'मी एका इमारतीच्या भिंतीवर लावलेला पोस्टर पाहिलं. कॉम्रेडस! प्रिय मित्रांनो!... बस्स. मी पुढं काही वाचलं नाही. मी फक्त माझ्या लहान मुलीला छातीशी घट्ट धरलं. मला तिची फार काळजी वाटू लागली होती.'

१ सप्टेंबरला संगीत दिग्दर्शक दिमित्री शोस्ताकोविचनं रेडिओवर भाषण दिलं, ''एका तासापूर्वीच मी माझ्या एका मोठ्या सिंफनीचा बराचसा भाग पूर्ण केला आहे.'' शोस्ताकोविच हा मूळचा लेनिनग्राडवासी होता. तो त्याच्या या नवीन सिंफनीला 'सेव्हन्थ सिंफनी' असं नाव देणार होता. ''मी हे सगळं तुम्हाला का सांगतोय असा प्रश्न काहीजणांना पडेल. पण आत्ता माझं भाषण जे लोक ऐकत आहेत त्यांना हे कळावं की लेनिनग्राडमधलं जीवन रोजच्याप्रमाणे सुरळीत चालू आहे.'' शोस्ताकोविचचं भाषण ऐकून लोक खरोखरच प्रभावित झाले. व्हेरा इन्बरनं डायरीत नोंद केली की 'अशा परिस्थितीतही सिंफनी तयार होते आहे, ही गोष्ट फारच विलक्षण आहे.'

शोस्ताकोविचनं त्याचं रेडिओवरचं भाषण ज्या कच्च्या कागदांवर लिहिलं होतं, तो कागद आज सेंट पीटर्सबर्गच्या ब्लॉकेड म्युझियममध्ये उपलब्ध आहे. या कागदावर मागच्या बाजूला केंद्र संचालकानं दुसऱ्या दिवशीच्या प्रसारणासंबंधी टिपणं लिहिली होती. अडथळे उभारणं, घरगुती पातळीवर करावयाची संरक्षण व्यवस्था, *मोलोटोव्ह कॉकटेलचा* वापर असे अनेक विषय होते. 'प्रत्येक कार्यक्रमात नागरिकांनी लढाईला तयार राहावं, अशा अर्थाचा उल्लेख करावा.' अशी सूचना केंद्रसंचालकानं लिहिलेली दिसते.

लेनिनग्राडमधली शस्त्रास्त्रांची परिस्थिती आता फारच बिघडली होती. १९१७ च्या बोल्शेविक क्रांतीच्यावेळी ऑरोरा नावाच्या एका युद्धनौकेनं फार महत्त्वाची कामगिरी केली होती. या युद्धनौकेचं आता स्मारकात रूपांतर केलेलं होतं. या युद्धनौकेवरच्या जुन्या-पुराण्या तोफा काढून त्या पुल्कोवो हाईट्सवर बसविण्याची वेळ आली होती. वोरोशिलोव आणि झाडनोवनं जाहीर केलं, 'आपण सगळे एक व्हायला हवं. आपल्या पोलादी शिस्तीनं आणि बोल्शेविक पद्धतीच्या नियोजनानं आपण धैर्यानं शत्रूशी लढून त्याला पराभूत करू या!' जर जर्मन शहरात शिरले, तर त्यांना पराभूत करण्यासाठी बायकामुलांनी त्यांच्यावर उकळतं पाणी आणि दगडांचा मारा करावयाचा होता.

अनेकजणांना वाटत होतं की लढण्याचं काम सैनिकांना करू द्यावं. लोकांची

विनाकारण कुर्बानी करण्याचा नेत्यांना काहीही अधिकार नाही, असं लोकांना वाटत होतं. शहर प्रशासन शहरातल्या कारखान्यांमध्ये, महत्त्वाच्या इमारतींखाली आणि पुलांखाली स्फोटकं पेरत असल्याची बातमी शहरात पसरली. स्थलांतराच्या योजनेचा बोजवारा उडल्यानं त्रासलेल्या लेनिनग्राडवासीयांच्या मनात तीव्र असंतोष उसळला. नेत्यांचं काम नुकसान टाळणं आहे, नुकसान करणं नाही असं लोक म्हणू लागले. कारखान्यात स्फोटकं पेरल्यानं लोक फारच अवस्थ झाले होते. एक कामगार रोखठोक स्वरात म्हणाला, "कारखाने उडवून दिल्यानंतर आम्ही करावयाचं तरी काय? आम्हाला काम नाही मिळालं तरी आम्ही खायचं काय? आम्ही कारखाने उद्ध्वस्त होऊ देणार नाही."

सप्टेंबर महिन्याच्या सुरुवातीला लोकांचा प्रशासनावर जो काही उरलासुरला विश्वास होता, तोदेखील नष्ट होऊ लागला होता. ७ सप्टेंबरला युरी रियाबिनकिननं डायरीत त्याची स्वतःची 'संरक्षण योजना' लिहिली होती. हा उपहासात्मक विनोदाचा उत्कृष्ट नमुना आहे. त्यावर 'अत्यंत गोपनीय, लेनिनग्राडभोवती वेढा घालून बसलेल्या जर्मन सैन्याच्या पराभवाची योजना' असं शीर्षक दिलं होतं. ही योजना त्यानं स्वतः आणि शहराचा मुख्य सेनापती यांनी मिळून कार्यवाहीत आणावयाची होती! सुरुवातीला अधिकारी जसं लिहितात, त्याप्रमाणेच वाटाव्यात अशा उपहासात्मक प्रकारे काही सूचना दिलेल्या होत्या.

> 'काम अशा तऱ्हेनं करावयाचं आहे. सगळ्या लेनिनग्राड शहरात सुरुंग पेरावेत. सगळीकडे घबराट उडायला हवी. लोकांना जंगलात घालवून द्या म्हणजे शहर रिकामं होईल. सगळं सैन्य काढून घ्यावं. सेनापतीच्या मनात काय आहे ते कोणालाच कळता कामा नये. जर्मन शहरात शिरतील आणि मग त्यांच्यावर अनपेक्षित हल्ला चढविला जाईल... अर्थात हल्ला चढविण्यासाठी कोणी शिल्लकच नसेल हा भाग वेगळा.'

त्या दिवशी त्याच्या आणखी एक गोष्ट लक्षात आली होती. त्यानं ती नमूदही केली होती. त्या दिवशीच १२९ वर्षांपूर्वी सुप्रसिद्ध बोरोदिनोची लढाई झाली होती. नेपोलियनचं आक्रमक सैन्य आणि रशियन सैन्य यांच्यात १८१२मध्ये झालेली ही लढाई कोणा एका पक्षानं जिंकली नसली, तरी त्यानंतर नेपोलियनला माघार घ्यावी लागली होती. पण तेव्हाची परिस्थिती आत्ताच्यापेक्षा वेगळी होती, रियाबिनकिनला जाणवलं होतं. तेव्हा रशियन सैन्यानं आक्रमकांना जोरदार ठोसा लगावला होता. उलट आता १९४१मध्ये लेनिनग्राडकडे येणाऱ्या आक्रमक जर्मन सैन्याला सोव्हिएत सैन्य जराही अटकाव करू शकत नव्हतं.

आता जर्मनांनी लेनिनग्राडवर जबरदस्त हवाई हल्ले आणि तोफांचा भडिमार सुरू केला होता. त्यांची लक्ष्यं ठरावीक होती. ते नेमकेपणानं अन्नाची गोदामं, पाणीपुरवठा आणि जलशुद्धीकरण केंद्रं, विद्युतपुरवठा केंद्रं आणि महत्त्वाचे कारखाने यांच्यावर बॉम्ब फेकत होते. त्याचा परिणाम म्हणजे बादायेव इथली अन्नधान्याची गोदामं नष्ट होण्यात झाला होता. यानंतर ११ सप्टेंबरला ब्रेडचं रेशन आणखी कमी झालं होतं. कामगारांसाठी हे रेशन दररोज ५०० ग्रॅम, ऑफिस कर्मचाऱ्यांसाठी ३०० ग्रॅम आणि अवलंबून असणाऱ्या इतर सर्वांसाठी २५० ग्रॅम इतकं कमी झालं होतं. यानंतर पाच दिवसांनी शहर प्रशासनानं टेलिफोन यंत्रणा बंद करून टाकली होती. व्हेरा इन्बरला सकाळीच अशा तऱ्हेनं ही धक्कादायक बातमी कळली – 'फोन वाजला. पलीकडून कोणीतरी कोवळ्या आवाजात म्हणालं की, पुढील सूचना मिळेपर्यंत फोन बंद राहतील. मी निषेध करावयाचा प्रयत्न केला, पण त्याचा उपयोग होणार नाही याची मला कल्पना होती. बघता बघता आम्ही शहरात कोणाशीही संपर्क साधणं आता अशक्य झालं होतं.''

लेनिनग्राडचं हवाई हल्ल्यांपासून संरक्षण करण्याची योजना जवळपास निरुपयोगीच होती. विमानांना अडविण्यासाठी सोडलेली बलून्स आकाशात निराधार माणसांप्रमाणे असहायपणे भटकत होती. त्यांचा फारसा उपयोग होत नव्हता. हाईन्केल आणि मेसेरश्मिट् वगैरे जातीची जर्मन विमानं शहरावर मन मानेल तशी फिरत होती. ते पाहून 'आपली बलून्स म्हणजे निव्वळ साबणाचे फुगे आहेत की काय?' असं एलेना स्क्रआबिनाला वाटलं होतं.

आता पुन्हा एकदा लोकांच्या मनातल्या दहशतीला वेगळं वळण मिळालं. 'शत्रूचे हस्तक' त्यांच्या विमानांना त्यांची नेमकी लक्ष्यं दाखवत आहेत अशा संशयपिशाच्चानं लेनिनग्राडमध्ये थैमान घालायला सुरुवात केली होती. त्यासाठी हे हस्तक फटाक्यातल्या बाणांचा किंवा प्रकाश टाकणाऱ्या फ्लेअर्सचा उपयोग करतात, असं मानलं जाऊ लागलं होतं. तान्या रियाबिनिनानं अशाच एका घातपाताचा प्रसंग आपण स्वतः अनुभवला असं लिहिलं आहे –

> 'आमच्या घराच्या अगदी जवळून दोन घातपात्यांना पकडलं होतं. ते तिथं एका जुन्या घरात दडून बसले होते. आमच्या भागातला पहिला बॉम्ब त्यांच्यामुळेच पडला. ते सुंदर अशा हिरव्या अग्निबाणांचा वापर करून विमानांना इशारे देत होते. आम्ही सुरुवातीला मूर्खासारखं त्या बाणांच्या शोभेचं कौतुक केलं होतं. त्या जागी ते दोन-चार आठवडे दडून राहिले. दरम्यान आमच्या भागात भरपूर बॉम्बवर्षाव झाला. मी त्यांना पकडल्याचं प्रत्यक्ष पाहिलं नाही. पण माग काढणाऱ्या कुत्र्यांनी त्यांना शोधून काढलं

असं मी ऐकलं.'

अशी घातपाती कृत्य करणारे हस्तक असल्याचा कोणताही पुरावा जर्मन किंवा सोव्हिएत कागदपत्रांमध्ये आढळत नाही. काहीजणांना संशयावरून अटक व्हायची खरी. पण बरेचसे ब्लॅकआऊट असताना निष्काळजीपणामुळे पकडले जात होते. इव्हगेनी मोनियुश्कोनं त्या तथाकथित इशाऱ्यांचं वैज्ञानिक स्पष्टीकरण दिलं.

'सप्टेंबरच्या सुरुवातीला आकाशात चमत्कारिक प्रकाश दोन-तीनदा दिसला होता. हा प्रकाश खूप दूरवर असणाऱ्या ऑरोरा बोरिॲलिसचा असण्याची शक्यता आहे.'

तरीदेखील युद्धाच्या ताणामुळे आणि आपल्या भवितव्याची चिंता असल्यानं बहुसंख्य लोकांना ही सगळी शत्रूच्या हस्तकांचीच कारवाई वाटली होती.

सप्टेंबर १९४१मध्ये लेनिनग्राडवर एकूण २३ वेळा हवाई हल्ले झाले होते. त्यामधले १२ रात्रीच्यावेळी होते. या हवाई हल्ल्यांमध्ये एकूण ९८७ उच्चस्फोटक क्षमतेचे बॉम्ब, तर १५१०० आगलावे बॉम्ब होते. हे आकडे आपल्या अंगावर शहारे आणणारे आहेत. पण काहीवेळा निव्वळ आकडेवारीमधून लोकांनी जे भोगलं ते वास्तव नजरेसमोर येणं अवघड होतं. एलेना कोचिनाला बॉम्बफेकीचा एक प्रसंग चांगला आठवतो. बोल्शाया स्ट्रीटवर एक बॉम्ब येऊन जोरानं आदळला होता.

'सगळं काही एकदम जबरदस्त हादरलं होतं. मी मुख्य दरवाज्यापाशी उभी होते. तो दरवाजा बिजागरीतून निखळून एखाद्या पाचोळ्यासारखा हवेत उडाला. माझा थरकाप उडाला.'

लिडीया ओखापृकिना तिच्या मुलाला अंघोळ घालत होती. हवाई हल्ल्याचा इशारा देणारा भोंगा वाजला. पण ती काही करणार तोच तिनं खिडकीवर लावलेला जुना गालिचा खाली पडला. खिडकीमधून आगीची एक धगधगणारी ज्वाळा आत झेपावली.

'हे सगळं एका क्षणाच्याही आत घडलं होतं. मला बाहेर कानात दडा बसविणारा स्फोट झाल्याचं कळलं. माझा मुलगा घाबरून किंचाळू लागला. मी त्याला तसाच उघडा आणि ओला असतानाच गच्च धरून कॉरिडॉरच्या जमिनीवर झेप घेतली. त्याला छातीशी घट्ट धरून ठेवलं. मी जर्मनांना

'पशू! बास्टर्ड!' अशा शिव्या देऊ लागले. हे सगळं कधी थांबणार कोण जाणे!'

काही वेळानं लिडीया ओखाप्किना ब्रेड आणण्यासाठी बाहेर पडली. तिच्या घरासमोरचं अर्ध घर उद्ध्वस्त झालं होतं. भिंती उघड्या पडल्या असल्यानं गुलाबी, निळे, हिरवे आणि फुलांची नक्षी असणारे वॉलपेपर उघडे पडले होते. "चमत्कारिक गोष्ट म्हणजे एका भिंतीवर मोठं घड्याळ जागेवरच होतं आणि ते व्यवस्थित चालू होतं."

शहरात हे सगळं भयंकर घडत असलं, तरी हवा मात्र छान होती. हिवाळ्याच्या सुरुवातीला सूर्यप्रकाश उबदार वाटत होता. पण हे फार काळ टिकणारं नव्हतं. महिन्याच्या आत तापमान वेगानं कमी होऊ लागलं होतं. लोकांनी खिडक्यांवर अनेक फलक टांगले होते. त्यावर 'अन्नाच्या बदल्यात अदलाबदलीची तयारी' असं लिहिलं होतं. अन्नाच्या मोबदल्यात लोक अनेक वस्तू द्यायला तयार होते. त्यात सोन्याची कफलिंक्स, शिवणयंत्र, गडद निळा लोकरीचा लांब स्कर्ट अशा सर्व प्रकारच्या वस्तू विकायला होत्या.

युरी रियाबिनकिनला त्याच्या आईनं त्याला सूर्यफुलाच्या बीचं तेल मिळतंय का ते पाहायला पाठवलं होतं. पण त्यानं दिलेले तीस रुबल्स हरवले. त्याला फारच वाईट वाटलं. त्याच्या आईनं त्याला डायरी लिहायला हा काळ योग्य नाही असं सांगितलं होतं. पण तरीही त्यानं डायरी लिहिणं थांबविलं नाही. त्याचं भवितव्य, उच्च शिक्षण वगैरे सर्व काही धोक्यात आलं होतं. तो लिहितो –

> 'माझी सगळी स्वप्नं भंग पावताना पाहून फार वाईट वाटतंय. हे सहन करणं फार फार कठीण आहे... मी डायरी लिहीत राहणार. मी जरी स्वत: ती पुन्हा वाचू शकलो नाही, तरी नंतर कोणीतरी ती वाचेल. मी माणूस म्हणून कसा होतो हे वाचणाऱ्या माणसाला कळेल.'

२२ सप्टेंबरला हिटलर लेनिनग्राडमधल्या लोकांना उपासमार करून खलास करण्याची योजना सांगत होता. त्याच दिवशी इकडं लेनिनग्राडमध्ये जॉर्जी कन्याझेवनं त्याच्या घरात छताला एक आकडा मुद्दाम बसवून घेतला होता. त्याला एक चांगली दोरीही मिळाली होती.

> 'माझी प्रिय पत्नी गेली आणि मला ज्याबद्दल प्रेम वाटतं अशा गोष्टी जर उद्ध्वस्त झाल्या तर जगण्यात तरी काय अर्थ आहे? मला वाटतं

आत्महत्या करण्याचा गळफास हा सर्वांत सोपा उपाय आहे. ते मरण काही फारसं चांगलं नसेल, पण निदान नक्की मरण येण्याची खात्री तरी आहे.'

हा शास्त्रज्ञ तसा घाबरट नव्हता. पण शहरात अन्नाची टंचाई फार भीषण स्वरूप धारण करणार आहे, याची त्याला जाणीव होती. त्यामुळेच त्यानं अखेरचा उपाय म्हणून छताला आकडा बसवून घेतला होता.

लेनिनग्राडवासीयांचं जगणं-मरणं आता कमी कमी होत जाणाऱ्या ब्रेड रेशनवर अवलंबून होतं. कोणावरतरी अवलंबून असणाऱ्या माणसांना दररोज मिळणारा २५० ग्रॅम ब्रेड म्हणजे मध्यम आकाराचे सहा पातळ स्लाईस. पण हे एवढंही मिळणं लवकरच अवघड होणार होतं. हिवाळा वेगानं जवळ येत चालला होता. लेनिनग्राडचा वेढा सुरू झाला होता. शहरामधले पंचवीस लाख लोक जगण्यासाठी विलक्षण झगडत होते. त्यांची ही लढाई फक्त जगण्यासाठी नव्हती, तर त्यांचं माणूसपण टिकविण्यासाठी असणार होती.

टीप :

१. तैमूरलंग (Timurlane) : मध्य आशियातील टोळ्यांमधून उदयास आलेला तैमूरलंग (१३३६-१४०५) हा गाजलेला सम्राट आहे. त्याचे साम्राज्य युरोपपासून चीनपर्यंत आणि संपूर्ण मध्य आशियात पसरले होते. त्याने १३९८-१३९९मध्ये भारतावर आक्रमण करून दिल्लीपर्यंत प्रचंड लुटालूट केली होती. रशियन पुरातत्त्वशास्त्रज्ञ एम.एस. गेरासिमोव याने १९४१मध्ये तैमूरच्या थडग्याचं उत्खनन करून तो एका पायाने लंगडा असल्याचं सिद्ध केलं.

४
फास आवळला

११ सप्टेंबर १९४१ रोजी जनरल जॉर्जी झुकोव आणि काही लष्करी कर्मचारी विमानानं मॉस्कोहून लेनिनग्राडला आले होते. त्यांच्या विमानाला संरक्षण देण्यासाठी लढाऊ विमानांचा एक ताफा बरोबर होता. लेनिनग्राड आता सगळीकडून वेढलं गेलं असल्यानं झुकोवच्या विमानाचा, त्यानं लेक लाडोगापाशी जर्मन रेषा ओलांडताच पाठलाग सुरू झाला होता. पण पाण्याच्या जवळून अगदी कमी उंचीवरून उडत सोव्हिएत विमानांनी लेनिनग्राडच्या लष्करी विमानतळावर उतरण्यात यश मिळवलं होतं. आपण अगदी थोडक्यात बचावलो म्हणून जनरल झुकोव हादरला होता. पण उतरताच त्यानं आपल्याला काय बोलायचं आहे, याची मनोमन उजळणी करायला सुरुवात केली होती.

मॉस्कोहून निघण्याच्यावेळी स्तालिननं त्याला बोलावून थोडक्यात पण महत्त्वाचं काय ते सांगितलं होतं. औपचारिकता बाजूला सारून सर्वोच्च सोव्हिएत नेत्यानं वोरोशिलोवच्या नावानं एक पत्र खरडलं होतं. त्यात त्यानं वोरोशिलोवला ताबडतोब मॉस्कोला परतण्याची आज्ञा दिली होती. त्यानं ते जनरल झुकोवकडे दिलं आणि लेनिनग्राडमध्ये उतरताच ते वोरोशिलोवला द्यायला सांगितलं. ते पत्र देऊन झुकोवनं तिथल्या सैन्याचं अधिकारपद स्वत:कडे घ्यायचं होतं.

त्या दिवशी संध्याकाळी जनरल झुकोव आणि त्याचा चीफ ऑफ स्टाफ लेफ्टनंट जनरल मिखाईल खोझिन हे लेनिनग्राडच्या स्मोल्नी इन्स्टिट्यूटमध्ये, म्हणजे शहर मुख्यालयात आले. तिथं गेल्यावर त्यांना कळलं की वोरोशिलोव एका लष्करी परिषदेत अध्यक्ष म्हणून भाषण देत होता. जनरल झुकोवनं त्यात प्रवेश केला आणि मग औपचारिक अभिवादनाचा शब्दही न उच्चारता त्यानं स्तालिनचं पत्र वोरोशिलोवपुढे सरकवलं. वोरोशिलोवनं पत्र वाचलं, मान डोलावली आणि तिथलं सगळं ताबडतोब आवरलं. काही वेळानं झुकोवनं एक त्रोटक निवेदन मॉस्कोला पाठवलं – "मी लेनिनग्राडमधल्या सैन्याचं नेतृत्व हाती घेतलं आहे. माझ्या

पूर्वसुरीपेक्षा मी जास्त तडफेनं काम करेन असं सर्वोच्च लष्करी सेनापतीस कळवत आहे.''

किंचित बुटका आणि दणकट बांध्याचा जनरल झुकोव वोरोशिलोवपेक्षा पंधरा वर्षांनी लहान असला तरी अगोदरच एक कुशल आणि महत्त्वाकांक्षी सेनानी म्हणून त्याची प्रसिद्धी झाली होती. १९३९मध्ये वोरोशिलोवनं फिनलंडविरुद्ध लढाई सुरू करून अनेक ठिकाणी माघार घेतली होती. पण त्याच वर्षी जनरल झुकोवनं पूर्वेकडील खाल्किन-गोल या ठिकाणी जपानी सैन्याचा यशस्वी मुकाबला केला होता. त्यानं त्याचं चिलखती दल कौशल्यानं वापरून शत्रूचा चुराडा केला होता. झुकोवमुळे लेनिनग्राडच्या संरक्षण व्यवस्थेत आवश्यक असणारं नवीन बळ आणि उत्साह आला होता. वोरोशिलोवची भेट घेऊन झुकोवनं ताबडतोब एक अतिशय महत्त्वाचा निर्णय घेतला. वोरोशिलोव आणि झ्दानोव यांनी बाल्टिक फ्लीट बुडविण्याचा जो निर्णय घेतला होता, तो झुकोवनं रद्द केला. जर्मनांपासून बचाव करण्यासाठी नौदलाची गरज आहे हे झुकोवनं ओळखलं होतं. त्याला मोठ्या योजनेच्या संदर्भात नौदलाचा उपयोग करायचा होता. मुख्य म्हणजे लेनिनग्राडच्या मुख्यालयात जी एक पळापळीची भावना पसरली होती, त्यापासून तो अलिप्त होता. जनरल झुकोवनं बाल्टिक फ्लीट बुडवू नये अशी आज्ञा देऊन आपला कणखर इरादा स्पष्ट केला असं वयोवृद्ध सैनिक निकोलाय वासिपोव यानं आवर्जून सांगितलं.

बाल्टिक फ्लीटमधली जहाजं ही लेनिनग्राडची वैभवशाली प्रतीकं होती. पण दुर्दैवानं वायव्य सरहद्दीचा सेनापती म्हणून ती वोरोशिलोवचा अधिपत्याखाली होती. युद्धाच्या सुरुवातीला हा काफिला इस्तोनियातल्या तालीन या बंदरात होता. ऑगस्ट १९४१मध्ये जर्मन सैन्य या शहरात घुसल्यानंतर काफिल्यामधील दोन युद्धनौका, दोन क्रूझर, अठरा विनाशिका आणि इतर छोटी जहाजं क्रोनस्तात या लेनिनग्राडमधल्या नौदल तळावर हलविण्यात आली होती. पण असं करणं फारच घातक ठरलं होतं.

१९३० नंतर आपली कोणत्याही परिस्थितीला सामोरं जाण्याची लष्करी सिद्धता आहे असं वोरोशिलोव गर्जत असताना, नौदलाचं आधुनिकीकरण करण्याचा कोणताही प्रयत्न झाला नव्हता. नंतर त्या वेळच्या परिस्थितीचं विश्लेषण करताना रशियन नौदलमंत्री ॲडमिरल निकोलाय कुझनेस्तोव म्हणाला, ''जर नौदल संतुलित असेल, तरच त्याचा उपयोग होतो. बाल्टिक फ्लीटला कशाची गरज आहे हे कोणी आम्हाला विचारलं असतं, तर आम्ही एक क्षणही न दवडता आम्हाला सुरुंगनाशक नौका आणि आधुनिक पाणसुरुंगाची गरज आहे, असं सांगितलं असतं... पण प्रत्यक्षात घडलं ते निराळंच. युद्ध सुरू झालं तेव्हा बाल्टिक फ्लीटजवळ किमान शंभर वेगवान सुरुंगनाशक नौका असणं आवश्यक होतं. पण त्याची संख्या वीसपेक्षा कमी होती. जर्मन सैन्याला याची चांगलीच कल्पना होती, त्यामुळे त्यांच्या

सुरुंग पेरणाऱ्या नौकांनी बाल्टिक भागात सगळीकडे भरपूर सुरुंग पेरून सोव्हिएत नौदलाला जखडून टाकलं होतं.''

ऑगस्ट १९४१मध्ये जर्मन सैन्य लेनिनग्राडच्या रोखानं वेगानं येत आहे, हे पाहून वोरोशिलोवनं घाईघाईनं हुकूम सोडले होते. कुझनेस्तोव सांगतो, ''लेनिनग्राडच्या बचावासाठी शक्य असतील तेवढ्या नौका पाठविण्याची आज्ञा आम्हाला मिळाली होती. आम्हाला या कामासाठी वेगवान सुरुंगनाशक नौकांची गरज असताना आमच्या मदतीसाठी समुद्रात मासेमारीसाठी जाणाऱ्या वीसएक होड्या पाठविण्यात आल्या होत्या. त्यात काही तर पॅडल मारून चालविणाऱ्या होत्या. या सगळ्यात चमत्कारिक गोष्ट म्हणजे दुसरा निकोलस झार याच्या विलासी सफरीसाठी वापरली जाणारी जुनी नौका होती. वस्तुसंग्रहालयात ठेवलेली ही नौका जर्मनीच्या बलाढ्य नौदलाविरुद्ध (क्रीग्जमरीन) आणि लुफ्तवाफविरुद्ध उभी केली होती.''

साहजिकच जर्मन हवाईदलाला बाल्टिक फ्लीट हे फार सोपं लक्ष्य झालं होतं. कुझनेस्तोवनं कबूल केल्याप्रमाणे त्यांच्या विमानविरोधी तोफा जवळपास भंगारात पडण्याच्या लायकीच्या होत्या. तसं बघायला गेलं, तर बाल्टिक फ्लीटकडे स्वत:च्या रक्षणासाठी ६०० विमानांचा ताफा होता. तालीनहून लेनिनग्राडच्या नौदल तळाकडे जाताना ही विमानं हाताशी असणं अत्यंत गरजेचं होतं. पण कोणाचाही विश्वास बसणार नाही असं घडलं होतं. वोरोशिलोवनं ही सगळी विमानं दुसरीकडे पाठवून दिली होती.

२५ ऑगस्ट १९४१ रोजी जर्मन सैन्य तालीन बंदरावर ताबा मिळविण्यासाठी सज्ज होतं. त्यांनी त्यांचा तोफखाना आणून बंदरात दाटीवाटीनं उभ्या असणाऱ्या नौकांवर तोफांचा मारा सुरू केला. हे होताच नौका तातडीनं किनाऱ्यापासून दूर हलविण्याची आवश्यकता होती. पण या निर्णयाला आत्मघाती विलंब झाला होता. कुझनेस्तोवनं अत्यंत परखड शब्दांत त्याचं मत मांडलं आहे, ''त्या वेळी परिस्थिती काय होती हे सोव्हिएत सर्वोच्च सेनापतीला कळवून फ्लीट तिथून हलविण्याची परवानगी घेण्याची जबाबदारी वायव्य सरहद्दीचा सेनापती या नात्यानं वोरोशिलोची होती. पण कोणत्यातरी कारणामुळे तसं केलं गेलं नाही.'' अराता परिस्थिती हाताबाहेर जाते आहे हे पाहून ॲडमिरल कुझनेस्तोवनं वोरोशिलोवला बाजूला ठेवून थेट स्तालिनशी संपर्क साधला होता. २८ ऑगस्टला स्तालिननं कुझनेस्तोवला बाल्टिक फ्लीट तालीन बंदरातून बाहेर काढण्याचा हुकूम पाठविला.

२८ ऑगस्टला सकाळी सव्वाअकरा वाजता जर्मन सैन्याच्या पहिल्या तुकड्या तालीनच्या व्यापारी भागात शिरत असताना बाल्टिक फ्लीटमधला पहिला ताफा बंदरातून बाहेर पडू लागला. त्याचं नेतृत्व दोन विनाशिका करीत होत्या. या ताफ्यात बत्तीस नौका होत्या. त्यानंतर दोन ताफे बाहेर पडले आणि अखेर दुपारी तीन

वाजण्यापूर्वी बाल्टिक फ्लीटचा मुख्य भाग असणाऱ्या युद्धनौका बाहेर निघाल्या होत्या.

जर्मन टेहळणी विमानं घिरट्या घालत होती. नौकांची ही रांग जवळजवळ २५ किलोमीटर लांब पसरली होती. त्या दुपारी तुरळक प्रमाणात हवाई हल्ले होत होते. संध्याकाळी पुढच्या नौका किनाऱ्याच्या जवळ असताना त्यांना पाणसुरुंगांचा अडथळा आला. हा अडथळा पार करण्याची धडपड चालू असतानाच लुफ्तवाफनं जोरदार हल्ला सुरू केला. जर्मन विमानं एकापाठोपाठ एक लक्ष्यांचा भेद करू लागली होती. तालीनमधल्या निर्वासितांना घेऊन जाणारी जहाजं सर्वांत कच्चा दुवा होती. त्यामधलं व्हिरोना नावाचं जहाज बुडत असताना त्यावरचे लोक *'इंटरनॅशनल'*[१] हे गीत गात मरणाला सामोरे गेले होते. सुरुंगनाशक एका नौकेवर असणारा एकजण कडवटपणानं म्हणाला, "डबक्यात पडलेल्या आंधळ्या मांजरांप्रमाणे आम्ही मरतोय... आमची विमानं कुठं आहेत?"

त्या दिवशी पन्नासपेक्षा जास्त सोव्हिएत नौका बुडाल्या. त्यातल्या बऱ्याचशा पाणसुरुंगांचा बळी ठरल्या होत्या. ३० ऑगस्टला लेनिनग्राडच्या पश्चिमेला असणाऱ्या ओरानीनबॉम बंदरात काम करणाऱ्या स्टीफन कुझनेस्तोवला भयंकर बातमी कळली. त्या दिवशी त्यानं त्याच्या डायरीत केलेली नोंद अशी होती –

> 'तालीन बंदराचा ताबा सोडून देण्यात आला आहे. क्रोनस्तातकडे जात असताना जर्मन विमानांनी आमची अनेक जहाजं बुडविली. फिनलंडच्या आखातात १७,००० जणांना जलसमाधी मिळाली अशी वदंता आहे. त्यात माझे वडील तर नाहीत ना, याची धास्ती मला वाटते.'

बाल्टिक फ्लीटची फिनलंडच्या आखातातून माघार घेण्याची योजना अशी वाईट तऱ्हेनं फसल्यानंतर वोरोशिलोव आणि झाडनोव या दोघांची घाबरगुंडी उडाली होती. त्यांनी ८ सप्टेंबरला उरलेल्या नौका बुडवून टाकण्याचे हुकूम जारी केले होते. त्यांच्या हुकमांनुसार क्रोनस्तातच्या सुरक्षित बंदरात येऊन पोहोचलेल्या सोव्हिएत नौकांभोवती सुरुंग लावण्यात आले. या नौका उद्ध्वस्त करून त्यांचा जर्मन नौदलाला अडथळा निर्माण करण्याची यामागची योजना होती. पण हा सगळा त्यांच्या कल्पनेचा खेळ होता, कारण जर्मन नौदलानं फिनलंडच्या आखातात काही पाणबुड्या रवाना केल्या असल्या तरी नौदलाचा मुख्य भाग अजून जागचा हललाही नव्हता. क्रीग्जमरीननं सोव्हिएत बंदरांवर हल्ला करण्याची कसलीही योजना आखलेली नव्हती.

उरलेल्या नौका बुडवून टाकण्याची कल्पना आहे, हे कानावर येताच जनरल

झुकोव खवळला होता. "त्यात युद्धासाठी उपयोगी अशी चाळीस सुसज्ज पथकं आहेत." जनरल झुकोवनं गर्जून आज्ञा दिली, "सगळे सुरुंग काढून टाका आणि नौका शहराजवळ आणा. त्यांच्यावरच्या तोफांचा शत्रूवर मारा करण्यासाठी उपयोग होईल."

जनरल झुकोव त्या वेळची आठवण सांगताना म्हणाला होता, "मला ते शहर आणि आजूबाजूचा भाग चांगला परिचयाचा होता, कारण मी घोडदळात सैन्याधिकारी म्हणून प्रशिक्षण घेत होतो. तेव्हा काही वर्षं मी या शहरात राहत होतो. आता शहरात काही फरक पडला असला, तरी मला एकूण परिसराची चांगली माहिती होती... त्या वेळी काहीतरी धाडसी कृती करण्याची गरज होती. सैन्यात कडक शिस्त पाळली जाण्याची नितांत आवश्यकता होती. वेढा घातलेल्या त्या शहरातली गुंतागुंतीची परिस्थिती स्थिर व्हावी म्हणून आम्ही आटोकाट प्रयत्न करीत होतो." झुकोवचं हे म्हणणं खरंच होतं, कारण वोरोशिलोवनं लेनिनग्राडच्या संरक्षणाचा पार विचका करून टाकला होता.

झुकोवला वेगानं लेनिनग्राडच्या संरक्षणाची सिद्धता करावयाची होती. सैन्याचं अधिपत्य स्वीकारल्यानंतर त्यानं लगेचच वोरोशिलोवचा मुख्य इंजिनियर बोरिस बिचेवस्की याला बोलावणं पाठवलं होतं. त्यानं झुकोवसमोर सगळे कागद आणि नकाशे ठेवले आणि लेनिनग्राडच्या रक्षणासाठी काय काय उपाय केले आहेत, हे तो सांगू लागला. पण झुकोव ते ऐकून जराही आनंदित झाला नव्हता. त्यानं मधेच बिचेवस्कीनं टेबलावर ठेवलेला कागदपत्रांचा ढिगारा उडवून दिला आणि तो भिंतीवर टांगलेल्या लेनिनग्राडच्या नकाशाकडे वळला.

"आपले रणगाडे या इथं काय करीत आहेत? काहीतरी गडबड दिसते आहे."

"कॉम्रेड कमांडर, ते प्रत्यक्षात रणगाडे नसून त्यांच्या लाकडी प्रतिकृती आहेत." बिचेवस्कीनं चमकून उत्तर दिलं. मरिस्की थिएटर इथल्या वर्कशॉपमध्ये असे पन्नास रणगाडे बनवून घेण्यात आले होते. स्वतःला सावरत बिचेवस्की काहीशा प्रौढीनं पुढे सांगू लागला, "जर्मनांनी त्यांच्यावर दोनदा बॉम्बफेक केली."

"तुम्ही हा असा खेळ किती काळ करता आहात?" झुकोवनं अविश्वासानं विचारलं. मग तो उपरोधिक स्वरात म्हणाला, "तुम्ही काळजी घ्यायला हवी. लवकरच जर्मनांना ही युक्ती कळून येईल आणि मग ते त्या रणगाड्यांवर लाकडी बॉम्ब टाकतील."

लष्करी हालचाली करण्याचे फारच कमी पर्याय झुकोवपुढे उपलब्ध होते. प्रखर हल्ले चढवून जर्मनांनी पश्चिमेकडील उरित्स्क हे महत्त्वाचं गाव जिंकून घेतलं होतं. जर्मन सैन्य फिनलंडच्या आखाताकडे धडक मारत जात होतं. त्यांनी ओरानीनबॉमपाशी एका चिंचोळ्या पट्टीत अगोदरच मार खाल्लेल्या सोव्हिएत आठव्या सेनेला कोंडीत

पकडलं होतं. या सेनेतल्या लोकांचं नीतिधैर्य पार खचलेलं होतं. दक्षिणेकडे पुल्कोवोपासून बेचाळिसावी सोव्हिएत सेना माघार घेत होती. तिची परिस्थिती वाईट होती. झुकोवच्या हाताखाली काम करणाऱ्या मेजर जनरल इवान फेदुइन्स्कीला या सेनेचा प्रमुख डोक्याला हात लावून बसलेल्या स्थितीत आढळला. त्याचे लोक नेमके कुठं आहेत हे त्याला सांगता येत नव्हतं. पूर्वेकडेही सोव्हिएत सैन्याची परिस्थिती फारशी वेगळी नव्हती. पुश्कीन या गावाजवळून पंचेचाळीसावी सोव्हिएत सेना माघारी येत होती. या सेनेच्या दोन्ही बाजूंवर जर्मन सैन्याचा प्रचंड दबाव होता. काहीही करून झुकोवला ही माघार थांबविण्याची गरज होती.

झुकोवनं ताबडतोब संरक्षणाच्या उपाययोजनेला सुरुवात केली. त्यानं शहराचे सहा भाग पाडले. प्रत्येक भाग स्वतःचं संरक्षण करू शकेल अशी व्यवस्था करण्यात आली. घाईघाईनं खंदक खणण्यात आले. निरनिराळ्या ठिकाणी बळकट आडोसे उभारून चौक्या तयार करण्यात आल्या. राखीव फौजेतल्या लोकांना गोळा करून शहरात जागोजागी रणगाडाभेदी तोफा विखरून ठेवण्यात आल्या होत्या. जनरल झुकोवनं या योजनेत बाल्टिक फ्लीटवरच्या अवजड तोफखान्याला योग्य कामगिरी दिली होती. वोरोशिलोव आणि झाडनोव ज्या नौकांना स्वतःच बुडविणार होते, त्यांच्यावर थोड्याथोडक्या नाही, तर ३३८ अवजड तोफा होत्या. त्या नौकांवरून किंवा शहरात उतरवून वापरता येण्याजोग्या होत्या. झुकोवनं त्या सगळ्या वापरून जर्मन मोर्च्यावर मारा करण्याचा हुकूम सोडला होता.

जनरल झुकोवनं १६ सप्टेंबर १९४१ रोजी प्रसिद्ध केलेल्या ४१९ क्रमांकाच्या लष्करी आदेशाच्या अगोदर वोरोशिलोवनं केलेली लेनिनग्राडच्या संरक्षणाची सगळी व्यवस्था पार कुचकामी ठरली होती, हे उघड दिसत होतं. बाल्टिक फ्लीटमधल्या नौकांवरचा तोफखाना आणि विमानदल यांच्यात कसलाही समन्वय नव्हता. आघाडीवर असलेल्या तोफखान्यांच्या इतर तुकड्यांमध्येही समन्वयाचा अभाव होता. जर्मन सैन्याच्या आणि तोफांच्या हालचाली टिपण्यासाठी टेहळणी विमानं हा फार महत्त्वाचा भाग होता. पण त्यांना लढाऊ विमानांच्या संरक्षणाखेरीजच पाठविण्यात येत होतं. त्यामुळे ती लुफ्तवाफच्या विमानांना सहज टिपता येत होती.

झुकोवनं दिलेल्या आदेशानंतर मात्र लगेचच फरक दिसून आला होता. एका नौकेवरच्या १५०० पौंडांचा गोळा सोडू शकणाऱ्या ३५६ मिलीमीटर तोफेनं एका आठवड्यात ३५ जर्मन रणगाडे, १२ तोफा, पायदळाची एक बटालियन आणि दारूगोळा आणणारी एक रेल्वेगाडी यांचा धुव्वा उडविला होता. ही फक्त एका तोफेची कामगिरी होती.

लेनिनग्राडच्या संरक्षणासाठी अशी यंत्रणा सज्ज केल्यानंतर मात्र त्यानं एक भयानक आदेश दिला – लेनिनग्राडच्या बाहेर असणाऱ्या लिगोवो, पुल्कोनो आणि

एलेना मार्टिलानं लेनिनग्राडचा वेढा सुरू झाल्यानंतरच्या पहिल्या हिवाळ्यात काढलेलं स्वतःचं चित्र.

लेनिनग्राड वेढ्याचे पहिले बळी -
सप्टेंबर १९४१ मध्ये जर्मनांनी शहरावर स्वैरपणे तोफांचा मारा सुरू केला होता.

मार्शल क्लिमेंट वोरोशिलोव.

वेढा सुरू असताना लेनिनग्राडमधील घरं अशी असत.

डोक्यात सतत 'ब्रेडचा मोठा तुकडा' असा विचार घोळणारा उपाशी राहिल्यानं खंगलेला अलीक.

हवाई हल्ल्याच्यावेळी सुरक्षित आसरा घेतलेला हा लहान मुलगा एखाद्या पोक्त वृद्धासारखा दिसतोय.

'हे सगळं असं का होतंय?' सर्वांत लहान वयाचा हा मुलगा भीतीनं डोळे विस्फारून हेच तर विचारत नाही ना!

उद्‌ध्वस्त झालेल्या घरात बसलेली एक लेनिनग्राडवासी स्त्री.

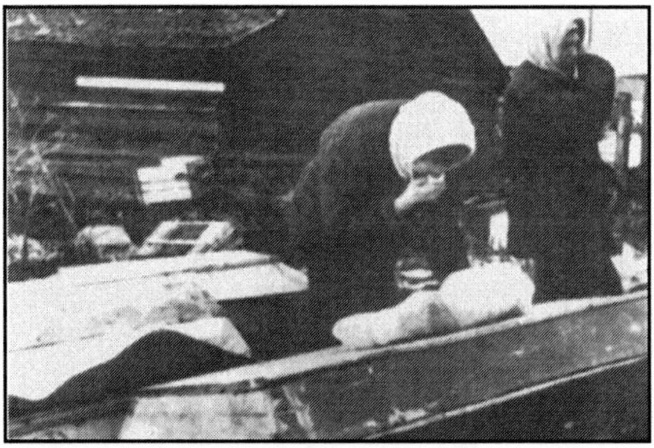

वेढ्याच्यावेळी आपल्या लहानग्याचं दफन करण्याचं दुर्दैव ओढविलेली एक असहाय्य आई.

'जर मरायचंच असेल तर आपण एकत्र मरू', उपासमारीनं अशक्त झालेली एक आई आणि तिचा मुलगा.

'कामासाठी सज्ज'
अपार्टमेंटच्या दाराशी
मुलाला छातीशी धरून
पहारा करणारी एक आई.

लेनिनग्राडची मॅडोना.

उद्ध्वस्त लेनिनग्राडमधील एक दृश्य. इमारतीसमोर असणाऱ्या एका शेकोटीपाशी ऊब मिळविण्याचा प्रयत्न करणाऱ्या दोन स्त्रिया.

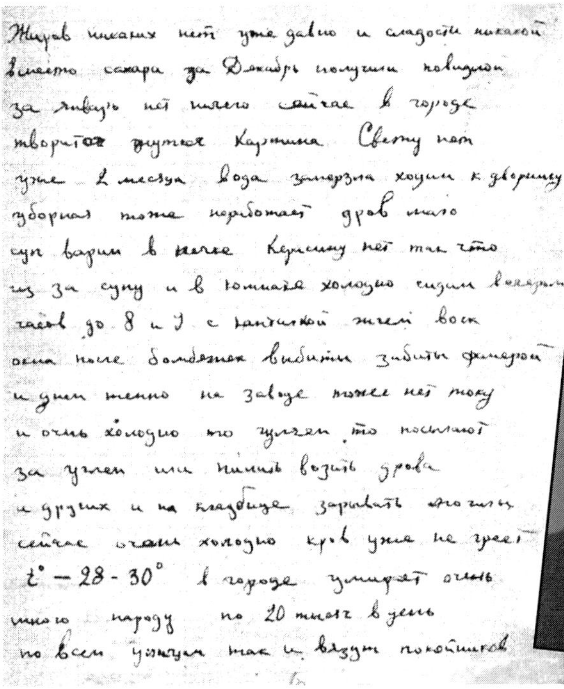
Жиров никаких нет уже давно и сладости никакой
вместо сахара за Декабрь получили повидло
за январь нет ничего сейчас в городе
творится жуткая картина. Свету нет
уже 2 месяца вода замерзла ходим к дворнику
уборная тоже неработает дров мало
суп варим в печке. Керосину нет так что
из за супу и в комнате холодно сидим вечерами
часов до 8 и 9 с лампочкой жгем воск
окна после бомбежек выбиты забиты фанерой
и у нас темно на заводе тоже нет току
и очень холодно то уголь то посылают
за углем или пилить возить дрова
и других и на кладбище зарывать [illegible]
сейчас очень холодно кровь уже не греет
t° — 28 - 30° в городе умирает очень
много народу по 20 тысяч в день
по всем улицам так и везут покойников

वासिली व्लादिमिरोवच्या डायरीचं पान.

थिजलेल्या नेवा नदीच्या बर्फाखालून पाणी मिळविण्याचा प्रयत्न.

उपासमारीनं डोकं गरगरत असतानाही लेनिनग्राडच्या सार्वजनिक वाचनालयात लोक वाचण्यासाठी आणि अभ्यासासाठी येत असत.

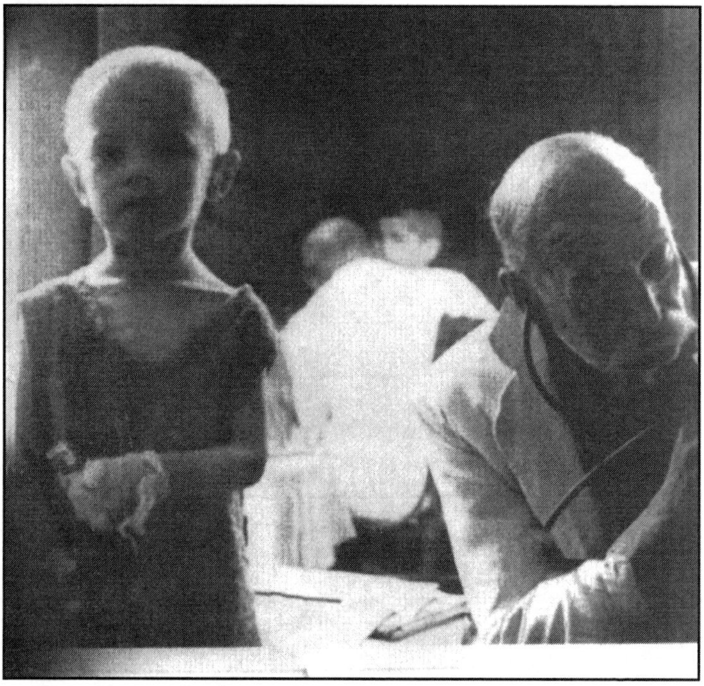

उपाशी लोकांसाठी असणाऱ्या हॉस्पिटलमधील जानेवारी १९४२ मधील दृश्य.

फेब्रुवारी महिन्यात एलेना मार्टिला एवढी अशक्त झाली होती की एका रात्री आपण झोपलो, तर सकाळी उठणारच नाही अशी धास्ती तिला वाटू लागली होती.

म्हणून जागं राहण्यासाठी तिनं सगळं बळ एकवटून स्वत:चं हे चित्र काढलं. सकाळी ती मनात म्हणाली, "मी मेले नाही. मी मरणार नाही. मी जगणार!"

परिस्थिती भीषण झाली असताना लेनिनग्राड रेडिओवर प्रसारित झालेल्या 'मी माझ्या आत्म्याची श्रीमंती मोजू शकत नाही' या कवितेच्या ओळींनी लेनिनग्राडमधल्या लोकांना जिवंत राहायला मदत केली.

'जगण्याचा मार्ग' सुरक्षित राखण्यासाठी यांत्रिक स्लेजवरून गस्त घालणारे रेड आर्मीचे सैनिक.

गोठलेल्या लाडोगा सरोवरावरून लेनिनग्राडसाठी अमूल्य असं अन्नधान्य आणि इतर वस्तू घेऊन जाणारे ट्रक

'जगण्याच्या मार्गावरून'
निर्वासितांना घेऊन जाणारा
एक ट्रक ड्रायव्हर.
चाकांखालचा बर्फ वितळला तर
पटकन उडी टाकता यावी
म्हणून त्यानं
दरवाजा उघडा ठेवलाय.

उपाशीपोटी दिवस काढणारे
लेनिनग्राडचे रहिवासी पक्षनेता झाडनोवला
'लठ्ठ बोका' आणि 'डुक्कर' असं म्हणत.
या फोटोतही तो खाऊनपिऊन
चांगला गलेलठ्ठ झालेला दिसतोय.

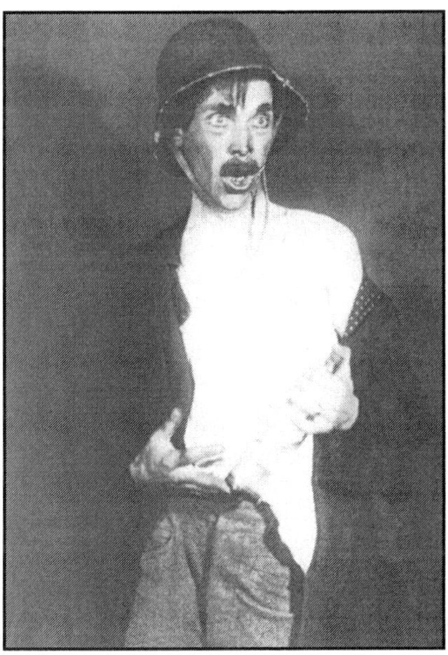

खंगलेला असतानाही
प्रेक्षकांना रिझवण्याची
विलक्षण ताकद असणारा
म्युझिकल कॉमेडी थिएटरमधला
एक नट.

२७ मार्च १९४२ रोजी लेनिनग्राडमधल्या बायकांची सेना कामाला लागली. शहरात साफसफाईची मोठी मोहीम हाती घेण्यात आली. लेनिनग्राडच्या वेढ्याला कलाटणी देणारा हा दिवस होता.

लेनिनग्राडच्या वेढ्याचा खरा हिरो लेफ्टनंट जनरल गोवोरोव तोफखान्याची पाहणी करताना.

घरच्या लोकांची स्मृती असणारं मरणारं रोप कवटाळून निराळ्याच विश्वात झोके घेणारी तान्या सविचेवा.

९ ऑगस्ट १९४२ रोजी
रेडिओ कमिटी ऑर्केस्ट्राचं
संचालन करताना
कार्ल इलियासबर्ग.

शोस्ताकोविचच्या सेव्हन्थ
सिंफनीमुळे गुंगून गेलेले प्रेक्षक.

‘आम्ही लेनिनच्या शहराचं
रक्षण केलं’ असं दाखविणारं एक
प्रचारकी पोस्टर.

२७ जानेवारी १९४४. एकूण ८७२ दिवसांच्या वेढ्याचा अंत झाल्यानंतर रेड आर्मीच्या सैनिकांचं अभिनंदन करणारी, भावनाविवश झालेली एक स्त्री.

२७ जानेवारी १९४४ रोजी विजयाचा आनंद साजरा करण्यासाठी आकाशात सोडलेले अग्निबाण.

पिस्कारियो आणि दफनभूमीत कायम तेवणारी ज्योत.
या ज्योतीपासून सुरू होणाऱ्या रस्त्याच्या दोन्ही बाजूंना सामुदायिक दफनं झाली आहेत.
'कोणीही विस्मृतीत गेलेलं नाही. काहीही विस्मृतीत गेलेलं नाही.'

कोल्पिनो या गावांमधून जी युद्धआघाडीची रेषा जात होती, तिथून कोणीही सैनिक वा अधिकारी माघारी येताना आढळला, तर त्याला तत्काळ गोळी घालण्यात येईल. झुकोवची मन:स्थिती अतिशय नाजूक होती. याचे कारण म्हणजे लिगोवोचा बराचसा भाग जर्मन सैन्याच्या हातात पडला होता. जर्मन सैन्य एवढ्या वेगानं पुढं आलं होतं की, सोव्हिएत फौजेच्या दळणवळण यंत्रणा तोडून टाकण्याएवढाही वेळ मिळाला नव्हता. १७ सप्टेंबरला लेनिनग्राडच्या किरोव कारखान्यात काम करणाऱ्या एका कामगाराला एक चमत्कारिक फोन आला. पलीकडून कोणीतरी मोडक्या-तोडक्या रशियन भाषेत बोलत होतं, ''लेनिनग्राड? उत्तम! मी लिगोवोतून बोलतोय. आम्ही उद्या विंटर पॅलेसला भेट देण्यासाठी येत आहोत.''

प्रौढीनं बोलून दबाव टाकण्याच्या खास जर्मन युक्तीचा हा एक नमुना होता. प्रत्यक्षात जर्मनांनी शहर जिंकून घेण्यासाठी हल्ला न करता त्याला वेढा घालायचं अगोदरच ठरवलं होतं. वेढा घालण्यासाठी रणगाड्यांची काहीच आवश्यकता नव्हती. त्यामुळेच १५ सप्टेंबरला जर्मनांनी त्यांच्या पँझर रणगाडा डिव्हिजन दक्षिणेकडे रवाना केल्या होत्या. मॉस्को जिंकण्यासाठीची हिटलरची अखेरची मोठी खेळी म्हणजे १९४१ मधील 'ऑपरेशन टायफून' यात सहभागी होण्यासाठी हे रणगाडे पाठविण्यात आले होते.

आता जनरल झुकोवचा उद्दाम स्वभाव दिसू लागला होता. त्यानं आपण लेनिनग्राड वाचवू असं वचन स्तालिनला दिलं होतं. त्यानं जी उपाययोजना सुरू केली होती तिच्या भरात तो स्वत:च एवढा वाहवत गेला की, परिस्थिती बदलते आहे हे तो मान्य करेना. शत्रूच्या हालचाली प्रदीर्घ काळ वेढा घालून बसण्याच्या दिशेने होत आहेत यावर त्याचा विश्वास बसत नव्हता. १८ ते २१ सप्टेंबर या तीन दिवसांत जर्मन मोटोराइज्ड पायदळांची मोठी हालचाल सुरू झाली होती. हे सैन्य लेनिनग्राडपासून दूर पश्चिमेला प्स्कोव्ह या गावाच्या दिशेनं जात आहे, अशी खबर झुकोवच्या गुप्तचर ब्रिगेडचा कमांडर येवस्तिनेयेव यानं दिली होती. या हालचालीची व्याप्ती खूप मोठी होती. जर्मन सैन्य रेल्वेगाड्यांमध्ये रणगाडे चढवत असल्याची बातमीही मिळाली होती. पण झुकोवनं या अहवालांवर विश्वास ठेवायला साफ नकार दिला. ''हा बनाव आहे.'' तो फटकारत म्हणाला, ''यामागे कोण आहे ते शोधून काढा!''

जर्मनीच्या फौजांच्या उत्तरेकडील भागात काम करणाऱ्या दलांमध्ये चौथा पँझर ग्रुप हा रणगाडा दलाचा गाभा होता. हे रणगाडा दल खरोखरच लेनिनग्राडजवळून निघून गेलं असल्याची बातमी खरी असल्याचं मॉस्कोहून २३ सप्टेंबरला कळविण्यात आलं. दोन दिवसांनी येवस्तिनेयेव यानं आणखी एक अहवाल दिला. लेनिनग्राड आघाडीवर जर्मनांनी स्थानिक लोकांना सैनिकांसाठी कायमस्वरूपी खंदक खणण्याच्या

कामाला जुंपलं होतं. पीटरहॉफ या भागात जर्मन पाईन आणि स्प्रूसची रानं साफ करून त्यात चौक्या उभारत होते. त्या जागी ते भट्ट्या तयार करीत होते आणि झोपण्यासाठी व्यवस्था करीत होते. लेनिनग्राडच्या बाहेर हिवाळाभर राहण्यासाठी त्यांची हालचाल सुरू आहे, हे स्पष्ट दिसत होतं. तरीही संपूर्ण हिवाळा जर्मन सैन्य लेनिनग्राडभोवती वेढा आवळून बसेल ही शक्यता झुकोव अजूनही मान्य करीत नव्हता. "संरक्षण करण्याचे आणि स्थानिक पातळीवर हल्ले चढवत राहण्याचे माझे आदेश तसेच्या तसे पाळलेच पाहिजेत," असं झुकोव म्हणाला.

लेनिनग्राडच्या संरक्षण व्यवस्थेमधला गोंधळ संपवून त्यात योग्य ती सुसूत्रता आणण्याचं संपूर्ण श्रेय जनरल झुकोवला द्यायलाच हवं. पण आता मात्र तो चुकीचे अंदाज बांधत होता. अजूनही जर्मनांचा मोठा हल्ला चढवून लेनिनग्राड जिंकण्याचा बेत आहे, असं त्याला वाटत होतं. म्हणूनच तो शत्रूवर आपल्या सैन्याला हल्ला करायला लावून विनाकारण हानी करून घेत होता.

१८ सप्टेंबरला ओरानीनबॉम या गावापाशी कशाबशा तग धरून असलेल्या सोव्हिएत सेनेला जर्मनांवर हल्ला चढविण्याचा हुकूम दिला. या हल्ल्यामुळे शत्रूच्या पश्चिमेकडून लेनिनग्राडकडे येण्याच्या वेगात खंड पडेल अशी त्याची कल्पना होती. हे अशक्य कोटीमधलं काम होतं. मुळातच दमलेले सोव्हिएत आठव्या आर्मीचे सैनिक, केवळ बाल्टिक फ्लीटवरून होणाऱ्या तोफांच्या माऱ्यामुळे तिथे टिकून होते. कारण या आर्मीजवळ दारूगोळा जवळपास नव्हताच. कमांडरने झुकोवचा हा आत्मघाती हुकूम पाळायला नकार दिला. ताबडतोब झुकोवनं त्याची हकालपट्टी केली आणि नव्यानं नियुक्त केलेल्या कमांडरला हल्ला चढविण्याची सूचना दिली. जर्मन सैन्यानं त्यांची हालचाल बंद केली आहे, याबद्दलचा भरपूर पुरावा उपलब्ध असूनही २५ सप्टेंबरला आठव्या आर्मीनं हल्ला केला. त्यामधून हजारो सैनिकांची हानी होण्याखेरीज काहीही घडलं नाही. कारण शत्रूनं अगोदरच पक्की मोर्चेबांधणी करून पाय रोवले होते. या हल्ल्यामध्ये सामील असणाऱ्या आणि दुबळ्या झालेल्या एका डिव्हिजनचं नेतृत्व लेफ्टनंट जनरल मिखाईल दुखानोव करीत होता. त्या निरुपयोगी हल्ल्याबद्दल नंतर बोलताना तो म्हणाला, "मला तेव्हाही हा निर्णय योग्य वाटत नव्हता आणि आजही मी त्याचं कदापि समर्थन करणार नाही."

२५ सप्टेंबरला असाच आणखी एक अतिमहत्त्वाकांक्षी हल्ला करण्याचा हुकूम झुकोवनं सोडला होता. लाडोगा सरोवरात श्लीसेलबर्गपाशी एका बेटावर सोव्हिएत सैन्याचा एक भाग टिकून होता. या ठिकाणी, म्हणजे ओरेशेक या ठिकाणी मोर्चा भक्कम होता. जर जर्मन पूर्वेकडून लेनिनग्राडच्या रोखानं येत असते, तर ओरेशेक इथून हल्ला चढविणं योग्य ठरलं असतं. पण तसं काही नव्हतं. उलट त्यांनी

त्यांच्या मोर्च्यांची पक्की बांधणी केली होती. ओरेशेकपाशी हल्ला करण्यासाठी पाठविलेल्या मरीन ब्रिगेडचं नेतृत्व निकोलाय वाविन करीत होता. त्यानं या फसलेल्या हल्ल्याचं वर्णन केलं आहे. कोणत्याही परिस्थितीत लष्करी दृष्टीनं हा हल्ला करणं, ही अतिशय कठीण गोष्ट होती असं तो सांगतो.

'भर दुपारी तीन वाजता कोणत्यातरी कारणासाठी आम्हाला पाठविण्यात आलं. आम्हाला बचावाची कसलीही संधी मिळाली नाही. जर्मन विमानांनी आम्हाला लगेचच पाहिलं. त्यांनी अगोदर बॉम्बफेक केली आणि मग मशीनगनचा मारा केला. ती एक प्रकारे सामुदायिक कत्तलच ठरली. पोहूनही जीव वाचवणं शक्य नव्हतं. अंगावरचे जड कोट आणि बूट वेळेत काढून टाकता न आल्यानं अनेकजण बुडाले... माझ्या स्वतःच्या तुकडीत दोनशे जण होते. त्यातले आम्ही फक्त चौदाजण अखेर कसेबसे किनाऱ्यावर पोहोचलो.'

झुकोव आता अधिकाधिक निर्दय आणि क्रूर सेनापती बनत होता. लेनिनग्राडच्या स्मोल्नी इन्स्टिट्यूटमधला रेडिओ ऑपरेटर मिखाईल नीश्टाट, झुकोवबद्दल त्याचं मत देताना म्हणाला, ''लष्करी सिद्धांत आणि योजनांमध्ये तो निष्णात होता. पण त्याला कधीच मानवी जीवनाबद्दल पर्वा नसायची. प्रत्येक वेळी प्रचंड जीवितहानी होत असूनही तो शत्रूवर एकापाठोपाठ एक निष्फळ हल्ले चढविण्याचे हुकूम देत होता. अनेकदा त्याच्या हाताखालचे सेनानी आपल्याला जास्त माणसं आणि दारूगोळ्याची गरज आहे, असं सांगून विनवणी करीत असत. आपण जेमतेम तग धरून आहोत अशा परिस्थितीत असताना हल्ला करणं हे मूर्खपणाचं ठरेल असं ते म्हणत. पण झुकोव काहीएक ऐकून घेत नसे. तो फक्त थंडपणानं 'हल्ला करा' एवढंच सांगायचा.''

मिखाईल नीश्टाटनं एका विचित्र आणि भीतिदायक प्रसंगाचं वर्णन केलं आहे –

'काहीतरी महत्त्वाचा विषय सुरू होता. झुकोवनं आम्हाला तत्काळ मॉस्कोशी फोन जोडून द्यायला सांगितलं. आम्ही अर्थातच तसं केलं. पण बोलणं सुरू होताच, काहीतरी होऊन फोन बंद पडला. त्या दोषाचा आमच्याशी काही संबंध नव्हता. दुसरी फोनलाईन व्यवस्थित सुरू होती. पण झुकोवनं पिस्तूल बाहेर काढलं आणि आमच्यावर रोखून तो किंचाळला 'हे काय चाललंय?' आम्हीच तो फोन बंद पडायला कारणीभूत आहोत,

असा त्याचा समज झाला होता. ती परिस्थिती फारच वाईट होती. पण आमच्या सुदैवानं फोन पुन्हा नीट सुरू झाला... पण झुकोवच्या या वागण्याचा मला फार धक्का बसला होता.'

झुकोवनं जे घातक निर्णय घेतले, त्यामधला सर्वांत भयंकर नेवा नदीच्या परिसरात जर्मन सैन्यावर वारंवार मोठे हल्ले करण्याचा होता. नेवा नदीच्या पूर्व किनाऱ्यावर एक अगदी चिंचोळी जागा सोव्हिएत सैन्याच्या ताब्यात होती. ही जागा 'नेवस्की ब्रिजहेड' या नावानं प्रसिद्ध आहे. या ठिकाणाहून झुकोवनं जर्मन सैन्यावर एक हल्ल्यांची मालिकाच सुरू केली होती. या ठिकाणी हजारो सोव्हिएत सैनिकांचे प्राण गेले. रेड आर्मीचे सैनिक कडवटपणानं सांगतात, 'जर तुम्ही नेवस्की ब्रिजहेड ही जागा पाहिली नसेल, तर तुम्हाला दुसरं महायुद्ध कळलंच नाही असा त्याचा अर्थ होईल.'

झुकोवनं नंतर सांगितलं की, नेवस्की ब्रिजहेड हातात राखणं हे लेनिनग्राड वाचविण्याच्या दृष्टीनं फार महत्त्वाचं होतं. शहराचं संरक्षण करण्याच्या प्रयत्नात नेवा नदीची भूमिका फारच महत्त्वाची होती, कारण ही नदी लेनिनग्राडच्या मध्यभागातून जाते. ती सुरुवातीला आग्नेयेकडे जाते आणि मग वळून लाडोगा सरोवराच्या दिशेनं जाते. सप्टेंबर महिन्याच्या सुरुवातीला जर्मन सैन्यानं नेवा नदीचा काठ गाठला होता. झुकोवला यामधला धोका तत्काळ लक्षात आला होता. दोन्ही बाजू नदी ओलांडण्यासाठी उतार शोधत होत्या. नदी रुंद, वेगानं वाहणारी आणि सरळसोट काठ असणारी असल्यानं, ती ओलांडण्यासाठी जागा मिळणं अवघडच होतं. पण नेवास्काया दुब्रोवका या गावाजवळ नदीच्या काठाचा उतार थोडा सौम्य होता. पलीकडच्या बाजूला असणारे रस्ते चांगले होते आणि तिथून सरळ श्लीसेलबर्ग गाठता येत होतं. १२ सप्टेंबरला झुकोवनं या भागात टेहळणी पथकं पाठविली आणि त्यानंतर एका आठवड्यानं त्यानं रात्रीच्यावेळी नेवा नदीच्या दुसऱ्या तीरावर सैनिक उतरविण्याचा निर्णय घेतला.

झुकोवनं या कामासाठी निरनिराळ्या ठिकाणाहून सैन्य जमा केलं होतं. त्यानं एक मरीन ब्रिगेड, एक पायदळाची डिव्हिजन यांच्याबरोबर एन.के.व्ही.डी.च्या सीमासुरक्षा दलाचा काही भाग वापरला होता. एन.के.व्ही.डी.च्या सीमासुरक्षा दलात कर्नल असणाऱ्या मिखाईल पावलोव यानं या हल्ल्याचं वर्णन केलं आहे –

'सगळी तयारी फारच घाईघाईनं करण्यात आली होती. एका पथकाला नेवस्काया दुब्रोवका या गावाजवळ दामटून नेताना ६० किलोमीटरची अथक वाटचाल करायला लावली होती. या ठिकाणी रसद आणि काही

शस्त्रांसाठी आम्ही जरा थांबलो. नेवा नदी ओलांडण्याचा हुकूम आम्हाला देण्यात आला होता. पण आश्चर्य म्हणजे तिथं नावा हजरच नव्हत्या! त्यामुळे आम्हाला कामचलाऊ तराफे बनवायला लागले. एका तराफ्यावर आठजण आणि दारूगोळ्याचा ढीग न्यायचा, अशी योजना आम्ही तयार केली. तिथं गडद अंधार होता. पण जरा वेळानं अचानक आकाश जर्मनांच्या फ्लेअर अग्निबाणांनी उजळून निघालं आणि पाठोपाठ त्यांच्या तोफा धडाडू लागल्या. तिथं फार भयंकर परिस्थिती निर्माण झाली होती. तराफ्यावर बसलेले आमचे सैनिक बदकांप्रमाणे टिपले गेले. ही नदी ओलांडण्याच्या प्रयत्नात आम्ही अख्खी बटालियन गमावली.''

पावलोवचा तराफाही तोफेच्या माऱ्यानं उद्‌ध्वस्त झाला होता आणि तो बर्फाच्या थंडगार पाण्यात पडला. कसाबसा तो पोहून पलीकडच्या काठावर पोहोचला. त्यानं पलीकडे पोहोचल्यावर जे वाचलं होतं त्यांना गोळा केलं आणि दारूगोळा एका ठिकाणी आणून पाय रोवण्याचा प्रयत्न केला. जे काही सैनिक उरले होते, ते साधारण एक किलोमीटर रुंद आणि साधारण दीड-दोन किलोमीटर लांबीच्या अगदी चिंचोळ्या पट्टीत जमा झाले होते. सगळीकडे गोंधळ उडाला होता. कारण विविध सोव्हिएत पथकांची सरमिसळ झाली होती. जर्मन सैन्य एवढ्या जवळ होतं, की मशीनगन चालविणारा एक जर्मन ठार झाल्यानंतर पावलोवनं धावत जाऊन ती ताब्यात घेतली होती. त्यानं जरावेळ मशीनगन चालविली. मग जरा वेळानं एक अनोळखी कमांडर तिथं आला. तो त्याला म्हणाला, ''तुला चांगलं लढता येतंय, तर मग आता माझ्याबरोबरच चल आणि मोर्चा सांभाळ. माझ्याजवळ आता फक्त दोनजण उरले आहेत.'' आणखी कुमक मिळेपर्यंत पावलोव तशा स्थितीत तीन दिवस पाय रोवून उभा होता.

झुकोवची अशी कल्पना होती की या ठिकाणी मोर्चा बांधून तिथून जर्मनांना अनपेक्षित धक्का देता येईल आणि बाजी पालटवता येईल. लष्करीदृष्ट्या हा निर्णय चांगला असला तरी त्यात प्रचंड प्रमाणात प्राणहानीचा धोका होता. या ठिकाणी उतरलेली सोव्हिएत फौज जरी खूपच कमी असली, तरी या अनपेक्षित प्रकारानं गोंधळून गेल्यानं जर्मन सैन्यानं नदी ओलांडून हल्ला करण्याचा त्यांचा बेत रद्द केला हे मात्र खरं. त्यामुळे सोव्हिएत सैन्याला आणखी एक मोठी संधी उपलब्ध झाली होती. फील्ड मार्शल फॉन लीबला बेसावध गाठून, जर्मनीनं शहराची केलेली कोंडी फोडण्याची शक्यता निर्माण झाली होती. पण असं करण्यासाठी नेवा नदी फार वेगानं ओलांडून तिथला मोर्चा अधिक व्यापक करणं आवश्यक होतं.

श्लीसेलबर्गच्या दिशेनं वेगवान हालचाल करणाऱ्या जर्मन सैन्याच्या दोन्ही

बाजू उघड्या पडल्या होत्या. नेवस्की ब्रिजहेड आणि जवळ असणारी चोपन्नावी सोव्हिएत आर्मी यांच्या दरम्यान १२ ते १५ किलोमीटर रुंदीचा पट्टा जर्मनीच्या ताब्यात होता. हा पट्टा जिंकून जर्मन सैन्याचा मोठा पराभव करण्याची झुकोवची धाडसी योजना होती. पण या वेळी चोपन्नाव्या आर्मीचा कमांडर मार्शल ग्रिगोरी कुलिक यानं झुकोवचा बेत अयशस्वी केला. कुलिकनं फारच मंद गतीने हालचाल केली होती. त्याला बहुधा लेनिनग्राड कोणत्या संकटात आहे याचं नीट आकलन झालं नसावं. त्यानं हालचाल करताना पुरेशी शक्ती एकवटली नव्हती. अगोदर तर आपण बराच काळ हल्ला चढवू शकणार नाही असाच पवित्रा मार्शल कुलिकनं घेतला होता. लेनिनग्राड आणि तिथल्या लक्षावधी नागरिकांना वाचविण्याची जबाबदारी असल्यानं झुकोव संतापला होता. २० सप्टेंबरला नेवस्की ब्रिजहेड तयार झाल्यावर झुकोवनं स्तालिनकडे तक्रार केली. स्तालिननं कुलिकनं ताबडतोब काम सुरू करावं, असा हुकूम सोडला. "२१ आणि २२ या पुढच्या दोन दिवसांत तू शत्रूची फळी फोडून लेनिनग्राडच्या बाजूच्या फौजेला जाऊन मिळायला हवं. तसं झालं नाही तर फार उशीर झालेला असेल. तू फार काळ चालढकल केलेली आहेस. आता त्या वेळेची भरपाई व्हायला हवी. तसं झालं नाही, तर जर्मन सैन्य प्रत्येक गावाचं किल्ल्यात रूपांतर करेल आणि तू कधीच लेनिनग्राडला पोहोचू शकणार नाहीस."

स्तालिननं एवढा कडक हुकूम पाठवूनही एकाच वेळी मोठा हल्ला करण्याची कल्पना प्रत्यक्षात येऊ शकली नाही. कुलिकनं थोडी फौज पाठविली. पण साधारण ५-६ किलोमीटर पुढे गेल्यावर त्यांना जर्मन सैन्यानं घेरलं आणि त्यांचा पुरता निकाल लावला. पलीकडच्या बाजूला असणाऱ्या नेवस्की ब्रिजहेड इथल्या सोव्हिएत सैन्याला जर्मन तोफखान्यांच्या माऱ्यामुळे जागचं हलणंही अशक्य झालं होतं. अखेर २६ सप्टेंबरला जर्मन वेढा फोडण्याचा पहिला प्रयत्न साफ फसल्याचं स्पष्ट झालं.

शत्रूला बेसावध गाठून नामोहरम करण्याचा प्रयत्न फसल्यानंतर जर्मनांनी पक्की मोर्चेबांधणी केली आणि नेवस्की ब्रिजहेडच्या भोवती वेढा घातला. आता नेवस्की ब्रिजहेड हा मृत्यूचा सापळा झाला होता. पण तिथून सैन्य मागे न आणता उलट झुकोवनं तिथं आणखी सैन्य पाठवलं होतं. या छोट्या भागात नवीन रेड आर्मी डिव्हिजन्स पाठविल्या आणि या सैन्याला 'नेवा ऑपरेशनल ग्रुप' असं नाव दिलं.

या ग्रुपमधल्या थकल्याभागल्या सैनिकांमध्ये उपयुक्त लष्करी कारवाई करण्याची क्षमता उरली नव्हती. प्राणहानीचं प्रमाण भयंकर होतं. रेड आर्मीमध्ये एका डिव्हिजनमध्ये साधारणत: १२००० ते १३००० जण असत. पण प्रत्यक्षात बऱ्याचदा यापेक्षा निम्मी संख्या असतानाच त्यांना लढायला धाडण्यात येत असे. नेवस्की ब्रिजहेडमधल्या सैन्याला बळकटी आणण्यासाठी म्हणून जी ८६वी डिव्हिजन तिथं पाठविण्यात आली होती, तिच्यात अवघ्या काही दिवसांत फक्त १७६ सैनिक उरले होते. दोनशे

पासष्टाव्या डिव्हिजनमध्ये १८० सैनिक होते, तर एन.के.व्ही.डी.च्या डिव्हिजनचा आकार तर एखाद्या प्लॅटूनपेक्षा मोठा नव्हता. बाल्टिक फ्लीटची चौथी मरीन ब्रिगेड पूर्णपणे खलास झाली होती.

चौथ्या मरीन ब्रिगेडमध्ये बहुतांश म्हणजे सतरा-अठरा वर्षांची तरुण पोरं होती. अवघे काही महिने प्रशिक्षण घेतलेली ही पोरं जर्मन सैन्याच्या कसलेल्या सेनापतींसमोर लढायला उभी केली गेली होती. या ब्रिगेडचं नेमकं काय झालं, ते सांगायला कोणीच जिवंत राहिलं नाही. पण अलीकडेच नेवस्की ब्रिजहेड परिसरात केलेल्या उत्खननात सैनिकांच्या व्यक्तिगत वापरातल्या काही वस्तू मिळाल्या आहेत. रक्तानं माखलेलं पार्टीचं कार्ड, नाव कोरलेला चांदीचा चमचा आणि हस्तकलेचे काही नमुने अशा वस्तू तिथल्या सैनिकांची कहाणी सांगतात. त्यामध्ये एक पाण्याचा फ्लास्क मिळाला आहे. त्याच्या खालच्या बाजूला, बहुधा सैनिक वापरतात तशा चाकूनं 'विक्तोर क्रोवलिन याला त्याच्या अठराव्या वाढदिवसाच्या निमित्तानं – २९ सप्टेंबर १९४१' असा मजकूर कोरलेला आहे. नेवा नदीवर उभारलेल्या दोराच्या तात्पुरत्या पुलाचं रेखाचित्र कोरलेलं आहे. क्रोवलिनला त्याची भेटवस्तू मिळाली. नंतर एकाच दिवसात हा दोराचा पूल शत्रूच्या माऱ्यानं नष्ट झाला होता. नंतर एका महिन्याच्या आतच विक्तोर क्रोवलिन असणारी सगळीच्या सगळी मरीन ब्रिगेड नष्ट होऊन गेली.

नेवा ऑपरेशनल ग्रुपची जी जबरदस्त हानी होत होती, तिची आणि त्यांच्या लढत राहण्यामधला निरर्थकपणा याची झुकोवला कल्पना होती. १८६ व्या डिव्हिजनमध्ये एक इल्या इझेनस्टाट नावाचा वरिष्ठ लेफ्टनंट एन.के.व्ही.डी.चा एजंट होता. सोव्हिएत फौजांच्या झालेल्या दुरावस्थेबाबत त्यानं लेनिनग्राड आघाडीच्या मुख्यालयाकडे स्पष्ट अहवाल पाठविला होता –

> 'जर्मनांची व्यूहरचना अतिशय प्रभावी ठरत होती. आम्ही जिथं तिथं सैन्य आणून मजबुती निर्माण करण्याचा प्रयत्न करीत होतो, तिथं ते तोफांचा तीव्र मारा करीत होते. त्यांनी नदी ओलांडण्याच्या ठिकाणी दिवसरात्र बॉम्बफेक चालविली होती. लढाईची सारी सूत्रं त्यांच्या हातात होती आणि आम्ही काहीही प्रगती करू शकत नव्हतो. आमची संपर्कयंत्रणा पूर्णपणे विस्कळीत झालेली असल्यानं आमचा आमच्या सैनिकांशी धड संपर्कच नव्हता. नदी ओलांडण्याच्या कामावर देखरेख करणारे अधिकारी मारले गेले होते किंवा गंभीर जखमी झाले होते. नाझींना आमचं मुख्य ठाणं आणि कमांडचं मुख्यालय लवकर समजलं आणि त्यांनी ते ताबडतोब नष्ट केलं. आमची हानी कल्पनेच्या पलीकडची होती.'

रेड आर्मीच्या सैनिकांना भयंकर परिस्थितीत राहण्यासाठी भाग पाडलं जात होतं. रेजिमेंटल कॉमिसार इवान पान्कोव यानं आघाडीवरच्या नेतृत्वाला कळकळीची विनंती केली होती आणि सत्य परिस्थितीची कल्पना दिली होती.

'आपले बरेचसे सैनिक अतिशय शौर्यानं लढत आहेत. पण अनेकांना आपल्या प्रिय कॉम्रेड्सच्या मृतदेहांवरून अक्षरश: सरपटत जावं लागतंय. आपल्या तोफखाना दलानं शत्रूच्या तोफखान्याला आवर घालण्यात यश मिळवलं नसल्यानं आपल्या सैनिकांची विलक्षण धाडसी कामगिरी वाया जाते आहे.'

हे सगळं असलं तरी झुकोवनं त्यांना आहे तिथंच उभं राहण्याचा हुकूम दिला होता. लेनिनग्राड आघाडीच्या मुख्यालयात जर्मन आणि सोव्हिएत सैन्याच्या जागा दाखविलेला नकाशा खूपच छान दिसत होता. पण त्याचा आणि प्रत्यक्ष आघाडीवरच्या स्थितीचा काहीही संबंध राहिलेला नव्हता. नकाशावर नेवस्की ब्रिजहेड या ठिकाणाहून वेढा तोडण्यासाठी धडक मारता येईल असा निष्कर्ष काढता येत होता. पण वस्तुस्थिती तशी नव्हती. जर्मन मोर्चे फारच बळकट होते. पण झुकोव जाणूनबुजून या सगळ्याकडे काणाडोळा करीत होता. नेवस्की ब्रिजहेडपाशी सतत होणाऱ्या प्राणहानीमुळे रेड आर्मीची यशस्वी हल्ला करण्याची क्षमता क्षीण होत होती.

५ ऑक्टोबरला स्तालिननं झुकोवला फोन करून आघाडीची हालहवाल विचारली. अखेर नाइलाजानं झुकोवनं जर्मनांनी हल्ले थांबविले आहेत आणि त्यांनी पाय रोवून पक्की मोर्चेबांधणी केली आहे हे मान्य केलं. "अनेक दिवसांच्या प्रयत्नांनंतर आता आघाडीनं नाझींची लेनिनग्राडवरची धडक थांबविण्यात यश मिळविलं आहे असं दिसतंय," असं झुकोव म्हणाला होता. अर्थातच जर्मनांनी स्वत:च दोन आठवड्यांपूर्वी आक्रमण थांबविलं होतं, ही गोष्ट झुकोव सोयीस्करपणे विसरला होता. नंतरही झुकोवनं ही गोष्ट कधीच मान्य केली नाही.

मॉस्कोवर जे संकट आलं होतं, त्याचा मुकाबला करायला स्तालिननं झुकोवला मॉस्कोला पाचारण केलं होतं. आता लेनिनग्राडची सगळी जबाबदारी पक्षनेता आंद्रेई झाडनोव याच्यावर सोपविण्यात आली होती.

जनरल झुकोवच्या नेतृत्व करण्याच्या शैलीची पुन्हा नव्यानं चिकित्सा करण्याची गरज आहे. सेंट पीटर्सबर्गमधील इतिहासकार लेव ल्युरे यानं लिहिलं आहे – 'जर्मन लेनिनग्राडवर जोरदार हल्ला करणार आहेत या गृहीतकावर झुकोवचे सगळे बेत आधारलेले होते. ते सुद्धा नेमकी उलट परिस्थिती असण्याचा भरपूर पुरावा उपलब्ध असताना. झुकोवनं लेनिनग्राडभोवती सैन्य विखरून ठेवल्याचा परिणाम वाईट झाला

होता. जानेवारी १९४३मध्ये जेव्हा ताकद एका जागी एकवटली, तेव्हाच वेढा फोडण्यात रेड आर्मीला यश आलं.' १८ सप्टेंबरपासूनच जर्मन एका जागी मोर्चा उभारत होते ही गुप्तचर यंत्रणांनी जमा केलेली माहिती आपण जॉन एरिकसनच्या 'द रोड टू स्तालिनग्राड' या पुस्तकात वाचू शकतो.

जॉर्जी झुकोव हा धडाडीचा सेनापती होता. त्यानं लेनिनग्राड शहराची परिस्थिती नीट केली होती. पण जाताना मात्र तो या शहरासमोर विषाचा प्याला ठेवून निघून गेला होता. प्रारंभी त्यानं गोंधळ थांबवून आणि घबराट झालेल्या संरक्षण यंत्रणेला शिस्त लावून चांगलं काम केलं होतं. परंतु नंतर मात्र वेढा फोडण्याची तयारी न करता त्यानं सैन्याला विनाकारण इकडेतिकडे रवाना केलं होतं. जर्मनांवर छोटे-मोठे हल्ले चढविण्याच्या त्याच्या योजनेमुळे निष्कारण विलक्षण प्राणहानी झाली होती.

आता नेवस्की ब्रिजहेड आणि एकूणच ओरानीनबॉम या भागातल्या सोव्हिएत फौजांना माघारी बोलविण्याची गरज होती. श्लीसेलबर्ग भागात वेढा फोडण्यासाठी परिस्थिती जास्त अनुकूल होती. तिथं सोव्हिएत सैन्य आणि तोफखान्याची ताकद पूर्णपणे एकवटण्याची आवश्यकता होती. पण हे समजण्यासाठी लागणारं कौशल्य आणि अनुभव या दोन्ही गोष्टी झाडनोवकडे नव्हत्या.

८ सप्टेंबर रोजी जर्मनांनी लेनिनग्राडभोवती गराडा घातला आणि शहराचा इतर देशाशी संपर्क पूर्णत: तोडला. त्यानंतर दहा दिवसांच्या अवधीत वेढ्याची वर्तुळाकार रेषा तयार झाली होती. ही रेषा अगदी थोड्याफार फरकानं पुढचे सोळा महिने अशीच राहणार होती. दक्षिणेला जर्मन सैन्य होतं, तर उत्तरेला जर्मनीच्या गोटातल्या फिनलंडचं सैन्य सज्ज होतं. अधूनमधून पण नियमितपणे बॉम्बफेक करून आणि तोफांचा मारा करून, आपण अगदी जवळ आहोत याची जाणीव जर्मन सैन्य लेनिनग्राडवासी लोकांना करून देऊ लागलं होतं. अनेक लेनिनग्राडवासींना काहीतरी भीषण घडणार आहे, याची जाणीव होऊ लागली होती.

तेरा वर्षीय व्लादिमिर झान्ट या चित्रकाराच्या चित्रांमध्ये आपण काय घडत होतं त्याची झलक पाहू शकतो. त्यानं रंगीत क्रेयॉन्स वापरून काढलेल्या सुरुवातीच्या रेखाटनांमध्ये पुढे येणाऱ्या शत्रूला रोखण्यासाठी चाललेल्या तयारीची दृश्यं आहेत. तसंच लोक रेडिओच्या स्पीकरभोवती गोळा होऊन ताज्या बातम्या ऐकत आहेत अशी चित्रं आहेत. त्याच्या चित्रात शहर शांत आहे हे जाणवतं. नंतर मात्र चित्रांमध्ये फरक होऊ लागलेला दिसतो. त्यानं प्राणिसंग्रहालयात बॉम्बमुळे लागलेल्या आगीचं रेखाटन केलं आहे. त्याला प्राणिसंग्रहालय आवडत असणार. त्याच्या रेखाटनांमधल्या एकाखाली त्यानं 'हत्तीचं मरण' असं लिहिलं आहे. एका रेखाटनात मेलेल्या माणसाच्या समोर ट्राम थांबली आहे आणि तुटलेल्या तारा असहायपणे लोंबकळत आहेत. प्रत्येक चित्रात लेनिनग्राडच्या गळ्याभोवती आवळत जाणारा फास स्पष्ट जाणवतो.

वेरमाख्त आता तळ ठोकून बसण्यासाठी तयारी करीत होतं. विल्हेम ल्युबेकचं पथक सप्टेंबरच्या मध्याला उरित्स्क या गावाजवळ पोहोचलं होतं. त्यांना तिथंच थांबून बचावासाठी व्यवस्था करण्याचे हुकूम मिळाले होते. त्यांना दूर अंतरावर असणाऱ्या फिनलंडच्या आखातात बाहेर पडणारी सोव्हिएत जहाजं अस्पष्ट दिसत होती. लढाई काही काळ थांबली होती. तेव्हा ल्युबेकचा स्टाफ सार्जंट बरोबर काही सैनिकांना घेऊन जवळच असणाऱ्या पीटरहॉफ या ठिकाणी गेला. या ठिकाणी झारच्या काळामधील राजवाडा आहे. राजवाडा आणि त्याच्या आजूबाजूच्या परिसराचं फारसं नुकसान झालेलं नव्हतं. जर्मन सैनिक राजवाड्यात इकडेतिकडे फिरले. त्यामधली बहुतेक सर्व दालनं रिकामी होती. पण एका भव्य दालनात त्यांना एक पियानो दिसला. एका सैनिकानं तो वाजवायला सुरुवात केली. पियानोचे स्वर त्या दालनातून बाहेर पडू लागताच, जणू युद्ध चालूच नाही असा भास होत होता. काही सैनिकांनी वादन संपल्यावर पियानो उघडला. त्यांना संगीताची काही टिपणं असणारे कागद सापडले. त्यांनी ते स्मृतिचिन्ह म्हणून पिशवीत टाकले. ज्या प्रकारचा भीषण रणसंग्राम तिथं जवळच सुरू होता, हे पाहता त्या संध्याकाळचा हा प्रसंग घडला यावर विश्वास ठेवणं फार अवघड आहे.

ऑक्टोबर १९४१मध्ये ल्युबेक आणि त्याचं पथक नव्यानं खणलेल्या खंदकांमध्ये आणि बंकरमध्ये राहू लागलं. त्या जागी बचावासाठी अनेक खंदक, निरीक्षणासाठी चौक्या आणि मारा करण्यासाठी विशिष्ट जागा सज्ज केलेल्या होत्या. अगदी पुढच्या खंदकांवर आवरणं घातली होती. फक्त निरीक्षणासाठी काही फटी ठेवण्यात आल्या होत्या. पाठीमागच्या बाजूला सैनिकांना राहण्यासाठी बंकर तयार केलेले होते. मोठ्या आकाराच्या या बंकरची जमीन मातीचीच होती. त्यांची बांधणी झाडाचे मोठे बुंधे आणि ओंडके यांच्यापासून केलेली होती. छपरासाठी वापरलेल्या ओंडक्यांवर माती पसरून थंडीपासून बचाव करण्याची व्यवस्था होती. बंकरमध्ये लाकडी टेबलं, झोपण्यासाठी फळ्या आणि लाकडं जाळून ऊब मिळविण्यासाठी शेकोट्या होत्या. इथं सैनिक जेवणं, झोपणं, फावल्या वेळात पत्ते खेळणं आणि आराम करू शकतील, अशीही व्यवस्था होती. या बंकर असणाऱ्या जागेच्या मागे थोड्या अंतरावर अवजड तोफा सज्ज होत्या.

आता आघाडीवरच्या स्थिर लढाईला सुरुवात झाली होती. जर्मन सैन्यानं वेढा घालून बसताना सगळी व्यवस्था विचारपूर्वक केलेली होती. आघाडीच्या मागच्या बाजूला जर्मन इंजिनियर पथकांनी रस्त्यांचं जाळं उभारलं होतं. जागोजागी रसद आणि दारूगोळा पुरवठा करणारे डेपो उभारले होते. रस्त्यांवर जागोजागी व्यवस्थित पाट्यादेखील लावलेल्या होत्या. एकुणात जर्मन सैन्याची दीर्घ काळ तिथं तळ ठोकण्याची सगळी तयारी पूर्ण झालेली आहे, हे स्पष्ट दिसत होतं.

लेनिनग्राडच्या नैर्ऋत्य दिशेला असणाऱ्या गात्चिना या ठिकाणी फॉन लीबनं त्याचं मुख्यालय स्थापन केलं होतं. आता आघाडीवरची व्यवस्था स्थिरस्थावर झालेली असल्यानं तो शहरावर केल्या जाणाऱ्या तोफांच्या माऱ्यावर देखरेख करीत होता. त्याच्या प्रतिस्पर्धी सोव्हिएत सेनापतीप्रमाणे आपल्या तोफा आघाडीवर विखरून न ठेवता, त्यानं त्या उरित्स्क आणि वोलोदार्स्की या दोन गावांच्या दरम्यान छोट्या पट्टीत उभ्या केल्या होत्या. त्याच्यापाशी किमान तीन तोफखाना रेजिमेंट असल्यानं माऱ्याची क्षमता चांगली होती. उरित्स्कमधल्या उंच इमारतींवरून लीबच्या नेमबाजांना लेनिनग्राडचं उत्तम दृश्य दिसत असल्यानं जर्मन तोफखाना बिनचूक मारा करू शकत होता. जर्मन तोफखाना दलानं अत्यंत नियमित कार्यक्रम ठरविला होता. रोज सकाळी दहा वाजता माऱ्याला सुरुवात व्हायची. हा पहिला तीव्र मारा बेफाटपणानं काही वेळ चालल्यानंतर दोन तास अतिशय शिस्तबद्ध मारा व्हायचा. मग जरा वेळ 'विश्रांती' झाली की पुन्हा याच प्रकारे संध्याकाळी सातपर्यंत तोफा अविरत धडधडत असत. परंतु १७ सप्टेंबरला मात्र लीबनं दिवसरात्र अखंड मारा करायचा हुकूम दिला. त्याच्या लष्करी अहवालात नेमक्या वेळेची नोंद आहे. त्या दिवशी सुरू झालेला मारा सलग अठरा तास तेहेतीस मिनिटं सुरू होता. सप्टेंबर महिन्याच्या अखेरपर्यंत जर्मनांनी लेनिनग्राडवर ५३६४ तोफगोळे डागले होते.

२८ सप्टेंबरला फॉन लीबला लष्करी मुख्यालयाकडून हुकूम मिळाला. कोणत्याही परिस्थितीत लेनिनग्राडची शरणागती स्वीकारायची नाही असं त्यात बजावलं होतं –

> 'आपल्या सैनिकांची प्राणहानी होऊ न देता बाल्टिक परिसरातील हे बोल्शेविक प्रतिकाराचं मुख्य केंद्र उद्ध्वस्त करावयाचं असेल, तर शहरावर पायदळाचा हल्ला चढवायचा नाही. शहराला संरक्षण पुरविणाऱ्या लढाऊ विमानांना नष्ट करून आपण त्यांची बचाव करण्याची क्षमताच चिरडून टाकायची आहे. मग पद्धतशीरपणे शहरातली वीजकेंद्रं, पाणीपुरवठा केंद्रं आणि अन्नधान्याची कोठारं उद्ध्वस्त करून टाकावयाची आहेत... वेढा घालून बसलेला आपल्या सैन्याच्या दिशेनं तिथल्या नागरिकांनी येण्याचा प्रयत्न रोखला पाहिजे. गरज पडली तर बळाचा वापर करूनही अशा सर्व हालचालींना प्रतिबंध करायला हवा.'

पोलीस जनरल वॉल्टर स्टालेकर याचं आईनसाट्झग्रुप्पेन पथक आता जर्मन लष्कराच्या अठराव्या सेनेच्या बरोबरीनं काम करू लागलं होतं. त्यानं त्याच्या अहवालात नमूद केलं की 'आम्ही वेढा घातलेल्या रेषेजवळच्या सर्व स्थानिक लोकांना हाकलून काढून तो सगळा भाग मोकळा केला. आजूबाजूच्या परिसरातून

शहराकडे अन्नपदार्थ घेऊन जाणाऱ्यांना आम्ही पकडलं.' स्टालेकर शहरामधल्या अन्नटंचाईचा, गुप्त वार्ता गोळा करण्यासाठी खुबीनं वापर करीत होता. काहीजणांना अन्नाची लालूच दाखवून तो शहराबद्दलची माहिती गोळा करायचा. त्यांना तो खबरे म्हणून भरती करायचा आणि मग उरलेल्यांची चौकशी करून त्यांना गोळ्या घालत असे.

११ ऑक्टोबरला अठराव्या सेनेचा कमांडर कर्नल जनरल जोर्ग फॉन क्यूशलर याने त्याच्या सेनेसाठी खास हुकूम जारी केला. पुढील काळात पूर्व आघाडीवरील जर्मन सैनिकांचं वर्तन कसं असावं, याबद्दल हा अत्यंत निर्दयी स्वरूपाचा हुकूम या नाझी सेनापतीनं दिला होता –

> 'आपल्या ज्यू-बोल्शेविक युतीविरोधातल्या लढाईचा मुख्य हेतू युरोपीय संस्कृतीवरील आशियाई लोकांचा प्रभाव पूर्णपणानं नष्ट करून टाकणं हा आहे. पूर्व आघाडीवर लढणारा आपला प्रत्येक सैनिक केवळ नियमांनुसार युद्ध करणारा साधा सैनिक नाही, तर प्रत्येकजण आपल्या देशाचं तत्त्वज्ञान पुढे नेण्यासाठी आहे... लष्कराच्या अन्नसाठ्यामधून स्थानिक लोकांना अन्न पुरवणं हा भ्रामक मानवतावाद ठरेल.'

हा हुकूम असा असला, तरी नेमकी समस्या वेगळीच होती. पुढचा सगळा महिना फॉन लीब आघाडीवर ठिकठिकाणी जाऊन तिथल्या अधिकाऱ्यांशी सल्लामसलत करीत होता. पुढच्या काही दिवसांत किंवा महिन्यात जर लेनिनग्राडमधली टंचाईची परिस्थिती आणखी गंभीर झाली, तर जिवावर उदार होऊन नागरिक जर्मन सैन्याच्या दिशेनं येण्याची शक्यता होती. तसं झालं तर काय करायचं याची चिंता या जर्मन सेनापतीला त्या वेळी भेडसावत होती. २४ ऑक्टोबर रोजी अठराव्या सेनेमधल्या डिव्हिजन पातळीवरच्या वरिष्ठ अधिकाऱ्यांची बैठक झाली. लेनिनग्राडमध्ये वेढ्यात अडकून पडलेल्या लक्षावधी लोकांना आपण खायला घालू शकत नाही आणि जे कोणी शहरातून बाहेर पडण्याचा प्रयत्न करतील त्यांना गोळ्या घालायच्या आहेत, या दोन्हीची सैन्याला पूर्ण कल्पना आहे, हे त्या बैठकीत समोर आलं. तथापि, जर नि:शस्त्र असे वृद्ध, बायका आणि मुलं समोर आली, तर वारंवार त्यांच्यावर गोळीबार करण्याचा कठोरपणा सैनिक करतील की नाही याबद्दल अनेकांच्या मनात शंका होती. त्यामुळे आता आणखी कोणतातरी उपाय शोधावा असं ठरलं.

उत्तरेकडील जर्मन सेनेच्या सेनापतीच्या मनात लेनिनग्राडमधून बाहेर पडण्याची शक्यता असलेल्या नागरिकांचं काय करायचं हा प्रश्न आहे, असं २७ ऑक्टोबरच्या अहवालात नमूद केलेलं आहे. आपल्या सैनिकांना नागरिकांवर जवळून गोळ्या

घालण्याची वेळ येऊ नये म्हणून सेनापती जर्मन सैन्याच्या फळीसमोरच्या भागात सुरुंग पेरण्याचा विचार करीत होता, हे या अहवालात लिहिलेलं आहे. 'आपल्या सैनिकांबद्दल काळजी वाटत असल्यानेच' असा विचार तो करतोय असंही त्यात स्पष्ट म्हटलेलं आहे. 'असं केल्यानं असंख्य नागरिक मृत्युमुखी पडतील हे जरी खरं असलं तरी ते आपल्या सैनिकांच्या अगदी समोर, डोळ्यांदेखत होऊ नये.'

ऑक्टोबर महिन्याच्या अखेरीस लीबनं आपल्या तोफखान्याच्या मोर्च्यांना भेट दिली. आता त्याची द्विधा मन:स्थिती संपून त्याचा निर्णय झाला होता. त्यानं आघाडीवरच्या तोफखाना कमांडर्सशी चर्चा केली आणि मग लष्कराचा २७३७ क्रमांकाचा गुप्त हुकूम जारी झाला. रशियन नागरिक लेनिनग्राडमधून बाहेर पडण्याचा प्रयत्न करताच त्यांच्यावर तोफांचा मारा करावयाची जबाबदारी त्यानं तोफखान्यावर सोपविली. त्यामुळे पायदळाच्या सैनिकांवर नागरिकांना जवळून गोळ्या घालण्याची वेळ येणार नव्हती.

हा हुकूम लेनिनग्राडला वेढा घालून बसलेल्या सर्व तोफखाना पथकांकडे रवाना करण्यात आला होता आणि त्याचा समाधानकारक उपयोग होतोय असं दिसत होतं. १५ नोव्हेंबरला 'काही नागरिक आपल्या आघाडीच्या दिशेनं येताना पाहून त्यांच्यावर तोफांनी अचूक मारा झाला' असं लष्करी अहवालात नमूद केलेलं आहे.

आपले वरिष्ठ अधिकारी लेनिनग्राडची जाणूनबुजून उपासमार करीत आहेत याची विल्हेम ल्युबेकच्या पथकाला चांगली कल्पना होती. तिथं वेढा घालून बसलेल्या जर्मन सैनिकांना भरपूर खाणं-पिणं मिळत असे. दररोज रात्री कंपनीच्या भटारखान्यातून आघाडीवरील बंकरकडे भलीमोठी किटली पाठवली जात असे. त्यात भरपूर बीफ किंवा पोर्क आणि बटाटे घातलेलं गरमागरम सूप असे. डिव्हिजनच्या पातळीवर चालविल्या जाणाऱ्या मोठ्या बेकरीत तयार केलेले गोल पाव आणि चीझ आणि लोणी हे पदार्थ सकाळच्या नाश्त्यासाठी पाठविले जात असत. क्वार्टरमास्टर सैनिकांसाठी अधूनमधून चॉकलेट, व्होडकाच्या छोट्या बाटल्या आणि बऱ्यापैकी वासाची, धान्यापासून बनविलेली कृत्रिम कॉफी या वस्तू पाठवित असे. जेव्हा प्रत्यक्ष लढाई सुरू असे तेव्हा सैनिकांना टुना, सार्डिन किंवा हेरिंग मासे असणारे डबे पुरविले जात. सैनिक त्यांच्या पट्ट्याला असणाऱ्या छोट्या पिशवीत या वस्तू आणि ब्रेड स्वत:बरोबर घेऊन जात असत.

नेमकी उलट परिस्थिती रशियन बाजूला होती. तिथं सैनिक आणि नागरिक हे सगळेच अर्धपोटी राहत होते. जर्मन सैन्याला याची पूर्ण कल्पना होती. एकदा थोड्या काळासाठी पुरवठा यंत्रणेत काहीतरी अडचण निर्माण झाल्यामुळे सैनिकांना दिला जाणारा ब्रेड अर्ध्यावर आणण्यात आला होता. विल्हेम ल्युबेकनं लिहिलं आहे – 'हे रेशन आम्हाला जगवण्याइतपतच आहे. पण तरीही लेनिनग्राडमध्ये अडकलेल्या

लोकांना जे मिळतं त्यापेक्षा हे कितीतरी जास्त आहे याची आम्हाला कल्पना आहे.'

वेरमाख्तनं लेनिनग्राडला उपाशी मारायचं हे जे धोरण अवलंबिलं होतं, त्यामुळे वेढा घालून बसलेल्या सैन्यात काहीजणांना ते अयोग्य वाटत होतं. ल्युबेक सांगतो – "लेनिनग्राडमध्ये अन्नाची जी प्रचंड कमतरता निर्माण झाली होती, त्याबद्दल आम्ही आपसात गंभीर चर्चा करीत असू. रशियन अधिकारी बायकामुलांना आमच्या दिशेनं मोठ्या प्रमाणात हाकलण्याची शक्यता आम्हाला वाटू लागली होती. अशा परिस्थितीत नेमकं काय होईल हे आम्हा कोणालाच माहीत नव्हतं. पण नि:शस्त्र अशा नागरिकांना गवत कापल्याप्रमाणे ठार करण्यासाठी शस्त्रं उचलण्याची कल्पना करणं, कोणालाही शक्य नाही याबद्दल सर्वांचं एकमत होतं."

असं असलं तरी आघाडीवर या परिस्थितीचा काहीसा विकृत आनंद घेणारेही लोक होते. श्यूटे नावाचा एक जवान खंदकात बसून राहण्याला कंटाळला होता. तो रात्री हातात सबमशीनगन आणि स्फोटकांनी भरलेली एक पिशवी घेऊन गुपचूप रेड आर्मीच्या मोर्च्याच्या दिशेनं घुसायचा. झोपलेल्या सोव्हिएत पहारेकऱ्यांना चुकवून तो एखाद्या बंकरपाशी जायचा. मग तो बंकरच्या आत पिशवीतली स्फोटकं टाकून ओरडायचा. "हा घ्या तुम्हाला ब्रेड!"

श्यूटेची ही 'ब्रेड पोहोचविण्याची' कल्पना बघता बघता आघाडीवर प्रसिद्ध झाली. ल्युबेक सांगतो, "त्यानं हे असं अनेक वेळा केलं होतं. एकदा तर मी स्फोटाचा आवाज स्पष्टपणानं ऐकला. सुरुवातीला जरी श्यूटे हे अनधिकृत करीत असला तरी त्याची ही धाडसी कल्पना आमच्या वरिष्ठांना चांगलीच आवडली. माझ्या आणि वरिष्ठांच्या शिफारसीमुळे नंतर श्यूटेला जर्मनीच्या गोल्ड क्रॉस या सर्वोच्च लष्करी पदकानं सन्मानित करण्यात आलं."

आघाडीवरचे जर्मन सैनिक रशियन गोटामधील अन्नटंचाईचा कसा गैरफायदा घेत होते हे ल्युबेकनं नमूद केलं आहे – "बरोबर थोडा ब्रेड घेऊन सैनिक आघाडीच्या थोड्या मागे असणाऱ्या विशिष्ट भागात जात असत. तिथं असणाऱ्या उपाशी रशियन बायका आणि मुली अन्नासाठी त्यांच्या शरीरांचा उपभोग घेऊ देत असत. अनेकदा अख्खा ब्रेड नाही, तर एका छोट्या तुकड्याच्या बदल्यात हा व्यवहार होत असे." ल्युबेकला स्वत:ला हे पसंत नव्हतं. पण या व्यवहारांबद्दल कोणाही सैनिकाला कधी शिक्षा मात्र झाली नाही, असं त्यानं लिहिलं आहे.

दुसऱ्यांना त्रास देऊन त्यात विकृत आनंद मिळविण्याची लागण जर्मन तोफखाना दलामधील लोकांना जास्त प्रमाणात झाली होती. त्यामधल्या सैनिकांनी सांगितलेल्या हकिकतींमधून हे स्पष्ट दिसून येतं. ९१० व्या तोफखाना रेजिमेंटमधील सार्जंट फ्रिट्झ केप्पे सांगत होता –

'लेनिनग्राडवर मारा करण्यासाठी आम्हाला मिळणारा दारूगोळा नेहमी मिळतो त्यापेक्षा कितीतरी जास्त होता. तो अमर्याद आहे असंच वाटत होतं. आम्हा सर्वांनाच या दारूगोळ्याचा वापर कसा करावयाचा आहे हे ठाऊक होतं. आम्हाला त्या शहरामधल्या नागरिकांचा आणि पर्यायानं शहराचा निकाल लावायचा होता. आमच्याकडे वरिष्ठ लष्करी अधिकाऱ्यांच्या सूचना पत्रकरूपात येत असत. 'लेनिनग्राडमधल्या लष्करी लक्ष्यांवर मारा करावयाचा आहे' ही सूचना वाचून आमची करमणूक होत असे.'

७६८ व्या तोफखाना रेजिमेंटमधल्या कॉर्पोरल बेकर यानंही अशीच माहिती दिली. तो म्हणाला, ''शहरात भरपूर नागरिक आहेत आणि आम्ही नागरी रस्त्यांवरच मारा करतोय हे आम्हाला ठाऊक होतं. आम्ही मारा करीत असताना आपापसात खिदळत 'हॅलो लेनिनग्राड' असं म्हणायचो,'' १२६ व्या तोफखाना रेजिमेंटमधील लेफ्टनंट क्रुश्के आणखी माहिती देताना म्हणाला, ''माझे सैनिक गोळे सोडताना म्हणत की लेनिनग्राडमध्ये लोकांची उपासमारच होते आहे, तेव्हा त्यांनी आपल्याबद्दल कृतज्ञताच व्यक्त करायला हवी.''

वेरमाख्तनं लेनिनग्राडचं निरनिराळ्या भागांमध्ये विभाजन करून शहराचे उत्तम नकाशे तयार केले होते. तोफांच्या माऱ्यासाठी तयार केलेले क्र. ८९ आणि ९९ हे बिंदू म्हणजे हॉस्पिटलं होती, तर क्र. १९२ हा बिंदू एक युवककेंद्र होतं. माता बालसंगोपन केंद्राचा बिंदू क्र. ७०८ होता. एक बालवाडी हा ७३६ क्रमांकाचा बिंदू होता, तर बोल्शाया स्ट्रीटवरील एक निवासी इमारत हे ७५७ क्रमांकाचं लक्ष्य होतं.

तोफांच्या माऱ्याखेरीज लुफ्तवाफ नियमितपणे हवाई हल्ले करीत असे. लहान मुलं आणि बायकांनी भरलेल्या निवासी इमारतींवर ते जबरदस्त बॉम्बफेक करत असत. ७४, मारात स्ट्रीट या एका इमारतीवर ऑक्टोबर १९४१मध्ये बॉम्बफेक झाली होती. त्याचा अहवाल आज आपण वाचू शकतो. इमारतीत ढिगाऱ्याखाली तीन लहान मुली आणि त्यांची पस्तीस वर्षं वयाची आई तुतीना झुकोव यांचे मृतदेह आढळले होते. बॉम्बच्या स्फोटामुळे खिडकीमधून बाहेर फेकलेल्या गेलेल्या पासष्टवर्षीय व्हेरा कोनेनकोवा या वृद्ध स्त्रीचा मृतदेह समोर असणाऱ्या घराच्या आवारात पडला होता. उद्ध्वस्त इमारतीच्या ढिगाऱ्यात व्हेरा पोतेखिना नावाची एक मुलगी जिवंत राहिली होती. ती मदतीसाठी हाका मारत होती. तिला बाहेर काढण्यासाठी आलेल्या बचाव पथकासमवेत तिचे वडीलही काम करीत होते. ते जीव खाऊन ढिगारा हलविण्याचा प्रयत्न करू लागले. काही भाग मोकळा झाल्यानंतर त्यांना ती दिसली. 'मला वाचवा!' असा आक्रोश तिनं वडिलांना पाहून केला. पण अंगावर पडलेले लाकडी खांब दूर केले जात असताना डोक्यावरच्या जखमांमुळे ती मरण पावली.

लुफ्तवाफनं लवकरच त्याच्या ताफ्यामधील बरीचशी विमानं दक्षिणेकडे ऑपरेशन टायफून या महत्त्वाकांक्षी मोहिमेसाठी रवाना केली. जर्मनांनी लेनिनग्राडपाशी असणारं त्यांचं लष्करी सामर्थ्य मोक्याच्या क्षणी मॉस्कोकडे पाठवून व्यवस्थित विचार करूनच धोका पत्करला होता. लेनिनग्राडमध्ये कोंडल्या गेलेल्या फौजेपेक्षा कितीतरी कमी ताकद वापरून जर्मन आता वेढा चालू ठेवणार होते आणि कमी ताकदीतच ते लेनिनग्राडला नामोहरम करणार होते. अन्नाचा साठा कमी होत गेल्यानं लेनिनग्राडचा बचाव करणाऱ्यांची शक्ती वेगानं क्षीण होत जाणार याची जर्मन सैन्याला खात्री होती आणि त्यामुळे आपल्यावर मोठा हल्ला लेनिनग्राडमधून होणार नाही, अशी त्याची अटकळ होती. आजवर जर्मनीनं त्यांच्या सैन्याच्या एकूण व्यावसायिकपणावरच भिस्त ठेवली होती. पण लेनिनग्राडच्या बाबतीत मात्र त्यांचा बेत निराळा होता. 'जोवर भूक ही आपली मुख्य सहकारी ठरत नाही, तोवर लेनिनग्राडभोवतीचा वेढा पक्का राहणार आहे.' असं हिटलरचा चीफ ऑफ स्टाफ कर्नल जनरल फ्रान्झ हाल्डर म्हणाला होता.

वेढा घातल्यानंतर पहिल्या काही महिन्यांमध्ये जर्मन सैन्याला लेनिनग्राडमधली सोव्हिएत फौज धडक मारून वेढा तोडेल आणि त्यांच्या सैन्याच्या बगलेवर आक्रमण करेल अशी शंका नेहमी वाटत होती. पण दिवसेंदिवस लेनिनग्राडचा बचाव करणाऱ्यांचं मनोधैर्य कमी होत चाललं होतं. आता लेनिनग्राडमधून फौज धडक मारेल याची धास्ती कमी होत चालली होती. अधूनमधून काहीजण लेनिनग्राडमधून निसटण्याचा प्रयत्न करीत असत. जोसेफ फिंकेलस्टाईन यानं १ ऑक्टोबरला घडलेल्या एका प्रसंगाचं वर्णन केलं आहे –

> 'तीन माणसं आघाडीवरून पळून आली होती. त्यांना आता शिक्षा दिली जाणार होती. तो इतरांसाठी धडा ठरावा अशीच योजना होती. खड्डा खणला जात असताना फक्त अंतर्वस्त्रे अंगावर घातलेले ते तिघंजणं शून्य नजरेनं पाहत उभे होते. गोळ्या घालणाऱ्यांच्या समोर येताच मात्र एकानं हात उंचावून डोळे झाकले. त्याचे हात जबरदस्तीनं खाली करण्यात आले. 'मातृभूमीशी गद्दारी करणाऱ्यांना गोळ्या घाला!' अशी आज्ञा अधिकाऱ्यानं दिली. ते पडत असताना रक्ताच्या चिळकांड्या उडालेल्या आम्ही पाहिल्या. दोघांचे मृतदेह अद्यापि आचके देत होते. ते पाहून एन.के.व्ही.डी.चा एक अधिकारी पुढे झाला आणि त्यानं त्यांच्या डोक्यात पिस्तुलानं गोळ्या झाडल्या.'

७ ऑक्टोबरला रेड आर्मीतला एक सैनिक सिमोन पुतियाकोव यानं त्याच्या

डायरीत 'अन्नाची परिस्थिती दिवसेंदिवस भयंकर होत चालली आहे' असं नमूद केलं होतं. 'आमचं रेशन पुन्हा अर्ध्यावर आलं' असं लिहिल्यानंतर दोन दिवसांनी त्यानं केलेल्या नोंदीत त्याला नाझी सैनिकांना भरपूर खायला-प्यायला मिळतं याची कल्पना असल्याचं दिसतं. रेड आर्मी प्रसिद्ध करीत असलेल्या बातम्यांबद्दल त्याला फारसा विश्वास वाटत नव्हता.

> 'या सगळ्या अहवालांमध्ये आम्ही ज्या अन्नटंचाईला तोंड देत होतो, त्याबद्दल चकार शब्दही नसायचा. उलट आघाडीवर आमचे सैनिक शौर्यानं लढत असल्याच्या बातम्या असायच्या. पण त्यात आणखी काही तपशील मात्र नसायचे. सैनिक नेमकं शौर्य कुठं गाजवत आहेत हे कोणीच सांगत नसायचे. आम्हाला खरी परिस्थिती कळू नये म्हणूनच अशा बातम्या पसरविल्या जात होत्या.'

पुतियाकोवला लेनिनग्राडच्या नागरिकांबद्दल चिंता वाटत होती. २७ ऑक्टोबरला त्याला लोकांचे काही घोळके शहरामधून बाहेर पडताना दिसले. जर्मन तोफखान्याच्या भीषण माऱ्याची पर्वा न करता लोक आजूबाजूच्या मोकळ्या जागेत कुठं खायला काही तुकडे मिळतात का ते बघत होते. 'बायका आणि म्हातारे कुठं एखादा बटाटा मिळतो का, ते बघण्यासाठी एकाच ठिकाणी दहा वेळा खणताना पाहून वेदना होत होत्या.' त्याला ते सगळं पाहून एवढा त्रास झाला की, 'मी आज झिंगून बेहोश झालो' असं पुतियाकोवनं त्याच्या डायरीत त्या रात्री लिहिलं होतं.

स्टीफन कुझनेस्तोवलादेखील अन्नटंचाईच्या ढासळणाऱ्या परिस्थितीची चिंता वाटत होती. २ नोव्हेंबरला त्यानं अशी नोंद केली –

> 'आता थंडी चांगलीच पडू लागली आहे. आता उपासमार ही आमच्या आजूबाजूला सगळीकडेच आहे. आम्हाला मिळणारं अन्न अगदीच भिकार आहे. आज मी काही नागरिकांना रस्त्याच्या बाजूला बसून हताशपणे रडताना पाहिलं. आमची मुलं उपासमारीनं मरत आहेत असं त्यांनी आम्हाला सांगितलं.'

कुझनेस्तोवला कितीही वाईट वाटलं, तरी तो काहीच करू शकत नव्हता. सैनिकांना मिळणारं अन्न इतरांपेक्षा जरासंच जास्त असे. आता तर रेशन आणखी कमी होणार असं बोललं जात होतं. त्या वेळी त्यांना दररोज ३०० ग्रॅम ब्रेड मिळे. लंचसाठी त्यांना मिळणारं तथाकथित 'सूप' म्हणजे बरंचसं पाणीच असे.

आता रेड आर्मीमधील सामान्य सैनिक आणि अधिकारी यांच्यात दरी पडत चालली होती. त्याचप्रमाणे आपल्याला योग्य नेतृत्व मिळत नाही, हेदेखील सैनिकांना जाणवू लागलं होतं. कुझनेस्तोवनं अतिशय कडवटपणानं लिहिलंय –

> इथं सैनिकाला एखाद्या ओझं वाहणाऱ्या प्राण्याप्रमाणे वागवलं जातं. आजही मला नाश्ता मिळाला नाही... आमच्या अधिकाऱ्यांनी तो ढापला... आम्ही उपाशी राहतो. सगळेजण कुत्र्यासारखे वागतात!

नोव्हेंबर १९४१मध्ये सैन्यात अन्नाची पळवापळवी होणं, ही रोजची गोष्ट झाली होती. याखेरीज इतर सामानाचीही चोरी होत असे. एका सकाळी कुझनेस्तोव उठला तर त्याच्या कोणातरी 'कॉम्रेडनं' त्याचा रेझर आणि साबण पळविल्याचं लक्षात आलं होतं. नंतर एकदा त्याच्या सिगारेटी गायब झाल्या होत्या. पुतियाकोवचा कमरेचापट्टा गेला होता. त्याला आजूबाजूच्या प्रत्येकाचाच संशय येत होता. आपल्या वरिष्ठ अधिकाऱ्यांनी जास्त अन्न मिळविण्यासाठी चोरट्यांचं टोळकं तयार केलं आहे, असं त्याला वाटत होतं. त्यांचं रेशन आता आणखी कमी झालं होतं. पुतियाकोवच्या कानावर अशी अफवा आली की, वेढा फोडण्यासाठी आता जोरदार आक्रमण होणार आहे. त्याचा अर्थातच त्यावर जराही विश्वास बसला नाही.

हिवाळा वाढत जात असताना सुरुवातीलाच रेड आर्मीची स्थिती विलक्षण खालावलेली होती. कुझनेस्तोवनं आपल्या सहकाऱ्यांबद्दल लिहिलंय –

> 'थंडी आणि भूक यामुळे हडकलेले आम्ही सर्व सैनिक भुतांप्रमाणे दिसतो आहोत. आमच्या अंगावर घाणेरड्या चिंध्या आहेत आणि आमच्या पोटात फक्त भूक आणि भूकच आहे.'

जोसेफ फिंकेलस्टाईनच्या डिव्हिजनमधल्या लोकांमध्ये लेनिनग्राडवर मारा करणाऱ्या एका तोफेची चर्चा होती. ही गूढ जर्मन तोफ म्हणे लेनिनग्राडच्या उपनगरातल्या निरनिराळ्या ठिकाणांहून मारा करीत होती. काही सैनिकांनी आपण अशी तोफ स्वत: पाहिल्याचं सांगितलं. ही तोफ अर्थातच अस्तित्वात नव्हती. 'या लोकांना अतीव भुकेमुळे भ्रम होत होता' असं जोसेफ फिंकेलस्टाईननं नमूद केलं आहे.

आता वेढा फोडण्याचा प्रयत्न करण्यासाठी झाडनोव जमेल त्या पद्धतीनं फौज गोळा करण्याचा प्रयत्न करीत होता. पुन्हा एकदा सगळा जोर नेवस्की ब्रिजहेडच्या भागात एकवटला जाणार होता. खरं तर मुळात अशा मोहिमेचं नेतृत्व झाडनोवनं करणं हीच फार मोठी चूक होती. पण जनरल झुकोव लेनिनग्राडमधून निघून

गेल्यावर त्या जागी कोणाचीही नेमणूक झाली नव्हती. लेनिनग्राडचं संरक्षण किंवा प्रतिहल्ला करण्याची जबाबदारी कोणालाच नको होती. जो तो ही जबाबदारी दुसऱ्यावर ढकलण्याचा प्रयत्न करीत होता.

७ ऑक्टोबरला झुकोव मॉस्कोला रवाना झाला, तेव्हा लेनिनग्राडमधला दुसऱ्या क्रमांकाचा वरिष्ठ अधिकारी मेजर जनरल फेदुइन्स्की यानं नेतृत्व स्वीकारावं, अशी झुकोवची इच्छा होती. पण वेढा पडलेल्या या शहराचं नेतृत्व स्वीकारायला फेदुइन्स्की जराही तयार नव्हता. आपल्याला ही अशी जबाबदारी पेलण्याचा पुरेसा अनुभव नाही असं तो म्हणत होता. आपल्यापेक्षा झुकोवचा चीफ ऑफ स्टाफ खोझिन अनुभवी आहे, म्हणून फेदुइन्स्कीनं त्याच्याकडे बोट दाखविलं होतं. त्याचा दर्जाही समान होता. खोझिनला नुकतीच मेजर जनरल या पदावर बढती देण्यात आली होती. फेदुइन्स्कीला हे कळत होतं की, जर त्यानं नेतृत्व स्वीकारलं तर त्याच्यावर जर्मन सैन्याचा वेढा फोडण्याची कठीण जबाबदारी पडणं अपरिहार्य होतं. त्याला या अवघड आणि प्रचंड जोखमीच्या कामात अपयश आलं असतं, तर त्याचंच मुंडकं गमावण्याची वेळ त्याच्यावर येऊ शकत होती.

फेदुइन्स्कीनं सुरुवातीला पद खाली करण्याची जी विनंती केली होती, ती अमान्य झाल्यानंतर त्यानं खोझिनची स्तुतीस्तोत्रं जास्तच जोरानं म्हणायला सुरुवात केली. तोच या पदाला कसा लायक आहे, हे फेदुइन्स्की जोमानं वारंवार सांगू लागला. त्यानं हुशारीनं आपला युक्तिवाद केला होता. खोझिननं त्याच्या हाताखाली नाही, तर त्यानंच खोझिन डिव्हिजनचं नेतृत्व करीत असताना खोझिनच्या हाताखाली काम केलं होतं. फेदुइन्स्की याच मुद्याकडे लक्ष वेधत होता. ही जी सगळी टोलवाटोलवी चाललेली पाहून नाराज झालेल्या झाडनोवनं मार्शल वोरोनोवला गळाला लावायचा प्रयत्न केला. मार्शल वोरोनोव लेनिनग्राडमध्ये लष्करी उत्पादन उद्योगांची तपासणी करायला आला होता.

मार्शल वोरोनोव त्या पदासाठी आदर्श ठरत होता, कारण एकतर तो रेड आर्मीमधला वरिष्ठ लष्करी अधिकारी होताच. पण शिवाय त्याचा तोफखाना वापरणारा सेनापती म्हणून चांगला दबदबा होता. मुख्य म्हणजे हा अनुभवी सेनापती मुळातला लेनिनग्राडवासीच होता. आपण त्या वेळी त्या विलक्षण अडचणीत सापडलेल्या शहरात जाणं हा नियतीनंच ठरविलेला ऐतिहासिक क्षण होता असं वोरोनोवनं त्याच्या आठवणी लिहिताना नमूद केलं आहे – 'लेनिनग्राड यापूर्वी कधीही इतक्या महाभयंकर संकटाला सामोरं गेलेलं नव्हतं. या शहराचा बचाव केला, तरच आमच्या पिढीची अब्रू वाचणार होती.' त्या वेळी प्रत्यक्षात वोरोनोव म्हणत होता, त्या पिढीचे सगळे नेते पोत्यात घातलेल्या मांजराप्रमाणे एकमेकांना ओरबाडत-बोचकारत होते. त्या वेळी लेनिनग्राडला कोणा लष्करी समितीची नाही,

तर एका चांगल्या नेतृत्वाची गरज होती. पण जेव्हा झाडनोवनं त्याला हे पद देऊ केलं, तेव्हा त्यानं निरनिराळ्या सबबी सांगायला सुरुवात केली. आपल्याला हे पद स्वीकारायला आवडेल असं तो झाडनोवला म्हणाला, पण आपण मुळात संरक्षण उपमंत्री (डेप्युटी कॉमिसार) असताना ही जबाबदारी घेतली, तर ती जबाबदारी टाळली असं मॉस्कोतल्या लोकांना वाटेल, असा युक्तिवाद त्यानं केला.

झाडनोवला मात्र हा युक्तिवाद फारसा पटला नव्हता. पण तरीही तो आता खोझिनकडे वळला. झाडनोवशी बोलताना त्यानं सुरुवातीला उत्साह दाखविला. आपल्याला लेनिनग्राडचं लष्करी नेतृत्व स्वीकारायला आवडेल असं तो म्हणाला आणि मग हे सांगायला विसरला नाही की, त्यानं नुकतीच चोपन्नाव्या आर्मीची सूत्रं स्वीकारली होती. कुलिकच्या जागी तो अलीकडेच आला असल्यानं मोक्याच्या परिस्थितीत त्याच्या आर्मीतल्या सैनिकांना वाऱ्यावर टाकून जाणं योग्य होणार नाही, असं तो म्हणू लागला. त्यामुळे मनात इच्छा असूनही आपल्याला झाडनोवनं दिलेली ही घसघशीत संधी नाकारावी लागते आहे असं तो म्हणाला. अखेरीस या सगळ्यातून मार्ग काढण्यासाठी मॉस्कोला कळविण्यात आलं.

झाडनोवकडे लष्करी पात्रता नव्हती आणि त्याच्यासमोर दुसरा काही उपयुक्त पर्यायच नसल्यानं, दरम्यान त्यानं झुकोवचीच चुकलेली धोरणं पुढे अवलंबण्याचं ठरविलं. त्यानं नेवस्की ब्रिजहेड या भागात जास्त सैनिक पाठवायला सुरुवात केली. खरं तर जर्मन वेढा तोडण्यासाठी लष्करीदृष्टीनं ही जागा सर्वस्वी अयोग्य अशी होती. नेवस्की ब्रिजहेड भागात आणखी कुमक पाठविल्यानंतरही नेवा नदीच्या काठावरच्या चिंचोळ्या पट्टीमधून बाहेर पडणं झाडनोवला शक्य झालं नाही. प्राणहानी मात्र रोजच होत होती.

ऑक्टोबर १९४१मध्ये एलेना स्वेत्कोवा ही नर्स नदी ओलांडून पलीकडे गेली होती. तिथं तिनं एक छोटं उपचारकेंद्र सुरू केलं होतं. त्या वेळच्या आठवणी सांगताना ती म्हणाली, ''आम्ही नदीच्या अगदी जवळ एका खंदकाचा वापर करीत होतो. आमच्याजवळ साधनं अगदी प्राथमिक स्वरूपाची होती. इकडून तिकडे हलविता येण्याजोगी एक शेगडी, कापूस, कोरडी बँडेज आणि स्पिरीट हे एवढंच आमच्याजवळ होतं. जखमींची संख्या हजारांच्या घरात असल्यानं नावनोंदणी करणं किंवा फॉर्म भरणं हेदेखील शक्य होत नव्हतं. काही वेळा मी प्रथमोपचाराची साधनं घेऊन खंदकांकडे जायची. अनेकदा मी जखमी सैनिकांना माझ्या पाठीवरून घेऊन येत असे. जास्त जखमी सैनिकांना आणण्यासाठी माझ्याजवळ एक घसरगाडी होती. त्यावर घालून मी अशा सैनिकांना आणत असे. गंभीर जखमी सैनिकांना नदीच्या पलीकडे उपचारांसाठी पाठविण्याची गरज असे. पण ते जवळपास अशक्य असंच काम होतं.'' एलेना स्वेत्कोवा ज्या हाताच्या बोटांवर मोजात येणाऱ्या सुदैवी

सैनिकांबद्दल सांगत होती, त्यांच्यात एक अतिशय गंभीर जखमी असणारा तरुण मरीन सैनिक होता. त्याचं नाव व्लादिमिर पुतीन. याच सैनिकाच्या पोटी आजच्या रशियाच्या पंतप्रधान पुतीन यांचा जन्म झाला.

जर्मनांवर हल्ला चढविण्यासाठी केल्या जाणाऱ्या तयारीबद्दल अनेक गोष्टी एलेना स्वेत्कोवाला आठवतात. ''सतत नवीन कुमक येत होती. पण ही कुमक कसली होती... ते लोक तर अर्धपोटी हाडांचे सापळे होते!'' असे लोक जर्मन सैन्याविरुद्ध काहीही हालचाल करणं शक्यच नव्हतं. त्या वेळी तिथं लढणाऱ्या कर्नल अलेक्झांडर सोकोलोव यांनी त्या वेळची परिस्थिती सांगितली, ''दररोज हजारोजण मरत होते. खंदकांमध्ये सर्वत्र आमच्या सैनिकांचे मृतदेह पसरलेले असत. शत्रूचा बॉम्बवर्षाव फारच तीव्र स्वरूपाचा होता. मी तिथं असताना संपूर्ण काळात फक्त एकदाच बॉम्बस्फोट किंवा तोफगोळ्याचा मारा नाही असा शांततेचा कालखंड मी अनुभवला होता. तो अख्खी दहा मिनिटं होता! जर्मन सतत मारा करीत असत. त्यांच्या चौक्या इतक्या जवळ होत्या की, दिवसा आम्ही कोणी खंदकात उभे राहूच शकत नव्हतो. नाहीतर लगेच त्यांचे नेमबाज आम्हाला टिपून काढत असत.''

आघाडीवरच्या सैनिकांचं मनोधैर्य वाढविण्यासाठी लेनिनग्राडचा लष्करी समितीनं आघाडीकडे गायक, वादक आणि नटांना पाठविण्याचा निर्णय घेतला. नेवस्की ब्रिजहेडकडे पाठविलेल्या एका छोट्या पथकात तमारा पावलोत्स्कायाचा समावेश होता. ती म्हणते –

> 'मी आघाडीवर अनेकदा गेले होते. पण यावेळेसारखी परिस्थिती मी कधीच अनुभवली नव्हती. प्रवास अतिशय अवघड होता. एका लष्करी ट्रकमधून आम्ही नेवा नदीपाशी गेलो. शत्रूला दिसू नये म्हणून आम्हाला खास पोशाख घालावे लागले. तिथं आम्हाला आणीबाणीसाठी म्हणून बार्ली ब्रेडचे थोडे तुकडे देण्यात आले. मग संध्याकाळी अंधार पडल्यावर आम्हाला नदी ओलांडून पलीकडे जाता आलं. पलीकडे पोहोचताना काही वेळ आम्हाला हातापायांवर रांगत जावं लागलं. नदीच्या उंच काठाचा आडोसा असलेली एक पट्टी तिथं होती. याच भागात एक कामचलाऊ स्टेज उभारलं होतं. तिथं पोहोचताच आम्ही घाईघाईनं कपडे केले.'

पावलोत्स्काया आणि तिचे सहकारी अभिनेते त्या दिवशी एक बात्स नावाचं छोटं विनोदी संगीत नाटक सादर करणार होते. हे नाटक सैनिकांच्यात चांगलंच लोकप्रिय होतं. सैनिक या नाटकाच्यावेळी भरपूर हशा टाळ्या करून मजेनं आरडाओरडा करीत असत. पण त्या दिवशी परिस्थिती फारच वेगळी होती.

'मी हा असा प्रसंग कधीच अनुभवला नव्हता. आमच्यासमोर काळवंडलेल्या चेहेऱ्यांच्या सैनिकांचा सागर पसरला होता. काहीजण झोपी गेले होते. जे जागे होते ते दमल्यामुळे किंवा कोणत्यातरी इतर कारणांमुळे सुन्न बसून होते. आम्ही आमचं विनोदी नाटक संपूर्ण शांततेत पुरं केलं. पण दरम्यान एक चमत्कारिक प्रसंग घडला. कसलाही प्रतिसाद मिळत नसताना आम्ही अभिनय करण्यासाठी झगडत असताना एक वेगळा खर्जातला आवाज आम्हाला आला. एक बोकड अचानक स्टेजवर आलं होतं. बहुधा ते चुकून भरकटत इथं आलं असावं. यामुळे आम्ही सर्व क्षणभर थबकून पाहू लागलो. पण आम्ही काम पुढे चालू ठेवायचं ठरविलं. बोकड येताच आमच्या प्रेक्षकांमध्ये एकदम जणू चैतन्य आलं होतं. लोक हसू-खिदळू लागले होते आणि ते एकमेकांना गमतीनं ढकलू लागले होते.

बोकड आता स्टेजवर इकडे-तिकडे पाहू लागलं होतं. त्याचा सुरुवातीचा बुजलेपणा कमी झाल्यावर तो आमच्या मुख्य गायिकेकडे वळला. ती प्रेमाबद्दलचं एक छोटं गीत गात होती. बोकड तिच्याकडे सहानुभूतीनं बघू लागलं. मग ते बोकड लोकांच्यात शिरलं आणि जणू संगीताचा ताल समजल्याप्रमाणे नाचू लागलं. इकडे प्रेमगीत उत्कर्षबिंदूला पोहोचत असताना हास्याचा प्रचंड स्फोट झाला.'

२० ऑक्टोबरला नेवा परिसरात जमा केलेल्या फौजांना पूर्वेकडे हल्ला चढवून जर्मन फळी तोडावयाचा हुकूम मिळाला. त्यांनी फळी फोडल्यावर खोझिनच्या चोपन्नाव्या आर्मीला जाऊन मिळायचं होतं. हल्ल्यासाठी नव्यानंच आलेली ११५ वी रायफल डिव्हिजन आणि चौथी मरीन ब्रिगेड यांना तयारीत राहण्यास सांगण्यात आलं. त्यांनी हल्ला सुरू करावयाचा होता. दरम्यान आणखी सैन्य तिथं पाठविलं जातच होतं. उपास काढावे लागल्यानं क्षीण झालेले हे सैनिक लढू शकण्याच्या अवस्थेत जरी नसले तरी कागदावर मात्र हे सगळं भव्यदिव्य वाटत होतं. तिथं ७०,००० सैनिक, ९७ रणगाडे यांच्या मदतीला बाल्टिक फ्लीटवरच्या तोफा आणि त्यांची विमानं होती. बाल्टिक फ्लीटमधली काही जहाजं आता नेवा नदीत खोल पात्रात उभी करण्यात आली होती.

सोव्हिएत फौजांचा मुकाबला करण्यासाठी जर्मन पायदळाचे ५४,००० सैनिक सज्ज होते. जर्मनांनी पक्की मोर्चेबांधणी केली होती. त्यांच्याजवळ ४५० तोफा होत्या. या तोफांच्या अविरत माऱ्यामुळे त्या लढाईवर निर्णायक परिणाम झाला. चौथी मरीन ब्रिगेड पूर्णपणे नष्ट झाली, तर एकशे पंधराव्या रायफल डिव्हिजनमध्ये

अवघे दोनशेजण उरले. एक आठवडे निरर्थक लढाई होऊनही नेवा भागातल्या फौजांना काहीही करता आलं नाही. अखेर हा हल्ला थांबविण्यात आला.

लेनिनग्राडमधली अन्नटंचाईची भीषण परिस्थिती पाहून स्तालिन चिंताक्रांत झाला होता. त्यानं झाडनोवला आणखी एक प्रयत्न करून पाहण्याचा हुकूम सोडला. ८ नोव्हेंबरला त्यानं लेनिनग्राडमधल्या लष्करी नेतृत्वाची कानउघाडणी केली – "तुमच्या सावकाशपणामुळे आम्ही फार काळजीत आहोत. पुढच्या काही दिवसांत तुम्ही जर्मन वेढा फोडला नाही, तर लेनिनग्राडच्या नागरिकांचं काही खरं नाही. वेळ हातातून निघून जात आहे. वेळेत काही केलं नाही, तर लवकरच तुम्हाला खायला काही उरणार नाही."

स्तालिन चिंताक्रांत होणं स्वाभाविकच होतं. लेनिनग्राडकडे रसद पाठविण्याचे सगळे मार्ग बंद झाले होते. आता फक्त एका अतिशय अवघड आणि वेळखाऊ मार्गानं रसद पाठविता येणार होती. प्रथम रेल्वेनं आणि मग लाडोगा सरोवरातून पलीकडे असणाऱ्या अगदी छोट्या ओसिनोवेत्स या बंदरामधून लेनिनग्राडकडे रसद पाठविण्याचा हा मार्ग चांगलाच जोखमीचा होता. जर्मन लाडोगा सरोवरात असणाऱ्या नौकांवर बॉम्बफेक करीतच होते. त्यातच जर्मन सैन्य तिखविन या गावावर कब्जा करण्यासाठी वेगानं पुढे सरकत होते. हे गाव जर हातातून गेलं, तर रेल्वेमार्गही बंद पडणार होता. काहीतरी तातडीनं करावयाची गरज होती. पण झाडनोव चुकीच्या ठिकाणी हल्ला करीत होता.

नेवस्की ब्रिजहेड भागात रणगाडे पाठविण्याची व्यवस्था केली जात होती. १४ नोव्हेंबरला रात्री लेनिनग्राडमधले राखीव ठेवलेले हलके रणगाडे नेवा नदी ओलांडून पाठविण्यात आले. पण सकाळपर्यंत जर्मनांनी त्यामधले आठ नष्ट करून टाकले होते. उरलेल्या सहा रणगाड्यांची एवढी मोडतोड झाली होती की, ते जागचे हलू शकत नव्हते. फार तर आहे त्याच जागेवरून त्यांना मारा करता येणार होता. पायदळाला मदत होईल अशी काही व्यवस्था करणं शक्यच होत नव्हतं. नदीवर आता बर्फ तयार होऊ लागला होता. कामचलाऊ पूलही उपलब्ध नसल्यानं अवजड चिलखती वाहनं नदीपलीकडे नेता येत नव्हती.

"अशा परिस्थितीत नेवस्की ब्रिजहेडमधून हल्ला चढविण्याची कोणतीही कल्पना पूर्णपणे निरर्थक ठरेल," असं लेनिनग्राड आघाडीचा रणगाडादलाचा कमांडर, जनरल निकोलाय बोलोत्निकोव यानं झाडनोवला स्पष्ट शब्दांत बजावलं होतं.

असं असलं तरी झाडनोव बदलायला तयार नव्हता. लेनिनग्राडमधल्या स्मोल्नी इन्स्टिट्यूटमधून १६ नोव्हेंबरला मिखाईल नीश्टाट आणि इतर चार तज्ज्ञांना नेवस्की ब्रिजहेडकडे रवाना करण्यात आलं होतं. त्यांनी तिथं रेडिओ दळणवळण यंत्रणा उभारायची होती. झाडनोवला आपल्या आघाडीवरच्या फौजांच्या थेट संपर्कात

राहायचं होतं. तेव्हाच्या आठवणी सांगताना नीश्टाट म्हणाला, ''तिथली परिस्थिती भयंकर होती. आम्ही वेढा फोडायचे करीत असलेले सर्व प्रयत्न व्यर्थ ठरत होते. आमच्यावर शत्रूच्या तोफांचा सतत मारा होत होता. तिथं वाचणं हे केवळ दैवावर अवलंबून होतं.''

सोव्हिएत फौजांनी केलेल्या निरर्थक हल्ल्यांची जर्मन सैनिक कशी टिंगल करीत असत हे अलेक्झांडर सोकोलोवनं सांगितलं, ''ते आमच्या हालचालींवर सतत लक्ष ठेवून असत. आम्ही पुढची हालचाल काय करणार याची त्यांना जणू कल्पना असायची. आम्ही पुढे जायला सुरुवात करताच ते मोडक्यातोडक्या रशियन भाषेत आम्हाला टोमणे मारत – तुमच्या मरायच्या जागेपाशी गोळा व्हायची वेळ पुन्हा आली आहे. तिथं आलात की आम्ही तुम्हाला नेवा नदीकिनाऱ्यावर मूठमाती देऊ!'' मग पाठोपाठ जोराचा मारा सुरू व्हायचा.

नेवस्की ब्रिजहेड भागात झालेल्या विलक्षण हानीमुळे रेड आर्मीची शक्ती क्षीण झाली. त्यामुळे जर्मन वेढा तोडण्याची आणि लेनिनग्राडला वाचविण्याची जी काही संधी होती ती हातातून निसटली. खरं तर उत्तरेकडे श्लीसेलबर्ग या ठिकाणी जर्मन सैन्यावर हल्ला चढवून त्यांची फळी फोडायची संधी होती. पण त्या जागी सैन्यानं हालचाल करायला नोव्हेंबर महिन्याची अखेर उजाडण्याइतका उशीर झाला. जी काही लष्करी हालचाल झाली, त्यात माणसांची आणि सर्व साधनसामुग्रीची कमतरता होती. शिवाय त्याचं नियोजनही अतिशय ढिसाळ होतं.

२१ नोव्हेंबरला कर्नल इवान फ्रोलोव आणि त्याच्या ऐंशीव्या रायफल डिव्हिजनची ओरानीनबॉम या बंदरामधून लेनिनग्राडकडे रवानगी करण्यात आली. त्यानंतर त्यांना खडतर वाटचाल करायला लावून लाडोगा सरोवराच्या पश्चिम किनाऱ्यावर पाठवलं गेलं. या वाटचालीत उपाशीतापाशी असणारे हजारो सैनिक अतिश्रमांमुळे मरण पावले. त्यांना नवीन दारूगोळा मिळाला नव्हता. अनेक पथकांजवळ बंदुकीची एकही गोळी शिल्लक नव्हती. असं सगळं असूनही झाडनोवनं अतिशय सुसज्ज स्थितीतल्या जर्मन सैन्यावर हल्ला चढविण्याचा हुकूम सोडला. फ्रोलोव आणि त्याच्या बरोबरीनं डिव्हिजनल कॉमिसार कोन्स्तांतीन इवानोव यानं हा हुकूम पाळायला नकार दिला. या हल्ल्यामुळे सैनिकांचं निरर्थक शिरकाण होण्याखेरीज आणखी काही घडणार नाही हे त्याला स्पष्ट दिसत होतं.

फ्रोलोव आणि इवानोव या दोघांचीही त्यांच्या पदांवरून हकालपट्टी झाली. त्यानंतर ठरल्याप्रमाणे हल्ला झालाच. ऐंशीव्या डिव्हिजनच्या दुर्दैवी सैनिकांना ट्रकांमध्ये; कोंबून जर्मन फळीच्या अगदी जवळ नेऊन उतरविण्यात आलं. गोठलेल्या सरोवराच्या उघड्या भागामधून त्यांना जर्मन सैन्यावर समोरासमोर हल्ला चढवा असा हुकूम बजावण्यात आला. हल्ला करणाऱ्या सैन्याला कसलाही आडोसा

नव्हता नि त्यांच्या पाठीशी तोफांचं संरक्षक कवचही नव्हतं. सोव्हिएत सैनिक जर्मन मोर्चापासून साधारण दीड किलोमीटर असताना जर्मन मशीनगनचा मारा सुरू झाला. हजारोंच्या संख्येनं सोव्हिएत सैनिक जागीच ठार झाले.

या भयंकर अपयशाला जबाबदार धरण्यासाठी कोणीतरी बळीचा बकरा झाडनोवला हवाच होता. त्याच्या खास सूचनेवरून २ डिसेंबरला फ्रालोव आणि इवानोवला अटक करण्यात आली. त्याच दिवशी त्यांना लेनिनग्राड आघाडीवरच्या लष्करी लवादापुढे उभं करण्यात आलं होतं. या दोघांवर 'भेकडपणा आणि गंभीर स्वरूपाची बेपर्वाई केल्यामुळे पराभव झाला' असं म्हणून देशद्रोहाचा आरोप ठेवण्यात आला होता. त्यांच्यावर ठेवलेले आरोप लगेच सिद्ध झाले आणि ३ डिसेंबरला दोघांना गोळ्या घालण्यात आल्या. झाडनोवनं या खटल्याला वर्तमानपत्रांमध्ये भरपूर प्रसिद्धी मिळण्याची व्यवस्था केली.

पुढे १९५७मध्ये सुप्रीम सोव्हिएतच्या लष्करी लवादानं फ्रालोव आणि इवानोव यांच्यावरच्या खटल्याचा 'पुनर्विचार' केला. २ डिसेंबर रोजी आघाडीवरच्या लष्करी लवादानं दिलेली शिक्षा चुकीची आहे असं सांगून त्यांनी ती रद्द ठरविली. अशा तऱ्हेनं फ्रालोव आणि इवानोव यांचं 'पुनर्वसन' करण्यात आलं असलं, तरी ही माहिती अगदी आत्तापर्यंत गुप्त ठेवण्यात आली होती. या दोघांबद्दलची कागदपत्रं नुकतीच खुली झाल्यानंतर ही माहिती उघड झाली आहे.

स्तालिनला सतत वेढ्यात अडकलेल्या लेनिनग्राडबद्दलचे अहवाल हवे असत. एकदा झाडनोवनं त्याला माहिती देण्यात कुचराई केली हे कळल्यावर तो भडकला. "लेनिनग्राड सोव्हिएत महासंघात नाही, तर ते कुठंतरी पॅसेफिक महासागरातलं एक बेट आहे अशी तुझी समजूत आहे का?" अशी खरडपट्टी झाल्यानंतर मात्र झाडनोव स्तालिनला सतत खासगी पत्रं लिहू लागला. पत्रांच्या या भडिमारात तो 'पायदळाची खराब कामगिरी आणि अधिकाऱ्यांमधली भेकड वृत्ती' यामुळेच आता लेनिनग्राडवर उपासमारीची वेळ आली आहे असा आरोप करीत होता. वेढा फोडण्याचा प्रयत्न फसल्यानंतर त्यानं स्तालिनला 'आपण फ्रालोव आणि इवानोवला गोळ्या घालायच्या का?' असं विचारताच स्तालिननं जराही वेळ न दवडता 'गोळ्या घाला आणि त्याला प्रसिद्धी द्या' असं उत्तर दिलं होतं.

डिसेंबर महिना उजाडला तेव्हा आता सोव्हिएत नागरिक किंवा सैनिक वेढा फोडण्याचा प्रयत्न करणार नाहीत अशी जर्मनांची खात्री पटली होती. त्यांनी लेनिनग्राडवरच्या वेढ्याची पकड आणखी मजबूत केली. १३ डिसेंबरला हिटलरचा चीफ ऑफ स्टाफ कर्नल जनरल फ्रान्स हाल्डर यानं आपल्याला लेनिनग्राडमधल्या यशामुळे 'अतीव समाधान' झाल्याचं नमूद केलं. तो लिहितो – 'नेवा नदीपाशी असणाऱ्या आपल्या मोर्च्यांवर हल्ला करण्याचे शत्रूचे सगळे प्रयत्न फोल झालेले

आहेत, हे पाहून आर्मी ग्रुपच्या कमांडरला असं वाटतंय की, आता लेनिनग्राडची पूर्ण उपासमार होईल.'

अनेकदा युद्धांमध्ये चमत्कारिक वाटणारी उद्दिष्टं जणू स्वतःच जिवंत होतात. त्यांच्या मूळ उद्देशापेक्षा ती कितीतरी विलक्षण गोष्टींना त्यांच्याकडे आकर्षून घेतात. नेवस्की ब्रिजहेड ही जागा अशीच आहे. तिथले आडवेतिडवे पसरलेले खंदक, ठिकठिकाणी गोळीबाराच्या खुणा वगैरे पाहून तिथं जाणाऱ्या माणसावर नकारात्मक विचारांचा प्रभाव पडतो. असं असलं तरी लेनिनग्राडभोवतीचा वेढा इतका दीर्घ काळ का चालू राहिला, हे समजण्यासाठी ही जागा फार महत्त्वाचा दुवा आहे. काहीही आवश्यकता नसताना इथं हजारोंच्या संख्येनं सोव्हिएत सैनिक लढताना मृत्युमुखी पडले. त्यांच्या निरर्थक बलिदानामुळे रेड आर्मीची वेढा उठविण्याची ताकद खच्ची झाली. लेनिनग्राडला भीषण संकटामधून वाचविण्याची शेवटची संधी इथंच हातातून निसटली.

आता लेनिनग्राडच्या गळ्याभोवतीचा प्राणघातक फास पक्का आवळला गेला होता.

टीप :

१. **इंटरनॅशनल** (International) : 'इंटरनॅशनल' हे जगभरातल्या साम्यवादी अथवा तत्सम सर्व तत्त्वप्रणालींसाठी अतिशय महत्त्वाचं गीत असून, ते सोव्हिएत महासंघाचं अधिकृत राष्ट्रगीत होतं. साम्यवादी चळवळीच्या इतिहासात गाजलेल्या पॅरिस क्म्यूनमधल्या युजीन पॉशिए याने हे मूळ फ्रेंच गीत लिहिलं होतं.

५
एलेनाची रेखाटनं

२ ऑक्टोबर १९४१ रोजी एलेना स्क्रआबिनानं तिच्या डायरीत ब्रेडचं प्रमाण आणखी कमी झाल्याची नोंद केली. "एखाद्या छोट्या सॅन्डविचला पुरतील एवढेच अगदी थोडे स्लाईस असत." असं तिनं सांगितलं. त्या दिवसांबद्दल सांगताना ती म्हणाली –

> "आम्ही आम्हाला मिळणारं रेशन आमच्यात समान वाटून घ्यायला सुरुवात केली होती. प्रत्येकजण त्याच्या वाट्याला येणारा भाग आपापल्या पद्धतीनं उपयोगात आणत होता. माझी आई तिला मिळालेला तुकडा तीन जेवणांमध्ये विभागून खात असे. मी सकाळी कॉफीबरोबर माझ्या वाट्याचा स्लाईस सगळा खात होते. त्यामुळे दिवसभर काहीतरी उद्योग करायला किंवा एखाद्या रांगेत उभं राहायला मला ताकद वाटावी असं मी म्हणत होते. पण दुपारी माझी ताकद संपून जायची. मग मला पडून राहण्याखेरीज पर्याय नसायचा."

ऑक्टोबर महिन्याच्या सुरुवातीला उच्च कामं करणारे आणि त्यांच्यावर अवलंबून असणारे लोक यांचं रेशन दररोज २०० ग्रॅम एवढंच झालं होतं. खरं पाहता कमी झालेल्या ब्रेडची जागा इतर पदार्थांनी भरून काढली जाणं आवश्यक होतं. पण असे अन्नपदार्थच मुळात उपलब्ध नव्हते. ब्रेड बनविण्यासाठी लागणाऱ्या वस्तूंचा तुटवडा असल्यानं सतत ब्रेडच्या पिठात बदल होत असत. ओट या धान्याचे दाणे खरंतर घोड्यांच्या खाद्यासाठी राखून ठेवलेले असत. पण सप्टेंबर महिन्याच्या मध्याला ब्रेडमधल्या माल्टच्या जागी ओटचा वापर सुरू झाला. लाडोगा सरोवरात बुडालेल्या एका जहाजावरचं काही धान्य मिळालं होतं. बुरशी आलेले हे दाणे वाळवून त्यांचाही वापर ब्रेड बनविताना केला जाऊ लागला. नोव्हेंबर महिन्यात लेनिनग्राडमध्ये लोकांना

मिळणाऱ्या ब्रेडमध्ये 'खाण्याजोगे' सेल्युलोज धागे, सरकीची पेंड, पिठाच्या गिरणीतील झाडलेली जमिनीवरची धूळ आणि पिठाची पोती झटकून पडणारी धूळ यांचा समावेश असे. हा ब्रेड वजनदार असायचा आणि हातात घेतला की, त्यामधून पाणी झिरपायचं.

लोकांनी आता इतर पर्यायांचा शोध सुरू केला. पूर्वी टाकून दिलेली कोबीची बाहेरची कडक पानं लोक आता गोळा करून घरी आणू लागले. शत्रूच्या दृष्टीस पडू नये म्हणून गडद रंगाचे कपडे घालून लोक धोका पत्करून रात्रीच्यावेळी लेनिनग्राडच्या बाहेरच्या शेतांमध्ये कुजणाऱ्या उरल्यासुरल्या बटाट्यांसाठी उकरत बसत. काहीजण तर पाईन वृक्षांच्या फांद्या कुरतडत असत.

१८९०मध्ये क्न्यूट हॅमसन यानं 'हंगर' म्हणजे भूक या नावाची कादंबरी लिहिली आहे. उपाशी माणसं काय करू शकतात याचं आपल्याला अविश्वसनीय वाटावं असं वर्णन त्यानं या कादंबरीत केलं आहे –

> 'मला समोर जे काही दिसेल ते खावं लागत होतं. मी घरी आल्यावर आपण जेवायचं असतं याची मला जाणीव होई. शेकोटीपाशी सरपण पडलं होतं. त्यात एक-दोन ढलपे होते. मी त्यातला एक उचलला. मला आठवतं की तो पाईनचा होता. मी तो चघळायला सुरुवात केली. कारण मला काहीतरी खायचंच होतं! मी तो बराच वेळ चघळला. काही वेळानं त्यामधला राळेचा भाग बाहेर येऊ लागला. त्या राळेच्या चवीमुळे मला काहीतरी चाखल्याचा थोडाफार आनंद मिळविता आला.'

जागतिक वाङ्मयात, 'भूक' या मध्यवर्ती कल्पनेभोवती फिरणारी एकमेव कादंबरी असं वर्णन हॅमसनच्या 'हंगर' या कादंबरीचं केलं जातं. ही कादंबरी विलक्षण प्रत्ययकारी आहे कारण लेखकानं स्वत: भूक आणि उपासमार याचा अनुभव घेतला होता. स्वत: भरपेट खाणाऱ्या इतरांना हॅमसनच्या कादंबरीमधील नायकानं घेतलेल्या भुकेचा भयंकर अनुभव समजूच शकत नव्हता. पण इथं लेनिनग्राडच्या वेढ्याच्या बाबतीत मात्र तसं नव्हतं. वेढा घालून बसलेल्या जर्मनांना भूक म्हणजे काय असते ते माहीत होतं. कारण त्यांनी त्या विषयावर सखोल संशोधन केलं होतं. संशोधन केल्यानंतरच त्यांनी भुकेला वेढ्यात आपली साथीदार करायचा निर्णय घेतला होता.

लेनिनग्राड भोवतीचा वेढा आणखी घट्ट झाल्यावर उपासमारीचा क्रूर परिणाम जास्तच जाणवू लागला. आता लेनिनग्राडमधल्या लोकांना हॅमसनचं म्हणणं दिलासा देण्यासाठी निरुपयोगी ठरू लागलं. ७ नोव्हेंबर १९४१ रोजी जॉर्जी कन्याझेव यानं

त्याच्या डायरीत केलेली नोंद अशी आहे –

> 'आज वर्तमानपत्रात एक भीषण बातमी आली आहे. क्नूट हॅमसन या जबरदस्त कादंबरीकारानं असा निष्कर्ष काढला आहे की, नॉर्वे आता आपलं स्वातंत्र्य राखू शकणार नाही. नॉर्वे आता *क्विसलिंग*[१] लोकांमुळे पूर्णपणे नाझींचा हस्तक बनला आहे.'

उपासमार आणखी तीव्र होऊ लागल्यानंतर लेनिनग्राडच्या रस्त्यांवरची कुत्री-मांजरी अदृश्य होऊ लागली. लोक आता घरातच काय काय खाता येईल याचा विचार करू लागले. त्यांना अशी एक वस्तू फर्निचरमध्ये आढळली. कृत्रिम डिंकांचा शोध लागायचा आधी जोडण्यासाठी सुतार 'सरस' या पदार्थाचा वापर करीत असत. चिकटविण्यासाठी वापरला जाणारा हा पदार्थ प्राण्यांच्या चरबी-प्रथिनांपासून आणि माशांपासून बनविला जाई. चवीला कितीही वाईट लागला तरी प्रयत्न केल्यास या सरसामधून काही प्रमाणात पोषक घटक मिळणं शक्य होतं.

ओल्गा ग्रेचिनाला रस्त्यात भेटलेल्या एका अनोळखी बाईनं एक 'पाककृती' सांगितली. हा सरस पाण्यात चोवीस तास भिजवून ठेवायचा आणि मग उकळायचा. सरस जनावरांच्या खुरांपासून बनविला जात असल्यानं उकळताना त्यातून भयंकर वास येई. उकळून झाल्यावर तो गार झाला, की घट्टपणा येत असे. त्यात थोडं विनेगर किंवा मोहरीचं तेल घातलं, की तो खाण्याजोग्या चवीचा होई.

फैना प्रुसोवानं वेगळा प्रयोग करून पाहिला. पण तो फसला. तिनं तिच्या डायरीत लिहिलंय –

> 'एका मोठ्या वयाच्या बाईच्या सांगण्यावरून मी वॉलपेपर उकळला. वॉलपेपरला लागलेला डिंक काढायचा माझा प्रयत्न होता. पण त्याच्या वासानं मला उमळून आलं आणि मला उलटीच झाली. मग आणखी कोणाच्यातरी सांगण्यावरून मी कातडी पट्टा उकळण्याचा प्रयत्न केला. त्यातून घाण वासाचं मळकट पाणी तेवढं हाती आलं. मी ते ताबडतोब फेकून दिलं. काय वाट्टेल ते झालं तरी मी पुन्हा ही घाण खाण्यासाठी प्रयत्न करणार नाही असा मी मनोमन निश्चय केला.'

लेनिनग्राडवासीयांना आता येणाऱ्या हिवाळ्यात काय होईल याचा विचार मनात येऊन धास्ती वाटू लागली होती. १७ ऑक्टोबरला ओल्गा माकारोवानं तिची मुलगी कात्या हिला पत्र लिहिलं –

'इथं मुळातच थंडी आहे आणि आता बर्फ पडायला सुरुवात झाली आहे... पण हे बर्फ फार काळ टिकणार नाही कसं वाटतंय, कारण बर्फ पडायला नेहमीपेक्षा लवकर सुरुवात झालीय.'

माकारोवाची मुलगी सारातोव या ठिकाणी राहत होती. त्यामुळे तिथं अन्नाची परिस्थिती काय आहे याबद्दल तिनं पत्रात चौकशी केली होती. 'तुमच्या इथं वस्तूंचा तुटवडा आहे का? तुम्हाला पुरेसा ब्रेड मिळतो का?' माकारोवाला यापेक्षा जास्त काही उघडपणे लिहिणं शक्य नव्हतं. कारण लेनिनग्राडमधून बाहेर जाणारी सगळी पत्रं उघडून वाचली जातात हे सगळ्यांनाच ठाऊक होतं. तिनं पत्रात शेवटी एवढंच लिहिलं – 'मी कितीतरी दिवसांत भाज्या खाल्लेल्या नाहीत... आता मी काही जळण मिळतंय का ते पाहणार आहे... हे पत्र तुला लवकरच मिळेल अशी आशा आहे.'

जॉर्जी कन्याझेवनं २१ ऑक्टोबरला लेनिनग्राडमधल्या परिस्थितीचं वर्णन करताना लिहिलं –

'अन्नाची परिस्थिती आता आणखी बिकट होत चालली आहे. जवळ पैसा असूनही विकत मिळण्याजोगं जवळपास काहीच नाही. त्यामुळे पैशांची किंमत जवळपास शून्य झाली आहे... ज्या लोकांजवळ पैसे आहेत त्यांना त्याचं काय करावं ते कळत नाही. लोक महागडी अत्तरं किंवा तत्सम फालतू वस्तूंवर पैसा उधळत आहेत. काही व्यवहारी लोक उपयुक्त वस्तू विकत घेऊन ठेवत आहेत. पैशांची किंमत पूर्णपणानं नष्ट झाल्यानंतर या वस्तूंचा अदलाबदलीसाठी थोडाफार उपयोग व्हावा अशी त्यांची कल्पना आहे.'

महिन्याच्या सुरुवातीला युरी रियाबिनकीन त्याच्या शाळेतल्या मित्रांबरोबर पत्ते खेळण्यात मन रमवत होता. तो सतत जिंकत होता. अखेर त्याच्याजवळ ४०० रुबल्स जमले. ते त्यानं एका रिकाम्या डब्यात लपवून ठेवले. त्यानंतर काही दिवसांनी पोरं खेळून भीती मनातून दूर करण्याचा प्रयत्न करीत होती.

'लोपातीन गोल जिन्यावरून चार पायांवर चालल्याप्रमाणे चढून वर गेला. मला एक मांजर पकडायचं होतं आणि मग एलाचं चुंबन घ्यायचं होतं. मी पहिली गोष्ट केली, पण दुसरी करायला नकार दिला. या नकाराची

> शिक्षा म्हणून माझ्या मानेवर पाणी ओतण्यात आलं... आम्ही खूप धमाल केली. आम्ही मांजराच्या अंगावर एक कागद चिकटवला. त्यावर 'जेवण – मांजराचा अंत' असं लिहिलं आणि मांजराला सोडून दिलं. ते बिचारं भेदरलेलं मांजर धूम पळून गेलं.'

ब्रेडचे जे काही छोटे तुकडे मिळत होते, ते आता सगळ्यांच्या आयुष्याच्या केंद्रस्थानी आले होते. १४ ऑक्टोबरला रियाबिनकीनची बहीण एकदम वेड्यासारखी किंचाळू लागली. त्याला तिच्यापेक्षा जास्त अन्न मिळतंय असा आरोप ती करीत होती. काही दिवसांनी खुद्द रियाबिनकीनलाही तसंच वाटू लागलं. त्याचा एक शेजारी गुपचूप अन्नसाठा करतोय आणि तो कोणालाही त्यात वाटा देत नाही, असा संशय त्याला आला होता.

ज्या गोल जिन्यावर पोरांनी गंमत केली होती तो गोल जिना आता रियाबिनकीनला फार मोठ्या अडथळ्यासारखा वाटू लागला होता. २९ ऑक्टोबरला त्यानं त्याच्या डायरीत असं नोंदविलं –

> 'मी आता इतका अशक्त झालो आहे की मला आता पाय ओढत चालणंही अवघड झालंय. जिना चढून जाणं ही माझ्यासाठी फार अवघड गोष्ट झालीय. मम म्हणते की माझा चेहेरा सुजला आहे. अन्नाची कमतरता कायमचीच आहे... मी या भुकेशी जुळवून घ्यायला हवं. पण मला ते जमत नाही. मी आता करू तरी काय? निदान शाळा असल्यानं थोडंफार भुकेचं विस्मरण होतं हे खरं. पण मी अभ्यास करायला बसलो तरी तसं होत नाही. मी गणित करायला घेतलं आणि सूत्रांच्या जागी मला ब्रेडचे तुकडे इकडेतिकडे फिरताना दिसले.'

रियाबिनकीन खरं तर भरपूर उत्साही पोरगा होता. पण आता तो कायमच मरगळलेला असायचा. त्याचं आता कशातच लक्ष लागत नव्हतं. तो लिहितो – 'मी आता माझ्या अवताराकडे अजिबात लक्ष देत नाही. मी सकाळी उठल्यावर तोंडावर एकदा जेमतेम पाणी मारतो. मी साबणानं हात धुण्याची तसदी घेत नाही की कपडेही बदलत नाही... आमच्या फ्लॅटमध्ये फक्त अंधार आहे आणि गोठवून टाकणारी थंडी.'

नोव्हेंबर महिन्याच्या सुरुवातीला एक दिवस दहा वर्षं वयाची स्वेतलाना मगायेवा आणि तिची आई लेनिनग्राड विद्यापीठाच्या मुख्य इमारतीजवळून जाणाऱ्या एका रस्त्यानं जात होत्या. त्यांच्या दिशेनं येणारा एक माणूस त्यांना दिसला. तो

खंगून गेलेला माणूस अगदी हळूहळू चालत होता. स्वेतलानाच्या आईनं त्या माणसाला ओळखलं – प्राध्यापक अलेक्सी उख्तोमस्की. प्रा. उख्तोमस्की सोव्हिएत महासंघातले फार मोठे शरीरविज्ञान शास्त्रज्ञ होते. काही वर्षांपूर्वी स्वेतलानाची आई त्यांची विद्यार्थिनी होती. युद्ध सुरू झाल्यावर इतर अनेक विद्वानांप्रमाणे प्रा. उख्तोमस्कींनी लेनिनग्राडमधून बाहेर जायला नकार दिला होता. शहराला वेढा पडला असला तरी आपलं संशोधनाचं नि लेखनाचं काम तसंच पुढे चालू ठेवायचा त्यांचा निर्धार होता. एकदम मोठी जखम झाली तर बसणाऱ्या धक्क्यांनंतर शरीरावर काय परिणाम होतात याचा अभ्यास प्रा. उख्तोमस्की करीत होते. पण आता गारठा आणि भूक यांचा परिणाम या नामवंत शास्त्रज्ञावर होऊ लागला होता. प्राध्यापक जरा वेळ स्वेतलानाच्या आईशी बोलले आणि मग तिच्याकडे वळले. त्यांनी खिशामधून एक छोटं बंडल काढलं. त्यांनी ते काळजीपूर्वक उलगडलं. त्यात त्यांना रेशन म्हणून मिळालेला ब्रेडचा तुकडा होता. त्यांनी अगदी सावकाश त्याचे दोन तुकडे केले. त्यांनी मगायेवाकडे पाहिलं आणि म्हणाले, "हा घे... उरलेला माझ्यासारख्या म्हाताऱ्यासाठी भरपूर आहे."

स्वेतलाना मगायेवाची प्रथम ही भेट स्वीकारायची तयारी नव्हती. प्रा. उख्तोमस्कींनाही ब्रेडची गरज आहे, हे तिला कळत होतं. पण ती लहान आहे म्हणून प्रा. उख्तोमस्की तिला मदत करीत होते हे तिच्या लक्षात आलं. त्यांच्या या प्रेमळपणाचा अव्हेर करणं अयोग्य ठरलं असतं. तिनं तो ब्रेडचा तुकडा स्वीकारला. त्याक्षणी काहीतरी विलक्षण घडलं होतं. स्वेतलाना आधुनिक सोव्हिएत महासंघात वाढलेली मुलगी असल्यानं ती पूर्णपणे निरीश्वरवादी होती. पण त्या वेळी मात्र तिला काहीतरी वेगळी शक्ती अस्तित्वात असल्याची जाणीव अचानक झाली. ती म्हणाली, "ब्रेड हेच जीवन."

प्रा. उख्तोमस्की त्यांच्या काठीवर रेलून उभे होते. त्यांनी स्मितहास्य करून खाली वाकून तिच्या गालावर ओठ टेकवले आणि मग हळूहळू तिथून निघून गेले. स्वेतलानाला अजून अपराधी वाटत होतं. धावत जाऊन तो तुकडा परत करावा असा विचार एकदा तिच्या मनात आला होता. पण तिनं तो मागे सारला. "तो प्रसंग चमत्कारिक होता," स्वेतलाना त्या वेळची आठवण सांगताना म्हणाली, "आम्ही एकच ब्रेड खाणार होतो... मला त्या वेळी आशीर्वाद मिळाल्यासारखं वाटून गेलं."

"अन्नासंबंधी चर्चा करणं याला आता सर्वाधिक महत्त्व प्राप्त झालं होतं," लिडीया गिंझबर्गला ते दिवस आजही आठवतात. ती म्हणाली, "मिलेट शिजत असताना त्यात मीठ घालावं की नाही याची चर्चा करणं, हा जीवन-मरणाचा प्रश्न होऊन बसला होता. हे धान्य पोटात गेल्यावर फुगतं. त्यामुळे मुळात अशक्त झालेल्या पोटासाठी ते प्राणघातक ठरू शकतं. शिजताना मीठ घातलं तर ते योग्य

ठरतं, असा हा सगळा मामला होता. वेढा सुरू असताना खास पदार्थ बनविले जात होते. ते बनविताना येणारे प्रश्न सोडविले जात होते. इतर सगळ्या गोष्टींवर या विषयानं मात केली होती.''

लेनिनग्राडमध्ये गणिताचे प्राध्यापक असलेल्या इव्हगेनी लियापिन यांनी शहरामध्ये कमी कमी होत जाणाऱ्या अन्नपुरवठ्याचा हिशेब ठेवला होता. अन्नाची कमतरता असताना जे काही घडतं त्याबद्दल सांगताना ते म्हणाले –

> 'सर्वसामान्य परिस्थितीत आपण माणूस एखाद्या स्टोव्हसारखा आहे अशी कल्पना करू शकतो. स्टोव्हमध्ये लाकडं असेपर्यंत तो सुरू राहतो. लाकूडफाटा त्यात घातला नाही की तो बंद पडतो. त्याचप्रमाणे आपण ऊर्जा मिळणारे अन्नपदार्थ खातो. जोवर ही ऊर्जा मिळते, तोपर्यंत आपण काम करीत राहतो. पण जेव्हा उष्मांकाचं प्रमाण कमी होत जातं, तेव्हा आपण शरीरात चरबी आणि स्नायूंमध्ये साठविलेली ऊर्जा वापरू लागतो. ही ऊर्जा वापरून संपली की भौतिकविज्ञानात ज्याला 'ऊर्जाचक्र' म्हणतात ते थांबतं आणि माणूस मरतो.'

भुकेची आणि उपासमारीची तीव्रता जशी वाढू लागली होती, त्या प्रमाणात लेनिनग्राडमध्ये जगणं ही गोष्ट साधीसोपी राहिली नव्हती. लियापिनलाही लेनिनग्राड शहरात आलेल्या नवागताची जाणीव होती. हा नवागत म्हणजे लोकांच्या मनातली दहशतीचा भावना होत्या. त्यामुळे लोकांना काहीच करायची इच्छा होत नव्हती. दैनंदिन जीवन अधिकच कठीण आणि कष्टप्राय होत चाललं असल्यानं अनेकजण या ताणामुळे खालीखाली जात होते. त्यांची मन:स्थिती खालावलेली असल्यानं त्यांना जे काही थोडंफार अन्न मिळत होतं, ते देखील वापरण्याची त्यांची शक्ती नष्ट होऊन गेली होती.

लोकांना निरुद्योगी करून टाकणारी दहशत फैलावण्याच्या उद्देशानंच जर्मन सैन्य तोफगोळ्यांचा मारा करीत होतं. जर्मन सैन्यानं अगोदरच अन्नपदार्थांचा पुरवठा तोडून शहराला वेगळं पाडलं होतं. आता ते लोकांची लढण्याची शक्तीच मोडून काढण्याच्या प्रयत्नात होते. जर्मन अधिकारी शहरावर बारकाईनं नजर ठेवून होते. शहरात जिथं कुठं लोक अन्न मिळण्याच्या आशेनं जमा होत, ते पाहून ताबडतोब त्यांच्यावर मारा सुरू व्हायचा. व्हेरा इन्बर हिनं अचानक तोफांचा मारा सुरू व्हायची दहशत किती भयंकर होती, याचं वर्णन केलं आहे. नुकतीच बोल्शोय प्रॉस्पेक्ट या ठिकाणी तिनं बारा नंबरची ट्राम पकडली होती.

'ट्राम नुकतीच सुरू झाली होती आणि अचानक तोफगोळ्यांचा मारा सुरू झाला होता. आमच्या डावीकडे-उजवीकडे सतत गोळे पडत होते. रस्त्याच्या दोन्ही बाजूंना आगडोंब उसळू लागले आणि गोळ्यांचा धडाका कानात घुमू लागला होता. ट्राममधलं कोणी तोंडातून चकार शब्द काढला नाही. ट्राम पुढे जात होती. ट्राम ज्या दिशेनं जात होती, तिथले लोक सैरावैरा पळताना पाहून आम्ही घाबरलो. याचा अर्थ, ट्राम गोळे पडत होते त्याच्याच बरोबर खाली जाणार होती. अचानक ट्राम ड्रायव्हरनं आपण पुढं जाणार नाही असं जाहीर केलं. सगळेजण तिला ओरडून म्हणाले, 'नाही! थांबू नकोस! आपण वेगानं त्यातून पार होऊन जाऊ.' तिनं ते मान्य केलं. आम्ही एका स्टॉपजवळून वेगानं पुढं गेलोही. पण सिटनोय मार्केट या पुढच्या स्टॉपपाशी गोळा एवढा जवळ पडला की ड्रायव्हरनं ट्राम बंद करून टाकली... मला आता नीटसं काही आठवत नाही. पण मी कशीबशी ट्राममधून उडी टाकून रस्त्याच्या पलीकडे धावले आणि तिथं एक बेकरी होती त्यात शिरले. मी त्या बेकरीत शिरत असतानाच ट्रामवर गोळा पडला.'

व्हेरा इन्बरनं त्या बेकरीखाली असणाऱ्या बॉम्बपासून वाचण्यासाठी बनविलेल्या भुयारात आश्रय घेतला. ते भुयार ओलसर होतं. वरून जागोजागी पाणी ठिबकत होतं. आतले लोक त्यातल्या त्यात कोरडी जागा मिळावी म्हणून धडपड करीत होते.

'एक लहान मूल रडत होतं... बाहेर जरा शांतता झाली असं वाटल्यावर आम्ही वर रस्त्यावर आलो. समोर तुकडे तुकडे झालेली आमची ट्राम उभी होती. ते दृश्य भयंकर होतं. कोणीतरी ट्रामकडे बोट दाखविलं. त्यात अनेक प्रेतं विखरून पडली होती. ट्राममध्येच राहिलेल्यांपैकी कोणीही वाचलं नव्हतं.'

नोव्हेंबर महिन्यात एके दिवशी एलेना मार्टिलाकडे एक अगदी वेगळ्या स्वरूपाचं काम आलं होतं. एलेना जन्मजात कलाकार होती. वयाच्या अवघ्या अकराव्या वर्षी तिच्या चित्रांचं प्रदर्शन भरलं होतं. कॉलेजमधून पदवी घेऊन बाहेर पडलेल्या एलेनापुढे अतिशय यशस्वी कारकिर्दीचं स्वप्न होतं. पण मग युद्ध सुरू झालं आणि ते विखरून गेलं. नुकत्याच तारुण्यात प्रवेश केलेल्या इतर मुलामुलींप्रमाणेच तिला अतिशय कष्टाचं काम करावं लागत होतं. ती शहराभोवती अडथळे उभारण्याच्या

आणि विविध इस्पितळांत मदतनीसाचं काम करू लागली होती. पण तरीही ती तिची कला वाया जाऊ द्यायला तयार नव्हती. म्हणून तिनं ऑक्टोबर महिन्याच्या अखेरीस लेनिनग्राडमध्ये अजूनही चालू असलेल्या अखेरच्या आर्ट अकॅडमीत प्रवेश घेतला होता. त्या दिवशी तिचे प्राध्यापक यान शाब्लोवस्की यांनी तिला भेटायला बोलावलं होतं.

मार्टिलानं तिच्या प्राध्यापकांच्या थंडगार आणि अंधाऱ्या खोलीत प्रवेश केला. प्रा. शाब्लोवस्की तिला फारच दमलेले आणि उदास वाटले. त्यांनी तिचं स्वागत केलं. मग जरावेळ गेल्यानंतर ते तिच्याशी मनापासून बोलू लागले, "लेना, इथं परिस्थिती फारच वाईट होत चालली आहे. मी यातून वाचेन असं काही वाटत नाही. पण जे काही घडतंय त्याची नोंद कोणीतरी करून ठेवायला हवी. तुझी रेखाटनांची वही घेऊन बाहेर पड आणि तुला जे दिसेल त्याची चित्रं काढ. तू एक पोर्ट्रेट करणारी कलाकार आहेस. तेव्हा तू लोकांची चित्रं काढ. या भयंकर परिस्थितीत त्यांना काय काय भोगावं लागतंय ते दिसेल असं यथार्थ रेखाटन कर." प्रा. शाब्लोवस्कींनी सगळं अवसान गोळा केलं. मग ते तिच्याकडे रोखून पाहत म्हणाले, "आपण हे मानव जातीसाठी म्हणून करायला हवं. युद्ध किती भीषण असतं याची जाणीव त्यातून पुढच्या पिढ्यांना होऊ दे."

आता थंडी वाटू लागली होती. दिवसाचं तापमान गोठणबिंदूच्या खाली जाऊ लागलं होतं. बाहेर फिरणं फार अवघड होतं. म्हणून मग एलेनानं तिची कामाची पद्धत ठरविली. तिला काही महत्त्वाचं दिसलं की ती तिथल्या तिथे भराभरा कच्चं रेखाटन करून घेई. मग घरी परत येताच ती ताबडतोब सगळे तपशील आठवून चित्र पुरं करायची. तिच्या चित्रांमध्ये एका अलीक मालचिक नावाच्या मुलाचं चित्र आहे.

मार्टिलाला हा मुलगा रस्त्यात भटकताना दिसला. नऊ-दहा वर्षं वयाच्या या मुलाच्या अंगावर चिंध्या घातलेले कपडे होते. त्याच्या डोळ्यांमध्ये विलक्षण वेदना होती. त्याला पाहताच त्याच्या बाबतीत काहीतरी भीषण घटना घडली असणार हे एलेनाला जाणवलं. तिनं त्याला थांबवलं आणि ती त्याच्याशी बोलू लागली तेव्हा त्याला सुरुवातीला फक्त एवढंच पुन्हापुन्हा बोलता येत होतं – 'ब्रेडचा मोठा तुकडा... ब्रेडचा मोठा तुकडा...' पण नंतर मात्र तो बोलू लागल्यावर तिला त्याची सगळी कहाणी समजली. लेनिनग्राड शहराच्या बाहेरच्या बाजूला असणाऱ्या एका खेडेगावातला तो होता. त्याचे वयाच्या अनेक मुलांच्या एका गटाला औद्योगिक कौशल्य शिकण्यासाठी लेनिनग्राडमध्ये आणण्यात आलं होतं. त्यात हा देखील होता. औद्योगिक क्षेत्राच्या जवळच एका डॉर्मिटरीत ते सगळे राहत होते. पण युद्ध सुरू झालं आणि ते काम करीत असलेला कारखाना आणि ते राहत होते ती जागा

हा सगळा भाग घाईघाईनं रिकामा करण्यात आला होता. त्यांचे प्रशिक्षक आणि सगळे कामगार तेथून दुसरीकडे पाठविले गेले. पण काहीतरी गोंधळ उडून ही पोरं तिथंच राहिली.

सुरुवातीला पोरांना याची गंमत वाटली. पोरांनी सगळी इमारत धुंडाळून कुठं काही खायला शिल्लक आहे का, याचा शोध घेतला. पण इथं काहीही शिल्लक नाही हे लवकरच त्यांच्या लक्षात आलं. इमारतीत उष्णता राखण्याची यंत्रणाच नसल्यानं विलक्षण गारठा होता. त्यांच्या हे लक्षात आलं की, सगळेजण त्यांना विसरून गेले होते. त्यांना रेशनकार्डं दिलेलीच नव्हती. पोरं उपाशी होती, पण त्यांच्या गावांवर आता जर्मन सैन्याचा ताबा असल्यानं पोरांना जायला जागाच शिल्लक नव्हती. काही पोरं एकत्र येऊन त्यातून त्यांच्या टोळ्या बनल्या होत्या. रस्तोरस्ती भटकून भीक मागून किंवा चोऱ्यामाऱ्या करून या टोळ्या पोटं भरायचा प्रयत्न करू लागल्या. पण अलीक मात्र एकटाच भटकत होता. आता उपासमारीमुळे त्याच्या डोक्यावर परिणाम झाला होता. त्याच्या पिळवटून गेलेल्या चेहऱ्यावर माणूसकीची कोणतीही खूण शिल्लक उरली नव्हती. त्याच्याकडे एलेनाचा थरकाप उडाला. आपण त्याला मदत करू शकत नाही, म्हणून तिला स्वतःची विलक्षण शरम आली. 'त्याचं आता काय होणार?' असं तिनं तिच्या डायरीत लिहिलं.

लेनिनग्राडमध्ये घरातून बाहेर पडणं फार धोकादायक होतं. तोफांचा मारा सुरू झाला की एलेना जवळच्या भुयारांमध्ये आसरा घ्यायची. तिथं सर्व प्रकारचे लोक असत. पण एकदा तिला रेड आर्मीमधले दोन तरुण सैनिक आसऱ्यासाठी आलेले दिसले. शत्रूच्या तोफा अविरत आग ओकत असताना सैनिकांनीच असा आसरा घेणं तिला चमत्कारिक वाटलं. त्यांच्याकडे बघून तिथं असलेल्या इतरांनाही ते जाणवलं. "तुम्ही आमचं रक्षण करणं अपेक्षित आहे." एक वृद्ध स्त्री धारदार स्वरात म्हणाली. तिचा हा फटकार ऐकून त्या दोन्ही सैनिकांनी स्वतःला सावरण्याचा आणि धैर्य एकवटण्याचा प्रयत्न केला. पण एखादा शिकारी पाठलाग करताना सावजाच्या डोळ्यांत जी भीती असते, ती त्यांच्या डोळ्यांमध्ये असल्याचं एलेनाच्या नजरेतून सुटलं नाही.

आणखी एका प्रसंगी बॉम्बवर्षावापासून बचाव करण्यासाठी अनेकजण तळघरांमध्ये लपले होते. त्यात तीन वृद्ध वादकही होते. जर्मनांचा मारा अखंड चालू होता आणि स्फोटांचे कानठळ्या बसविणारे आवाज येत होते. लोक घाबरून किती स्फोट झाले हे मोजत बसले होते. एका गोळ्याचा हादरा खालीही जाणवल्यानंतर तिथं जमलेल्यांची घबराट उडाली होती. पण अचानक एका वृद्ध वादकानं त्याचं व्हायोलिन बाहेर काढलं आणि वाजवायला सुरुवात केली. सुरुवातीला तो नुसते काही सूर छेडत होता. पण नंतर मात्र त्यानं अतिशय सुंदर रचना वाजवली. मार्टिलाचं ते संगीत

ऐकून देहभान हरपलं होतं. त्या दिवशी तिनं तिच्या डायरीत अशी नोंद केली –

> 'तो माणूस खरोखरच फार धैर्यवान होता. आता मलाही भीती वाटत नाही. आमच्या अवतीभवती सगळीकडे स्फोट होत होते. पण जणू तो आम्हाला त्याच्या व्हायोलिनच्या सुरांनी सुरक्षित जागी घेऊन जातोय असं वाटत होतं... आता भीतीचा पगडा एकदम कमी झाला होता. आता आमच्या मनात संगीत भरून गेलं असल्यानं भीती बाहेर पडून हद्दपार झाली होती. आमच्या मनात आत्मविश्वास जागवणारा तो क्षण अभूतपूर्व होता.'

मार्टिलाला लोक परिस्थितीला प्रतिक्रिया कशी देतात हे बघण्यात नेहमीच रस होता. ती जाणाऱ्या-येणाऱ्यांकडे बघत असताना तिला हे जाणवलं की मोठी माणसं आणि लहान मुलांच्या प्रतिक्रियांमध्ये फरक आहे. वेढ्यामुळे मोठे लोक स्वत:ला बंदिस्त करून घेत असत आणि मूक होऊन जात. अनेकजण जणू झोपेत चालल्याप्रमाणे वाटत. त्यांचे चेहेरेही काहीही न जाणविणारे बधिर वाटत. पण अनेक मुलांचे चेहेरे मात्र तल्लख आणि जिवंतपणानं रसरसलेले वाटायचे. पण त्यांना काहीतरी प्रखर जाणवलंय हे मात्र कळायचं. ज्या मुलांची कुटुंब उद्ध्वस्त झाली होती त्यांच्या डोळ्यांत विलक्षण उदासपणा भरून राहिला होता. 'आमचं काय होणार?' हा एकच प्रश्न अनेकांच्या नजरेतून जाणवत होता.

एकदा अगदीच निराळा प्रसंग घडला. त्या दिवशी जर्मनांनी फार जोरदार हवाई हल्ला चढविला होता. सगळेजण जीव मुठीत धरून तळघरामध्ये बसले होते. अचानक एका लहान पोरानं बाहेरचे आवाज ऐकून एखाद्या खेळाची असावी तशी कॉमेंटरी सुरू केली. केवळ आवाजावरून विमान जर्मन आहे की, रशियन हे तो सांगत होता. इतकंच नाही तर विमानाचा प्रकार, बॉम्बचा प्रकार आणि सर्वांत महत्त्वाचं म्हणजे तो बॉम्ब किती जवळ पडेल, हे तो अगदी बिनचूकपणानं सांगत होता.

> 'हे मेसेरश्मिट आहे नि हे आपलं... हा बॉम्ब फार स्फोटक आहे, पण तो आपल्यापासून दूर पडणार आहे... तो पोरगा शांतपणानं हे बोलत होता... त्या पोराचा चेहेरा फारच वृद्ध माणसासारखा दिसला. जणू तो पन्नास दिवसांत पन्नास वर्षांचा म्हातारा झाला असावा. त्याच्या बालमनातलं नैसर्गिक कुतूहल अशा प्रकारे भीषण विध्वंसक यंत्रांशी संबंधित झालेलं पाहून मला फार वाईट वाटलं. त्यानं आम्हाला सांगितलं की, हा हल्ला आता लवकरच संपेल आणि तसंच झालं! मी त्याच्याकडे जास्त बारकाईनं

पाहिलं आणि मला जे दिसलं त्यानं मी हादरले. त्या लहान पोराचे डोळे अतीव वेदना भोगलेल्या वृद्ध माणसाप्रमाणे होते.'

हिवाळा समोर दिसत असताना लेनिनग्राडचे रहिवासी पूर्णपणे निराधार झाले होते. कुठूनही कसलीच मदत मिळण्याची शक्यता नव्हती. शहराच्या अधिकाऱ्यांनी खरं तर लोकांना मदत करणं आणि त्यांचं मनोधैर्य टिकवून ठेवणं अपेक्षित होतं. पण प्रत्यक्षात ते स्वत:ची कातडी बचावण्याच्या प्रयत्नांमध्ये होते.

एलेना कॉलेजला जात असताना ती ज्या रस्त्यानं जाई, त्या रस्त्यांवर इतर ठिकाणांपेक्षा जास्त विद्ध्वंस झालेला होता. त्या रस्त्याचं नाव टॉरिड स्ट्रीट असं होतं. हा रस्ता फारसा वर्दळीचा किंवा हमरस्ता नव्हता. तरीही नाझींनी त्यावर एवढी बॉम्बफेक का करावी, त्याचं कारण एलेनाला कळलं नव्हतं. त्यांनी एकामागोमाग एक अशा इमारती टिपून उद्ध्वस्त केल्या होत्या. आता त्या रस्त्यावर फक्त आठ इमारती उभ्या होत्या. या रस्त्यापासून जवळच पांढरे खांब आणि सोनेरी घुमट असणारी महत्त्वाची स्मोल्नी इन्स्टिट्यूटची इमारत होती. या इमारतीत शहर प्रशासकाचं मुख्यालय होतं. टॉरिड स्ट्रीटवर 'टॉरिड पॅलेस' नावाचा राजवाडा होता. या इमारतीलाही सोन्यानं मढविलेला घुमट होता. लेनिनग्राड प्रशासनानं काळजी घेऊन स्मोल्नी इन्स्टिट्यूटची इमारत झाकली होती. तिथल्या बागेतही त्यांनी खंदक खणले होते. हे लक्षात आल्यानंतर मार्टिलाला खरं कारण एकदम लक्षात आलं होतं. जर्मन तोफखान्याला फसविण्यासाठी त्यांनी टॉरिड पॅलेसचा वापर केला होता. त्यामुळेच जर्मनांनी मारा केल्यानं टॉरिड स्ट्रीटवर एवढा विद्ध्वंस झाला होता.

स्मोल्नी इन्स्टिट्यूटची इमारत झाकण्याचं काम अतिशय काळजीपूर्वक पण विलक्षण वेगानं पूर्ण करण्यात आलं होतं. लेनिनग्राड शहराचा मुख्य वास्तुरचनातज्ज्ञ निकोलाय बारानोव त्या दिवसांबद्दल सांगताना म्हणाला होता की, जुलै १९४१ च्या प्रारंभीच झाडनोवचं लष्करी अभियंत्यांच्या अनेक रेजिमेंटना आघाडीवरून काढून घेतलं होतं. खरं तर शहराच्या बाहेरचं सर्वांत महत्त्वाचं संरक्षक वर्तुळ उभारण्यासाठी आघाडीवर त्यांची गरज होती. उलट या ठिकाणी काम करण्यासाठी प्रशासक हजारो नागरिकांना कामाला जुंपत होते. त्यातही मोठ्या प्रमाणात बायका आणि तरुण-तरुणी हेच होते. हे लोक दररोज अठरा अठरा तास, कसलंही संरक्षण नसताना खपत होते. हे काम करण्यासाठी जे प्रशिक्षित होते आणि ज्यांच्यात हे काम कमी वेळात जास्त चांगलं पूर्ण करावयाची क्षमता होती, त्या अभियंत्यांनाच तिथून काढून घेतलं गेलं होतं. कारण अर्थातच शहराच्या प्रशासनाला, स्वत:ला आधी सुरक्षित करायचं होतं.

बारानोव या सगळ्या कामांवर देखरेख करीत होता. त्या कामाबद्दल बारानोवनं सांगितलं –

'आमच्या कामाला सर्वोच्च प्राधान्य देण्यात आलं होतं. आम्ही शहरामधल्या सतरा थिएटरमध्ये काम करणारे चित्रकार आणि इतर सर्व कारागीर गोळा करून आणले होते. आम्ही शहरातल्या कपड्यांचा सर्व कारखान्यांमधले कामगार आणले होते. इमारतीला झाकून टाकण्यासाठी जाळ्या आणि ताडपत्रीची आवरणं बनविण्याचं काम त्यांच्याकडे होतं. अनेक पडदे रंगवून घेण्यात आले होते. एखाद्या चित्रपटाच्या सेटवर काम चालतं तसं सगळं चालू होतं. काम पूर्ण झाल्यानंतर आम्ही झाडनोवला ते बघायला बोलावलं. तो खूश झाला होता.'

जुलै महिन्याच्या मध्याला एका लष्करी बैठकीसाठी लेफ्टनंट जनरल अलेक्झांडर सुखोम्लीन याला पाचारण करण्यात आलं होतं. त्या वेळचा अनुभव त्यानं असा सांगितला – "मला जरी महत्त्वाच्या गोष्टी कशा झाकायच्या याची कल्पना असली तरी त्या दिवशीचा अनुभव फारच वेगळा होता. एक सरकारी गाडी मला विमानतळावरून सरळ शहर मुख्यालयाकडे नेण्यासाठी पाठविण्यात आली होती. मी गाडीतून उतरलो आणि माझं ओळखपत्र दाखविण्यासाठी म्हणून बाहेर काढत असताना एकदम थबकलो. मी स्मोल्नी इन्स्टिट्यूटमध्ये पूर्वी गेलो होतो. पण त्या दिवशी मी गोंधळून 'कुठं आलोय?' असा प्रश्न विचारला. ड्रायव्हर जरासा हसला आणि त्यानं 'हीच स्मोल्नी इन्स्टिट्यूट आहे' असं सांगितलं. त्यांनी केलेली कामगिरी विलक्षण होती."

जरी शहर प्रशासनानं स्मोल्नी इन्स्टिट्यूटच्या बाबतीत हे काम उत्तम केलं असलं तरी त्यांनी शहरामधली इतर महत्त्वाची ऐतिहासिक स्मारकं संरक्षित करण्यासाठी फारशी आस्था दाखविली नव्हती. परिणामी जर्मनांनी हवाई हल्ले करण्यासाठी निशाण्या म्हणून पीटर ॲन्ड पॉल फोर्ट्रेस, ॲडमिरल्टी इमारत आणि सेंट आयझॅक्स कॅथीड्रल या तिन्ही स्मारकांचा पुरेपूर उपयोग करून घेतला होता. शत्रूनं बॉम्बफेकीला प्रारंभ केल्यानंतर दोन महिन्यांनी शहर प्रशासनानं फक्त एका स्मारकाला झाकण्यासाठी काम सुरू केलं होतं. नोव्हेंबर १९४१मध्ये सुरू केलेल्या कामासाठी नेमलेल्या गटांमध्ये एकात मिखाईल बोबोरोव हा अठरा वर्षं वयाचा गिर्यारोहक होता. "अधिकाऱ्यांनी हे काम इतक्या उशिरा का सुरू करावं, ते मला कळलं नाही. आम्ही सुरुवातीला पीटर ॲन्ड पॉल फोर्ट्रेस या स्मारकाला झाकायचं काम हाती घेतलं तेव्हा हवा बोचरी झाली होती. खरं तर या अशा कामासाठी खूप जणांची आवश्यकता होती. पण प्रत्यक्षात आम्ही फक्त चौघंच होतो. त्यामधला एकजण साठ वर्षांपेक्षा मोठा होता. मुळातच आम्ही उपासमारीनं अशक्त झालो होतो. त्यातच आम्हाला

फारच श्रमाचं काम करावं लागत होतं. आम्हाला मिळणारं रेशन फारच कमी होतं. दररोज आम्हाला अवघा १२५ ग्रॅम ब्रेड मिळत असे.

बोबोरोव आणि त्याचे सहकारी हळूहळू पीटर ॲन्ड पॉल फोर्टेस या स्मारकाला झाकून टाकण्यासाठी वर कसे चढले याचं वर्णन त्यानं केलं होतं.

> 'आम्ही अगोदर आतला जिना वापरला. घुमटाच्या वर असणाऱ्या भव्य घड्याळाला लटकविलेल्या वजनांच्या बाजूनं आम्ही अगदी काळजीपूर्वक वर गेलो. पायऱ्यांवर कबुतरांनी विष्ठा पडलेली होती. वरच्या बाजूला उरलेल्या थोड्या कबुतरांच्या पंखांची फडफडाट आम्हाला ऐकू येत होती. जे काही पक्षी तिथं उरले होते, ते खायला न मिळाल्यानं एवढे अशक्त झाले होते की त्यांना उडताही येत नव्हतं... आम्ही मग खिडकी उघडून घुमटाच्या बाहेरच्या बाजूला आलो आणि अक्षरशः एक-एक इंच सरकत वर जाऊ लागलो. घुमटावर लावलेल्या छोट्या शिडीवरून आम्ही वर गेलो तेव्हा जमिनीपासून १२० मीटर उंचीवर पोहोचलो होतो.'

बोबोरोव त्यानंतर आणखी वर गेला. घुमटाच्या वर असणारा दगडातला देवदूताचा पुतळा आणि क्रॉस यांना दोर अडकविण्याचं काम त्यानं केलं. त्यामुळे घुमट झाकण्यासाठी लागणारं सामान वर पाठविणं शक्य होणार आहे, याची त्याला कल्पना होती. गोठविणारी थंडी असतानाही त्यानं हे काम पुरं केलं त्याबद्दल त्याचं कौतुक करताना शहर वास्तुरचनातज्ज्ञ निकोलाय बारानोव यानं लिहिलंय –

> 'माझ्या माहितीनुसार असं घुमटावर चढण्याचं विलक्षण काम एकदाच, एकोणिसाव्या शतकात झालं होतं. उपासमारीनं अशक्त झालेला असतानाही बोबोरोवनं वर चढून टोकाला दोर बांधला. क्रॉसच्या वरपर्यंत २५ मीटर चढून त्यानं दोर बांधल्यामुळे घुमट झाकण्यासाठी आवश्यक सामान वर पाठविता आलं होतं.'

बारानोवनं असं कौतुक केलं असलं तरी बोबोरोवचं दिव्य अजून संपलं नव्हतं. तो पुढे सांगू लागला.

> 'आमच्या विमानविरोधी तोफांच्या गडगडाटाचा आवाज ऐकू आल्यानं मी एकदम थबकलो. मी वळून पाहिलं. ढगांमधून जर्मन बॉम्बर विमानांचा एक मोठा ताफा बाहेर पडताना दिसला. ती बरीच खालून उडत सरळ

माझ्याच दिशेनं येत होती. पीटर ॲन्ड पॉल फोर्ट्रेसवर असणारा देवदूत आणि क्रॉस यांचा वापर जर्मन वैमानिक खूण म्हणून करीत असत. विमानं माझ्या एवढ्या जवळून गेली की, मला वैमानिकांचे चेहेरे स्पष्ट दिसले. विमानं थोडी पुढे गेल्यावर वळली आणि खाली झेपावून शहरावर बॉम्ब फेकू लागली. बॉम्बच्या दणक्यांमुळे मी क्रॉसपासून दूर फेकला गेलो. सुदैवानं माझ्या कंबरेला दोर बांधलेला असल्यानं मी पडलो नाही. मी घुमटापाशी वेडावाकडा गिरक्या घेत असताना आजूबाजूला गोळे उडत होते. मी त्या वेळी वाचलो हा चमत्कारच म्हणायचा... हवाई हल्ला संपल्यानंतर माझ्या एका सहकाऱ्यानं मला सुरक्षितपणे खाली उतरवलं.'

बोबोरोवनं जीवावर उदार होऊन केलेल्या या कामगिरीकडे शहराच्या प्रशासनानं फारसं लक्ष दिलंच नाही. त्यांना आणखी मदत न मिळाल्यानं त्या चौघांनीच स्मारक झाकण्याचं काम चालूच ठेवलं. बोबोरोवला ते दिवस आठवतात.

'आम्ही वरून खाली असं काम करीतच राहिलो. पण आम्ही आता फार अशक्त झालो असल्यानं आम्ही फार कष्टानं आणि फारच सावकाश काम करीत होतो. पण हे पूर्ण व्हायच्या आत माझे दोन सहकारी उपाशी राहिल्यानं मरून गेले. मी आणि आणखी एकजण तेवढे वाचलो, कारण घुमटाच्या आत उरलेली कबुतरं. ते पक्षी खाऊन आम्ही आमचा जीव वाचविला.'

आता तापमान गोठणबिंदूच्या खाली जात असताना रेशनसाठी लागणाऱ्या लांबलचक रांगा कमी करण्याचे उपाय करून नागरिकांना दिलासा देणं हे शहर प्रशासनाच्या हातात होतं. उघड्यावर बोचऱ्या थंडीत उभं राहण्याचे कष्ट वाचले असते. पण प्रशासन आपल्याच नोकरशाहीच्या चौकटीत गर्क राहिलं आणि अन्नवाटपाची परिस्थिती फारच वाईट झाली. ऑक्टोबर १९४१मध्ये प्रशासनानं अन्नवाटपाची केंद्रं निम्म्यावर आणली. त्यांची संख्या आता चौतीस झाली. हे करताना प्रत्येक ठिकाणी किती रेशनकार्डधारक आहेत याची गणना करून तेवढा ब्रेड बेकरीतून तिकडे पाठविण्याची व्यवस्था करण्याची आवश्यकता होती. पण असं काही त्यांनी केलं नाही. लोकांनी आपलं रेशन कुठूनही घ्यावं अशी त्यांची अपेक्षा होती. त्यामुळे अनेक ठिकाणी रेशन संपून जायचं. आता बऱ्याच ठिकाणी सकाळी सहा वाजल्यापासूनच लांबलचक रांगा लागलेल्या असायच्या. लोकांना गोठवून टाकणाऱ्या थंडीत उभं राहण्याचा कालावधी कमी करण्यासाठी शहर प्रशासनाला

साधीशी पण कार्यक्षम पद्धत बनविता आली नाही.

उलट प्रशासन आपला बराचसा वेळ आणि शक्ती लोकांना काय वाटतं याची माहिती काढण्यात वाया घालवीत होतं. त्यासाठी त्यांनी खबरे आणि गुप्त पोलिसांचं जाळं उभारलं होतं. नोव्हेंबर महिन्यात लोकांमध्ये संतापाची भावना वाढीस लागली होती. त्यांच्या मनोधैर्यावरही परिणाम होऊ लागला होता. पत्रव्यवहार सेन्सॉर करणाऱ्यांना जाणवलं की लोक आता अन्नाच्या कमतरतेबद्दल खुलेपणानं लिहू लागले होते. त्यांनी फोडलेल्या एका पत्रात असं लिहिलं होतं –

> 'दिवसागणिक लेनिनग्राडमधलं जगणं कठीण होत चाललं आहे. उपाशी राहिल्यानं लोकांच्या अंगाला सूज येऊ लागली आहे. पूर्वी वॉलपेपर चिकटविण्यासाठी वापरला जाणारा स्टार्च आणि मोहरी यांची पूड करून लोक त्याचे 'पॅनकेक' बनविण्याचा प्रयत्न करत होते.'

७ नोव्हेंबरला बोल्शेविक क्रांतीच्या वर्धापनदिनी लेनिनग्राडमधल्या किरोव कारखान्याजवळ असणाऱ्या स्ताचेक प्रॉस्पेक्टमध्ये काही निदर्शक जमले होते. त्यात मोठ्या प्रमाणात दहा ते चौदा वर्षं वयाची मुलं-मुली होत्या. शहरातून बाहेर जाण्याची परवानगी मिळावी म्हणजे मग निदान उपासमार होत असणारी मुलं आणि स्त्रिया बाहेर निघून जाऊ शकतील, असं त्यांचं म्हणणं होतं. या निदर्शनाच्यावेळी काही छापील पत्रकंही वाटली गेली. कामगारांनी पुढं होऊन उठाव करावा आणि सरकार उलथवून टाकावं असं या पत्रकांमध्ये लिहिलं होतं. लष्करी कॉमिसार असणाऱ्या कुपोवत्स्की यानं जमावावर गोळीबार करण्याचा आदेश दिला. पण रक्षकांनी त्याला साफ नकार दिला. मग कुपोवस्कीनं स्वतःच जमलेल्या मुलांवर गोळ्या झाडायला सुरुवात केली. त्याच वेळी जर्मन तोफखान्यानं याच ठिकाणी गोळे डागायला सुरुवात केली. ताबडतोब पांगापांग सुरू झाली. त्यानंतर थोड्याच वेळानं मेजर कालुगीन नावाचा एक अधिकारी आणि इतर तिघांना आज्ञा न पाळल्याबद्दल पकडण्यात आलं. त्याचप्रमाणे या निदर्शनात भाग घेतला म्हणून शेकडो बायका-मुलांना अटक करण्यात आली.

आता घबराट झालेली असल्यानं लोकांमध्ये अंदाज बांधणं सुरू झालं – जर्मनीला शरण गेलं, तर परिस्थिती बरी होईल की काय असं लोक एकमेकांना विचारू लागले. स्मिरनोव इथल्या ट्रामस्टेशनमध्ये बोग्दानोव नावाचा एक लोखंडाचं काम करणारा कामगार त्याच्या सहकाऱ्यांशी असं बोलताना कोणीतरी ऐकलं – "जर्मनांनी लेनिनग्राड घेतलं, तर निदान आपल्याला खायला पुरेसा ब्रेड तरी मिळेल."

आघाडीवर लढणाऱ्या सैनिकांना अनेक निनावी पत्रं येऊ लागली. 'कोणाचे तरी भाऊ आणि नवरे असणाऱ्या सैनिकांनो, लढणं थांबवा आणि शरण जा! तुम्ही तिथं आणि आम्ही आणि आमची पोरं इथं कष्ट भोगतोय. आमच्यात आता अजिबात ताकद उरलेली नाही. आम्ही उपासमारीनं कोलमडून पडतो आहोत. शरण जा! आम्हाला आता या रक्तरंजित आणि उपाशी जिण्याचा कंटाळा आला आहे...' पण जर्मनीने लेनिनग्राडची शरणागती स्वीकारलीच नसती. त्यांचा तसा निर्णय केव्हाच झाला होता. ते बायका-मुलांनाही शहराबाहेर पडू देणार नव्हते. वेढा घालून बसलेल्या अठराव्या सेनेच्या ओर्शा इथल्या मुख्यालयात १३ नोव्हेंबर रोजी झालेल्या एका बैठकीत हे स्पष्टपणानं बोललं गेलं होतं 'लेनिनग्राडनं उपाशी मरून जायलाच हवं. या शहराला खायला घालणं अशक्य आहे.'

वेढा चालू असताना लेनिनग्राड रेडिओ केंद्रानं आता जर्मन सैन्याला उद्देशून कार्यक्रम सुरू केले. जर्मन सैन्य जवळ असल्यानं ते त्यांच्या रेडिओवर हे प्रसारण ऐकू शकतात याची लेनिनग्राडमधल्या अधिकाऱ्यांना कल्पना होती. लेनिनग्राड केंद्रावर फ्रिट्झ फुक्स नावाचा एक कर्मचारी होता. नाझींनी ऑस्ट्रियावर आक्रमण केल्यानंतर हा तिथून पळून सोव्हिएत रशियात आला होता. तो आता लेनिनग्राड रेडिओच्या प्रचारविरोधी प्रचार विभागाचा प्रमुख होता. तो दररोज जर्मन सैन्याला उद्देशून एका कार्यक्रमाचं प्रसारण करायचा. त्याचं नाव 'हिअर स्प्रिश्ट लेनिनग्राड' म्हणजे 'हे लेनिनग्राड बोलतंय' असं होतं. या कार्यक्रमात तो लेनिनग्राडमधल्या लोकांची झुंझारवृत्ती दाखविण्याची पोपटपंची आणि जर्मन या शहरात राहणाऱ्या नागरिकांच्या बाबतीत किती अयोग्य गोष्ट करीत आहेत यात संतुलन साधायचा प्रयत्न करीत असे.

> 'जर्मन सैनिकहो, तुम्ही कधी या युद्धाचा अर्थ काय आहे याचा विचार केला आहे का? फक्त रक्त आणि वेदना. ज्या तुम्ही दुसऱ्यांना देत आहात. तुम्ही अर्धा युरोप पादाक्रांत केला आहे. शहरं आपलीच वाट पाहत होती असं तुम्हाला वाटलं. आपण सर्वश्रेष्ठ वंशाचे आहोत यावर तुमचा विश्वास आहे. पण हा देश म्हणजे चिमुकला बेल्जियम नाही. हा प्रचंड मोठा विस्तार असणारा रशिया आहे. जर्मन सैनिकांनो, तुम्ही जरी लेनिनग्राडच्या अगदी जवळ असलात, तरी हे शहर तुम्हाला कधीच मिळणार नाही.'

फुक्स हा अतिशय धाडसी होता. त्याच्या सहकाऱ्यांना तो अत्यंत प्रिय झालेला होता. एकदा तो रेडिओ केंद्राच्या जवळ असणाऱ्या रस्त्यानं चालला असताना त्याला ओळखणाऱ्या एका रेडिओ कर्मचाऱ्यानं त्याला हाक मारली – 'फ्रिट्झ –

तू इथं कसा काय?' पण आता फ्रिट्झ हे नाव शहराभोवती वेढा घालून बसलेल्या वेरमाख्त सैनिकांमध्ये शिवी या स्वरूपात वापरलं जाऊ लागलं होतं. त्या कर्मचाऱ्याचं बोलणं ऐकून त्या वेळी तिथून जाणारी एक वृद्ध स्त्री एकदम त्याच्या अंगावर आली. "तू त्या तरुण माणसाला शिवी का दिलीस? इतरांबद्दल आदर बाळगायला शिका जरा!"

'जर्मन सैनिकांनो, तुम्ही या युद्धाचा अर्थ काय आहे याचा कधी विचार केला आहे का?' असा प्रश्न फुक्सनं रेडिओवर विचारला होता. पण नोव्हेंबर महिन्याच्या मध्याला या प्रश्नाचं फार बोलकं उत्तर रेडिओ लेनिनग्राडच्या कर्मचाऱ्यांना अनुभवायला मिळालं होतं. एकदा दुपारी रेडिओ केंद्रात एक अतिशय वेगळ्या प्रकारचं शिष्टमंडळ भेटीला अवतरलं होतं. त्यात राजकीय आणि लष्करी अधिकारी होते. त्यांच्याजवळ बरंच मोठं सामान होतं. रेडिओ लेनिनग्राडचे कर्मचारी त्यांना मिळणाऱ्या अपुऱ्या रेशनवर कशीबशी गुजराण करीत रेडिओ केंद्र चालवीत होते. त्यामुळे त्यांच्या प्रसारणाच्या खोलीत मांडला जाणारा सरंजाम पाहून ते चकित झाले. त्यांच्यामधला एक कर्मचारी लाझार मग्राचेव सांगतो –

> 'हे एवढं अन्न अस्तित्वात असू शकतं यावर माझा विश्वासच बसेना. प्रथम उत्तम स्टार्च केलेला पांढरा टेबलक्लॉथ तिथं अंथरण्यात आला. अनेक प्रकारची सॉसेज आणि चीझचे प्रकार टेबलावर मांडण्यात आले. ब्रेड, लोणी, बिस्किटं आणि चहा यांची तर रेलचेलच होती. ही खास मेजवानी कल्पनेमधली नव्हती, तर प्रत्यक्षात घडत होती. फक्त ती आमच्यासाठी नव्हती. खरं तर सुरुवातीला माझ्या तोंडाला पाणी सुटलं होतं....'

रेडिओ कर्मचारी एकमेकांकडे बघू लागले. "हे सगळं आलं तरी कुठून?" मग्राचेवनं गोंधळून आपल्या एका सहकाऱ्याला विचारलं, "त्यांनी इथून जवळच असणाऱ्या जखमी सैनिकांसाठीच्या हॉस्पिटलमधून हे सगळं उडवलं असणार, दुसरं काय?" एकजण म्हणाला.

थोड्या वेळानं पाहुण्यांचं आगमन झालं. पाहुणे म्हणजे पकडलेले दोन जर्मन सैनिक होते. रेडिओ केंद्रप्रमुखानं त्यांना प्रसारणासाठीच्या खोलीत नेलं आणि तो गंभीर आवाजात म्हणाला, "रेडिओ लेनिनग्राडवर तुमचं स्वागत आहे! कृपया बसा आणि या फराळाचा थोडा आस्वाद घ्या. खा... हे आमच्यातर्फे आहे." जर्मन सैनिक हे ऐकून गोंधळून गेले. सुरुवातीचं बिचकणं कमी झाल्यानंतर त्यांनी खरोखरच समोरच्या पदार्थांवर ताव मारायला सुरुवात केली. त्यांनी खायला सुरुवात करताच

केंद्रामधील उपकरणं सुरू करण्यात आली. शत्रूच्या सैनिकांशी होणारं संभाषण ध्वनिमुद्रित करून मग ते रेडिओवरून प्रसारित केलं जाणार होतं.

त्या दोघा जर्मनांना त्यांची नावं सांगायला फर्माविण्यात आलं होतं. त्यांनी आपली नावं सांगून त्यांना कसं पकडलं गेलं ते सांगायचं होतं. दोघंही लष्करात लेफ्टनंट होते. त्यांची नावं लुडविग बिस्मार्क आणि कुर्ट ब्राऊन अशी होती. पहिल्यांदा बिस्मार्क बोलू लागला, "आम्हाला आमच्या आघाडीसमोरच तुमच्या एका गस्ती पथकानं पकडलं. आम्हाला गोळ्या घातल्या जातील असं वाटलं होतं." बिस्मार्क अतिशय अस्वस्थ झाला होता. तो काही समजुतीचं बोलायचा प्रयत्न करू लागला, "हे युद्ध नाही, तर सैतानानं केलेला छळ आहे... आमचे सैनिकही गारठ्यात त्रास भोगत आहेत. अनेकजण तुमच्या तोफखान्याच्या माऱ्यामुळे मृत्युमुखी पडत आहेत."

पण ब्राऊन मात्र असं काही बोलणार नव्हता. तो शांतपणानं निर्धारी स्वरात म्हणाला, "लेनिनग्राडमधले सगळेजण उपाशी असल्यानं मरणार आहेत याची आम्हाला कल्पना आहे. या शहरात आमचे काही हस्तक आहेत. त्यांच्याकडून आम्हाला समजलंय की माणसं एकमेकांना मारून खायला लागली आहेत." पुढचं वाक्य बोलताना ब्राऊनच्या चेहेऱ्यावर दिसलेलं आसुरी क्रूर हास्य मग्राचेवला अजूनही चांगलं आठवतं. "तुमचा विनाश होणार आहे. आम्ही नुकतंच तिखविन जिंकून तुमची पुरवठा यंत्रणा बंद पाडली आहे. शहरात आता मोठ्या प्रमाणात उपासमार होणार हे अटळ आहे. तुम्ही सगळे मरून जाणार आहात."

मग्राचेवला या शब्दांच्या मागे असणारी भीषण राक्षसी ताकद जाणवली होती. त्या वेळी खोलीत असलेल्यांच्या तोंडून निघालेले अस्वस्थ हुंकार त्याला जाणवले होते. कैद्यांना घाईघाईनं तिथून हलविण्यात आलं होतं. ही सगळी मेजवानी आयोजित करण्याचा हेतू साफ फसला होता. जे काही खाद्यपदार्थ उरले होते त्यांची 'अर्ध बिस्किटं' इथवर मोजदाद करून ते सगळे खोक्यांमध्ये भरून रेडिओ केंद्राच्या बाहेर नेण्यात आले.

लेनिनग्राडचा वेढा पक्का आवळण्यापूर्वीच तो फोडून टाकण्याचे प्रयत्न सोव्हिएत फौजांनी करण्यात जी ढिलाई दाखवली होती, त्याचा अचूक फायदा घ्यायचा असं जर्मन फौजांनी ठरविलं होतं. १९४१ च्या ऑक्टोबर महिन्याच्या अखेरीस आर्मी ग्रुप नॉर्थनं हल्ला चढविण्यासाठी एक पथक तयार केलं होतं. या पथकाचं लक्ष्य होतं लेनिनग्राडपासून १२० किलोमीटर अंतरावर पूर्वेला असणारं तिखविन हे रेल्वेस्टेशन. अजूनही या रेल्वेस्टेशनमधून जो काही थोडाफार पुरवठा होत होता, त्यावर घाव घालणं हे या हल्ल्याचं उद्दिष्ट होतं. तिखविन ताब्यात आलं की लाडोगा सरोवरातून होऊ शकणारा पुरवठा बंद पडणार होता. हा पुरवठ्याचा शेवटचा मार्गही बंद

करण्याची योजना होती. नोव्हेंबर महिना उजाडत असताना पँझर रणगाडे त्यांच्या उद्दिष्टाच्या पूर्ततेसाठी जवळ जाऊन पोहोचलेही होते.

जर्मन पथक जरी छोटं असलं, तरी त्यांचा वेग आणि व्यावसायिक सफाई यांच्याशी रेड आर्मी बरोबरी करण्याच्या स्थितीत नव्हतीच. त्यातच हवामान फारच प्रतिकूल होतं. बर्फाचं वादळ होत असताना त्याचा फायदा घेऊन जर्मन सैन्याची आघाडीची तुकडी तिखविन गावात शिरली. यावर ज़राही प्रतिकार न करता तिखविनमधून रेड आर्मीनं पळ काढला. ७ नोव्हेंबरला वेरमाख्तनं पत्रक प्रसिद्ध केलं –

> 'काल रात्री आपल्या रणगाड्यांनी आणि पायदळानं तिखविन हे महत्त्वाचं केंद्र जिंकलं आहे. अनेकांना पकडण्यात आलं आहे. पळणाऱ्या चौथ्या सोव्हिएत आर्मीनं सोडून दिलेलं खूप लष्करी साहित्य आणि कागदपत्रं हाती लागली आहेत.'

ही पारंपरिक लष्करी कारवाई नव्हती. तिखविनचं दीर्घ काळपर्यंत संरक्षण करता येणार नाही याची जर्मन सेनानींना कल्पना होती. हल्ला करण्यासाठी गेलेलं पथक फार छोटं होतं आणि तिथून त्यांच्या जवळच्या मुख्य फौजा जवळपास ७२ किलोमीटर अंतरावर होत्या. हा हल्ला म्हणजे एक धाडसी धाड होती. या धाडीचा उद्देश अगदी साधा सरळ होता. तो म्हणजे लेनिनग्राडची उपासमार करण्याचा वेग वाढविणं. हिटलरला ही बातमी कळताच तो हर्षानं गरजला –

> 'आम्ही आता पुढच्या एक हज़ार वर्षांचं युरोपचं भवितव्य ठरविणार आहोत. शहराला आता पूर्णपणे घेरण्यात आलं असून, त्याला आता कोणीही मुक्त करू शकणार नाही. उपासमारीनं खलास होणं हेच आता या शहराच्या कपाळी लिहिलं आहे.'

स्तालिनला हिटलरच्या या भाषणाची माहिती देण्यात आल्यावर त्यानं लेनिनग्राड आघाडीच्या मुख्यालयाला तार पाठविली – 'मॉस्कोत कठीण परिस्थिती आहे. नव्यानं कुमक पाठविता येणार नाही.'

याचा अर्थ लेनिनग्राड आता सर्वथा स्वतःच्या बळावर होतं. तिखविनच्या कारवाईची घातक विषारी फळं लवकरच अपेक्षेप्रमाणे दिसू लागली. मॉस्कोहून येणाऱ्या मालगाड्या आता झाबोरोये नावाच्या एका छोट्या स्टेशनापर्यंतच येऊन थांबू लागल्या. शत्रूच्या चौक्यांच्या पाठीमागून वळसा घेऊन जाणारा एखादा रस्ता

तयार करण्याचं काम घाईघाईनं हाती घेण्यात आलं. शेकडो सैनिक आणि नागरिकांच्या झुंडी या अशक्यप्राय कामासाठी झडू लागल्या. हा रस्ता बनला तर तो जवळजवळ २०० किलोमीटर एवढा असणार होता. तो बऱ्याच प्रमाणात निर्जन आणि दाट जंगलांमधून काढावा लागणार होता. हा रस्ता तयार करायला कित्येक आठवडे लागणार होते.

१३ नोव्हेंबरला लेनिनग्राड प्रशासनानं रेशनमध्ये आणखी कपात केली. आता बैठी कामं करणारे आणि त्यांच्यावर अवलंबून असणारे, यांना दररोज १५० ग्रॅम ब्रेड मिळणार होता. २० नोव्हेंबरला पुन्हा कपात जाहीर होऊन, हे प्रमाण दिवसाला १२५ ग्रॅमवर आलं होतं.

फाईव्ह कॉर्नर्स नावाच्या एका भागात लावल्या जाणाऱ्या 'जाहिराती' कोणत्या आहेत याची नोंद चौदा वर्षांची दिमा बुचकीन ठेवू लागली – 'मी डिंकाच्या दहा पट्ट्यांच्या बदल्यात माझं मांजर देईन.' आणि 'जुना दिवा एका ब्रेड रेशनच्या बदल्यात मिळेल' अशा प्रकारच्या जाहिराती लोक तिथे लावू लागले. लेनिनग्राडमध्ये काही खास पदार्थ नव्यानं तयार होऊ लागले होते. एलेना कोचिना त्याबद्दल सांगत होती, "चिकटविण्यासाठी वापरल्या जाणाऱ्या सरसामधून खाण्यासाठी जिलेटिन बनवायला आम्ही शिकलो होतो. बादायेव गोदामांजवळची जळकी माती काहीजण घेऊन येतात. त्यात जळलेली साखर असते. हे लोक ती माती उकळत असत आणि मग गाळून त्यापासून कॉफी बनवत असत."

व्हेरा इन्बरनं नमूद केलंय – 'अलीकडेच माझ्या एका शेजाऱ्यानं मला सांगितलं की तो आणि त्याची मुलगी अख्खा दिवस मांजराला घरात माळ्यावर शोधत होते. प्राणिमात्रांबद्दलचं त्यांचं प्रेम पाहून मला आनंद झाला. मग तो म्हणाला की आम्ही ते खाऊन टाकलं.' ही गोष्ट लेनिनग्राडमध्ये आता सर्वसामान्य झाली होती असं दिसतं. कारण दहा वर्षं वयाच्या व्हॅलरी सुखोवनं आदल्या दिवशी डायरीत 'मांजर पकडलं' असं लिहिलंय. दुसऱ्या दिवशी 'परतून खाल्लं – चव छान होती' अशी नोंद आढळते.

लेनिनग्राडवासी लोकांच्या जेवणाच्या मेन्यूत आता आणखी एका भीषण वस्तूची भर पडली होती. स्क्रआबिना लिहिते –

> 'शहराचं रक्षण करणाऱ्या तुकड्यांशी संबंध असणाऱ्या अगदी खात्रीशीर स्रोतांकडून कळलं की, बाजारात खूप प्रमाणात सॉसेज आली आहेत आणि ती मानवी मांसापासून बनलेली आहेत. पण ही शक्यता समजूनही त्याचं फारसं काही वाटत नाही... माणूस एकदा टोकाला गेला की काहीही करू शकतो....'

स्क्रआबिनानं तेव्हापासून आपला मुलगा घरापासून खूप दूर जाणार नाही, याची दक्षता घ्यायला सुरुवात केली.

तापमान आता शून्याखाली वीस अंश सेल्सियस एवढं घसरलं होतं. अनेकदा सकाळी घरामधून बाहेर पडलेली माणसं रात्री घरी परतत नसत. ते जाता-जाता पुढे जाऊ शकले नाहीत की तिथंच गोठून जात असत. लेव पेवझ्नर यानं अशाच एका प्रसंगाची आठवण सांगितली –

'त्या नोव्हेंबरमध्ये मी काम संपवून घरी परतत होतो. पण हे मार्केट नावाच्या एका जागी मी आता पुढे जाऊ शकणार नाही, असं मला वाटू लागलं. एका छोट्या बागेपाशी असणाऱ्या कुंपणाच्या दांडीला मी रेलून बसून राहिलो. मला फार गारठा जाणवत असला तरी तसं रेलून उभं राहणं मला बरं वाटायला लागलं होतं.

एक बाई माझ्याजवळ आली आणि 'मी ठीक आहे ना?' असं तिनं विचारलं. मी 'होय... होय' असं उत्तर दिलं. ती म्हणाली, 'मग चालत का राहत नाहीस?' हे ऐकून मी तिला 'मला आता पुढे चालवत नाही.' असं उत्तर दिलं. ती पुढे आली आणि मला गदागदा हलवून उठायला मदत केली, 'ऊठ... ऊठ... प्लीज उठून उभा राहा.' असं ती म्हणू लागली. तिनं मला उठवलं आणि मग माझ्या घरापर्यंत आली. दुसऱ्या मजल्यावरच्या माझ्या घराचं दार उघडून आईनं आत घेतलेलं पाहिल्यावरच ती तिथून गेली.... त्या बाईनं माझा जीव वाचवला.'

परंतु जसजसं उपासमारीनं आणि गोठून रस्त्यात मरणाऱ्यांचं प्रमाण वाढलं, तसतसं लेनिनग्राडमधल्या लोकांना त्याचं विशेष काही वाटेनासं झालं होतं. १५ नोव्हेंबर १९४१ रोजी एलेना स्क्रआबिनानं अलिप्तपणानं एका प्रसंगाचं वर्णन तिच्या डायरीत नोंदविलं आहे –

भुकेमुळे लोक आता एवढे अशक्त झाले आहेत की, त्यांना मरणही जाणवत नाही. आज मी घरी परतत होते. एकजण माझ्यापुढे चालत होता. पण त्याला एक एक पाऊल उचलणं कठीण जात होतं. मी त्याच्या जवळून जाताना त्याच्याकडे पाहिलं होतं. त्याचा पिळवटून गेलेला चेहेरा निळा पडला होता. काही पावलं पुढे गेल्यावर मी थांबून मागे वळून बघितलं. तो एका गटाराच्या झाकणावर बसला होता. त्याचे डोळे वर

गेलेले मला दिसले आणि तो जागीच घसरला. मी त्याच्यापाशी मदतीसाठी पोहोचले खरी, पण तो केव्हाच मरून गेला होता... लोक आता जणू झोपावं तसे मरून पडतात आणि त्यांच्या आजूबाजूला वावरणारी अर्धमेली इतर माणसं तिकडं लक्ष देत नाहीत... आता सगळ्यांनाच याची सवय झाली होती आणि हेच आपल्याही वाट्याला येणार आहे याची सगळ्यांनाच कल्पना होती. प्रश्न फक्त आज की उद्या एवढाच होता. घरातून बाहेर पडलं की जागोजागी अशी प्रेतं दिसतात. ती तिथं तशीच पडून राहतात, कारण त्यांना तिथून हलवायला कोणीच नसतं.

१६ नोव्हेंबरला सकाळी उठल्यावर जॉर्जी कन्याझेवनं जरा स्वच्छ कपडे घालायचे असं ठरविलं. पण त्याला ते जमलं नाही. कारण सतत बॉम्बचा आणि तोफगोळ्यांचा मारा होत होता. बॉम्बस्फोटाच्या हादऱ्यानं काच फुटून तुकडे उडू नयेत म्हणून त्यानं काही फडकी खिडक्यांवर बांधायचं काम हाती घेतलं. त्यानं खोलीच्या मध्यभागी एका खोक्यात वाळू भरून ठेवली होती. तसंच पाण्याची एक बादली तयार ठेवली होती. आगलाव्या बॉम्बमुळे आग लागली, तर ती विझवायची ही सिद्धता होती. त्याच्या अवतीभवती सगळीकडे तुकडे वगैरे विखुरलेले होते. ज्यांचं घर उद्‌ध्वस्त झालं होतं, ते त्याचे शेजारी सरळ घराबाहेर मोकळ्या जागेत राहत होते.

२५ नोव्हेंबरला लेनिनग्राड शहराचा वास्तुरचनातज्ज्ञ निकोलाय बारानोव याला अचानक स्मोल्नी इन्स्टिट्यूटमध्ये पाचारण करण्यात आलं. तापमान इतकं कमी झालं आहे की लोकांना जळणाची गरज आहे असा साक्षात्कार अचानक पक्षनेता आंद्रेई झाडनोव याला झाला होता. "आपण ताबडतोब २००० क्युबिक मीटर जळण मिळविलं पाहिजे." अशी घोषणाच त्यानं केली. बारानोवला काय बोलावं ते समजेना. तरीही तो म्हणाला, "हे एवढं जळण आणणार तरी कुठून?" ते खरंच होतं. जळण शिल्लकच नव्हतं, कारण जर्मन आगलाव्या बॉम्बनी ते अगोदरच भस्मसात केलं होतं. झाडनोवलाही काय करता येईल हे सुचेना. अखेर दोघांनी पालिकेच्या क्रीडांगणामधली खेळाची लाकडी सामुग्री मोडून वापरण्याचं ठरविलं होतं. हे सगळे खेळ नाहीतरी तसेच रिकामे पडले होते.

हवाई हल्ला झाला तर काय दक्षता घ्यायची याच्या सूचनांचे रोज लाझार मग्राचेव रेडिओवरून प्रसारण करीत असे. सप्टेंबर १९४१मध्ये या प्रसारणांना सुरुवात झाली, तेव्हा सूचना तपशीलवार असायच्या –

'नागरिकांनो, हवाई हल्ल्याचा मुकाबला करण्यासाठी तयारीत राहा. झोपायला जाताना सर्व दिवे मालवलेले आहेत, याची खात्री करून घ्या. संपूर्ण प्रकाशबंदी

होईल याची काळजी घ्या. जर तळघरात आसरा घ्यायची वेळ आली, तर त्यासाठी अन्नपदार्थ आणि कपडे हाताशी ठेवा... घाबरून जाऊ नका. शांत राहा.'

पण आता या सूचना फारच त्रोटक होऊ लागल्या. पहिल्या प्रथम 'प्रकाशबंदी पाळा' यावर काट मारावी लागली. कारण आता दिवे चालू ठेवण्यासाठी वीजच नव्हती. लोकांनी हाताशी मेणबत्या आणि काडेपेट्या ठेवाव्यात ही सूचनाही काढून टाकली गेली, कारण या वस्तू बाजारात उपलब्धच नव्हत्या. असंच प्रत्येक गोष्टीचं होत होतं. आता ही घोषणा निरर्थक ठरली होती. अखेर मग्राचेव एवढंच सांगू लागला – 'नागरिकांनो, काळजी घ्या. घाबरून जाऊ नका. शांत राहा.'

सतरा वर्षांची व्हॅलिआ चेप्को 'उपास संपले' की काय खायचं याची यादी बनवून वेळ घालवत होती. तिच्या अपेक्षा फार मोठ्या नव्हत्या. पहिल्यांदा बटाटा, कोबी किंवा मश्रूम यांचं सूप आणि मुख्य डिशमध्ये भात किंवा ओटमील आणि पिसलेलं मांस किंवा सॉसेज. पण ती तिथंच थांबली. या अन्नाच्या विचारांनी तिला मरणप्राय वेदना होत होत्या. तिनं यानंतर काही दिवसांनी या सगळ्यावर काट मारली आणि त्याखाली लिहिलं – 'मला आता अशी स्वप्नं पडणं बंद झालं आहे. मी हे सगळं करायला जगणारच नाही.'

युरी रियाबिनकीनही भुकेशी झगडत हताश होत चालला होता. त्याच्या आईचे पाय सुजून दगडासारखे जड झाले होते. त्याच्या चेहेऱ्याचे पापुद्रे सुटू लागले होते. तो तासन्तास रांगांमध्ये उभा राहिला, तरी पदरात काही पडत नसे. मग घरी परतल्यावर त्याचं त्याच्या आईशी आणि बहिणीशी भांडण होई. 'आईकडून प्रेमाचा एखादा शब्द ऐकून फार काळ लोटला आहे,' असं त्यानं विषादानं नमूद केलेलं आढळतं.

२६ नोव्हेंबरला एलेना स्क्रआबिनाच्या डायरीत जरा निराळी नोंद दिसते –

> 'अनपेक्षितपणे एका अनोळखी रेड आर्मी सैनिकानं आमच्या दारावर टकटक केलं आणि आम्हाला सावरक्राउट दिलं होतं. ही बादली त्यानं फार काळजीपूर्वक आणली होती. ही एक फार मोठीच घटना आहे!'

पण हे लिहिल्यानंतर तिनं त्या दिवशी काय अफवा पसरली होती, ते लिहिलं आहे –

> 'दररोज तीन हजार लोक मरतात असं बोललं जातंय. मला ही अतिशयोक्ती आहे असं वाटत नाही... शहरात जागोजागी प्रेतांचा खच पडलेला आहे... काही वेळा रस्त्यात घसरगाड्यांवर मोठा ढीग कॅनव्हासनं

झाकलेला दिसतो. हे जळण नाही हे उघडच आहे... कॅनव्हासखालून बाहेर आलेले आणि काळे निळे पडलेले पाय दिसतात...'

एलेना मार्टिलाला आता घराबाहेर पडून शहरात फिरणं अधिकाधिक कठीण होत चाललं होतं. ती लिहिते –

'मी आज कॉलेजात गेले. पण एकही तास झाला नाही. आम्ही फक्त प्रशासकाच्या खोलीत जमून उबेत बसण्याचा प्रयत्न केला. तिथं आम्हाला त्यांनी काहीतरी खायला दिलं. पण ते काय होतं ते जराही कळलं नाही. ते चावणं फारच अवघड जात होतं... घरी परत येणं तर फार कठीण झालं होतं. मी थोडी चालून मध्येच थांबत होते. मला बसायची इच्छा होत होती. पण मी तो मोह टाळत होते, कारण तसं करणं धोक्याचं आहे याची मला कल्पना होती. मी जर बसले असते तर परत कधीच उठू शकले नसते.'

नोव्हेंबर महिन्यातले दिवस छोटे होत असताना लेनिनग्राडवर मृत्यूचं साम्राज्य पसरत होतं. पण तरीही त्या भीषण संकटात सापडलेल्या शहरातही काही आश्चर्यजनक गोष्टी घडत होत्या. एक दिवस व्हेरा क्रोस्त्रोविस्कायाची नजर शेजारच्या इमारतीत गेली आणि तिला धक्काच बसला. ओव्हरकोट घातलेले काही वादक लाकडी पलंगावर अगदी एकमेकांना चिकटून बसले होते. त्यांच्याजवळ निरनिराळी तंतूवाद्यं होती. आपल्याला भास होतोय की काय असं अगोदर तिला वाटलं, पण ते खरं होतं. जणू बॉम्बवर्षाव, भूक आणि थंडी यांची चेष्टा करण्यासाठी हे वादक दररोजच वाजवत असत. सुरुवातीला क्लॅरिनेट वाजायचं. मग मेलडी वाजू लागायची आणि पाठोपाठ ट्रम्पेट सूर धरत असत. त्यानंतर ट्रॉम्बोन आणि फ्लूटवादक त्यात सामील होत. वीज पुरवठा बंद झाला होता आणि पाईपात पाणी गोठून जात होतं. ब्रेड रेशनवर तर आता दिवसाला १२५ ग्रॅमवर आलं होतं. तरीही या कशाचीही फिकीर न करता हे वादक त्यांचं वादन करीतच होते. पण शहराची परिस्थिती आणखी खालावत असताना त्यांचे सूर हळूहळू कमी कमी होत गेले. सुरुवातीला बॅस बंद झाला आणि मग फ्लूट ऐकू येईनाशी झाली. नंतर क्लॅरिनेट आणि ट्रम्पेटचा आवाज क्षीण होत गेला होता.

डिसेंबर महिना सुरू झाला होता. शहराचं संरक्षण करणारे रेड आर्मीचे सैनिकही विलक्षण हालअपेष्टा सहन करीत होते. पण त्यापेक्षाही त्यांना लेनिनग्राडमधल्या नागरिकांची फार काळजी वाटत होती. सिमोन पुतियाकोव आणि त्याच्या सहकाऱ्यांच्या कानावर अनेक वाईट अफवा येत होत्या. नफेखोर आणि काळाबाजार करणारे लोक

सामान्य माणसांपर्यंत पोहोचणाऱ्या अन्नधान्यावर डल्ला मारत आहेत आणि प्रशासन त्यांच्यावर जवळपास काहीच कारवाई करीत नाही, असं त्यांच्या कानावर आलं होतं.

जोसेफ फिंकेलस्टाईनला थोडीशी रजा मिळाल्यानं तो काही दिवसांसाठी घरी आला होता. त्यानं अतिशय खिन्न मनानं नमूद केलंय –

> 'उपासमारीमुळे लोक माशांप्रमाणे पटापट मरून पडत आहेत. आता संभाषणाचा विषय फक्त अन्न हाच झालेला आहे. काही थोडे रूबल्स मिळावेत म्हणून माझ्यावर भावाला घरातला पियानो, डायनिंग रूममधलं फर्निचर आणि वडिलांचा फरकोट या वस्तू विकाव्या लागल्या. मी लहान असल्यापासून या वस्तू वापरलेल्या आहेत. चांगला धष्टपुष्ट दिसणारा, एक काळाबाजार करणारा माणूस आमच्या घरी आला. त्यानं आमच्याच आरशासमोर उभा राहून डोक्यावर फरची हॅट कशी दिसते ते बघायला सुरुवात केली. मला त्याच्या तोंडावर ठोसा मारावासा वाटला. पण मी स्वतःला आवरलं.'

आता उशिरानं का होईना शहर प्रशासनाला जाग यायला सुरुवात झाली होती. पण अजून ते शब्दबंबाळ नोकरशाहीत अडकल्यानं त्यांना वस्तुस्थिती दिसत नव्हती. ३ डिसेंबरला तयार झालेला एन.के.व्ही.डी.चा एक अहवाल कसलंही सोयरसुतक नसल्याप्रमाणे घटना नमूद करतो –

> ब्रेड रेशनमध्ये कपात झाल्यामुळे नकारात्मक वृत्तीत मोठ्या प्रमाणात वाढ झाली आहे. उपाशी राहिल्यामुळे जे काही आजार होतात, त्याबद्दलच्या तक्रारींमध्ये हेच दिसतं. गुन्हेगारी प्रवृत्तीच्या लोकांनी या परिस्थितीचा गैरफायदा घेऊन आपल्या कारवायांत वाढ केली आहे. नोव्हेंबर महिन्यात काळाबाजार करण्याच्या आरोपाखाली ९८ जणांना अटक झाली. त्यातल्या ६३ जणांवर खटले झाले आणि १० जणांना गोळ्या घालण्यात आल्या.

५ डिसेंबरला पुतियाकोव कोणत्याही लष्करी कामासाठी लेनिनग्राड शहरात आला होता. त्यानं जे काही पाहिलं, त्यामुळे त्याला धक्का बसला. त्यानं लिहिलंय –

> 'रस्त्यांवर एक प्रकारचा भीषणपणा जाणवतो आहे. ट्रामच्या तारा तुटून लोंबकळत आहेत. इमारतींच्या खिडक्यांच्या काचा फुटलेल्या दिसतात. अन्नाची भयंकर टंचाई आहे याच्या खुणा जागोजागी ठळकपणानं जाणवतात.

अतिशय भयानक गोष्टी सगळीकडे दिसत आहेत... अजून जीवन चालू आहे इथं, पण ते नैसर्गिक मात्र नाही....'

युद्धकाळात सेन्सॉर करणारे अतिशय काळजीपूर्वक 'या भयानक गोष्टी' पत्रांमध्ये कुठं दिसतात का ते बघत होते. एन.के.व्ही.डी.च्या एका अहवालामधला हा भाग बघण्याजोगा आहे –

> 'मी आज रस्त्यात एका प्रसंगाचा साक्षीदार होतो. रस्त्यात अतिशय थकल्यानं एका गाडीवानाचा घोडा कोलमडून पडला. ते बघताच लोक सुरे, कोयते वगैरे घेऊन तिथं धावले. त्यांनी बघता बघता घोड्याचे तुकडे तुकडे करून ते नेले... हे फारच भयानक होतं... हे लोक मारेकऱ्यांसारखे होते.'

हे असं जरी असलं तरी अजून लेनिनग्राडमधल्या काहीजणांमध्ये प्रेमाची भावना शिल्लक होती. डिसेंबर १९४१मध्ये महिन्याच्या सुरुवातीला घडलेल्या एका प्रसंगाचं वर्णन एलेना कोचिनानं केलं आहे. रस्त्यामधून एक गाडी जाताना पाहून लोक तिच्यामागे धावत निघाले होते. गाडीत मॅकरोनीची खोकी होती. ही गाडी एका दुकानापाशी थांबली. पण तिथं अगोदरच मोठी रांग होती.

ही रांग आदल्या दिवसाच्या संध्याकाळपासून तयार होत गेली होती... तिच्या चेहेऱ्यावर काय दिसत होतं कोणास ठाऊक, पण रांगेत दुकानाच्या अगदी जवळ उभी असणारी एक म्हातारी एलेनाकडे वळली. तिनं मृदू स्वरात तिला 'तिचा नंबर कधी येणार हे विचारलं. त्यावर एलेनानं आपण रांगेतच नाही असं उत्तर दिलं. शिवाय आपल्याला एक लहान मूल आहे नि त्याला आता खायला कधी घालणार कुणास ठाऊक, असं एलेनानं सांगितलं. आपण हे बोललो याचं तिला स्वत:लाच फार आश्चर्य वाटलं. त्यावर काहीही न बोलता ती म्हातारी तिथं उभी राहिली. जेव्हा दुकानात शेवटची बॅच घेतली जाईल हे जाहीर होताच म्हातारी मोठ्या आवाजात ओरडली, 'तू ऐकत का नाहीस? अखेर तू माझ्यापुढे उभी होतीस ना?' तिनं असं म्हणून एलेनाला पुढे ढकललं. त्या वेळी दुकानात प्रवेश देण्यात आलेली अखेरची व्यक्ती म्हणजे एलेना होती. एलेनाला मौल्यवान मॅकरोनी मिळाली. ती हातात पडल्यावर तिचे हात थरथरू लागले. जे काही घडलं ते तिला खरंच वाटत नव्हतं.

अजून लेनिनग्राडमध्ये दुसऱ्याच्या मदतीला धावून जायची माणुसकी शिल्लक होती. स्वेतलाना मगायेवाची आई गोठवून टाकणाऱ्या थंडीची पर्वा न करता आजूबाजूंच्या इमारतींमध्ये जात होती. तिनं तिच्या सहकारी शिक्षकांचा एक छोटा

गट बनवला होता. उपासमारीनं मरण पावलेल्या लोकांची काही निराधार मुलं आढळली, तर हे लोक त्यांना सुरक्षित स्थळी नेत असत. त्यांना कित्येकजण अंथरुणातच मरून पडलेले आढळत होते. ते दृश्य भयंकर असलं तरी हे लोक त्यांचं काम करणं चालूच ठेवत होते.

मार्टिला आता तिच्याजवळ जमा होत असलेल्या रेखाचित्रांकडे आणि चित्रांकडे वारंवार बघत होती. मृत्यू आणि विनाश हे सगळं जरी त्यात दिसत असलं तरी तिला चित्रांमधून आणखीही काहीतरी जाणवू लागलं होतं. पण नेमकं काय ते तिला नीट लक्षात येत नव्हतं. विलक्षण संकटातही विचलित न होता सहनशीलपणे सगळ्याकडे बघण्याची वृत्ती तिच्यात तयार होत होती. तिनं रस्त्यातून स्लेज ओढत चाललेल्या एका स्त्रीचं रेखाटन केलं होतं. ती स्लेजवर काहीतरी वाद्य ठेऊन ते ओढून नेत होती. ती एका हॉस्पिटलमध्ये जखमी सैनिकांसाठी होणाऱ्या एका वादनाच्या कार्यक्रमात सामील होण्यासाठी निघाली होती. एलेना मार्टिलाला तिच्या धाडसाचं कौतुक वाटलं. त्या चित्रामधला एक भाग तिला फार आवडला. त्या स्त्रीचा लहान मुलगा तिच्याबरोबर होता. बहुधा ही स्त्री आणि तिचा मुलगा यांच्याखेरीज त्यांच्या घरातलं कोणीच उरलेलं नव्हतं. ती स्त्री जरी खंगलेली असली तरी तिच्यात एक निराळीच ताकद जाणवत होती. 'जर मरायचंच असेल तर आपण एकत्र मरू' असं त्यांना वाटत असणार, अशी नोंद एलेनानं केली होती.

मार्टिलानं लहान मुलांच्या एका हॉस्पिटलमध्ये स्वयंसेवक म्हणून काम करीत असताना आलेल्या अनुभवांची आठवण सांगितली. हे हॉस्पिटल वासिलेवस्की बेटावर होतं. अन्नाची कमतरता वाढू लागल्यानंतर तिथं दाखल होणाऱ्या मुलांची संख्या वाढत चालली होती. मुलांमध्ये कुपोषण ही समस्या भयंकर होती खरी, पण त्यांच्या बाबतीत कोणीच काही करू शकत नव्हतं. "आम्ही त्यांच्याकडे पाहिलं की त्यांनी काय भोगलंय हे त्यांच्या डोळ्यांत दिसून हृदय पिळवटून निघायचं," एलेना सांगत होती, "ती मुलं आम्हाला, 'आम्ही एकटे आहोत आणि आम्ही आता मरून जाणार,' असं म्हणायची. खरोखरच ही पोरं फार लवकर मरून जायची. आम्ही त्यांची प्रेतं तळघरात न्यायचो आणि जणू ओंडके असावेत अशा तऱ्हेनं आम्ही त्यांना एकाशेजारी एक असं तिथं ठेवायचो. हॉस्पिटलमध्ये काम करणारे बहुसंख्य कर्मचारी म्हणजे बायकाच होत्या, कारण बरेचसे पुरुष आघाडीवर काम करीत होते. आम्ही सगळ्याजणी अतिशय खिन्नपणे एकमेकींमध्ये चर्चा करायचो. आपण या मुलांना वाचवायलाच हवं असं आम्ही वारंवार म्हणायचो... आम्ही तशी प्रतिज्ञाच केली होती म्हणा ना."

मार्टिलानं आणखी एक चित्र काढलं होतं. या चित्राला तिनं 'कामासाठी सज्ज' असं नाव दिलं होतं. एका अपार्टमेंटच्या दारापाशी मुलाला छातीशी धरून पहारा

करणाऱ्या एका आईचं चित्रं तिनं रेखाटलं होतं. आगलाव्या बॉम्बचा इशारा देण्याचं काम तिच्याकडे होतं. प्रत्येकच अपार्टमेंटच्या दाराशी असं कोणी ना कोणी तत्पर असायचं. लोकांनी स्वत:हून गट बनविले होते. ही बाई झोपलेल्या मुलाला जवळ घेऊन निर्धारानं उभी होती. तिचा शांतपणा आणि धैर्य हे मार्टिलाला फार भावलं होतं. हे चित्र तिच्या मनात फारच ठसलं होतं. तिनं या चित्राची आणखी रेखाटनं करायला सुरुवात केली. तिने चित्रांमध्ये अनेक बदल केले. खरं तर मार्टिला साम्यवादी विचारसरणीत वाढलेली होती. पण आता तिलाही आश्चर्य वाटावं असं घडलं होतं. ती आता धार्मिक प्रतिकाकडे वळली होती. तिनं अखेर त्या बाईच्या डोक्यामागे प्रभावळ रेखाटली आणि मग म्हणाली, ''मी मॅडोनाचं चित्र काढलंय. लेनिनग्राडची मॅडोना.''

टीप :

१. क्विसलिंग (Quisling) : क्विसलिंग (१८८७-१९४५) मूळचा नॉर्वेजियन लष्करी अधिकारी असून तो नंतर राजकीय नेता बनला. दुसऱ्या महायुद्धाच्या काळात त्याने नाझी जर्मनीशी सहकार्य केले. १९४२ ते १९४५ या काळात तो नॉर्वेचा अध्यक्ष होता. महायुद्ध संपल्यावर त्याला देशद्रोहासाठी मृत्युदंड देण्यात आला. क्विसलिंग हा शब्द 'गद्दार' या अर्थी वापरला जातो.

६
गर्भपाताची ठेकेदार

लेनिनग्राडच्या प्राणिविज्ञान संस्थेमधील वरिष्ठ संशोधक अक्सेल राईषार्ट हे डिसेंबर १९४१ या संपूर्ण महिन्यात त्यांच्या भव्य संशोधन प्रकल्पाचं काम करीतच होते. 'द फॉना ऑफ द सोव्हिएत युनियन' या नावाच्या या प्रकल्पात ते प्राण्यांचं सर्वेक्षण करीत होते. राईषार्ट हे बीटल्स या प्रकारच्या कीटकांचे तज्ज्ञ होते. ते त्यांच्या कामात कायम बुडून जात असत. पण आता उपास घडत असल्यानं त्यांची ताकद कमी कमी होत चालली होती.

राईषार्ट यांनी अनेक महत्त्वाचे शोधनिबंध प्रसिद्ध केले होते. कोबी या पिकावर जगणाऱ्या एका खास जातीच्या पतंगावरचं त्यांचं पुस्तक फार गाजलं होतं. अशा या माणसापासून सरकारला काय धोका असणार? पण जुलै १९३८मध्ये एन.के.व्ही.डी.नं त्यांना अटक केली होती. १९३२मध्ये सोव्हिएत महासंघातील 'उपद्रवी कीटक' या विषयावरील पुस्तकात त्यांनी लिहिलेल्या लेखात सरकारवर छुपा हल्ला केला असावा असा संशय गुप्तचर खात्याला आला असण्याची शक्यता आहे. दुसरी शक्यता अशी आहे की सरकारला जर्मन नाव आवडत नसावं. लिंडबर्ग, रिश्टर आणि स्टेजमन अशी 'संशयास्पद' नावं असणाऱ्या अनेक प्राणिवैज्ञानिकांनाही पकडलेलं होतं. हे सगळे कसलातरी कट रचत असावेत असं एन.के.व्ही.डी.ला वाटत होतं. पण १९३९मध्ये राईषार्ट यांना सोडून देण्यात आलं आणि त्यांना आपलं संशोधन पुढे चालू ठेवण्याची मुभा देण्यात आली.

लेनिनग्राडच्या वेढ्याला सुरुवात झाली तेव्हा राईषार्ट हे पन्नास वर्षं वयाचे स्वत:च्या कामात मग्न असणारे वैज्ञानिक होते. त्यांना इतरांच्यात मिसळणं अवघड जात असे. आपण बरं आणि आपलं काम बरं असा त्यांचा स्वभाव होता. कीटकांची माहिती जमवणं आणि त्यांचा अभ्यास करणं यातच त्यांना आनंद वाटायचा. आपल्या आजूबाजूला काहीही घडत असो, आपण आपलं काम चालूच ठेवायचं असा निर्धार त्यांनी केला होता. फक्त त्यांच्या दैनंदिन कार्यक्रमात थोडा बदल झाला

होता. प्राणिविज्ञान संस्थेच्या छतावर थांबून आग लागत नाही ना, याकडे लक्ष देण्याचं काम त्यांना दररोज करावं लागे. हे करीत असतानाच ते संस्थेमधील अतिशय महत्त्वाचे नमुने तळघरात नेत असत आणि आपलं लेखनही करीत असत.

पण आता अन्नाची कमतरता जाणवू लागली होती. त्यातच जर्मन सैन्यानं आता वैज्ञानिक संस्थांना लक्ष्य करून मारा सुरू केला होता. आता राईषार्ट यांना जर्मन माऱ्याचा आणि वेढ्याचा ताप वाटू लागला होता. वेढा चालू आहे हे मान्य करण्याची गरज असली, तरी आपल्या आयुष्यात त्याला फार महत्त्व नाही असं राईषार्ट भासवण्याचा आटोकाट प्रयत्न करीत होते. तसं भासवण्याचा मार्ग त्यांनी आपल्यापरीनं शोधला होता.

राईषार्ट त्यांच्या कामात अतिशय शिस्तबद्ध होते. त्यांच्याजवळ अनेक वह्या होत्या. ते त्यांची प्राथमिक निरीक्षणे अगोदर पेन्सिलनं लिहायचे आणि मग पक्क्या भारतीय शाईनं नोंदी पूर्ण करायचे. हे सगळं अतिशय प्रमाणबद्ध हस्ताक्षरात उत्तमपणे लिहिलेलं असे. जर वेगळं काही घडलं तर त्याची नोंद करण्यासाठी ते चौकोनी कंसाचा वापर करायचे आणि मग पुन्हा आपलं वैज्ञानिक लेखन सुरू ठेवायचे. लीफ बीटल नावाच्या एका किड्याची माहिती लिहिताना मध्येच त्यांनी अशी नोंद केलेली दिसते – (संध्याकाळचे ५:००, तोफगोळा जवळून गेल्यामुळे इमारत हादरली होती.) आणि मग लगेच त्यांनी लीफ बीटलच्या रचनेचं वर्णन पुढे लिहिलंय. १६ डिसेंबर १९४१ रोजी त्यांनी आपल्या संशोधनासंबंधी असं लिहिलं – (मी उपाशी राहिल्यानं जर मेलो नाही तर मी हा प्रकल्प नक्कीच पुरा करणार.) ही नोंद केल्यानंतर लवकरच ते त्यांच्या सहकाऱ्यांना ऑफिसात मृतावस्थेत आढळले. त्यांचा चेहेरा भयंकर सुजला होता. पण तरीही त्यांनी स्वच्छ दाढी केली होती. राईषार्ट यांनी पांढरा शर्ट आणि टाय असा पोशाख केलेला होता. अगदी अखेरच्या क्षणापर्यंत हा विद्वान संशोधन नीटनेटकाच राहिला होता.

वेढ्यामुळे जो आघात होत होता, तो नुसता कंसात टाकून विसरून जाणं शक्य नव्हतं. युद्ध सुरू होण्यापूर्वी एलेना कोचिना आणि तिचा नवरा दिमा यांच्यात अत्यंत जवळिकीचे संबंध होते. एलेनानं तिच्या लग्नाच्या वेळच्या गोष्टींबद्दल जे काही तिच्या डायरीत लिहिलं होतं, ते एखाद्या उत्तम साहित्यकृतीएवढं छान होतं. मुख्य म्हणजे ते त्या वेळी जे दु:ख भोगत होते, त्याच्यापेक्षा ते जमीन-अस्मानाएवढं निराळं होतं. सप्टेंबर १९४१मध्ये दिमानं काम बदलण्याचं ठरविलं. आपल्या कुटुंबाला अधिक खायला मिळावं म्हणून तो एका कारखान्यात लेथ ऑपरेटर म्हणून काम करणार होता. तो तसं करू लागला होता. त्याला मिळणारं जे काही तुटपुंजं अन्न होतं, ते तो दुपारी एलेनासाठी आणायचा. जे काही थोडंफार मिळायचं ते दोघं मिळून खायचे, पण ऑक्टोबर महिन्यात बिघडलं होतं. तिनं तिच्या डायरीत स्पष्टपणानं लिहिलं –

> 'आमचा ब्रेडचा रेशनवर मिळणारा वाटा लगेच संपून जातो. दिमाच तो खाऊन टाकत असणार... मी घराबाहेर पडताना त्यानं खाऊन फस्त करू नये म्हणून मी ब्रेड आणि मिलेट हे धान्य, धुराडं, गादीखाली किंवा पलंगाखाली लपवून ठेवू लागले आहे. पण तरीही त्याला ते सगळं सापडतंच.'

डिसेंबर महिन्यात अचानक दिमा फारच उत्साही भासू लागला होता. तो कुठं काय सापडतंय हे बघत, घराबाहेर पडून फिरायचा. एकदा त्याला एका दुकानाजवळ ब्रेडचा एक तुकडा पडलेला दिसला. त्यानं तो उचलला. पण एका पोरानं तो त्याच्या हातामधून पळविला. दिमानं त्याची कॉलर गच्च धरून त्याला एवढ्या जोरात गदागदा हलवलं की, तो पोरगा एखाद्या चिंध्यांच्या बाहुलीसारखा लोंबकळू लागला. कोणीतरी मधे पडलं, नाहीतर दिमानं त्या पोराला ठारच केलं असतं. दुसऱ्या दिवसापासून दिमानं चोऱ्या करायला सुरुवात केली. त्यानं त्यासाठी कावेबाजपणानं एक शक्कल लढवली. त्यानं त्याच्या फिरायला जाताना वापरायच्या काठीला चांगलं टोक काढलं. ब्रेडचा साठा होता, त्या ठिकाणी उजेड कमी आहे, हे पाहून त्यानं काठीनं ब्रेड अलगद ओढून काढला आणि कोटाच्या आत दडवला. आपण तिथून कसे निसटून आलो हे आपल्या बायकोला सांगताना दिमा वेड्या माणसासारखा खदाखदा हसत होता. कोचिना त्याच्याकडे भेदरून पाहतच राहिली. आपल्या नवऱ्याचं हे एवढं नैतिक अध:पतन झालेलं पाहून, ती घाबरून गेली होती. २८ डिसेंबर १९४१ रोजी तिनं लेनिनग्राडमधल्या जगण्यासाठी चाललेल्या संघर्षाचं वर्णन केलं आहे

> 'काहीजण कोणतीही किंमत मोजून जगण्याची धडपड करीत आहेत. अनेकजण रेशनकार्ड चोरतात. काहीजण दुसऱ्याच्या हातातला ब्रेड हिसकावून घेतात आणि फटके पडत असतानाही तो खाताना दिसतात. काहीजण मुलांना पळवितात. अनेकजण भूक आणि मरण यांच्या दहशतीखाली वेड्या माणसांप्रमाणे रस्तोरस्ती भटकतात... दररोज मोजता येणार नाहीत एवढ्या वाईट घटना घडतात. पण त्या तशाच मूकपणानं घडत राहतात... दरम्यान जर्मन लेनिनग्राडकडे निष्ठूर कुतूहलानं बघत आहेत.'

डिसेंबर १९४१मध्ये लेनिनग्राडभोवती वेढा घालून बसलेल्या जर्मन सैन्यानं त्यांच्या हेरांच्या जाळ्याचा वापर करून शहरात काय घडतंय यावर बारकाईनं लक्ष

ठेवलं होतं. शहरातल्या परिस्थितीबाबतचा एक अहवाल असा होता –

> 'लेनिनग्राडमधल्या नागरिकांना आता आपल्या तोफांच्या माऱ्याची एवढी सवय झाली आहे की, आता त्यांना आसराही घेण्याचं भान राहत नाही. त्यामुळे मृत्यूचं प्रमाण खूपच वाढलेलं आहे. तसंच भुकेमुळे मृत्यू होण्याच्या प्रमाणात लक्षणीय वाढ झाली आहे. उदाहणार्थ १७ डिसेंबरला नार्वा गेटजवळ स्ताचेक स्ट्रीटवर एका खबऱ्याला सहाजण उपासमारीमुळे कोलमडून पडताना दिसले. ते जिथं पडले तिथंच पडून राहिले. त्यांना जागचं हलता येत नव्हतं. या अशा घटना आता भरपूर प्रमाणात होताना दिसतात. त्यांचं प्रमाण एवढं वाढलेलं आहे की, लोक आता इतरांना मदत करण्यासाठी पुढे होत नाहीत. शिवाय लोक मुळातच एवढे क्षीण झालेले आहेत की, फारच कमीजण मदत करण्याच्या स्थितीत आहेत.'

इतक्या निर्दयपणामागची मानसिकता समजणं फार अवघड आहे. जर्मन सैन्याच्या अठराव्या सेनादलाची एक बैठक १३ नोव्हेंबरला ओर्शा येथे झाली होती. लेनिनग्राडमध्ये लोकांच्या होणाऱ्या उपासमारीच्या बातम्या सैनिकांपर्यंत जाऊ नयेत असं अधिकाऱ्यांना पुन्हा एकदा बजावण्यात आलं होतं. कदाचित त्यामुळे सैनिकांचा पाठिंबा कमी होईल अशी धास्ती अधिकाऱ्यांना वाटत असावी. अर्थात, या बजावण्याचा फारसा उपयोग नव्हता, कारण बहुतेक सैनिकांना लेनिनग्राडमध्ये खरं काय चालू आहे याची माहिती होती.

रेडिओ लेनिनग्राडवर काम करणाऱ्या लाझार मग्राचेव याला पकडून आणलेल्या बिस्मार्क आणि ब्राऊन या दोन जर्मन कैद्यांच्या मुलाखतीची आठवण झाली होती. मुलाखत घेणाऱ्यानं बिस्मार्कला 'तू त्या एकोणिसाव्या शतकातील *चॅन्सेलर बिस्मार्क*[१]चा वंशज आहेस का?' असा प्रश्न विचारला होता. त्यावर बिस्मार्क एकदम उसळून म्हणाला होता, 'छे... अजिबात नाही. माझी राजकीय मतं खूपच वेगळी आहेत. मी एक सोशल डेमोक्रॅट आहे.' मग्राचेवला हसू आवरलं नाही. पकडलेले जर्मन सैनिक ताबडतोब आपली नाझी मतं बदलून वेगळंच बोलू लागतात, हे लक्षणीय होतं. अर्थातच ते स्वत:ची कातडी बचावण्याचा प्रयत्न करीत असत, हे उघड होतं. तरीही निदान काहीजणांना तरी आपण जे काही करतोय त्याची लाज वाटायची याबद्दल मग्राचेवला खात्री होती.

वेढ्याचा भयानकपणा काही काळासाठी तरी का होईना विसरणं ही फार महत्त्वाची गोष्ट होती. म्युझिकल कॉमेडी थिएटर नावाचं एक थिएटर संपूर्ण हिवाळा सुरू होतं. त्यामुळे लोकांच्या मनाला थोडाफार का होईना, पण विरंगुळा मिळत

होता. थिएटरचा संचालक असणाऱ्या जॉर्जी माक्सिमोव यानं त्याबद्दल सांगितलं, "युद्ध सुरू झाल्यानंतर काही महिने उपस्थिती फार कमी असायची. पण शहर पूर्णपणे वेढलं गेल्यावर ८ सप्टेंबरनंतर उपस्थिती वाढली. तोफांचा मारा आणि बॉम्बवर्षाव होत असूनही लोक येतच राहिले." तिथं काम करणारी एक अभिनेत्री इव्हगेनिया मेझेरित्स्कायानं थिएटरचं वर्णन 'दु:खाच्या सागरातलं आनंदाचं बेट' असं केलं.

काही वेळा खेळ सुरू असताना सात-आठ वेळा हवाई हल्ल्याचा इशारा व्हायचा. प्रेक्षक तळघरात आश्रय घेत असत, तर अभिनेते अंगावर नाटकाच्या पोशाखातच बाहेर जाऊन आगलावे बॉम्ब पडत नाहीत ना, याकडे लक्ष देण्याचं त्यांचं नेमून दिलेलं काम करीत. हे अभिनेते दिवसा आघाडीवर जाऊन सैनिकांचं मनोरंजन करीत आणि संध्याकाळी थिएटरमध्ये नाटकाचे खेळ करीत असत. तरीही त्यांना २० नोव्हेंबरपासून दररोज १२५ ग्रॅम ब्रेडचं सर्वांत कमी रेशन मिळत असे. त्यामुळे त्यांची ताकद कमी होत चालली होती. अभिनेता निकोलाय रुदाशेवस्की त्या वेळची आठवण सांगताना म्हणाला, "परिस्थिती दिवसागणिक भयंकर होत होती. डिसेंबर महिन्यात तर आमच्यापैकी अनेकांना थिएटरपर्यंत चालत जाण्याएवढीही शक्ती राहिली नव्हती. म्हणून जवळच असणाऱ्या एका हॉलच्या तळघरातच आमच्यापैकी बऱ्याचजणांनी मुक्काम ठोकला. तिथं आम्ही आमची ब्लँकेटं पसरून त्यावर पडायचो."

या कलाकारांनी दाखविलेली समर्पणाची वृत्ती विलक्षण होती. ७ डिसेंबर १९४१ रोजी 'द थ्री मस्केटिअर्स' या नाटकाच्या खेळाची आठवण सांगताना तमारा साल्निकोवा ही अभिनेत्री म्हणाली, "सगळा दिवस बर्फ पडत होतं. मी पेट्रोग्राड बाजूनं थिएटरकडे जात होते. पण बोचऱ्या थंडीमुळे मला चालणं मुश्कील झालं होतं. शिवाय उपाशी असल्यानं मला भोवळ येत होती. मी किरोव पूल ओलांडला असताना तोफगोळ्यांचा मारा सुरू झाला होता. मी आणि इतर अनेक बायका धावत पुलाच्या दोन्ही बाजूला जमलेल्या बर्फाच्या ढिगाऱ्यांमध्ये गेलो आणि जमिनीकडे तोंड करून बसलो. अचानक एक बाई किंचाळत खुरडत खुरडत सरकू लागली. तिच्यामागे रक्ताचा मोठा ओघळ दिसू लागला. मी तिच्यामागे जाऊन तिनं पुलावर जाऊ नये म्हणून तिला मागे खेचायचा प्रयत्न केला. सुदैवाने काही सैनिक तिथं आले आणि त्यांनी तिला हॉस्पिटलकडे नेलं."

या प्रयासानं थकलेली साल्निकोवा कशीबशी थिएटरवर पोहोचली तेव्हा तिच्या अंगावर रक्ताचे डाग होते. "मी ड्रेसिंगरूममध्ये गेले आणि नाटकाची तयारी करू लागले. तापमान शून्याखाली होतं. माझं मेकअपचं साहित्य गोठून गेलेलं असल्यानं मी छोट्या दिव्यावर ते गरम करायचा प्रयत्न केला. मग हेअरड्रेसर तिचं काम करू

लागली. मी माझी गाणी म्हणण्याचा सराव करू लागले. पण दुर्दैवाची गोष्ट म्हणजे त्या दिवशी मला पहिल्या अंकात खोल गळ्याचा ब्लाऊज घालावा लागणार होता! मी पोशाख करून वर कोट पांघरून सोफ्यावर थोडीतरी ऊब यावी म्हणून अंगाचं मुटकुळं करून बसले.''

मध्यंतर झाल्यानंतर साल्निकोवाला थोडाफार दिलासा मिळाला. कारण दुसऱ्या अंकात तिला उबदार कपडे घालायचे होते. मध्यंतरात तिला अचानक कॉरिडॉरमधून मोठ्या आवाजात कोणीतरी बोलतंय याची जाणीव झाली. ''मी बाहेर डोकावून बघितलं तर आमच्यामधला एक उत्तम अभिनेता असणारा साशा अब्रामोव कोलमडून खाली पडलेला दिसला. तो स्वत:ला उबदार राखण्यासाठी थोडा चहा घेत उभा होता आणि त्याच वेळी तो मरून पडला. त्या वेळी हजारोजण मरत होते. पण माझा एक सहकारी नाटकाचा पोशाख अंगावर असताना मृत्युमुखी पडलेला पाहणं हा फार मोठा धक्का होता. आमचा दिग्दर्शक आमच्यापाशी आला आणि प्रेक्षकांसाठी आम्ही खेळ पुढे चालूच ठेवायला हवा, असं त्यांनी सांगितलं.''

आता तीन मस्केटिअर्समधले दोनच उरले होते. कोणीतरी मदत केली आणि मग पोशाख बदलून साल्निकोवा रंगमंचावर आली. पण पडदा वर गेला तरी तिच्या तोंडातून एक शब्दही निघेना. ती जणू जागीच खिळून बसली होती. ''मी गाणं आणि नृत्य करणं अपेक्षित होतं. पण माझे पायच हलेनात. माझ्या घशातून आवाज निघेना. मी गच्च भरलेल्या थिएटरकडे पाहिलं. लोक अपेक्षेनं पाहत होते. आपण कलाकार आहोत आणि आपण आपलं काम करणं हे कर्तव्यच आहे, अशा अर्थाचे आमच्या दिग्दर्शकाचे शब्द मला आठवले. ते शब्द आठवून कशी काय ते माहीत नाही, पण माझ्यात शक्ती जागृत झाली आणि मग मी माझं द्वंद्वगीत पूर्ण केलं.''

कलाकार ज्याप्रमाणे विलक्षण मनोबलाचा परिचय करून देत होते, तसंच काम लेनिनग्राडच्या प्लांट जेनेटिक्स इन्स्टिट्यूटमधल्या लोकांनी करून दाखवलं. या संस्थेत जगभरातून जमा केलेले गहू, राय, मका आणि तांदूळ अशा अनेक धान्यांचे हजारो नमुने साठविलेले होते. आता स्वत: उपाशी असणारी संस्थेचे कर्मचारी या नमुन्यांचं रक्षण डोळ्यात तेल घालून करीत होते. भुकेमुळे कासावीस झालेल्या नागरिकांना जर या साठ्याची माहिती कळली, तर ते धाड घालून पळविण्याचा प्रयत्न करतील अशी धास्ती कर्मचाऱ्यांना वाटत होती. पण त्यापेक्षाही त्यांना स्वत:बद्दल जास्त काळजी वाटू लागली. त्यांना स्वत:ला मोह आवरता येईल का?

कर्मचाऱ्यांनी त्यांच्याजवळ असणारे अनमोल नमुने सोळा बंद खोल्यांमध्ये साठविले. कोणी एकानं त्यात शिरायचं नाही अशी त्यांची रचना करून घेतली. आत्ता जरी मानवजात स्वत:ला नष्ट करीत असली तरी कधी ना कधी हे नमुने लागणार आहेत, असं ते एकमेकांना सांगत होते. हा साठा उद्यासाठी सुरक्षित

ठेवायची प्रतिज्ञा त्यांनी एकत्रपणे घेतली.

संस्थेमध्ये असणारे बटाट्याचे नमुने सुरक्षित ठेवण्यासाठी लोकांनी विलक्षण प्रयास केले होते. संस्थेचे संचालक असणाऱ्या निकोलाय वाविलोव यांनी महत्प्रयासानं बटाट्याच्या बियाण्यांचे नमुने जमविले होते. बटाट्यावर ब्लाईट नावाचा रोग पडतो. या रोगावर उपाय शोधण्यासाठी वाविलोव प्रयत्न करीत होते. पण १९४०मध्ये काहीतरी खोटेनाटे आरोप रचून एन.के.व्ही.डी.नं या संशोधकाला कैदेत टाकलं होतं. ज्या संशोधकानं जगातली उपासमार नष्ट व्हावी म्हणून प्रयत्न केले होते तोच आता एन.के.व्ही.डी.च्या सारातोव इथल्या तुरुंगात कुपोषणानं सडत मरणपंथाला लागला होता. पण त्या संशोधकाच्या इतर सहकाऱ्यांनी मात्र बटाट्याच्या बियाण्यांचं रक्षण करण्याचा निर्धार केला होता. हा साठा म्हणजे त्या महान संशोधकाच्या कामाचं प्रतीक होतं. ते त्याचं रक्षण करणार होते. वाविलोवनी चिली या देशामधून ब्लाईटला दाद न देणाऱ्या बटाट्याचं वाण आणलं होतं. जर्मन आक्रमण सुरू झाल्यानंतर त्यांनी पेरलेले बटाटे गोळा करून साठविले होते आणि कर्मचारी त्या साठ्याची निगराणी करीत होते. अख्खी खोली अन्नानं गच्च भरलेली असताना खोलीचं रक्षण करणाऱ्यांचा उपाशीपोटी मृत्यू होण्याची शक्यता समोर दिसू लागली होती.

लोकांची उपासमार करून त्यांना खलास करण्याच्या योजनेची आखणी करणाऱ्या जर्मन वैज्ञानिकांना मानवी वर्तन खालावण्याची अपेक्षा होती. पण वेढ्यात अडकलेल्या या शहरामधल्या लोकांनी भुकेच्या परिस्थितीचा सामना विविध प्रकारे केला होता. डिसेंबरमध्ये एका दिवशी झोया तारातिन्योवा ही एका हॉस्पिटलकडे ब्रेडनं भरलेली एक गाडी घेऊन जात होती. गाडीत वजन असल्यानं ती सावकाश जात होती. ब्रेडची गाडी चाललेली पाहून गाडीभोवती भुकेनं व्याकूळ झालेल्या आणि अंगावर चिंध्या असणाऱ्या लोकांची गर्दी जमू लागली होती. परिस्थिती स्फोटक होते आहे असं तारातिन्योवाला वाटू लागलं असतानाच अचानक गाडीचं एक चाक ट्रामच्या खाचेत अडकलं आणि गाडी बाजूला कलंडली. ब्रेड रस्तावर पसरले.

झोया तारातिन्योवा ही किरकोळ अंगकाठीची अवघी चौदा वर्षं वयाची मुलगी होती. काहीच दिवसांपूर्वी तिनं काय झालं होतं, ते स्वतः पाहिलं होतं. जमावानं रस्त्यावर पडलेल्या एका घोड्याचे तुकडे तुकडे करून नेले होते. ते आठवून तिच्या अंगावर भीतीनं काटा आला. गाडीपाशी जमलेली माणसं माणसं, वाटतच नव्हती. तिनं त्यांची विनवणी केली, "प्लीज... ब्रेड घेऊ नका... तो हॉस्पिटलसाठी आहे." काही क्षण आजूबाजूला शांतता पसरली होती. पण मग बरेचजण मदतीसाठी पुढे झाले. त्यांनी ब्रेड पुन्हा गाडीत भरले आणि गाडी खाचेमधून बाहेर काढून दिली होती. "त्या सगळ्या भुकेल्या लोकांनी ब्रेडला स्पर्श केला, पण त्यांनी एकही तुकडा नेला

मात्र नाही.''

पण त्या हिवाळ्यातल्या भयंकर परिस्थितीत जगण्यासाठी धडपड करणं, ही फार अवघड गोष्ट होती. ७ डिसेंबरला एलेना स्क्रआबिनानं एका अप्रिय घटनेची नोंद केलेली आहे. एक वृद्ध स्त्री तिच्याशेजारी राहत होती. तिला कुठून तरी ब्रेड मिळाला. तिनं त्याचे तुकडे केले आणि ती स्वत:साठी तो स्टोव्हवर भाजून टोस्ट बनवू लागली. पण हा वास शेजारीपाजारी पसरला. शेजारची एक मुलगी खोलीत घुसली आणि तिनं ब्रेड पळवला.

लेनिनग्राडच्या हर्मिटेज म्युझियममध्ये आता पूर्वीच्या वैभवाच्या फार थोड्या खुणा उरल्या होत्या. पण म्युझियम चालू होतं हे महत्त्वाचं होतं. बाल्टिक फ्लीटमधले काही नौसैनिक नेवा नदीजवळ तळ ठोकून होते. त्यामधल्या काही चलाख लोकांनी एका पाणबुडीचा वापर करून केबल टाकून म्युझियमला थोडीफार वीज पुरविली होती. इतकंच नाही, तर म्युझियममध्ये काही चर्चासत्रांचं यशस्वी आयोजनही केलं गेलं.

म्युझियममध्ये हे होत असलं, तरी पौर्वात्य विद्येचे एक विद्वान असणारे अलेक्झांडर बोल्दिरेव अतिशय हालात दिवस काढत होते. ९ डिसेंबरला त्यांनी 'रेशनमध्ये अचानक एवढी मोठी कपात झाल्यानं हा काळ फार कठीण वाटू लागला आहे,' असं नमूद केलं. 'विद्यापीठाच्या कँटीनमध्ये आता साधं सूपदेखील मिळत नाही' हे त्यांनी पुढे लिहिलं. १५ तारखेला त्यांनी नव्याच संकटाची चाहूल लागल्याची नोंद केली होती – '...आम्हाला मिळणारं लाकूड आता एक चौरस मीटरवर आलंय आणि त्यात आम्हाला एक महिना काढायचा आहे...' डिसेंबर महिन्याच्या अखेरीस उपासमारीचं थैमान आणखी वाढलं होतं. हर्मिटेज म्युझियममधले कर्मचारी दररोज मृत्युमुखी पडताना बोल्दिरेव पाहत होते.

> 'परिस्थिती भयंकर झाली आहे. दुकानांमध्ये आणि कँटीनमध्ये त्यात सुधारणा व्हायची कसलीही चिन्हं दिसत नाहीत. ट्राम पूर्णपणे बंद आहेत. घरी आणि म्युझियममध्ये, दोन्ही ठिकाणी वीज नाही. कुठूनतरी आमच्याकडे रसद पाठविली जात आहे असं कानावर येतं, पण ती आमच्यापर्यंत लवकर पोहोचणार नाही हे उघड दिसतंय. १९४२ जवळ येत चाललं आहे. दररोज शहरात २०,००० लोक मृत्युमुखी पडतात असं बोललं जातंय... पूर्वीही एकदा मला चमत्कारिक अनुभव आला होता. तसंच झालं. बाथरूममध्ये आरशासमोर उभं राहिल्यावर माझ्या शरीरात थंड लहर पसरली. जणू काही मी उघड्या शवपेटीसमोर उभं राहिल्यासारखं वाटलं.'

वाढत्या दहशतीमुळे लोकांमध्ये दडलेले गुणदोष बाहेर पडू लागले होते. हर्मिटेज म्युझियममध्ये काम करणाऱ्या ओल्गा मिखाईलोवा त्या दिवसांच्या आठवणी सांगताना म्हणाल्या, "वेढ्यामुळे अनेक गोष्टी जास्तच स्पष्ट होत चालल्या होत्या. लोकांमधला चांगुलपणा आणि वाईटपणा सरळसरळ दिसायचा. जे लोभी होते त्यांनी लोभीपणाचं टोक गाठलं होतं. इतरांच्या जिवावर ते बिनदिक्कत जगत होते. पण चांगुलपणाही टिकून होता." अनेक गोष्टी आश्चर्य वाटण्याजोग्या घडत होत्या. बोल्दिरेवची एक सहकारी ॲना शाह ही खरं तर कोरडी आणि स्वत:पुरतं पाहणारी होती. पण तिच्यात सुप्त असणारा एक गुण वेढ्याच्या काळात जाणवू लागला होता. ती वृद्ध सहकाऱ्यांना गरम चहा नेऊन देणं वगैरे मदत करू लागली होती. जर ते कामावर आले नाहीत तर ती त्यांच्या घरी जाऊन विचारपूस करायची आणि त्यांना त्यांचा ब्रेड मिळतोय की नाही हे पाहायची. तिच्या या छोट्या मदतीमुळे अनेकजण मरणाच्या दाढेमधून वाचू शकले होते.

जर्मन वेढा फुटणार नाही हे डिसेंबर १९४१मध्ये स्पष्ट झाल्यानंतर लेनिनग्राडमधल्या काही पक्ष पुढाऱ्यांनी विमानानं शहरातून पलायन केलं होतं. पण लवकरच ही बातमी फुटली होती. लोकांच्या मनात विलक्षण असंतोष वाढीस लागला होता. पुढाऱ्यांनी आपल्याला वाऱ्यावर सोडून दिलं आहे, हे त्यांचं मत आता आणखी पक्कं झालं होतं. ८ डिसेंबरला लेनिनग्राड अकॅडमीमधील एक महत्त्वाची सदस्य अचानक गायब झाली होती. जॉर्जी कन्याझेवला त्याच्या संतापाला आवर घालता आला नाही.

> 'ही ×××× नापाल्कोवा इतरांना कमकुवत मनाचे आणि भेकड म्हणायची. पण आता परिस्थितीचा दबाव खरोखरच वाढल्यावर पळून गेली होती. जे लोक समर्पण, शौर्य आणि धैर्य यांच्या गोष्टी सांगत फिरतात ते प्रत्यक्षात असे असतात. काहीच दिवसांपूर्वी हीच नापाल्कोवा देशासाठी आपण सर्वस्वाचं बलिदान कसं द्यायला हवं याबद्दल मी एका सभेत बोलावं म्हणून मला गळ घालत होती.'

एकदा एक नागरिक लष्करी अधिकाऱ्यांकडे गेला. आपण एक नवीन शोध लावला असल्याचं तो सांगू लागला. आपण शोधलेली पूड जर जर्मन सैन्यावर टाकली, तर सैनिक सुजून मरतील असं तो म्हणाला. त्याचं बोलणं अधिकाऱ्यानं थंडपणानं ऐकून घेतलं. त्या माणसाची मन:स्थिती ठीक नव्हती हे उघड होतं. या अधिकाऱ्यानं निदान त्यानं हे 'देशप्रेमापोटी केलं ही उत्साहाची बाब आहे' असं म्हणून त्याला वाटेला लावलं. व्हेरा इन्बरला रस्त्यामधून मोठ्या आवाजात प्रार्थना करीत जाणाऱ्या म्हातारीची आठवण आली. 'देवा, आता तूच हातोड्याचे घाव

घालून आपल्या सैनिकांना वाट करून दे' असं ती देवाला विनवत होती. दुसऱ्या कोणत्याही मार्गानं वेढा उठण्याची शक्यता खरोखरच उरली नव्हती.

त्या वेढ्यात अडकलेल्या शहरातलं दैनंदिन जीवन नैतिक-अनैतिक अशा अनेक प्रश्नांमध्ये गुरफटलेलं होतं. पुष्कळ वेळा मन बधिर करणारा थकवा आणि स्वत:ला वाचविण्याची प्रेरणा यांचा पगडा जास्त मोठा व्हायचा. व्हेरा इन्बर ही सदसद्विवेक असणारी मृदु स्वभावाची होती. ती दुसऱ्यांना मदत करायला नेहमी तत्पर असायची. एकदा संध्याकाळी ती आणि तिचा नवरा बॉम्बहल्ल्यापासून बचाव करण्यासाठी आसरा शोधत टॉलस्टॉय चौकातून धावत होते. त्यांना एका बेकरीपाशी एक वृद्ध स्त्री बर्फावर पसरून पडलेली दिसली. आजूबाजूला कोणीच नव्हतं. त्यांनी तिला तिच्या पायांवर उभं राहायला मदत केली होती. त्या म्हातारीनं त्यांना विनवणी करून सांगितलं "माझं रेशनकार्ड इथंच कुठंतरी पडलं आहे... प्लीज... मला मदत करा... मी त्याशिवाय काय करू?" हे बोलणं ऐकून अचानक व्हेराला आपण प्रचंड थकल्याची जाणीव झाली. ती फटकारत म्हणाली, "स्वत: पाहा... आम्ही काही करू शकत नाही." पण व्हेराच्या नवऱ्यानं तिचा हात सोडला आणि काहीही न बोलता त्यानं खाली वाकून शोधायला सुरुवात केली. अखेर कार्ड सापडलं. या छोट्या कृतीमधून व्हेरा आणि तिच्या नवऱ्याच्या मनात माणुसकीची प्रेरणा पुन्हा जागृत झाली होती. त्यांनी तिला तिच्या घरापर्यंत नेऊन सोडलं आणि मगच स्वत: आसरा शोधला होता.

रस्त्यात कोणी पडलेलं असताना त्या व्यक्तीला मदत करायची की आपल्या स्वत:च्या क्षीण प्रकृतीकडे पाहायचं हे द्वंद्व अनेकांच्या मनात चालत असे. महत्त्वाचं म्हणजे जर्मनांना नेमका या गोष्टीतच रस होता. ते शहरातल्या खबऱ्यांना नेमकी याची माहिती विचारायचे. त्यांच्या क्रूर गणितानुसार शहरात अद्यापि किती माणुसकी टिकून आहे याचं ते मोजमाप होतं.

स्वत: अशक्त असताना इतरांना मदत करण्यासाठी अचाट परिश्रम करावे लागत. तेव्हा नऊ वर्षांच्या व्हॅलेंतिना ग्रेकोवानं डिसेंबर १९४१ मधली एक आठवण सांगितली, "माझी आई मला स्लेजवर बसून ॲडमिरल्टी बिल्डिंगजवळून नेत होती. आम्ही दोघीही भुकेमुळे अशक्त झालो होतो. आम्हाला एक मुलगा कठड्याला लोंबकळताना दिसला. तो आपण खाली पडू नये म्हणून प्रयत्न करीत होता. मला आईचे शब्द चांगले आठवतात. आपण त्या मुलाला मदत करायलाच हवी, असं ती म्हणाली. खरं तर आमच्यातच फारशी ताकद शिल्लक नव्हती. पण माझ्या आईनं मला स्लेजवरून उतरवलं आणि त्या मुलाला बसवलं. आम्ही हळूहळू का होईना, पण त्याच्या घरापाशी पोहोचलो. एक बाई धावत बाहेर आली. ती आनंदानं त्याला हाका मारतच बाहेर आली होती. त्या मुलाचं नाव बोरिस पुश्कीन

होतं आणि तो महान कवी अलेक्झांडर पुश्कीनचा वंशज होता... आम्ही त्या मुलाला मदत करून योग्य तेच केलं म्हणून आम्हाला समाधान वाटलं होतं.

पण योग्य तो नैतिक निर्णय घेणं ही गोष्ट वाटते तितकी सोपी मात्र नव्हती. तात्याना अन्तोनोआला तिच्या आईनं सांगितलेला एक भयंकर प्रसंग आठवतो. तिची आई कारखान्यात काम करून परत येत होती. ती रस्त्यानं जात असताना तिला बर्फात पडलेले अनेकजण दिसले. पण एकजण जिवंत होता. तिला जवळून जाताना पाहून तो म्हणाला, "प्लीज... प्लीज, मला उठायला मदत कर... मी इथं गोठून मरून जाईन." तात्यानाची आई त्याला म्हणाली, "मला माफ करा. माझ्या घरी माझी मुलगी वाट पाहते आहे. मी स्वत:च एवढी अशक्त आहे की, मला मदत करायची शक्तीच नाही. मी तुम्हाला उठायला मदत करताना स्वत:च पडू शकते... माफ करा." असं म्हणून तात्यानाची आई तिथून निघून गेली. घरी आल्यानंतर तिनं तात्यानाला हे सांगितलं आणि ओक्साबोक्शी रडू लागली, "मी पाप केलं... मी पाप केलं... पण मी काय करणार?... कदाचित मीच तिथं पडून गोठून गेले असते."

परंतु अशक्तपणा आणि उपासमार यामुळे अनेकजण निराळ्या प्रकारे वागू लागले असल्याचं दिसतं. इगोर चैकोनं त्याच्या डायरीत लिहिलंय –

> 'सगळं लेनिनग्राड उपाशी आहे. अनेकजण दुसऱ्यांना होणाऱ्या त्रासाबद्दल विचारच करेनासे झाले आहेत. काहीजण तर स्वत: शिकारीही झाले आहेत. लोक खाली पडलेले असताना ते जिवंत असले किंवा मदतीसाठी हाका मारत असले, तरी अनेकजण सरळ त्यांना तुडवून मागे वळून न पाहता निघून जातात. कितीतरीजण केवळ थकल्यानं खाली पडलेले असतात. लोकांना असं पडलेलं पाहून अनेकजण त्यांच्या अंगावरचे कपडे काढून घेतात आणि त्यांच्याजवळचं रेशनकार्ड पळवतात... काहीजण मात्र या कशाकडेच लक्ष न देता चालू लागतात.'

लेनिनग्राडमधलं तापमान आता शून्याखाली ३० अंश सेल्सियस गेलं होतं. शहरामधल्या लोकांच्या मनात संमिश्र भावना निर्माण होत होत्या. एका बाजूला मदत करणं आणि धैर्यानं तोंड देणं या उत्तम मानवी स्वभावाचं दर्शन होत असे, तर दुसऱ्या बाजूला कोरडेपणा, क्रौर्य आणि इतरांचं काय होतंय याची पर्वा न करता अस्तित्वासाठी झगडण्याची निर्दयी प्रवृत्ती हे होतं. त्या वेळी शहरातल्या नागरिकांचं कोणीच नेतृत्व करीत नसल्यानं लोक सैरभैर झाले होते. पण मग काहीजणांनी एकत्र यायला सुरुवात केली. त्याबद्दल अनातोली मोल्चानोवनी सांगितलं की, "आमच्या भोवतालची परिस्थिती भीषण होती. पण आम्ही जर एकत्र आलो, तर जगण्याची

संधी वाढेल असं आम्हाला वाटू लागलं. आम्हाला कोणीही एकत्र यायला सांगितलं नव्हतं. आमचे आम्हीच आपोआप एकत्र झालो. आम्ही आमच्या गटाला 'फ्रेंडली कलेक्टिव्ह' असं म्हणू लागलो.''

हे गट घरातल्या माणसांचे, नातेवाइकांचे, मित्रांचे किंवा शेजाऱ्यांचे होते. या प्रत्येक कलेक्टिव्हला एक नेता आपोआप मिळत असे. जो माणूस स्वत: मनानं कणखर आहे आणि त्याच्यात सगळ्यांना एकत्र ठेवायची क्षमता आहे, असा माणूस नेता बनत असे. या नेत्याचं काम फार महत्त्वाचं असे हे मोल्वानोवनी सांगितलं, "हे नेते लोकांचं मनोधैर्य टिकवून ठेवत असत, कारण आशा न सोडणं ही गोष्ट सर्वांत जास्त महत्त्वाची होती. नेता सर्वांवर लक्ष ठेवत असे. सगळा ब्रेड एकदम खाऊन टाकणं, वैयक्तिक स्वच्छता न करणं आणि काही न करता नुसतं पडून राहणं, या धोक्याच्या खुणांकडे त्यांचं बारकाईनं लक्ष असे. हे टाळण्यासाठी ते सर्वांना काही ना काही कामात गुंतवून ठेवत असत. पाणी संपलं की गोठलेल्या नदीवर जाऊन बर्फात भोक पाडणं, तिथून पाणी आणणं किंवा लाकडं संपत आली की लाकडांचा शोध घेणं ही कामं ते लोकांना देत असत.''

लोकांच्या मनात सहकार्याची भावना कशी जागृत झाली होती, याबद्दलच्या आठवणी अलेक्झांड्रा शुस्तोवानं सांगितल्या, "आमच्या अपार्टमेंटमध्ये आम्ही पंधराजण होतो. आम्ही आम्हाला जे काही मिळेल ते वाटून घेत असू. जर कोणाला सुतार वापरतात ती खळ कुठं मिळाली तर आम्ही त्याची जेली बनवायचो आणि सगळेजण खायचो. कधी कधी कोणाला शहराबाहेर भटकताना अन्नाचा तुकडा मिळाला, तर आम्ही तो गरम करून त्याचं सूप तयार करायचो आणि सर्व जण जे काही मिळेल ते प्यायचो. एकदा आम्हाला घोड्याच्या कातडीचा एक तुकडा मिळाला. आम्ही त्यावरचे केस जाळून काढून टाकले आणि मग त्याचं सूप बनवलं. ते फारच चविष्ट होतं... यात सगळ्यात महत्त्वाची गोष्ट अशी होती की आम्ही सगळेजण एकत्र होतो.''

अशा गटांमध्ये एकत्र येण्यानं लेनिनग्राडमधल्या नागरिकांच्या मनात एक नवीनच कल्पना उदयाला आली. ती म्हणजे निव्वळ जगण्यासाठी एकत्र येणं नव्हे, तर मानवता जिवंत ठेवण्यासाठी एकत्र येणं. मोल्चिनोव त्याबद्दल सांगताना म्हणाला, "आम्ही त्या वेळी अनेकजणांना बदमाषी करताना बघत होतो. इतरांना त्रास होत असला, तरी आपला फायदा कसा होईल हे काहीजण पाहत. पण जे लोक एकटे पडतात त्यांचं पतन होतं, असं आम्हाला वाटू लागलं त्या संकटाच्या वेळीही इतरांना मदत करण्याची भावना जागृत होऊ लागल्याचं मला दिसत होतं.''

नववर्ष जवळ येत असताना लेनिनग्राडमधली परिस्थिती जरा सुधारण्याची आशा निर्माण झाली होती. मॉस्कोवरचा जर्मन हल्ला थांबला होता. तिखविन पुन्हा

एकदा सोव्हिएत फौजांनी जिंकलं होतं. लाडोगा सरोवर गोठून जात असल्यानं त्यावरून वाहनं जाण्याची शक्यता दिसू लागली होती. काही प्रमाणात या मार्गानं रसद मिळू लागली आहे हे पाहून २५ डिसेंबरला शहर प्रशासनानं रेशनवर मिळणाऱ्या ब्रेडच्या प्रमाणात वाढ केली होती. हे प्रमाण आता दिवसाला २०० ग्रॅम झालं होतं. पण परिस्थिती खऱ्या अर्थानं सुधारत नव्हती, तर ती आणखीनच बिघडत चालली होती.

३१ डिसेंबरला परिस्थिती वाईट झाल्याचं निकोलाय गोर्शकोव यानं डायरीत नमूद केलं होतं. त्याच दिवशी तमारा ग्रेबनीकोवा आणि तिच्या कुटुंबाला एक जबरदस्त धक्का सहन करावा लागला होता. त्यांनी तमाराच्या आजीचं सोन्याचं एक ब्रेसलेट काळ्या बाजारात विकलं आणि थोडी वाईन विकत आणली होती. नववर्ष बघायला जगणार म्हणून तो आनंद तरी साजरा करावा अशी त्यांची इच्छा होती. वाईनची बाटली उत्तम प्रकारे पॅक केलेली होती खरी, पण ती बनावट असल्याचं उघड झालं होतं. आत फक्त गोड केलेलं पाणी भरलेलं होतं. तमारा त्याबद्दल सांगताना म्हणाली, "सर्वांत खचवणारी गोष्ट काय असेल, तर ती बाटली कारखान्यातच तयार झाली होती! याचा अर्थ शहरात बनावट उद्योगाचं एक मोठंच जाळं पसरलं होतं हा होता." हे खरंच दिसत होतं. कारण २५ डिसेंबरच्या एन.के.व्ही.डी.च्या एका अहवालात नमूद केलं आहे की, 'गेल्या अडीच महिन्यात १५४२ जणांना काळ्या बाजारासाठी अटक झाली आहे आणि १९२ टन बनावट अन्नपदार्थ जप्त करण्यात आले आहेत.'

असं असलं तरी लोक अजून चिवट आशा बाळगून जगत होते. एलेना मार्टिलाला त्यांनी नववर्ष कसं साजरं केलं ते आठवतं. तिच्या आईनं कुठूनतरी एक छोटा सुका मासा मिळवला होता. त्यात अगदी थोडे बार्लीचे दाणे घालून तिनं त्याचं सूप बनवलं. मार्टिलानं त्या दिवसाची नोंद अशी केली होती –

> 'केवढी मोठी मेजवानी होती ती! आमच्या घरी आलेल्या पाहुण्यांनी थोडीफार लाकडं, ब्रेडचे तुकडे, चॉकलेटचा एक छोटा तुकडा आणि ग्रामोफोन आणला होता. आम्ही टेबल तयार केलं आणि मग काही गाणी म्हटली. आम्ही तरुण पोरं सोफ्यावर ब्लँकेटं गुंडाळून एकत्र बसलो होतो.'

मार्टिलानं असं लिहिलं खरं, पण ती आता दिवसात अनेकदा बेशुद्ध पडत होती.

७ जानेवारीला व्हेरा इन्बर 'उपासमारीमुळे होणारे आजार' या विषयावरचं व्याख्यान ऐकायला गेली. व्याख्यान देणारे प्राध्यापक एकसुरी आवाजात सांगत होते

– “उपासमारीचं बाह्य लक्षण म्हणजे शरीराला येणारी सूज. त्वचा कोरडी पडते. घाम येत नसल्यानं आणि त्वचेवर पुरेसा तेलकटपणा नसल्यानं चेहेऱ्यावर अलिप्तपणाचा भाव दिसू लागतो.”

व्हेरा इन्बरनं तिचं लेखन-वाचन सुरू ठेवलं होतं. एकदा तिला एक वैज्ञानिक पुस्तक मिळालं होतं. वनस्पतींमधील हरितद्रव्य म्हणजे ज्यामुळे वनस्पती अन्न बनवतात त्याची माहिती त्यात होती. खरं तर व्हेराला हा विषय अजिबात कळणारा नव्हता, पण ती पानं उलटत राहिली आणि आश्चर्याची गोष्ट म्हणजे तिला बरं वाटू लागलं. पुस्तकामधली वाक्यं तिच्या मनात फेर धरू लागली, जणू तो एखादा मंत्र असावा अशी ती त्या वाक्यांमध्ये गुंगून गेली. “त्या शब्दांनी माझ्या डोळ्यांसमोर हिरव्या रंगाचा सागरच उभा राहिला आणि गोठलेल्या अंधारातून माझ्याकडे अनेक प्रकाशकण वेगानं येताना दिसले.”

व्हेरा इन्बरनं ज्या विलक्षण अनुभवांचं वर्णन केलं आहे असे अनेक अनुभव कितीतरी जणांना येत असत. आत्यंतिक उपासमारीचा तो परिणाम होता. इन्बरच्या मनाची अवस्था अशी झाली होती की, जणू दुसरं कोणीतरी अलिप्तपणानं जगाकडे पाहतंय असं तिला वाटू लागलं होतं. भुकेमुळे मृत्यू जवळ येऊ लागला की, लोक अलिप्तपणानं त्याला येऊ देत आणि मरून जात. परंतु जाणिवेची ही अतिशयोक्त अवस्था जगण्यासाठीच्या धडपडीला उपयुक्तही ठरत असे. ज्यांना आजूबाजूच्या सगळ्या गोष्टींचे संदर्भ जास्त संवेदनशीलमुळे जाणवत असत, ते लोक जास्त आशा बाळगू शकणारे असत. त्यांना याचा फायदा होत असे.

६ जानेवारीला स्तालिननं लेनिनग्राडभोवतीचा वेढा फोडायचा आणखी एक प्रयत्न करून पाहिला. पण जर्मन मोर्चे एवढे बळकट होते की, रेड आर्मीला काहीच करता आलं नाही. लेनिनग्राडभोवती संरक्षण करणारं सैन्य एवढं थकलेलं होतं की, त्यांची या कामात जराही मदत होऊ शकली नाही. सिमोन पुतियाकोव यानं डायरीत अशी नोंद केली होती –

‘माझे सगळे विचार भुकेबद्दलच आहेत. माझ्या मनात सतत खाणं याबद्दलचे विचार येतात... आम्ही हल्ला सुरू केला आहे यावर कोणाचाही विश्वास बसत नाही. आज पहारा करणारा एक सैनिक कोसळला. त्याला हॉस्पिटलकडे रवाना केलं तेव्हा त्याच्यात जेमतेम धुगधुगी होती... मला जागेवरून हलणं किंवा काही काम करणं मुश्कील झालं आहे... आमचे अधिकारी आता ब्रेड चोरू लागले आहेत. ते मानवी रूपात असणारे पशू आहेत! शिवाय अतिशय चैनीत जगणारे काहीजण (लेनिनग्राडमधले पुढारी) आहेतच. त्यांच्याकडे पाहून पोटात ढवळतं. जे लोक भुकेनं मरत आहेत

त्यांच्याबद्दल यांना जराही काही वाटत नाही.'

१२ जानेवारीला एन.के.व्ही.डी.च्या एका अहवालात अन्नटंचाईबद्दल कबुली देण्यात आली होती. मुळात ब्रेड रेशन कमी होतंच. पण शिवाय जे काही मिळणं अपेक्षित होतं, ते देखील लोकांपर्यंत २१ डिसेंबरपासून पोहोचत नव्हतं. जर रेशन लोकांपर्यंत पोहोचतच नसेल तर त्याच्या प्रमाणात वाढ करण्यात काहीही अर्थ नव्हता. शिवाय आता शहरात नरमांसभक्षण करण्याच्या घटना निश्चितपणे घडत असल्याचं नमूद केलं होतं. तोपर्यंत अशा ७७ घटनांची नोंद झाली होती. त्यामधला ४२ तर जानेवारीच्या पहिल्या दहा दिवसांमधल्या होत्या. या घटनांची माहिती लष्करी लवादाकडे पाठविल्यानंतर तोपर्यंत एकूण २२ जणांना गोळ्या घालण्यात आल्या होत्या. फ्रोलोवा नावाची एक प्रयोगशाळेत सहायक म्हणून काम करणारी बाई कोणालातरी सांगताना ते ऐकलं असल्याची नोंद होती – 'मितिनिनस्काया भागामधल्या एका बाईनं तिच्या मुलाच्या मृतदेहाचे तुकडे केले आणि त्याची कटलेट बनवली. सोव्हिएत सरकारनं आमच्यावर एकमेकांना खाण्याची वेळ आणली आहे.'

एन.के.व्ही.डी.च्या अहवालात लोकांच्या स्थितीचं नेमकं वर्णन पुढे केलेलं दिसतं –

> गेल्या तीन दिवसांमध्ये असं आढळलं आहे की रेशनसाठी रांगा लावलेले लोक आता पुढच्या अनेक दिवसांचा ब्रेड अगोदरच मिळावा म्हणून मागणी करतात. काही घटनांमध्ये याला नकार मिळाल्यानंतर लोक बळाचा वापर करून ब्रेड ताब्यात घेऊन तो आपापसात वाटून टाकतात. अन्नासाठी चोऱ्या, मारामाऱ्या आणि खून यांच्यात वाढ झाली आहे.'

याचा अर्थ लेनिनग्राडच्या प्रशासनाची शहरावरची पकड ढिली होऊ लागली आहे असा होता.

आता शहरात निदर्शनं करण्यासाठी आवाहन करणारी पत्रकं अशा प्रकारचं होतं –

> नागरिकांनो... आता लवकरच आपण वेढ्याच्या पोलादी पकडीत अडकल्याला पाच महिने पूर्ण होतील. वेढा फोडण्यासाठी लागणारं बळ आपल्या सैन्यात नाही... लेनिनग्राड हा मृत्यूचा सापळा झालेला आहे. आपल्या सरकारला लोकांची जराही कणव देत नाही. आपणच आपली सुटका करून घेतली नाही तर आपण उपाशी मरू.

२२ जानेवारीला सकाळी १० वाजता लोकांना उदित्स्की चौकात जमायचं आवाहन करण्यात आलं होतं. तिथून सगळेजण आघाडीकडे जाऊन सैनिकांना 'निरर्थक लढा थांबवा' असं आवाहन करणार होते.

एन.के.व्ही.डी.च्या अहवालावरून असं दिसतं की मृत्यूच्या प्रमाणात सतत वाढ होत होती. जानेवारीच्या पहिल्या दहा दिवसांमध्ये २८,०४३ जण मरण पावल्याची अधिकृत नोंद आहे. पण हा आकडा त्यापेक्षा कितीतरी जास्त असणार. मरणारे लोक एवढे होते, की त्यांची सगळ्यांची नोंदच होऊ शकत नव्हती. प्रशासकीय यंत्रणा पूर्णपणानं कोलमडलेली होती. खासगीत बोलताना जरी काळजी दाखवत असले तरी सार्वजनिकरित्या अजूनही लेनिनग्राडचं नेतृत्व करणारे परिस्थिती गंभीर असल्याचं साफ अमान्य करीत होते. १३ जानेवारीला लेनिनग्राडचा महापौर पीटर पोप्कोव यानं रेडिओवरून असंच एक भाषण ठोकलं होतं –

> "आता वाईट काळ मागे पडला आहे. लेनिनग्राड मुक्त होणार असून नागरिकांची भूक आणि मरण यांच्यातून सुटका होणार आहे... अन्नधान्य वितरण व्यवस्थेत अडथळे निर्माण करणाऱ्यांविरुद्ध योग्य त्या उपाययोजना करायला हव्यात. अन्नाची लूट करणाऱ्या आणि चोऱ्यामाऱ्या करणाऱ्या, तसेच लोकांच्या जखमांवर मीठ चोळणाऱ्या सर्वांशी आपण लढायला हवं. असं करणाऱ्या चोरांना आणि लुटारूंना निर्दयपणानं शिक्षा देण्यात येईल..."

महापौर पोप्कोवचा उद्देश, लेनिनग्राडचा पक्षनेता आंद्रेई झाडनोव याला सामान्य लोकांच्या हालअपेष्टांची फार काळजी आहे, अशा अर्थाची स्तुती करणं हा होता. तो भाषणात पुढे म्हणाला –

> "लेनिनग्राडभोवतीचा वेढा जवळजवळ पक्का झालेला असूनही शहरात होणारा अन्नपुरवठा सुरळीत व्हावा म्हणून शहरातील पक्षानं आणि अनेक सोव्हिएतनी यशस्वी प्रयत्न केले होते. हे काम कॉम्रेड झाडनोव यांच्या नेतृत्वाखाली यशस्वी झालं होतं. कॉम्रेडनी दिवसरात्र एक करून, अथक परिश्रमांनी शहरात अन्नपुरवठा सुरळीत केला म्हणूनच हे महान काम होऊ शकलं... सरकारला लेनिनग्राडबद्दल काळजी वाटते आणि शहरातला अन्नधान्याचा साठा पुरेसा असावा म्हणून सर्व पावलं उचलण्यात आली आहेत."

पोप्कोवचं सगळं भाषण पोकळ होतं यात काही शंका नाही. कारण त्यानं १२ जानेवारीला एन.के.व्ही.डी.नं दिलेला एक गुप्त अहवाल वाचला होता. एन.के.व्ही.डी.च्या खबऱ्यांनी अनेक ठिकाणांहून माहिती जमा करून माहितीचा खातरजमा करून घेतली होती.

‘लेनिनग्राडमधली परिस्थिती भयानक आहे. दिवसाला २०० ग्रॅम ब्रेडवर जगणं अशक्य आहे... भुकेमुळे होणाऱ्या मृत्यूंचं प्रमाण वाढत चाललं आहे. शहरातली सगळी कुत्री-मांजरं खाऊन संपली आहेत. आता लोक एकमेकांकडे वळले आहेत. नरमांस बाजारात उघडपणे विकलं जात आहे.’

पत्रकांमध्ये ज्या निदर्शनांसाठी आवाहन करण्यात आलं होतं त्याला घाबरून त्याची धास्ती वाटूनच पोप्कोवनं रेडिओवर भाषण केलं हे उघड दिसत होतं. कारण पत्रकातली भाषा ही अशी होती –

‘...घाबरू नका. आपले सैनिक म्हणजे आपलेच भाऊ, वडील आणि मुलं आहेत. ते आपल्यावर बंदुका चालवणार नाहीत. एन.के.व्ही.डी.च्या माणसांनाही घाबरू नका. भुकेलेल्यांच्या मोठ्या जमावाला थांबविण्याची ताकद त्यांच्यात नाही... जो कोणी हे पत्रक वाचेल त्यानं त्याच्या दहा प्रती करून त्या आजूबाजूच्या इमारतींमध्ये वाटाव्यात. हे काम वेगानं व्हायला हवं.’

परिस्थिती आता एवढी बिघडली की शहरात काहीही घडू लागलं होतं. निकोलाय गोर्शकोव्हनं अशाच एका प्रसंगाचं वर्णन केलं आहे. “एका रस्त्याच्या कोपऱ्यावर काहीजण जमले होते. त्यामधले बरेचसे तरुण होते. त्यांनी अंधार पडायची वाट पाहिली आणि मग ब्रेड घेऊन येणारी गाडी जवळ येताच तिच्यावर हल्ला करून ब्रेडची खोकी पळवून नेली.”

१५ जानेवारीला घडलेल्या या लुटीच्या प्रसंगाची नोंद गोर्शकोव्हनं केली असली तरी लेनिनग्राडमधले पुढारी स्वत:च्या अन्नधान्य पुरवठ्याची चोख व्यवस्था करीतच होते. लेफ्टनंट-कर्नल वासिली येर्शोव हा लेनिनग्राडमधल्या अन्नधान्य पुरवठा यंत्रणेचा प्रमुख होता. हजारोजण उपाशी मरत असताना एक दिवस त्याला विमानतळाकडे जाण्याचा हुकूम मिळाला. त्याला पक्षाच्या लोकांसाठी खास मागवलेला अन्नधान्याचा साठा उतरवून घेऊन शहरात आणायचा होता. त्या दिवशी डझनावारी

ट्रक भरून हा सगळा उतरवून घेण्यात आला. त्यात १० टन तांदूळ, १५ टन गव्हाचं पीठ, ५ टन लोणी, धूर दिलेली २०० पेक्षा जास्त डुकरं, हजारो सिगारेटची पाकिटं आणि अत्यंत महागड्या वाईनच्या १५० बाटल्या होत्या. याखेरीज चैनीच्या इतरही बऱ्याच वस्तू होत्या. यामधला बराच मोठा भाग झाडनोव राहत असलेल्या पक्षाच्या स्मोल्नी इथल्या मुख्यालयात पाठविला असल्याचं येर्शोवला स्पष्ट आठवतं होतं.

स्मोल्नी इन्स्टिट्यूटमध्ये पक्षाच्या वरिष्ठ नेत्यांसाठी खाण्यापिण्याचा एक खास भाग होता. त्याला कँटीन क्रमांक १२ असं म्हटलं जाई. तिथं संपूर्ण हिवाळाभर ब्रेड, साखर, लोणी वगैरे खाद्यपदार्थांची रेलचेल होती आणि तऱ्हेतऱ्हेचे पदार्थ बनविले जात असत. इथून काहीही बाहेर न्यायला सक्त मनाई होती. शहरातल्या लोकांना या साठ्याची माहिती होऊ नये म्हणून कमालीची दक्षता बाळगण्यात येत असे. पण तरीही कधी ना कधी हे समजत असे.

एकदा जानेवारी महिन्यात इगोर चैकोला काहीतरी कामासाठी स्मोल्नी इन्स्टिट्यूटमध्ये जावं लागलं. तो वेटिंग रूममध्ये वाट पाहत बसलेला असताना त्याला गरमागरम अन्न वाढलं जात आहे, हे वासावरून जाणवलं. थोड्या वेळानं उष्ट्या डिश बाहेर आणल्या गेल्या आणि इगोर बसला होता त्या खोलीत एका टेबलावर रचून ठेवण्यात आल्या. त्यानं जे काही पाहिलं ते विलक्षण होतं.

> 'एका प्लेटमध्ये भरपूर पास्ता आणि मांस होतं. त्याला हात लावलेला नाही हे दिसत होतं. कोणी हे असं अन्न टाकून देण्याइतकं खात असेल याची मी कल्पनाही करू शकत नव्हतो. त्या ठिकाणी कोणीच नाही असं पाहून मी तिथं गेलो आणि घाईघाईनं ते विलक्षण अन्न तोंडात कोंबलं. मी फक्त अशा अन्नाची स्वप्नातच कल्पना करू शकत होतो... पण जरा वेळ खाल्ल्यानंतर मला माझीच लाज वाटली. पहिल्यापासूनच कमालीचे अप्रामाणिक असणाऱ्या आणि ज्यांच्याबद्दल मला जराही आदर वाटत नाही, अशा बदमाशांनी उष्टावलेल्या प्लेटमधलं अन्न मी खाल्लं म्हणून मी शरमिंदा झालो होतो. मी प्लेट बाजूला सारली. पण मी इतका भुकेला होतो की पुन्हा प्लेट जवळ ओढून खायला सुरुवात केली... अखेर माझ्या मनातल्या स्वाभिमानाचा विजय झाला आणि मी उरलेलं अन्न तसंच टाकून निघून गेलो.'

सत्तावीस वर्षं वयाची नादिया मिनिना संरक्षण खात्यात काम करीत होती. तिनं पक्षनेते काय करतात ते एकदा प्रत्यक्ष पाहिलं होतं. त्याबद्दल तिनं सांगितलं –

'सादोवाया स्ट्रीटवर एक छोटं चित्रपटगृह होतं. आश्चर्याची गोष्ट म्हणजे संपूर्ण हिवाळाभर ते चालू होतं. ते पक्षनेत्यांनी ताब्यात घेतलं होतं आणि त्यावर सतत कडक पहारा ठेवला जाई. सगळं शहर गारठून जात असताना या चित्रपटगृहात मात्र हवा उबदार ठेवणारी स्वतंत्र यंत्रणा होती. पक्षाचे नेते तिथं खाण्यापिण्याचं सामान आणि वाईनच्या बाटल्या घेऊन येत असत. ते तिथं त्यांच्या 'मैत्रिणींबरोबर' चित्रपट पाहत असत. त्या ठिकाणी काम करणारी रिसेप्शनिस्ट माझ्या ओळखीची होती. ते सगळेजण निघून गेल्यानंतर मी तिथं जायचे आणि जे काही उरलंसुरलं किंवा खुर्च्यांच्या खाली जे काही अन्नाचे तुकडे पडले असतील ते गोळा करून आणायचे.'

१८ जानेवारीला लेनिनग्राडचा मुख्य वास्तुरचनातज्ज्ञ निकोलाय बारानोव हा एका वेगळ्या प्रकारच्या बैठकीला हजर होता. ही बैठक अस्टोरिया हॉटेलात भरली होती आणि तिचा विषय 'नवीन लेनिनग्राड' असा होता. बारानोव आणि त्याच्या सहकाऱ्यांनी ही बैठक प्रतिकारात्मक प्रतिकार करण्यासाठी बोलावली होती. ती छोटी असली तरी शहरावर सतत होणाऱ्या तोफगोळ्यांच्या निर्दयी माऱ्याच्या पार्श्वभूमीवर बारानोवला तिचं महत्त्व वाटत होतं. काहीजणांना तर आपण अस्टोरिया हॉटेलात जातोय हेच फार महत्त्वाचं वाटत होतं. बारानोवच्या एका सहकाऱ्याला एवढा अशक्तपणा जाणवत होता की, तो बैठक चालू असताना जमिनीवर पडून राहिला. त्याला डोकं वर उचलताही येत नव्हतं. दुसऱ्या एकाला तर त्याच्या वाढलेल्या दाढीचे केस उलटे फिरून त्याच्या डोळ्यांवर येत आहेत याचंही भान नव्हतं. पण भविष्यकाळात आपण लेनिनग्राडची पुन्हा एकदा बांधणी कशी करायची याबद्दल चर्चा सुरू होताच तिथलं वातावरण एकदम बदललं होतं.

बारानोव आणि त्याचे सहकारी अशी चर्चा करीत असले, तरी शहरासमोर एक नवीनच संकट उभं ठाकणार होतं. वेरमाख्तनं लेनिनग्राडवर विषारी वायूचा प्रयोग करायचा विचार केला होता. विषारी वायूमुळे फक्त सोव्हिएत सैनिकच नाही, तर हजारो नागरिक मृत्युमुखी पडतील अशी त्यांची अपेक्षा होती. जर्मन सैन्यातला क्वार्टरमास्टर एदुआर्द वॅग्नर यानं त्यासाठी आवश्यक ती सगळी आकडेमोड १९४१ च्या डिसेंबरअखेर पूर्ण करूनही ठेवली होती. नेमका किती वायू लागेल याचं गणित त्यानं पुरं करून दिलं होतं. पण त्याचा बेत पार पाडायला पुरेसा दारूगोळा आणि तोफखाना आपल्याजवळ आहे की नाही, याबद्दल आर्मी ग्रुप नॉर्थच्या सेनापतींच्या मनात शंका होती. त्यांनी उपासमार करून लोकांना ठार करायलाच प्राधान्य दिलं होतं. जानेवारी १९४२ च्या अखेरीस लेनिनग्राडमधल्या

स्थितीबद्दलचा एक नवीन अहवाल वेढा घालून बसलेल्या सैन्याच्या अधिकाऱ्यांकडे पाठविण्यात आला –

'उपाशी राहिल्यानं अंगावर येणारी सूज डिसेंबर महिन्यात लेनिनग्राडमधल्या बहुतेकांच्या अंगावर दिसून येत होती. लोक मोठ्या प्रमाणात रस्त्यात कोसळत आणि तिथंच मरून जात. पण जानेवारी महिन्यात उपासमारीमुळे मरणाऱ्यांच्या संख्येत वेगानं वाढ होऊ लागली होती. स्लेजवर टाकून प्रेतं रोज संध्याकाळी दफनभूमीकडे नेली जात. पण गोठून गेलेली जमीन उकरणं जवळपास अशक्य असल्यानं प्रेतं तिथं तशीच बर्फात टाकून दिली जात होती. अलीकडे तर मृताचे नातेवाईक त्यांची प्रेतं दफनभूमीपर्यंत नेण्याची तसदी न घेता रस्त्यातच बाजूला ती टाकताना दिसत होते.'

उपासमारीचा युद्धातलं एक शस्त्र म्हणून उपयोग करण्यामागची निर्दयी आकडेमोड थंडपणानं केली जात होती.

'एका खबऱ्यानं आपल्यासाठी मोजदाद केली. लेनिनग्राडच्या एका मुख्य रस्त्यावरून जाणाऱ्या स्लेजगाड्या त्यानं एका दुपारी मोजल्या. एका तासात शंभरापेक्षा जास्त गाड्या गेल्या होत्या. काही ठिकाणी इमारतींच्या मोकळ्या जागेत प्रेतं रचून ठेवली जात आहेत. एका उद्‌ध्वस्त इमारतीच्या आवारात असणाऱ्या अशा एका ढिगाऱ्याचं मोजमाप घेण्यात आलं होतं. हा ढिगारा वीस मीटर लांब आणि दोन मीटर उंच होता. आता तर प्रेतं अशी घराबाहेरची काढली जाणं थांबलं आहे. ती घरात तशीच पडून ठेवली जातात. बॉम्बवर्षावापासून बचाव करण्यासाठी बनविलेल्या तळघरांमध्येही कितीतरी प्रेतांचा खच पडलेला दिसतो. एकट्या अलेक्झांड्रोवस्काया हॉस्पिटलमध्ये कॉरिडॉर आणि आवारात १२०० पेक्षा जास्त मृतदेह पडलेले आढळले.

जानेवारी महिन्याच्या सुरुवातीला दररोज दोन-तीन हजारजण मरण पावतात असा अंदाज होता. पण आता महिन्याच्या अखेरीस दररोज १५,००० जण मरतात असं बोललं जातंय. गेल्या तीन महिन्यात २,००,००० किंवा त्यापेक्षा जास्तजण मेले असावेत.

परंतु एकूण लोकसंख्येचा विचार करता हा आकडा म्हणावा इतका मोठा नाही. तरीदेखील भूक आणि थंडी यामुळे मरणाऱ्यांच्या प्रमाणात पुढील काही आठवड्यात वेगानं वाढ होईल ही गोष्ट लक्षात घ्यायला हवी.

या परिस्थितीवर अन्नपुरवठ्यामुळे काहीही परिणाम होणार नाही. लहान मुलं उपासमारीला चटकन बळी पडतात. लहान मुलं अन्नाच्या अभावी लवकर मरतील अशी अपेक्षा आहे. अलीकडेच काही भागात देवीची साथ आल्याचं बोललं जातंय. त्यामुळेही मरणाऱ्या मुलांच्या संख्येत वाढ होण्याची शक्यता आहे.'

क्रूर जर्मन आणि निष्ठुर स्वार्थी शहर प्रशासन यांच्या तावडीत लेनिनग्राड सापडलं होतं. तरीही शहरात अजून माणुसकी जिवंत होती. आंद्रेई क्रुकोव त्या वेळच्या आठवणी सांगताना म्हणाला, "आम्ही राहत होतो, त्या फ्लॅटमधले सगळे पुरुष मरण पावले होते. पण बायकांनी मात्र त्यांचं काम चालू ठेवलं होतं. मुलांसाठी जेवढं म्हणून राखून ठेवता येईल तेवढं त्या सगळ्या करीत होत्या. आम्ही इतक्या भीषण परिस्थितीत सापडलो होतो की, शहरात अनेकांना आपण मेलेलोच आहोत असं वाटायचं. पण आम्ही जगण्याचा आटोकाट प्रयत्न करीत होतो. आम्ही तसं ठरवलंच होतं. आम्ही सर्व जण जबाबदाऱ्या वाटून घेऊन जगत होतो. तेव्हा मी बारा वर्षांचा होतो. ब्रेड मिळवण्याची जबाबदारी माझ्यावर होती, तर इंधन जमा करण्याचं काम माझी आन्ट करीत असे. आम्ही सगळेजण एकाच खोलीत एकच कुटुंब असल्याप्रमाणे राहू लागलो. आम्ही बुद्धिबळ खेळायचो आणि संध्याकाळी पुश्कीनच्या कवितांचं मोठ्यानं वाचन करायचो. एकदा आमचा स्टोव्ह तपासण्यासाठी एक जण आला. पण तो एवढा अशक्त होता की, तो घरात कोसळून पडला. तो मेलाच असता, पण आम्ही आमच्याजवळ जे काही अन्न होतं त्यातलं थोडं त्याला दिलं. तो वाचला. इतरांना मदत करीत राहणं हे फार महत्त्वाचं होतं."

लेनिनग्राडच्या वेढ्याच्या काळात लोकांचा माणूस म्हणून जगण्यासाठी झगडा चालू होता. पण हे सहज शक्य होत नव्हतं. जिथं मृतदेह रचून ठेवले आहेत त्या ठिकाणी लोक जाऊन त्यांच्या शरीराचे तुकडे करून आणत होते. शेजारच्या एका घरातले लोक असेच नरमांसभक्षक झाले असल्यानं सावधगिरी बाळगण्याचा इशारा क्रुकोवला त्याच्या घरामधून मिळाला होता. क्रुकोव त्या कुटुंबाला ओळखत होता आणि पूर्वी तो त्या कुटुंबातल्या मुलांबरोबर खेळलाही होता. पण युद्धानं सगळं कल्पनाही करता येणार नाही, इतकं भीषण करून ठेवलं होतं.

निकोलाय बारानोवलाही त्याच्या एका सहकाऱ्याचं काय झालं ते चांगलं आठवतंय. त्याच्या या सहकारी वास्तुरचनातज्ज्ञाचं नाव सर्जी असं होतं. "तो अतिशय उद्धट स्वभावाचा आणि आपण इतरांपेक्षा जास्त शहाणे आहोत असं मानणारा होता. त्या संकटाच्या परिस्थितीत तो एकप्रकारे वेडाच झाला होता. कदाचित वास्तवापासून त्याचा बचाव होत असल्यानं ते त्याच्यासाठी चांगलंच ठरत

असावं. पण त्यानं स्वत:चा जीव वाचविण्यासाठी त्याच्या बायकोचं रेशनकार्ड चोरलं. मग त्यानं तिला आणि आपल्या मुलीला खिडकीतून फेकून दिलं. त्याची मुलगी मेली होती. सर्जी आता शिकारी झाला होता. त्यानं त्याच्या एका कोल्या नावाच्या मित्राला घरी राहायला बोलावलं होतं. त्याचा हेतू अर्थातच त्याच्याजवळचं अन्न लुबाडणं हा होता. तो साध्य होताच कोल्यालाही घराबाहेर काढलं आणि मरायला सोडून दिलं.

वेढा सुरू होण्याआधी फैना व्हिक्तोरोव्नाला तिचं सुईणीचं काम करताना आनंद व्हायचा. पण परिस्थिती बिघडू लागल्यानंतर बायका आता बाळंतपणासाठी तिची मदत घेत नाहीत, हे तिच्या लक्षात आलं. गरोदर राहिल्यानंतर त्यांना गर्भ वाढवणं अशक्य वाटू लागायचं. अतिशय नाडलेल्या या बायका तिला त्यांच्याजवळच्या बहुमोल अन्नामधला काही भाग देऊ करायच्या आणि तिला गर्भपात करण्यासाठी मदतीची गळ घालायच्या. व्हिक्तोरोव्नाच्या घरी जरूरीपेक्षा जास्त अंडी, मिठाई, साखर आणि एकदा तर पोर्क असणारं वाटाण्याच्या सूपनं भरलेलं एक पातेलं हे सगळं जमा होत होतं.

युद्ध सुरू होण्यापूर्वी व्हिक्तोरोव्ना खरं तर प्रेमळ स्वभावाची आणि उदार मनाची स्त्री होती. पण आता तिच्याकडे जमा होणारं हे एवढं अन्न पाहून तिला ते इतरांना द्यावंसं वाटेना. ती ते लपवून ठेवू लागली होती. त्यासाठी तिनं नव्यानव्या जागा शोधल्या. तिनं तिचं टेबल सुटं केलं आणि पायात अन्नाचे कॅन भरून ठेवले. तिच्या समोरच्या घरात राहणाऱ्या कुटुंबात सहाजण होते. ते उपाशी राहिल्यानं मरणपंथाला लागले होते. पण तिनं त्यांना अन्नाचा एक कणही दिला नाही. एक एक करून मुलं मरून गेली. पंधरा वर्षं वयाच्या मुलीचं प्रेत दरवाज्यापाशीच पडलं होतं. तर सर्वांत लहान मुलाचा मृतदेह कुजू नये म्हणून खिडकीच्या कठड्यावर ठेवलेला होता. 'माझ्याजवळ काहीही नाही... काहीही नाही' असा तिचा सतत धोशा चालायचा. व्हिक्तोरोव्नला तिच्या घरात झोपायची भीती वाटू लागल्यानं ती खालच्या मजल्यावरच्या एका शेजारच्या घरात झोपायची. स्वत:ला उपासमारीपासून वाचविण्यासाठी व्हिक्तोरोव्नानं एवढी पराकाष्ठा केली. पण दैवदुर्विलास असा की अर्धवट विझलेल्या स्टोव्हमधल्या धुरामुळे गुदमरून ती मेली. ती मेल्यानंतर तिच्या घरात इतरांनी पाहिलं तर एखादं दुकान भरेल एवढ्या वस्तू सापडल्या. इमारतीतल्या सगळ्यांनी त्या वाटून घेतल्या. त्यानंतर इमारतीतल्या लोकांना एक भीषण शाप दूर झाल्यासारखं वाटलं.

२३ जानेवारीला लेनिनग्राडमधला पाणीपुरवठा करणारा शेवटचा पंप बंद पडला होता. लोक पाणी आणण्यासाठी गोठलेल्या नेवा नदीवर जात असल्याचं निकोलाय बारानोवला चांगलं आठवतं होतं. पाणी मिळावं म्हणून लोक बर्फात भोकं

पाडायला जात असत. काठावर घसरून पडू नये म्हणून राख पसरलेली होती. पण अनेकजणांमध्ये काठावरचा चढ चढून जाण्याएवढीही ताकद शिल्लक नव्हती. म्हणून मग अनेकजण घसरून पडू नये म्हणून पाय रोवून उभे राहत आणि पाण्याच्या बादल्या एकमेकांना देत. एकमेकांना न ओळखणारे लोक या कामात मदत करायचे. बहुमोल पाणी घरी नेता यावं, यासाठीच प्रत्येकजण धडपड करायचा.

२४ जानेवारीला शहर प्रशासनानं ब्रेडच्या रेशनात वाढ केली. आता कारखान्यात काम करणाऱ्यांना दररोज ४०० ग्रॅम, तर इतरांना ३०० ग्रॅम आणि अवलंबून असणाऱ्यांना २५० ग्रॅम ब्रेड मिळणार अशी घोषणा झाली. लोकांनी निदर्शनं करू नयेत म्हणून त्याचं लक्ष दुसरीकडे वळविण्याचा हा प्रयत्न आहे, असं अनेकांना वाटलं. 'सकाळपासूनच रेशनसाठी दुकानांजवळ गर्दी जमू लागली आहे,' असं अलेक्झांडर बोल्दिरेवनं डायरीत नमूद केलं.

ती घोषणा म्हणजे खरोखरच लोकांचं लक्ष वळवण्याचा प्रयत्न होता. अन्नवितरणाची समस्या आता आणखीनच उग्र झाली होती. घोषणा केली त्याच वेळी पुढाऱ्यांना हे पक्कं माहीत होतं की, अवघ्या काही दिवसांत ब्रेडचा एकही तुकडा दुकानांपर्यंत जाणारच नव्हता. यानंतर लोकांना खायला काहीही म्हणजे काहीही मिळणार नव्हतं.

वेढ्याचा सर्वांत भीषण कालखंड अजून सुरू व्हायचा होता.

टीप :

१. बिस्मार्क (Bismarck) : ओटो फॉन बिस्मार्क (१८१५-१८९८) ऊर्फ प्रिन्स बिस्मार्क हा आधुनिक जर्मन राष्ट्राचा निर्माता मानला जातो. आपल्या मुत्सद्देगिरीच्या आणि युद्धकौशल्याच्या जोरावर या राजकीय नेत्याने प्रशियाचा चॅन्सलर असताना १८६२ ते १८७१ या दरम्यान जर्मनीचे एकीकरण घडवून आणलं होतं.

७
काळी बॅरेट टोपी

२८ जानेवारी १९४२ रोजी आजूबाजूला जर्मन तोफांचा गडगडाट होत असताना निकोलाय गोर्शकोव्हनं वेढ्यात अडकलेल्या लेनिनग्राड शहरात काय भीषण परिस्थिती आहे याचं वर्णन केलं. तापमान आता शून्याखाली २७ अंश सेल्सियस झालं होतं. त्यातच ईशान्येकडून सतत थंड वारे वाहत होते. तोफगोळ्यांच्या माऱ्यामुळे शहरात अनेक ठिकाणी आगी लागल्या होत्या. त्यातच घरात बसविलेल्या स्वस्तातल्या स्टोव्हमुळे होणाऱ्या अपघाती आगींची भर पडली होती. अनेक उंच इमारती ज्वाळांमध्ये लपेटून गेलेल्या दिसल्या. अग्निशमन दलाकडे या आगी विझविण्याची ताकदच नव्हती, कारण त्यासाठी लागणारं पाणी पुरेसं नव्हतं.

चौदा वर्षं वयाचा व्लादिमिर झान्ट हा वेढ्यात अडकलेल्या शहरातल्या दृश्यांची चित्रं काढत होता. त्यानं काढलेल्या चित्रांमध्ये तोफेच्या गोळ्यानं उद्ध्वस्त झालेलं घर आणि नेवा नदीमधून पाणी काढणारे नागरिक असे विषय आहेत. 'लोक त्यांची सगळी शक्ती पणाला लावून पाणी काढताना' असं शीर्षक त्यानं या चित्राला दिलं आहे. त्याचं सर्वांत लक्षणीय चित्र हे लिगोवस्की प्रॉस्पेक्टवरच्या ज्वाळांनी वेढलेल्या इमारतीचं आहे. त्याखाली त्यानं 'ही विझवायला कोणीच नाही' असं वाक्य लिहिलं आहे.

त्या जानेवारी महिन्यातल्या आठवणी सांगताना दिमित्री लिखाचेवनी प्रत्ययकारी वर्णन केलं, "इमारती कितीतरी दिवस जळत राहायच्या. अशक्त झालेल्या लोकांना आगी विझवणं शक्यच होत नव्हतं. त्यांना त्यांच्या कायमचलाऊ स्टोव्हची काळजीही घेता येत नव्हती. त्यामुळे अपघात नेहमीच व्हायचे. जर आग लागली तर काहीही करता येत नसे, कारण प्रत्येक घरातच जागचं हलू न शकणारे लोक भरलेले असत." लिखाचेवनी अशाच एका प्रसंगाची आठवण सांगितली. सुवोरोवस्की प्रॉस्पेक्टवरच्या एका नव्या घरात एक आगलाव्या बॉम्ब पडला. तो वरच्या सर्व मजल्यांवरून छत फोडत खाली आला. त्यात जिना उद्ध्वस्त झाला. या बॉम्बमुळे

खालच्या मजल्यावर आग उफाळली. लोकांना घरातून बाहेर पडणं अशक्य झालं. भेदरलेले लोक वरच्या मजल्यावरच्या खिडक्यांपाशी जमा झाले. पण त्यांना काहीच करता आलं नाही. "आगीत होरपळून मरण्यापेक्षा बॉम्बनं तुकडे होणं कदाचित जास्त चांगलं ठरलं असतं," लिखाचेवनी दुःखी स्वरात सांगितलं.

रेशनवरच्या ब्रेडच्या प्रमाणात वाढ करण्याची घोषणा हा मोठाच क्रूर विनोद होता. २४ जानेवारीला ज्या दिवशी हे प्रमाण वाढण्याची अपेक्षा होती. त्याच दिवशी पाणी नसल्यानं बेकऱ्या बंद पडल्या. पण या संकटामुळे लोक डगमगले नाहीत. त्यांच्यात नवीन शक्तीचा संचार झाला. त्याबद्दल एलेना कोचिनानं लिहिलंय –

> 'जे लोक उठून बाहेर पडण्याच्या स्थितीत होते, असे हजारो नागरिक त्यांच्या बिळांमधून बाहेर आले. त्यांनी नेवा नदीपासून बेकरीपर्यंत एक लांबलचक मानवी साखळी तयार केली. थंडीमुळे हात बधिर झालेले असूनही त्यांनी बादल्यांनी बेकरीत पाणी पोहोचवलं.'

त्या दिवशी बेकरीत थोडाफार ब्रेड तयार झाला खरा, पण शहरातल्या जीवनाचा ऱ्हास व्हायला झपाट्याने सुरुवात झाली होती. २६ जानेवारीला एकाही बेकरीत ब्रेड तयार होऊ शकला नाही. एलेना स्क्रआबिनानं ही बातमी खरी असल्याची नोंद त्या दिवशी संध्याकाळी केली होती. आता लेनिनग्राडचे रहिवासी विनाशाच्या दारात उभे राहिले होते. २७ जानेवारीला अलेक्झांडर बोल्दिरेवनी लिहिलं होतं –

> 'आता मला जगण्यासाठी लढायलाच हवं. दुकानांमध्ये काहीही शिल्लक नाही... मला पाणी मिळवायलाच हवं. पण कुठून? फोन्तान्का नदी तर प्रदूषित झालेली आहे... बहुधा आता आमचे अखेरचे दिवस सुरू झाले आहेत... माझ्याजवळच्या सिगारेटीही संपल्या आहेत.'

त्या भयंकर संकटाच्यावेळी लोकांमधलं सर्वोत्तम आणि सर्वांत वाईट असं सगळंच बाहेर पडत होतं. जानेवारी महिन्याच्या सुरुवातीला लिडीया ओखापृकिना तिच्या मुलांना घेऊन जवळच एक ठिकाणी राहायला गेली होती. हे अपार्टमेंट तिच्या एका नव्यानं परिचित झालेल्या बाईचं होतं. तिची आणि लिडीयाची ब्रेडच्या रांगेत उभी असताना ओळख झाली आणि मग त्यांची मैत्री जुळली. त्या दोघींनी एकत्र राहणं हे केव्हाही फायदेशीर ठरत होतं. लिडीया तिला मिळणारा ब्रेड तीन भागांत विभागून तो सकाळी, दुपारी आणि संध्याकाळी असा तीन वेळा खायची. पण

तिची मैत्रीण मात्र सगळा ब्रेड एकदमच फस्त करायची. त्या दोघींनी रेशनसाठी जाताना एकदा ही तर पुढच्यावेळी ती, अशी कामाची वाटणी करून घेतली होती. पण ब्रेडचा पुरवठा अनियमित व्हायला लागल्यानंतर निराळंच काहीतरी घडू लागलं होतं. एकदा दिवसभर रांगेत उभी राहून परतल्यानंतर लिडीयाला दिसलं की, ती तिच्या मुलांसह झोपायच्या जागी वर ब्रेडचा जो साठा टांगून ठेवत असे, तो गायब झाला होता. तिनं आपल्या मैत्रिणीला त्याबद्दल छेडलं, पण मैत्रिणीनं कानावर हात ठेवले.

२७ जानेवारीला आता लिडीयाच्या मैत्रिणीची रांगेत उभं राहण्याची पाळी होती. त्या दिवशीही ब्रेड मिळाला नाही. लिडीयाची मैत्रीण घरी परत आली. लिडीयाची रेशनकार्डं हरवली असल्याचं तिनं सांगितलं. लिडीया हे ऐकून सुन्न झाली. ''आता काय करणार? आपण ब्रेड वाटून कसा घेणार?'' लिडीयानं मैत्रिणीला विचारलं. त्यावर मैत्रीण निष्ठुरपणानं म्हणाली, ''नाहीच घ्यायचा. मला तुझ्यामुळे मरायची इच्छा नाही.''

हा एवढा जबरदस्त धक्का बसलेली आणि रागावलेली लिडीया तिच्या मुलांना घेऊन पुन्हा तिच्या जुन्या फ्लॅटवर आली होती. पण आता आपल्या मुलांना खायला काय घालणार हा प्रश्न तिच्यापुढे होता. ''मी माझं सामान आणि मुलांना घेऊन घरी परतले, पण थंडी गोठवणारी होती. खोली म्हणजे एक गोठलेली शवपेटीच झाली होती. थंडी सहन होत नव्हती. भिंतीवरही बर्फ साचलं होतं. जवळ अन्नाचा कणही नसताना आम्ही आता कसं जगणार, हा विचार माझ्या मनात आला.''

त्या संध्याकाळी ओखापृकिना कामाला लागली होती. तिनं वापरात नसलेल्या एका खोलीत शोधाशोध केली. तिला तिथं काही खुर्च्या सापडल्या. तिनं त्या मोडून सरपण बनवलं. तळघरामध्ये तिला कोळशाचे काही तुकडे सापडले. त्या रात्री ऊब मिळाली खरी, पण ओखापृकिनाला रात्रभर झोप आली नाही. अन्नाशिवाय जगणं शक्यच नव्हतं. आपल्या मुलांचं आता काय होणार या विचारांनी तिला वेड लागायची वेळ आली होती. काय करावं हे तिला कळेना. पण अचानक ती उठली आणि गुडघ्यावर बसली. ''मी देव मानणारी नव्हते. मला प्रार्थना कशी करतात हे देखील माहीत नव्हतं. माझ्या मुलांवर कोणतेही धार्मिक संस्कार झाले नव्हते. पण त्या वेळी मला देवाची प्रार्थना करायची तीव्र इच्छा झाली.''

ओखापृकिनाच्या तोंडून शब्द आपोआप बाहेर येऊ लागले, ''देवा, मी आणि माझी मुलं उपाशी आहोत हे तू पाहतो आहेस. मला आता आणखी सहन करवत नाही. जर आम्ही मरणारच असलो, तर निदान एकत्र तरी मरू दे... देवा, माझ्या लहानग्या मुलांवर दया कर....''

पहाटे केव्हातरी तिला झोप लागली. सकाळी दरवाज्यावर कोणीतरी जोरजोरानं ठोकतंय या आवाजानं तिला जाग आली. लिडीया ओखापृकिना इथंच राहते का असं

बाहेरचा माणूस विचारत होता. तो रेड आर्मीमधला एक सैनिक होता. त्याच्या हातात तिच्या नवऱ्यानं पाठविलेलं खोकं होतं. ओखापूकिनाचा नवरा शेकडो किलोमीटर अंतरावरील आघाडीवर लढत होता. गेल्या कित्येक महिन्यांत ओखापूकिनाला नवऱ्याची काही खबर मिळाली नव्हती. पण आता त्यानं त्याच्या कुटुंबासाठी पाठविलेल्या खोक्यात एक किलो तांदूळ, एक किलो *सेमोलिना*[१] आणि बिस्किटाचे दोन पुडे होते.

२८ जानेवारीला शहराच्या अनेक भागांत आगी लागल्या. त्या दिवशीही ब्रेड मिळाला नाही. लेनिनग्राडमधल्या कारखान्यांमधलं काम जवळजवळ बंद पडलं होतं. थकलेले लोक काम करण्याच्या स्थितीत नव्हते. जानेवारी महिन्याच्या अखेरीस लिहिलेल्या डायरीतल्या अनेक नोंदींतून हे स्पष्ट दिसून येतं. त्यामधली एक नोंद अशी होती –

> 'वीज नाही. आमच्या बॉसनं 'बसा आणि वाट पाहा' असं सांगितलं होतं. आम्ही त्यानुसार नुसते बसलो. हे असं दररोजच होऊ लागलं. आम्ही कितीतरी तास नुसते बसून राहिलो. पण वीज कधीच आली नाही. मग आम्ही क्वचितच कामावर जाऊ लागलो.'

दीर्घ काळ हालअपेष्टा भोगणारं हे सगळं शहर बहुधा त्याच्या अखेरच्या प्रवासाकडे निघालं होतं. काय करावं हे कळत नसल्यानं शहर प्रशासन जणू गोठून गेलं आहे असं भासत होतं. इगोर चैकोनं डायरीत लिहिलं –

> 'हे अनुभव माझ्या मनातून कधीच पुसले जाणार नव्हते. मरणाऱ्या लोकांची संख्या भयावह पटीत वाढली होती. महिन्याच्या अखेर लोकांना ब्रेड रेशनची नवीन तिकिटं मिळणं अपेक्षित होतं. पण जानेवारी संपला तरी ती लोकांना मिळाली नव्हती. या दिरंगाईनं अनेकांना कायमचं संपवून टाकलं होतं.'

वासिली व्लादिमिरोव त्या वेळी सतरा वर्षांचा होता. अन्न न मिळाल्यानं त्याचा भाऊ बोरिस १५ जानेवारी १९४२ रोजी मरण पावला. त्यानंतर वासिलीनं डायरी लिहायला सुरुवात केली . २७ जानेवारीला त्यानं लिहिलं –

> 'कुठंही ब्रेड शिल्लक नाही. माझी आई पहाटे पाच वाजल्यापासून मध्यरात्रीपर्यंत रांगेत उभी होती. पण तिला काहीही मिळालं नाही...

आमच्या सूपमध्ये जरादेखील पीठ नाही. फक्त दोन चमचे तांदूळ घालून सूप बनवलं. आता फक्त आणखी दोन चमचे तांदूळ शिल्लक आहेत. चहा म्हणून आम्ही फक्त थोडं मीठ घालून उकळलेलं पाणी पितो. आमच्याकडचं सरपण संपत आलंय. आम्ही आता भूक आणि थंडी यामुळे मरून जाणार.'

नऊ वर्षं वयाच्या गेरी रोस्तोवनं २९ जानेवारीला एक चित्र रेखाटलं होतं. त्यात त्यानं एक ब्रेडची लादी सुरीनं कापताना दाखविली होती. त्याखाली त्यानं 'मी किती भुकेला आहे!' असं वाक्य लिहिलं होतं. परिस्थिती एवढी भीषण असूनही व्हेरा इन्बरला काहीतरी विलक्षण जाणवलं होतं.

'शहराचा तोंडावळा चांगलाच बदलला आहे. सर्व कुंपणं नाहीशी झाली आहेत. लोक सरपण मिळवण्यासाठी इतस्तत: भटकत आहेत, जिवाचं रान करीत आहेत. पण लोकांनी शेकडो वर्षं जुन्या बिर्च आणि लिंबांच्या झाडांना मात्र हात लावलेला नाही.'

लेनिनग्राडमधून पाठवली जाणारी सर्व पत्रं काळजीपूर्वक तपासून पाठविणारी सेन्सॉर यंत्रणा कार्यरत होती. पण आता याचाही फारसा उपयोग होत नव्हता. 'नकारात्मक' शेरेबाजीच्या प्रमाणात खूपच वाढ झाल्याचं एक अहवालात एन.के.व्ही.डी.नं नमूद केलं होतं. त्यानंतर २५ जानेवारी ते १५ फेब्रुवारी या वेढ्याच्या सर्वांत कठीण कालखंडात शहरातून आघाडीकडे होणारा सर्व पत्रव्यवहार पूर्णपणे थांबविण्यात आला होता. आघाडीवर शहराचं संरक्षण करणाऱ्या सैन्याचं मनोधैर्य खचू नये म्हणून म्हणूनही खबरदारी घेण्यात आली होती.

ब्रेडसाठी रांगांमध्ये लोक पहाटेच्या अंधारातच उभे राहू लागले होते. आता रांगांमध्ये सकाळीच सातशे ते आठशे लोक उभे असल्याचं दिसू लागलं. रांगेत उभ्या असणाऱ्या माणसांच्या चर्चेचा विषय शहरातल्या पुढाऱ्यांचं जेवण हाच असायचा. एकजण दुसऱ्याला सांगत होता – ''अर्थातच आपले नेते भरपेट जेवतात. ते तिथं स्मोल्नीत निवांत भरपेट जेवून बसलेले असतात. त्यांच्याजवळ नुसता ब्रेडच नसतो. ते व्यवस्थित सकाळ-संध्याकाळ जेवतात. त्यांना आपल्याबद्दल जराही फिकीर वाटत नाही.'' एका बेकरीत काम करणारा सिलीन नावाचा कामगार एकदा दुसऱ्याला सांगत होता, ''ब्रेडसाठी मोठ्या रांगा लागलेल्या पाहून पक्षाच्या समितीच्या अधिकाऱ्यांनी पळ काढला. ते तिथं छान उबेत बसून हवं तेवढं खातात. लोक भुकेनं मरतात ते त्यांना दिसत नाहीत. जेव्हा त्यांना ब्रेडसाठी लागलेल्या रांगा

दिसतात, तेव्हा ते कोणातरी सामान्य माणसाला बळीचा बकरा बनविण्यासाठी शोध घेऊ लागतात. त्यांनीच ही परिस्थिती निर्माण केलेली असते. सामान्य कामगाराची काही चूक नसते, पण त्याच्यावर दोष ढकलून ते मोकळे होतात... झाडनोव तिथं बसतो नि त्याच्या मनात काय चाललंय कोणास ठाऊक....''

एन.के.व्ही.डी.च्या अहवालातल्या या शेवटच्या वाक्याखाली झाडनोवनं रेषा मारली होती. आपल्याबद्दल काय बोललं जातं, याची आपल्याला जाणीव आहे हे दाखविण्याचा त्याचा तो प्रयत्न होता. म्युझिकल कॉमेडी थिएटरमधला एक कारकून काय बोलला होता ते अहवालात नमूद केलेलं होतं. 'लोक उपाशी मरत असतानाही झाडनोवला अंथरुणात कोको मिळतो' या वाक्याबद्दल त्याच्यावर कडक कारवाई करण्याचा हुकूम झाडनोवनं दिला.

शहरातला अन्नाचा पुरवठा सुरळीत करण्याची तातडी न करता उलट लेनिनग्राडच्या राजवटीनं आपली सगळी शक्ती आता 'प्रति-क्रांतिवादी' लोकांना हुडकून काढण्यात एकवटली. हे लोक म्हणे 'शहरातल्या अन्नटंचाईचा उपयोग सोव्हिएतविरोधी कामांसाठी करीत होते.' २९ जानेवारीला एन.के.व्ही.डी.नं विजयी स्वरात 'एका प्रतिक्रांती करू पाहणाऱ्या गटाचं निर्मूलन करण्यात आल्याचं' जाहीर केलं. हे 'प्रतिक्रांती करू पाहणारे' लोक म्हणजे प्रत्यक्षात एका दवाखान्यामधले वैद्यकीय कर्मचारी होते. त्यांच्या 'टोळीच्या प्रमुखानं' म्हणजे एका डॉक्टरनं शहरातल्या आजारपणाची आणि मृत्यूची संख्याशास्त्रीय माहिती लोकांना सांगितली होती. त्यांनी म्हणे 'शहरातल्या पक्षनेत्यांवर हलगर्जीपणा केल्याचा आरोप' केला होता.

लोक आता किडामुंगीप्रमाणे मरू लागले होते. अठरा वर्षं वयाची अलेक्झांड्रा इवानोवा ही घरात त्यातल्या त्यात सुस्थितीत होती. ती ब्रेड आणण्यासाठी बाहेर गेली. पण आता ब्रेड उपलब्धच नव्हता. ३१ जानेवारीला तिचे वडील मरण पावले होते. त्यानंतर पाठोपाठ तीन, पाच आणि सात वयाचे तिचे तीन पुतणे मृत्युमुखी पडले होते. त्यांच्याबद्दल सांगताना इवानोवा म्हणाली, ''ते उपाशी राहिल्यानं एवढे खंगले होते की ते सुकून गेलेल्या झुरळांप्रमाणे वाटत होते.'' ४ फेब्रुवारीला तिची काकू मरण पावली. आता तिच्या घरात ती एकटीच उरली होती. पण ती स्वतःच एवढी अशक्त झाली होती की, तिला ही प्रेतं हलवणंही शक्य नव्हतं. प्रेतं तशीच होती तिथंच पडून राहिली. अखेर तिला कोणाचीतरी मदत मिळविण्यात यश आलं आणि कशीबशी तिनं स्लेजवर घालून मृतदेह दफनभूमीत नेले होते. इतर काहीही शक्यच नसल्यानं तिनं वडिलांना फक्त एका मोठ्या शर्टात गुंडाळलं होतं.

भूक आता कुरतडणारी झाली होती. त्या वेळच्या आठवणी सांगताना तमारा झायत्सेवा म्हणाली, ''लोकांची आता हाडं दिसू लागली होती. सगळेजण कुठं काही खायला मिळतं का, ते पाहत सैरावैरा शहरभर भटकत होते. घरी आम्ही

पुस्तकं खायला सुरुवात केली. आई पुस्तकाची पानं उकळवायची. आम्ही तो लगदा गिळायचो. वडिलांनी त्यांच्या पट्ट्याचे तुकडे केले आणि आम्हाला दिले. त्यांची चव जरी फार भयंकर असली तरी ते चघळताना थोडा वेळ का होईना भुकेचा विसर पडायचा.'' झायत्सेवा राहत होती त्याच्या समोरच्या बाजूला एक छोटी मुलगी राहायची. तिच्याबरोबर झायत्सेवा कधी कधी खेळत असे. ती छोटी मुलगी आता दिसेनाशी झाली होती. कारण भुकेमुळे वेड्यापिशा झालेल्या तिच्या आईनं आणि आजीनं 'तिला खाऊन टाकलं होतं'.

सोफिया बुरियाकोवा दररोज तिच्या भावाच्या घरी जायची. जानेवारी महिन्याच्या सुरुवातीलाच तो आजारी पडला होता. सोफिया त्याच्यासाठी थोडं खायला न्यायची आणि त्याला चहा करून द्यायची. तिच्या या प्रेमामुळे तिच्या भावाला थोडी उभारी आली होती. त्याची तब्येत जराशी सुधारू लागली. सोफिया त्याला शेवटची ३० जानेवारीला भेटली होती. तो आता अंथरुणातून स्वत:चा स्वत: उठू शकत होता. पण ती जाऊ लागण्याच्यावेळी तो चिंताक्रांत झालेला दिसला. 'उद्या परत ये' असं त्यानं विनवून सांगितलं होतं. सोफियानं त्याला होकार दिला. पण ३१ जानेवारीला अचानक तिचा मुलगा घरी आला. त्याला सैन्यामधून काही तासांपुरती सुट्टी मिळाली होती. त्यामुळे तिला त्या दिवशी भावाकडे जाता आलं नाही.

दुसऱ्या दिवशी सकाळी सोफिया भावाच्या घरी गेली तेव्हा तिला दार बंद दिसलं होतं. एका शेजाऱ्यानं सांगितलं की आदल्या दिवशी तिच्या भावाचा मृत्यू झाला. तिनं किल्ली मागितली, तेव्हा ती इमारतीची देखभाल करणाऱ्याकडे आहे असं तिला सांगण्यात आलं होतं. पण असं कोणी आलं नाही. सोफिया गोंधळून गेली होती. भावाच्या मृत्यूचा धक्का मोठा होता. कारण आदल्या दिवशी तिचा भाऊ चांगला होता. पण मग तिच्या मनात आलेल्या शंकेनं तिचा थरकाप उडाला. ''माझ्या भावानं मला एकदा काय सांगितलं होतं ते आठवलं. त्यानं त्याची ब्रेडरेशनची कार्ड शेजाऱ्यांकडे दिली होती आणि त्यांना ब्रेड आणून द्यायला सांगितलं होतं... कदाचित त्यासाठी बहुधा त्यांनीच त्याला ठार मारलं... मी घरात गेले तर हे कळेल, अशी भीती त्यांना वाटली असणार.'' सोफिया काहीही सिद्ध करू शकली नाही. पण ती परत आली तेव्हा शेजाऱ्यांनी तिला यापुढे इथं दिसू नकोस, असं बजावलं. तिच्या भावाचं काय झालं ते तिला कधीच कळलं नाही.

पण त्याच शहरात इतरांसाठी काम करण्याची इच्छा टिकून असणारे अनेकजण होते. ३१ जानेवारीला इगोर चैको उपासमारीनं एवढा क्षीण झाला की त्याला अंथरुणातून उठताही येईना. पण तो केवळ त्याच्या मित्राच्या भलेपणामुळे वाचला. त्याचा हा मित्र कित्येक मैल बर्फ तुडवत आला होता. वाटेत तो स्वत: दोन वेळा पडला. पण त्यानं त्याच्याजवळ जे काही तुटपुंजं अन्न होतं त्यातला थोडा भाग

आणला असल्यानं इगोर वाचला.

वैद्यकीय कर्मचारी भयंकर परिस्थितीशी टक्कर घेत लोकांच्या घरोघरी जाऊन धैर्यानं मदत करीत होते. ३१ जानेवारी रोजी एका डॉक्टरनं केलेली नोंद अशी आहे –

> ‘मी त्या घरात दारावर टकटक न करता शिरलो. खोलीत अंधार होता आणि भिंतीवर बर्फाचा थर जमलेला दिसला. जमिनीवर बऱ्याच जागी पाणी साचलेलं होतं. एका खुर्चीत साधारण चौदा वर्षं वयाच्या मुलाचा मृतदेह पडलेला दिसत होता. कॉटवर दुसरं प्रेत होतं. ते हडकुळ्या अर्भकाचं होतं. पलंगावर एक बाई पडलेली दिसली. ती अर्थातच मेलेली होती. पण एक निरागस मुलगी टॉवेलनं तिची छाती पुसत होती.’

स्वत: उपाशी असल्यानं खंगलेला असूनही मिखाईल नोसिरेवनं चांगली गोष्ट केली होती. फोन्तान्का स्ट्रीटजवळ त्याला पडलेला एकजण दिसला. त्याला उचलून उभं करण्याएवढी ताकद त्याच्यात उरली नव्हती. त्यानं इतरांनी मदत करावी म्हणून खूप प्रयत्न केले. पण कोणी मदतीला आलं नाही. अखेर एक रिकामी स्लेजगाडी घेऊन जाणारा थांबला. दोघांनी मिळून त्या माणसाला बसवलं आणि तो कुठं राहतो हे विचारलं. पण उपाशी राहिल्यानं त्याची जीभ एवढी सुजली होती की तो काय बोलतोय ते कळेचना. अखेर बऱ्याच वेळानं दोन-चार शब्दांमधून कळलं की, तो कोणीतरी माणसानं बोलावलं म्हणून जवळच एका ऑफिसकडे चालला होता. विलक्षण परिश्रम करून नोसिरोव आणि त्याला मदत करणाऱ्यानं त्या माणसाला कसंबसं तिथवर खेचून नेलं होतं.

त्या ऑफिसमध्ये काही सरकारी कर्मचारी एका मोठ्या शेकोटीभोवती छान शेकत बसलेले दिसले. त्यांनी त्या माणसाला आपण ओळखत नाही असा बहाणा केला. त्यांना त्याची जराही दया आली नाही. उलट त्यांनी काहीतरी खुसपट काढून भांडण केलं आणि सर्वांनाच तिथून हाकलून दिलं. नोसिरेवला खूप राग आला. पण काहीच इलाज नव्हता. त्यांनी पुन्हा त्या माणसाला स्लेजवर बसविलं, कारण तो माणूस उभा राहण्याच्या स्थितीतही नव्हता. पण आता त्याचं करायचं तरी काय असा प्रश्न नोसिरेवला पडला होता. त्याचे प्रयत्न पाहून रस्त्यानं जाणारा एकजण मदतीसाठी पुढे आला होता. आणखी एकानं नोसिरेवला जवळच्या हॉस्पिटलकडे कसं जायचं ते सांगितलं. नोसिरेवची शक्ती संपत आली होती. पण त्या माणसाला वाऱ्यावर न सोडण्याचा निर्धारच त्यानं केला होता. त्यानं स्लेजगाडी पुढून ओढली आणि दुसऱ्यानं पाठीमागून ती ढकलली. अशा तऱ्हेनं दोघांनी मिळून त्या माणसाला हॉस्पिटलपर्यंत नेलं होतं.

नोसिरेवनं हॉस्पिटलचं फाटक उघडलं आणि समोरचं दृश्य पाहून तो जागीच खिळून बसला. त्याच्यासमोर प्रेताचा एक ढिगारा पडलेला दिसला. अनेकांचे डोळे अर्धवट उघडे होते आणि प्रेतं वेड्यावाकड्या अवस्थेत गोठून गेली होती. या ढिगाऱ्यामागे असाच आणखी एक ढिगारा दिसला. हॉस्पिटलच्या आवारात एवढी प्रेतं होती की, तिथं जागाच शिल्लक उरली नव्हती. त्या भयंकर ढिगाऱ्यांमधून कशीबशी वाट काढत नोसिरेवनं त्या माणसाला आत हॉस्पिटलमध्ये नेलं. पण हॉस्पिटलमधल्या लोकांनी मदत करण्यात जराही रस दाखविला नाही. अखेर नोसिरेवनं त्या माणसाला तिथं कॉरिडॉरमध्ये एका बाकावर झोपवलं. त्या रात्री नोसिरेवनं त्याच्या डायरीत मोठ्या अक्षरात नोंद केली –

> 'आज आयुष्यात पहिल्यांदा मला भीती या शब्दाचा खरा अर्थ कळला होता.'

नोसिरेवसारख्या माणसांच्या विलक्षण धैर्यामुळेच लेनिनग्राड अजून जिवंत होतं. व्हेरा रोगोवालाही तिनं अशीच मदत केल्याचं आठवलं. ती लेनिनग्राडमधल्या एका पुलावरून जात असताना तिला तिच्या पुढे जाणाऱ्या एका माणसाचा वेग कमालीचा मंदावल्याचं दिसलं. अखेर तो कोलमडून पडला. तो आता मरणार हे रोगोवाला जाणवलं होतं. तिच्या खिशात साखरेचा एक छोटा तुकडा होता. जराही विचार न करता तिनं तो त्या माणसाच्या तोंडात घातला होता. बाजूनं जाणाऱ्या कोणीतरी तिला फटकारलं, "तू तुझी साखर वाया का घालविते आहेस? तो मरतोय हे तुला दिसत नाही का? त्याला साखरेचा आता काही उपयोग नाही." तो माणूस पाच मिनिटांनंतर खरोखरच मेला होता. पण ती म्हणाली, "मला मरताना त्याला वाऱ्यावर सोडून द्यायचं नव्हतं."

भुकेच्या कळांकडे लक्ष जाऊ नये म्हणून नाट्यदिग्दर्शक अलेक्झांडर दिमोवनं आपल्या पोटाला उद्देशून एक विडंबनात्मक पत्र लिहिलं.

> 'आदरणीय संपादक महाशय, कॉम्रेड पोटोबा! मी अतिशय अशक्त झालो आहे. मला पाय ओढत चालणंही अवघड वाटतंय. माझ्या चेहेऱ्याची हसण्याची सवय केव्हाच मोडली आहे. मी फार काळ भुकेलेला आहे; पण मी तरी झगडतोय. खाली पडू नये म्हणून झगडतोय, कारण खाली पडलेल्यांना मृत्यू तुडवून जातो, हे मला माहीत आहे. मी अजून टिकून आहे आणि मी विचार करणं थांबविलेलं नाही. मी अजून वाचनही करतोय. कॉम्रेड पोटोबा, तुम्ही मला हे सगळं करण्यासाठी अडवता आहात. दरक्षणी मला तुमच्या दडपशाही करण्याच्या ताकदीची जाणीव होतच

असते... तुम्ही माझ्या अंतर्गत बाबतीत ढवळाढवळ करता त्याचीही... फक्त बकाबका खाणं याखेरीज दुसरा विचारच माझ्या मनात येत नाही. मला नेहमी माझ्या सुंदर भविष्याचं स्वप्नं पडतं... मी घशाशी येईपर्यंत बटाटे आणि ब्रेड खातोय असं... मला माणूस म्हणूनच राहायचं आहे, हे तुम्हाला कळायला हवं... तुमची हुकूमशहाची भूमिका जरा सोडून द्या. तुमच्याकडे जे काही थोडं काम आहे ते करीत राहा म्हणजे झालं. नाहीतरी सध्या तुम्हाला फारसं काही काम उरलेलंच नाही म्हणा... माझा मनापासून केलेला नमस्कार स्वीकारावा.

तुमचा आज्ञाधारक सेवक

अलेक्झांडर दिमोव'

लेनिनग्राड शहरात जे काही नवीन शब्द निर्माण होत होते, ते पाहून जॉर्जी कन्याझेव अचंबित झाला होता. जरी दररोजच कल्पनेत बसणार नाही, अशा भीषण गोष्टींना सामोरं जावं लागत असूनही लोकांच्या संभाषणात एक प्रकारे बेदरकारपणा येत होता. आता एकट्या माणसासाठी दफनाची व्यवस्था करणं अशक्य आहे, याची सर्वांनाच कल्पना होती. त्यामुळे स्फोटकं वापरून मोठमोठे खड्डे खणले जाऊ लागले. या मोठ्या खड्ड्यांमध्ये सामुदायिक दफनं केली जात असल्यानं लोक एकमेकांना विनोदानं म्हणू लागले, "जरा काळजी घ्या, नाहीतर तुम्ही फक्त खड्ड्यांच्या लायकीचे व्हाल."

अन्न आणि सरपणाचा पुरवठा पुन्हा सुरू होईल याची वाट बघत बसलेल्या लोकांनी जगण्याचा आधार शोधण्यासाठी पुस्तकांचा आसरा घेतला. त्यातही लोक एका विशिष्ट पुस्तकाकडे वळले. ते म्हणजे टॉलस्टायची 'वॉर ॲन्ड पीस' ही सुप्रसिद्ध कादंबरी. या कादंबरीचा कालखंडही आणखी एका परकीय आक्रमणाचा होता. जवळपास वाऱ्यावर सोडून दिलेल्या लेनिनग्राडच्या रहिवाशांना ही कादंबरी म्हणूनच जवळची वाटली. हे लोक मूलभूत मानवी तत्त्वांबद्दल त्यांच्या विश्वासाची खात्री पटविण्याचा प्रयत्न करीत होते. "टॉलस्टॉयनं लोकांच्या युद्धामध्ये प्रत्येकानं धैर्य दाखवून, छोटासा का असेना, सहभाग घेण्याबद्दल लिहिलं आहे. वाचणारे म्हणत, होय, हेच ते! हे असंच करायला हवं. लिडीया गिंझबर्ग त्या दिवसांबद्दल सांगत होती. परंतु सगळ्यांनाच वाचन करणं शक्य नव्हतं. कारण बरीचशी पुस्तकं इंधनासाठी जाळून टाकणं भाग पडलं होतं.

अखेर फेब्रुवारी महिन्यात उशिरा का होईना, पण ब्रेडसाठीची रेशनकार्डं वाटण्यात आली. तसंच काही प्रमाणात ब्रेड मिळूही लागला. पण एक पूर्ण आठवडा अन्नाचा कणही न मिळालेल्या अनेकांच्या दृष्टीनं आता फार उशीर झाला होता.

४ फेब्रुवारीला निकोलाय गोर्शकोव्हचा एक सहकारी स्थानिक पोलीस कार्यालयात काही कामासाठी गेला होता. तिथं त्याला बारा बायकांना डांबून ठेवलेलं आहे हे दिसलं. त्यांच्यावर नरमांसभक्षणाचा आरोप होता. त्यांनी आपण काय केलं ते उघडपणे मान्य केलं होतं. एका बाईनं सांगितलं की उपासमारीनं तिचा नवरा बेशुद्ध पडल्यानंतर तिनं त्याचा एक पाय तोडला. त्यापासून तिनं तिच्या मुलांसाठी आणि तिच्यासाठी सूप बनवलं. दुसऱ्या एका बाईनं सांगितलं की तिनं रस्त्यात पडलेल्या एका मृतदेहाचे काही तुकडे कापून आणले होते. पण कोणीतरी तिला हे करताना पाहिल्यानं तिला अटक झाली होती. या सर्व जणी रडत होत्या, कारण लवकरच त्यांना मृत्युदंडाची शिक्षा होणार याची कल्पना होती.

एलेना तारानुखिनाला त्या वेळचे भीषण अनुभव आठवले. तिच्या इमारतीच्या आवारात मागच्या बाजूला प्रेतांचा खच पडत चालला होता. एकदा तिला इमारतीच्या दरवाज्यापाशी मरून पडलेल्या दोन स्त्रियांचे मृतदेह पाहून कमालीचा धक्का बसला, कारण त्यांचे स्तन कापून नेण्यात आले होते. तिच्या आजूबाजूला विलक्षण वाईट घटना घडत होत्या. एकदा ती ब्रेडसाठी रांगेत उभी असताना अचानक तिला काहीतरी चुकतंय असं वाटू लागलं. तिनं रांग सोडून दिली आणि घाईघाईनं घरी परतली. ती अगदी वेळेत आली होती, कारण तिला दिसलं ते भयंकर होतं. भूक आणि थंडीनं डोकं फिरलेल्या तिच्या आईनं एलेनाच्या छोट्या मुलीला बाथटबात बसविलं होतं आणि ती 'किती गुबगुबीत आहे... किती गुबगुबीत आहे' असं म्हणत होती. यानंतर दोन दिवसांनी तिची आई मरण पावली. एलेनानं तिला दफनभूमीकडे न्यायचा प्रयत्न केला. पण वाटेतच तिची शक्ती संपुष्टात आली. तिनं बाजूनं धडपडत जाणाऱ्या एका माणसाला मदतीसाठी याचना केली. पण ब्रेड दिला तरच मदत करायला तो तयार होता. एलेनाजवळ काहीच शिल्लक नव्हतं. त्यामुळे तिला आईचा मृतदेह रस्त्यातच सोडून येणं भाग पडलं होतं.

काही वेळा शेजाऱ्यांच्यामुळे काही घटना उघडकीस येत असत. एक बाई विचित्र वागते आहे अशी माहिती शेजाऱ्यांनी दिल्यानंतर इमारत प्रशासक मारिआ इवानोवा त्या बाईच्या घरी गेली. त्या बाईच्या घरात बरीच मुलं होती हे तिला आठवत होतं, पण त्या दिवशी तिला दोनच दिसली. इवानोवानं विचारल्यावर 'बाकीची मेली' असं उत्तर त्या बाईनं दिलं. पण इवानोवाला संशय आला होता. तिला स्टोव्हवर मांस शिजताना आढळलं. इवानोवानं विचारलं तर ते मटण आहे असं त्या बाईनं सांगितलं. इवानोवानं भांडं उघडून ते चमच्यानं ढवळून पाहिलं, तर तिला भांड्यात एक मानवी हात दिसला.

आत्यंतिक भुकेपायी कल्पनेतही येणार नाहीत असे वेडाचार लेनिनग्राड शहरात होऊ लागले होते. पण त्याचबरोबर काही गोष्टी थंड क्रूरपणानं केल्या जात होत्या.

दिमित्री लिखाचेवनी सांगितलं, "काही भयंकर लोक इतरांना ठार करून त्यांचं मांस विकत होते." कसलीही कल्पना नसलेल्या भोळ्याभाबड्या सावजांना भुलविण्यासाठी नाना प्रकारच्या बहाण्यांचा उपयोग केला जायचा. झेलेनाया स्ट्रीटवर एका जागी बटाट्यांचा काळा बाजार केला जात असे. ते विकत घेण्यासाठी आलेल्या माणसाला ते सोफ्याखाली ठेवले आहेत असं सांगण्यात येई. ते पाहण्यासाठी माणूस वाकला की त्याच्यावर पाठीमागून कुऱ्हाडीचा घाव घातला जायचा. अकॅडमी ऑफ सायन्सेसमध्ये काम करणाऱ्या एका बाईला कळलं की सिटनोय मार्केटपाशी एका जागी वस्तूंच्या बदल्यात अन्न मिळतं. ती त्या पत्त्यावर गेली, पण परत आलीच नाही. तिची प्रकृती तुलनेनं इतरांपेक्षा जास्त चांगली होती. तिला मारून तिचं मांस विकलं होतं. लेनिनग्राड शहरात नरभक्षकांच्या अनेक टोळ्या फिरत असल्याच्या वृत्ताला लष्करातल्या पुरवठा विभागात काम करणाऱ्या वासिली येर्शोव या अधिकाऱ्यानं दुजोरा दिला. एका टोळीत अनेक वैद्यकीय कर्मचारी आणि काही डॉक्टर्स होते. हे लोक हॉस्पिटलांमध्येही शिरायचे. आणखी एका टोळीत वीसजण होते. हे नरभक्षक लष्करी कुरियरसेवा पुरविणाऱ्यांना जाळ्यात पकडून त्यांचा फन्ना उडवायचे.

फेब्रुवारीच्या पहिल्या दोन आठवड्यांमध्ये लेनिनग्राड शहर प्रशासनाचं शहरावरचं नियंत्रण जवळजवळ सुटण्याच्या बेतात होतं. शहरात कुठंही लोक जमा होऊ लागले की प्रशासनाला त्यांची धास्ती वाटू लागायची. ९ फेब्रुवारीला अलेक्झांडर बोल्दिरेव यांच्या डायरीत अशी नोंद आहे –

> 'काल आणि आज घोड्यांवर स्वार झालेल्या पोलिसांनी रस्त्यावर जमून वस्तू विकणाऱ्या जमावाला पांगवलं. हे पोलीस म्हणजे खास ब्रेड रेशन मिळणारे नागरिक आहेत. त्यांना दररोज ५०० ग्रॅम ब्रेड मिळतो आणि ते दिसलंही.'

लोक जरी जमत असले तरी शहर प्रशासनाविरुद्ध लोकांचा उद्रेक व्हायची शक्यता जवळपास नव्हती. कारण लोकांमध्ये सरकारविरुद्ध लढायची शक्तीच शिल्लक नव्हती.

परंतु शहरात आता अन्नाशी संबंधित गुन्हेगारी आणि चोऱ्यामाऱ्या यांच्या प्रमाणात लक्षणीय वाढ झाली होती. डिसेंबरच्या पहिल्या दहा दिवसांत नरमांसभक्षणाच्या अवघ्या ९ घटना उघडकीस आल्या होत्या, तर फेब्रुवारी महिन्याच्या पहिल्या दहा दिवसांत ३११ घटना घडल्या होत्या. नरमांसभक्षण ही बाब आता क्वचित घडणारी राहिली नसून ती खरीखुरी भीषण वास्तव म्हणून लोकांच्या जीवनात स्थिर झाली होती. "शहरात फिरणं कठीण झालं होतं आणि कोणावर विश्वास कसा ठेवायचा हे

कळेनासं झालं होतं,'' एलेना मार्टिलानं सांगितलं. एकदा एका इमारतीत जिन्याखाली एका तरुण मुलीचं प्रेत पडल्याचं तमारा ग्रेबनीकोवाला दिसलं. तिच्या शरीराचे अनेक भाग कापून काढलेले आहेत हे पाहून, तिला खाण्यासाठी मारलं असल्याचं तिच्या लक्षात आलं. आपल्यावरही हीच वेळ येऊ शकते हे लक्षात येऊन तिचा थरकाप उडाला.

फेब्रुवारी महिन्यात एक दिवस ॲना निकितीनाची मोठी बहीण ब्रेडसाठी रांगेत उभी राहायला गेली. पण ती कधीच घरी परत आली नाही. दुसऱ्या दिवशी तिच्या आईनं स्थानिक पोलीस कार्यालयात जाऊन ती हरवली असल्याची नोंद करावयाचं ठरविलं. विलक्षण काळजी आणि दु:खानं भरलेल्या त्या बाईनं आपल्या मुलीची एक काळी टोपी बरोबर घेतली होती. ही काळी बॅरेट टोपी तिनं मुलीची आठवण म्हणून जवळ ठेवली आणि ती पोलिसांकडे गेली.

ॲनाची आई तिथं गेली. पण तिनं जे काही सांगितलं त्याचं एन.के.व्ही.डी.च्या लोकांना जराही आश्चर्य वाटलं नाही. त्यांनी तिला एका फॉर्ममध्ये मुलीची सगळी माहिती भरायला सांगितली. मग त्यांनी बेफिकीरी दाखवीत तिला बाजूच्या खोलीत जायला सांगितलं. तिथं लाकडी शेल्फांमध्ये बरीच खोकी होती. निकितीनाच्या आईनं धीर एकवटून त्यात काय आहे, हे विचारलं. त्यावर तिला सांगण्यात आलं, 'लहान मुलांचे कपडे... ते सगळे प्रत्येक डिस्ट्रिक्टनुसार वेगळे ठेवलेले आहेत. जर तुमच्या मुलीची अंतर्वस्त्रं त्यात सापडली, तर खोक्याचा नंबर लक्षात ठेवा. म्हणजे मग तिला मारून कुठल्या भागात खाऊन टाकलंय ते सांगता येईल. निकितीनाची आई हातात काळी बॅरेट टोपी घट्ट धरून घरी परत आली. त्या रात्री सर्व कुटुंबानं गुडघे टेकून प्रार्थना केली होती.

लेनिनग्राड शहरात नरमांसभक्षण केलं जात होतं, हे आता सर्वांना माहीत होतं. सगळीकडे अवयव कापलेले मृतदेह दिसत होते. लहान मुलांना एकट्यानं घराबाहेर पडू नका असं बजावलं जात होतं. एकदा व्हेरा रोगोवा सकाळी सहा वाजता तिच्या मैत्रिणीच्या घरून घरी परत येत होती. तिला घाई असल्यानं तिनं जवळचा रस्ता घ्यावा असं ठरविलं. त्यासाठी ती दोन इमारतींमधल्या लांबलचक कॉरिडॉरमधून जाऊ लागली. खरं तर ती हा रस्ता टाळायची. कारण तो अर्धा तळघरातून जायचा आणि अंधारा असायचा. पण त्या दिवशी वेळ वाचविण्यासाठी तिनं त्या रस्त्याचा वापर करायचा असं ठरविलं होतं.

ती त्या कॉरिडॉरमध्ये शिरली तेव्हाच तिचं हृदय धडधडत होतं. ती पुढे जाऊ लागताच एक दार धाडकन उघडलं. एकजण बाहेर वाकून बघू लागला. त्याचे केस अस्ताव्यस्त वाढलेले होते आणि अवतार फार गलिच्छ दिसत होता. त्याच्याकडे पाहून रोगोवाचा थरकाप उडाला. त्याच्यात माणूसपणा शिल्लक नाही असं तिला

त्याच्याकडे पाहून जाणवलं. मग तिनं नीट पाहिल्यावर त्याच्या हातातली कुऱ्हाड तिला दिसली. रोगोवा पळू लागली. तो देखील पाठलाग करू लागला. त्याच्या पायांचा प्रतिध्वनी तिच्या कानांवर आदळू लागला. एक क्षण रोगोवाला आपण एका मोठ्या जाळ्यात सापडलो आहोत आणि आता यातून सुटका नाही अशी असहायपणाची जाणीव झाली. कॉरिडॉर कधीच संपणार नाही की काय असं तिला वाटू लागलं. पण तिनं सगळी शक्ती एकवटली आणि अखेर रस्त्यावर उडी मारली. तिनं उडी मारली ती सरळ सैनिकांच्या एका तुकडीच्या अगदी मधोमधच पडली होती.

दोन सैनिकांनी तिला उठवून बसवलं. "एकजण हातात कुऱ्हाड घेऊन माझ्यामागे लागलाय." हे रोगावानं कसंबसं सांगितलं. काही सैनिक इमारतीकडे अगोदरच धावले होते. गोळीबाराचे आवाज आले. काही मिनिटांनी ते परत आले. "आम्ही तुझ्याकडे बघूनच काय ते ओळखलं होतं," एकजण रोगोवाला म्हणाला.

रोगोवानं जो भयंकर अनुभव घेतला होता तो आता शहरात लोकांना वारंवार येत होता. आठ वर्षं वयाच्या नीना पेचानोवानं तिचं कुटुंब गमावलं होतं. फेब्रुवारी महिन्यात तिची आई मेल्यानंतर ती घरात एकटीच राहिली होती. तिला तेव्हाचे भयंकर दिवस आठवतात, "मी तीन दिवस आईच्या मृतदेहाला बिलगून बसले होते. मला घराबाहेर पडायची भीती वाटत होती. लोक इतरांना मारून खातात, हे मी ऐकलं होतं." पण अखेर तिनं ब्रेड आणण्यासाठी बाहेर पडायचं ठरविलं. रेशनकार्ड घेऊन ती रांगेत उभी राहिली आणि तिला थोडा ब्रेड मिळालाही. परत येताना तिला दोन माणसांनी अडवलं. 'पोरी, तुझ्याजवळचा ब्रेड आम्हाला दे, नाहीतर आम्ही तुला मारून खाऊ,' हे त्यांचे शब्द ऐकताच पेचोनोवानं ब्रेड टाकून दिला आणि ती पळत घरी आली.

पुन्हा एकदा पेचोनोवा तिच्या आईच्या मृतदेहाबरोबर एकटीच घरी राहिली. पण दुसऱ्या दिवशी त्या छोट्या मुलीनं विलक्षण धैर्य दाखवलं. तिनं पुन्हा रेशनकार्ड घेतलं आणि ती दुकानात गेली. या खेपेस तिनं ब्रेड सुरक्षितपणे घरी आणला. "मी जगण्यासाठी झगडणार असा निश्चय केला होता," पेचानोवानं शांत स्वरात अभिमानानं सांगितलं.

परिस्थितीशी झगडण्याचं धैर्य लोकांमध्ये येऊ लागलं होतं. १५ फेब्रुवारीला वासिली व्लादिमिरोव यानं त्याच्या डायरीत एकच वाक्य लिहिलं –

"आम्हाला जगायचं आहे."

टीप :

१. सेमोलिना हे गव्हाच्या रव्यासारखं पीठ असतं.

८
जीवनमार्ग

जानेवारीच्या अखेरीस आणि फेब्रुवारी महिन्यात ज्या भयंकर घटना घडल्या त्या टाळता येण्याजोग्या होत्या. डिसेंबर १९४१ मध्येच गोठलेल्या लाडोगा सरोवरातल्या बर्फावरून रस्ता तयार करायचं काम सुरू झालं होतं. गळ्याभोवती फास आवळत जाणाऱ्या या शहरता अन्नधान्य आणणं आणि तिथल्या सर्वांत गरजू लोकांना शहराबाहेर काढण्याची संधी या रस्त्यामुळे उपलब्ध झाली होती. हा रस्ता म्हणजे उरलेल्या सोव्हिएत महासंघाशी जोडणारा एकमेव धागा असल्यानं त्याला विलक्षण प्रतिकात्मक अर्थ होता. याच कारणासाठी पुढील काळात या रस्त्याला 'जीवनमार्ग' असं संबोधलं जाऊ लागलं होतं. पण असं असलं तरी या रस्त्यामुळे शहरात येणारं अन्नधान्य सामान्य लोकांपर्यंत पोहोचत नव्हतं. त्याचप्रमाणे लोकांना बाहेर पाठविण्याची जी योजना ठरली होती, ती दोन महिने पुढे ढकलली गेली. यामुळे हजारो जणांचा निरर्थक मृत्यू झाला होता.

लाडोगा सरोवरामधला हा रस्ता बांधण्याची सोव्हिएत कामगिरी खरोखरच भव्य स्वरूपाची होती. अतिशय प्रतिकूल हवामानात, सरोवरातल्या बर्फामध्ये असणाऱ्या भेगांशी मुकाबला करीत हा रस्ता बांधण्यात आला होता. याखेरीज सतत जर्मन बॉम्बहल्ले आणि वारंवार होणारी हिमवादळं यांचाही सामना सोव्हिएत फौजांना करावा लागत होता. लाडोगा सरोवराच्या सोव्हिएत बाजूच्या काठावर मालाची गोदामं होती आणि तिथं रेल्वेमार्ग होता. तिथून हा रस्ता गोठलेल्या सरोवरातून ३२ किलोमीटर जाऊन सरोवराच्या पलीकडे असणाऱ्या ओसिनोवेत्स या छोट्या बंदरापाशी संपत होता. सरोवराच्या पश्चिम किनाऱ्यावरचा हा भाग अद्यापही लेनिनग्राडचं संरक्षण करणाऱ्या फौजांच्या ताब्यात होता. या बंदरापाशी आलेला माल, मग रेल्वेमार्ग आणि ट्रक्समध्ये लादून रस्त्यानं शहरात आणला जात असे.

सुरुवातीला या मार्गावर विलक्षण अडचणी येत होत्या. काही भाग फारच

धोकादायक होता. पहिल्यांदाच ट्रक्सचा ताफा सरोवर ओलांडत असताना १५७ ट्रक्स बुडाल्या होत्या. सरोवरातून जाणाऱ्या मार्गावरून ट्रक चालविणारे ड्रायव्हर दार उघडं ठेवत असत. जर ट्रक अचानक बुडायला लागली तर सुरक्षित राहण्यासाठी ते असं करीत असत. बर्फामध्ये अचानक मोठमोठ्या भेगा पडत. त्या दिसाव्यात म्हणून ट्रक्सचे दिवे सुरू ठेवले जात. पण त्यामुळे लुफ्तवाफच्या बॉम्बफेकी विमानांना त्यांना टिपून काढणं फार सोपं जात असे. तरीदेखील डिसेंबर १९४१ अखेरीस दररोज ४००० ट्रक्समधून सुमारे ७०० टन अन्नधान्य शहरात येत होतं. जानेवारी १९४२मध्ये हा आकडा दररोज २००० टनांवर पोहोचला होता.

फेब्रुवारी १९४२ च्या सुरुवातीला व्हेरा रोगोवा या बर्फावरच्या रस्त्यावर वाहतूक मार्गदर्शक म्हणून काम करायची. माझ्याशी बोलताना तिनं सांगितलं, "या रस्त्यावर एकूण सहा पदरी वाहतूक चालायची. एका बाजूला तीन पदरी आणि विरुद्ध दिशेला जाणारी तीन पदरी अशी ही वाहतूक व्यवस्था होती. दोन्ही बाजूंना एकापाठोपाठ एक अशा वाहनांच्या रांगा पुढे सरकत असत. बर्फाचे खंड सतत सरकत असायचे. त्यामुळे वाहनांना अडचण व्हायची. ती होऊ नये म्हणून अडथळे दूर करणं हे आमचं काम होतं. जरूर पडल्यास वाहनांना एका बाजूकडून दुसऱ्या बाजूला वळवावं लागे. या रस्त्यावर दर ५०० मीटर अंतरावर आम्ही मार्गदर्शक उभे केलेले होते. हे काम फारच खडतर आणि जोखमीचं होतं. उघड्यावर बर्फात काम करताना थंडी फारच वाजायची. काही वेळा तर तापमान शून्याखाली ४० अंश सेल्सियस एवढं कमी व्हायचं. त्या ठिकाणी जर्मन बॉम्बहल्ल्यांपासून बचाव करायला जागाच नव्हती. तरीही आम्हाला जे काही शक्य आहे ते आम्ही करीत होतो. जखमींना मदत करण्यासाठी किंवा हिमदंशानं जखमी होणाऱ्या लोकांसाठी आम्ही फिरती वैद्यकीय पथकं तयार केली होती. जर्मन बॉम्बफेकी विमानांचा मुकाबला करण्यासाठी काही ठिकाणी विमानवेधी तोफा उभारायला आम्ही मदत केली होती. पण एकूणात परिस्थिती फारच भयंकर होती."

लाडोगा सरोवरातून जाणाऱ्या रस्त्यावर काम करणारे ३००० जण होते. पण या लोकांना कामासाठी प्रेरणा देणं ही कधीच अवघड गोष्ट नव्हती. रोगोवानं सांगितलं, "आम्ही सर्वांनी लष्करी शपथ घेतली होती. पण त्याची खरोखरच काही गरज नव्हती, कारण प्रत्येकालाच परिस्थितीचं गांभीर्य कळत होतं. सगळं लेनिनग्राड शहर भुकेनं तडफडून मरतंय याची सर्वांनाच कल्पना होती. जर्मन बॉम्बफेकी विमानं सतत डोक्यावर असल्याने दोन ट्रक्स दरम्यान किमान सहा मीटर अंतर राखायला हवं असा नियम होता. पण ड्रायव्हर कधीच तो पाळत नसत. ते बंपरला बंपर चिकटेल इतक्या जवळून गाड्या चालवत असत. शहरात जितकं जास्त अन्नधान्य आणता येईल तितकं आणावं यासाठी त्यांची धडपड असायची."

बर्फावरचा रस्ता जिथं सुरू होत होता, तिथं सरोवराच्या पूर्व किनाऱ्यावर माल भरण्याच्या कामावर असलेल्या इवान क्रायलोवनं सांगितलं, "आम्ही तिथं ट्रक्समध्ये अन्नधान्य आणि दारूगोळा भरत होतो. हे प्रचंड कष्टाचं काम आम्ही अहोरात्र करायचो. साखर, पीठ आणि दारूगोळा असणारी मोठी जड खोकी आम्ही ट्रक्समध्ये चढवायचो. जर्मन बॉम्बफेकी विमानं दिवसातून सात-आठ वेळा तरी धाड घालून हल्ला चढवत असत. पण आम्ही तिकडे लक्ष न देता आमचं काम चालू ठेवायचो. थांबून आसरा घेण्याएवढा वेळच आमच्यापाशी नसायचा. आम्ही लेनिनग्राड शहरात रेशन किती कमी झालं आहे हे ऐकलं होतं. लोक तिथं दररोज फक्त १२५ ग्रॅम ब्रेडवर दिवस काढत आहेत याची कल्पना असल्यानं आम्ही काम करीतच राहायचो."

जर्मन सैन्यानं लाडोगा सरोवरातून जाणाऱ्या या रसदमार्गावर हवाई हल्ले सुरू केले होते आणि शिवाय तोफांचा मारा असायचाच. पण तरीही त्यांना सरोवरातून होणारा पुरवठा पूर्णपणे थांबविता आला नाही. सोव्हिएत सैन्यानं यासाठी जे जे शक्य आहे ते सर्व केलं होतं. ट्रक्सच्या रांगेला संरक्षण देण्यासाठी सोव्हिएत वैमानिक अगदी जवळून विमानं उडवत पहारा देत असत. या मार्गावरील वाहतुकीला संरक्षण देण्याची जबाबदारी एका विशेष पथकाकडे सोपविण्यात आली होती. याचं नेतृत्व मरीन ब्रिगेड कमांडर निकोलाय वाविनकडे सोपविलं होतं. त्याबद्दल वाविननी सांगितलं, "शत्रू हा बर्फावरचा रस्ता ताब्यात घेण्याचा प्रयत्न करेल अशी शक्यता गृहीत धरून आम्ही यांत्रिक स्लेजगाड्यांची पथकं तयार केली होती. प्रत्येक स्लेजगाडीत तीन-चार रेड आर्मीचे सैनिक असत. ते विखरून पहारा देत आणि कुठं शत्रूची हालचाल नाही ना ते पाहत असत. हा मार्ग सुरक्षित राखणं याला अत्याधिक महत्त्व होतं."

रेड आर्मीचे लोक आणि मार्गावर नियंत्रकाचं काम करणाऱ्यांचे हे विलक्षण शौर्याचे सगळे प्रयत्न अखेर फोलच ठरत होते. १० फेब्रुवारी १९४२ रोजी शहरात पोहोचणारी रसद दिवसाला ३००० टन असली, तरी शहरातल्या उपासमारीच्या परिस्थितीत काहीही फरक पडलेला नव्हता. याचा नेमका अर्थ शहरातल्या नागरिकांच्या लक्षात यायला वेळ लागला नाही. येणारं अन्न त्यांच्यापर्यंत पोहोचत नव्हतं, कारण त्यांचे नेते त्याचा साठा करून ठेवत होते. त्याविषयी सांगताना माकारोवा ही शाळाशिक्षिका धारदारपणे म्हणाली, "लोक एकमेकांना खाण्याच्या पातळीपर्यंत गेले असताना स्मोल्नीमध्ये ते लोक भरपेट खात होते. हे असं आमच्यासारख्या रानटी सरकारच्याच कारकिर्दीतच घडू शकतं होतं."

लेनिफिल्म स्टुडिओत काम करणारा एक चित्रपट दिग्दर्शक अतिशय तिरस्कारानं म्हणाला, "लोकांचा उठाव झाला नाही याचंच मला आश्चर्य वाटतं. लोकांचा सोव्हिएत सरकारवरचा विश्वास साफ उडाला आहे, पण केवळ अत्यंत खंगल्यामुळेच

लोक उठाव करू शकत नाहीत, असं मला वाटतं. हवा उबदार होऊ लागली की जराही हानी न होता जर्मन शहरात शिरतील, कारण शहराचं रक्षण करणारे रेड आर्मीचे सैनिक अतिशय थकलेले आहेत.''

लेनिनग्राडमधल्या एका कारखान्यात काम करणाऱ्या मुख्य इंजिनियरनं अशी तक्रार नोंदवून ठेवली आहे – ''आमच्या नेत्यांच्या ढोंगबाजीचा आता मला कंटाळा आला आहे. रेशनमध्ये वाढ होईल असं ते जाहीर करतात. पण तरीही कसलीही सुधारणा झालेली दिसत नाही. उलट परिस्थिती आणखीनच चिघळते आहे. हजारो लोक भुकेनं तडफडून मरत आहेत. त्यापेक्षा आम्ही जर्मनीच्या कब्ज्यात गेलो असतो, तर बरं झालं असतं.''

या माणसानं जरी असं लिहिलं असलं तरी जर्मनीच्या कब्ज्यात जाऊनही लेनिनग्राडची सुटका होणार नव्हती. अर्थात कोणालाच ते माहीत नव्हतं. त्यामुळेच लोकांनी लिहिलेल्या अनेक पत्रांमध्येही कमालीचा निराशावाद आणि हताशपणा स्पष्ट जाणवतो. तरीदेखील लेनिनग्राडमधल्या सर्वांनीच काही धीर सोडला नव्हता. उलट काहीजणांनी स्वत:लाच चिमटे घेणारे किंवा आत्मघातक विनोद करायला सुरुवात केली होती. १२ फेब्रुवारीला एन.के.व्ही.डी.च्या लोकांमध्ये चाललेल्या गावगप्पांची अत्यंत गंभीर दखल घेतलेली दिसते. घातपाताच्या आरोपावरून मेयर पोप्कोव याला अटक झाली असल्याची बातमी पसरली. या बातमीचा उगम एका बाईनं केलेल्या शेरेबाजीत होता. तिचं बोलणं अर्धवट ऐकून व्लादिमिरोविच नावाच्या एका कापडगिरणी कामगारानं पोप्कोवला अटक झाल्याचं बोलायला सुरुवात केली होती.

६ डिसेंबर १९४१ रोजी लाडोगा सरोवरातला बर्फ पुरेसा जाड झालेला असल्याचं आढळल्यानंतर त्यावरून ट्रक वाहतूक सुरू करता येईल अशी चिन्हं दिसू लागली. तेव्हा शहरातल्या सर्वांत गरजू लोकांना शहराबाहेर पाठवावं असं ठरलं आणि तशी योजना बनविण्यात आली. ही योजना 'ऑर्डर ४४७' या नावानं प्रसिद्ध आहे. या योजनेनुसार २० डिसेंबरपर्यंत शहराबाहेर पाठविण्यात येणाऱ्या लोकांची संख्या दररोज ५००० व्हायला हवी असं ठरलं होतं. ही संख्या नंतर आणखी वाढवायची असं ठरलं होतं. पण ही योजना प्रत्यक्षात कधीच अमलात आली नाही. स्तालिनशी चर्चा केल्यानंतर झाडनोवनं ही योजना पुढे रेटू नये अशी भूमिका घेतली. त्यामुळे पुढच्या सहा आठवड्यांत शहराबाहेर पाठविणाऱ्यांची संख्या अगदी नगण्य असल्याचं दिसतं.

लोकांना बाहेर पाठविण्याच्या योजनेचा फज्जा उडाल्यानंतर २२ जानेवारी १९४१ रोजी या योजनेचा पुन्हा एकदा आढावा घेण्यात आला आणि अखेर लोकांना घेऊन जाणाऱ्या वाहनांचा ताफा २ फेब्रुवारी रोजी पहिल्यांदा बाहेर निघाला.

शहरात फेब्रुवारीच्या प्रारंभी परिस्थिती भयंकर असताना देखील 'ऑर्डर ४४७' अंमलबजावणी तातडीनं का करण्यात आली नाही?

रेड आर्मीनं आता प्रतिहल्ला सुरू करून तिखविन हे महत्त्वाचं रेल्वे जंक्शन जिंकून घेण्यासाठी प्रयत्न सुरू केले होते. त्याचप्रमाणे आणखी दक्षिणेकडे जोर लावून रेड आर्मी थकल्याभागल्या जर्मन लष्कराला मागे रेटायला बघत होती. यात सुरुवातीला मिळालेल्या यशामुळे स्तालिनला फार आनंद झाला होता. त्याचे सगळे सहकारीही या यशामुळे खूश झाले होते. त्यांनी नव्या वर्षात मोठी लष्करी मोहीम हाती घ्यायची असं ठरवलं. आर्मी ग्रुप नॉर्थ या जर्मन लष्कराच्या आघाडीवर धडक मारून लेनिनग्राडचा वेढा फोडायचा अशी ही योजना होती. तात्विकदृष्ट्या हा निर्णय योग्य होता. पण योग्य ते नियोजन आणि नेमकी अंमलबजावणी करण्यावरच यश अवलंबून होतं. पण या निर्णयाची अंमलबजावणी फारच वाईट रितीनं झाली; कारण फक्त प्रतिहल्ला चढवायचा एवढंच ठरवून मग स्तालिन आणि झाडनोव यांनी लोकांना बाहेर पाठविण्याची योजनाच रद्द करून टाकली होती. मोठ्या प्रमाणात लोकांना शहराबाहेर पाठविण्यामुळे लेनिनग्राडचा बचाव करायची इच्छाशक्तीच नाही असा चुकीचा राजकीय संदेश जगाकडे जाईल असं दोघांना वाटत होतं.

याचा अर्थ असा की आता सगळं काही जानेवारीत होणाऱ्या रेड आर्मीच्या प्रतिहल्ल्यावर अवलंबून होतं. इकडून तिकडून लष्कराची पथकं गोळा करून त्या फौजांचं नेतृत्व जनरल मेरेत्स्कोव याच्याकडे सोपविण्यात आलं होतं. या फौजांनी पश्चिमेकडे रेटा देऊन लेनिनग्राडचा वेढा फोडायचा, असं ठरलं. या बातम्या लेनिनग्राडमधल्या लोकांना कळत होत्या. व्हेरा इन्बरनं त्याबद्दल सावधगिरी बाळगून असं नमूद केल्याचं दिसतं –

> लोक म्हणतात की, अद्यापही मेरेत्स्कोवच्या फौजा शहरात येतील. हे १० जानेवारीपर्यंत घडण्याची शक्यता आहे. १० जानेवारी नाही तर १५ किंवा २० जानेवारीही चालेल. पण हे घडायला हवं!

पण लोकांच्या या आशा धुळीला मिळायला फार वेळ लागला नाही. पुरेसा तोफखाना नसल्यानं आणि हवाईदलाचं छत्र नसल्यामुळे सोव्हिएत फौजा जर्मन आघाडीवर निरर्थक डोकी आपटत राहिल्या.

२१ जानेवारीला हताश होऊन किंवा काहीतरी करावं म्हणून लेनिनग्राडच्या लष्करी नेतृत्वानं किरोव वर्क्स कारखान्यामधून रणगाड्यांच्या काही कंपन्या धाडल्या. हल्ला चढविणाऱ्या सोव्हिएत फौजांना मदत करण्यासाठी हे रणगाडे बर्फावरून पलीकडे जाणार होते. हा फारच विलक्षण जुगार होता, कारण बर्फाला रणगाड्याचं

वजन पेलेल की नाही याची कोणालाच कल्पना नव्हती. रणगाड्यांच्या तोफा काढून ठेवण्यात आल्या. पलीकडच्या किनाऱ्यावर पोहोचल्यानंतर त्या पुन्हा जोडायच्या असं ठरलं. रणगाडे अतिशय सावधपणे गोठलेल्या सरोवरावरून जाऊ लागले. आश्चर्याची गोष्ट म्हणजे काहीही अपघात न होता सगळे रणगाडे व्यवस्थित पलीकडे पोहोचले. पण या सगळ्याचा काही उपयोग झाला नाही. प्रतिहल्ला केव्हाच निरुपयोगी ठरला होता. पण अखेर सहा आठवड्यांच्या विलंबानंतर लोकांना शहरातून बाहेर हलविण्याच्या कामाला सुरुवात झाली होती. शहरामधून बाहेर पाठविल्या गेलेल्या पहिल्या काही लोकांबरोबर पत्रकार पावेल लुकिन्स्कीनं प्रवास केला होता. लाडोगा सरोवरातून पश्चिमेकडे रसद पुरविणाऱ्या यंत्रणेमधील लोकांनी लेनिनग्राड शहरात राहणाऱ्या दुर्दैवी नागरिकांबद्दल बरीच सहानुभूती दाखविली होती. पण विरुद्ध दिशेनं सरोवरातून पूर्वेकडे जाणाऱ्या वाहनांच्या व्यवस्थेत प्रचंड प्रमाणात भ्रष्टाचार आणि अंधाधुंदी होती. ही व्यवस्था अर्थातच शहर प्रशासननानं केलेली होती, हे उघड दिसतच होतं.

सरोवरातून जाणाऱ्या रस्त्यानं जाताना लुकिंत्स्कीबरोबर जो अधिकारी होता, त्यानं त्याचं सगळं कुटुंब आणि सर्व नातेवाईक बरोबर घेतले होते. त्याचा उद्देश शहरात परत यायचं आणि येताना काळ्या बाजारात विकण्यासाठी भरपूर माल आणायचा असा होता. सरोवरातल्या रस्त्यावरून ट्रक, बस आणि गाड्यांची रांग खुरडत चालली होती. जी वाहनं बंद पडायची ती तिथंच सोडून दिली जात असत. त्यामुळे मार्गावर अनेक ठिकाणी अशी निरुपयोगी वाहनं वाहतुकीला अडथळा करताना दिसायची. या प्रवासाला जाणाऱ्यांसाठी अन्नपाणी किंवा निवारा याची काहीही व्यवस्था नव्हती. मरणाच्या दारात उभ्या असणाऱ्या उपाशीतापाशी माणसांनाही या प्रवासासाठीचं भाडं ब्रेडच्या रूपातच भरावं लागत होतं. ज्यांना प्रवासासाठी काही वस्तू किंवा अन्न देणं शक्य नव्हतं ते खलास झाले होते.

शहरामधून पायी बाहेर पडायला बंदी होती. पण तरीही रस्त्यावरच्या पहारेकऱ्यांना थोडं अन्न किंवा तंबाखूची लाच देऊन काहीजण निसटण्याचा प्रयत्न करायचे. पण लाडोगा सरोवरापाशी गेल्यावर त्यातले बहुतेक सगळे एन.के.व्ही.डी.च्या गस्ती पथकांच्या तावडीत सापडायचे. काहीजण सरोवराच्या गोठलेल्या पृष्ठभागावरून चालत ते ओलांडायचा प्रयत्न करीत असत. रोगोवा त्यांच्याबद्दल सांगत होती, "हे गरीब लोक जीव वाचविण्यासाठी निकराचा प्रयत्न करीत होते. जर्मन वैमानिकांना त्यांची हालचाल दिसायची. ते या लोकांवर सहज बॉम्बफेक करू शकत होते. पण तसं न करता ते त्यांच्या मार्गात सुरुंग टाकायचे. त्यांना स्पर्श झाला की त्यांचा स्फोट व्हायचा. हे सुरुंग बाहेरून अन्नाच्या डब्यासारखे दिसायचे."

वाहनांचे ताफे लाडोगा सरोवरापाशी येत असत. लेनिनग्राडमधले 'खास' लोक

आतून उबदार ठेवलेल्या बसमधून प्रवास करायचे. या बसमध्ये शेगडी असायची. धूर बाहेर टाकण्यासाठी त्यांना पत्र्याच्या नळ्या बसविलेल्या असायच्या. पण बहुसंख्य सामान्यजनांना उघड्या बसमधून प्रवास करावा लागायचा. काहीजण तर वाहनांच्या इंधनटाक्यांना लोंबकळत जायचे. खरं तर लाडोगा सरोवर ओलांडायला दीड तास पुरेसा होता. पण हा सगळा प्रवास किमान तेरा तास तरी चालायचा.

लुकिंत्स्की ज्या बसमधून प्रवास करीत होता, त्यामधली एक लहान मुलगी प्रवास संपायच्या आत मरण पावली होती. लाडोगा सरोवराच्या पूर्व किनाऱ्यापर्यंत पोहोचायच्या आतच त्या बिचाऱ्या तीन वर्षं वयाच्या मुलीचा प्रवास संपून गेला होता. पण त्या बसमधल्या अधिकाऱ्यांना त्याचं काहीही वाटलं नव्हतं. त्यांनी तिकडे साफ दुर्लक्ष केलं होतं. उलट 'वेढ्याच्या काळात मी कधी उपाशी राहिलो नाही' असं त्यांच्यामधला एक अधिकारी निर्लज्जपणानं म्हणाला होता.

११ फेब्रुवारीला एलेना स्क्रआबिनाचा शहराबाहेर पडण्याचा प्रवास सुरू झाला होता. निघायला मुळात उशीर झाला होता. त्यातच त्यांना तीन तास एका अधिकाऱ्यासाठी तिष्ठत थांबावं लागलं होतं. हा एका हॉस्पिटलचा संचालक त्यांच्या कुटुंबासमवेत शहराबाहेर पडणार होता. "अखेर बऱ्याच वेळानं एक गुबगुबीत दिसणारी बाई बाहेर आली. तिच्या अंगावर अतिशय किमती उबदार कपडे होते. तिच्याबरोबर दोन मुली होत्या. बारा-तेरा वर्षं वयाच्या या मुलींनाही चांगलं खायला-प्यायला मिळाल्याचं दिसत होतं. शिवाय एका दाईच्या हातात आणखी एक छोटी मुलगी दिसली."

उपासमारीमुळे अत्यंत क्षीण झाल्यानं स्क्रआबिनाच्या एका छोट्या मुलाला रस्त्यावरच्या एका मदतकेंद्रामध्ये सोडून यावं लागलं होतं. प्रवास सुरू झाल्यानंतर डॉक्टरच्या बायकोनं बरोबर आणलेले खाद्यपदार्थ बाहेर काढले. चिकन, मीट पाईज, चॉकलेट आणि घट्ट केलेलं दूध हे सगळं तिनं तिच्या मुलीबरोबर खायला सुरुवात केली होती. बरोबरच्या प्रवाशांना त्यांनी यातलं काहीही दिलं नाही. हे एवढं अन्न पाहून स्क्रआबिनाच्या मुलाची शुद्ध हरपली होती.

शहरातून बाहेर पडणाऱ्या उपाशी लोकांना त्यांच्या जिवावर गलेलठ्ठ झालेले लोक भेटले होते. एलेना कोचिना शहरातून बाहेर जात असताना तिला एका उच्च अधिकाऱ्याचा मुलगा भेटला. "या वेढ्याच्या काळात आम्ही पूर्वीपेक्षा चांगलंचुंगलं खात होतो." अशी बढाईही त्यानं मारली. त्याची गर्लफ्रेंडही त्याच्याबरोबर होती. ती पुरवठा विभागात काम करायची. "आमच्याजवळ सगळं काही होतं. लोणी आणि चॉकलेटची कितीतरी खोकी आमच्याजवळ होती," असं तिनं सांगितलं. पुढे ती असंही म्हणाली, "अर्थात युद्ध सुरू होण्यापूर्वी यातली एकही वस्तू माझ्या नजरेसही कधी पडली नव्हती." कोचिनाचा पारा चढला होता. या लोकांचा निलाजरेपणा विलक्षण होता. ज्यांना ते लुटत होते त्यांच्याच तोंडावर ते आपण तसं

केल्याचं सांगत होते. कोचिनानं आजूबाजूच्या इतर प्रवाशांकडे पाहिलं. पण ते निर्विकारपणे पाहत होते. त्यांना हे सगळं नैसर्गिकच वाटत असावं.

कोचिनाच्या नवऱ्यानं त्या तरुण पोराला प्रश्न विचारला, "जर तुम्हाला हे एवढं उत्तम खाणंपिणं मिळतंय तर मग तुम्ही शहराबाहेर कशासाठी जाता आहात?" त्याचं उत्तर अगदी सरळ होतं, "मला लेनिनग्राडमध्ये कंटाळा आलाय. इथं कुणी हसायला-खिदळायला मिळत नाही. इथं नृत्यही करता येत नाही आता. म्हणून मी माझ्या आईकडे सोची या ठिकाणी जातोय. तिथं ती एका सॅनिटोरियममध्ये आहारतज्ज्ञ म्हणून काम करते."

"उत्तम... तिथंदेखील खाण्यापिण्याची जराही काळजी नसणार," असं कोचिनाचा नवरा उपहासानं म्हणाला.

शहरातून बाहेर पाठविल्या जाणाऱ्या बहुतेकांची प्रकृती इतकी क्षीण झालेली होती, की त्यांना धड हालचालही करता येत नसायची. लाडोगा सरोवरातून जाणाऱ्या रस्त्यावर काम करणारी एक वैद्यकीय कर्मचारी, ओल्गा मेल्निकोवा त्या वेळच्या आठवणी सांगताना म्हणाली, "आम्हाला अतिशय खंगलेल्या बायका दिसायच्या. अंगाभोवती ब्लँकेटं गुंडाळून हातात त्यांची बाळं घेऊन त्या यायच्या. त्या भयंकर दिसायच्या. त्यांच्या हातातली बाळं फारच छोटी दिसायची. त्यांचे सुरकुतलेले चेहेरे पाहून आम्ही त्यांना छोटे म्हातारे म्हणायचो. पहाट व्हायला आली की ड्रायव्हर वेग वाढवत असत. उजाडण्याच्या आत त्यांना सरोवर पार करायचं असे. बायका ट्रकमध्ये उघड्यावरच दाटीवाटीनं उभ्या असायच्या. अनेकदा त्यांच्या हातातल्या बाळांना घट्ट पकडून ठेवण्याएवढीही ताकद त्यांच्यात नसायची. अशा वेळी काय भयंकर प्रसंग ओढवायचा याची तुम्ही कल्पना करू शकता. एखाद्या उंचवट्यावर ट्रक आदळून उडाला की त्यांच्या हातातली ती पांघरुणात, शालीत गुंडाळलेली छोटी बाळं हातातून निसटून बर्फावर पडायची. ट्रक ड्रायव्हर थांबत नसत. अर्थात थांबूनही तसा उपयोग नव्हताच. ती बिचारी बाळं पडताक्षणीच गतप्राण झालेली असायची. आम्हाला रस्त्याच्या दोन्ही बाजूंना अशी गाठोडी मिळायची. त्यात आठ-दहा महिन्यांची अर्भकं असायची... आम्हाला कधीच त्यांची ओळख पटविता आली नाही."

बहुसंख्य लेनिनग्राडवासीयांना उघड्या वाहनांमधून प्रवास करावा लागायचा. वाहन गरम ठेवण्याची काहीच सोय नव्हती. काही वेळा ट्रक बंद पडायचे. मग त्या लोकांना विलक्षण थंडीत तासन्‌तास बसायला लागायचं, "आम्ही आमच्या वैद्यकीय कर्मचाऱ्यांच्या तंबूत काही मुलांना आणायचा प्रयत्न करायचो," मोल्निकोवा म्हणाली, "पोरांचे हात हातात घेतले की हाताला फक्त त्यांची हाडंच जाणवत असत. आम्ही त्यांना जमेल ते खायला देऊन थोडा गोड चहा देत असू. जर एखादं मूल खूपच

गंभीर परिस्थितीत असेल, तर त्याचं हृदय सुरू राहावं म्हणून आम्ही त्याला कापराचं इंजेक्शन द्यायचो. तंबूमध्ये आणताना ही मुलं अतिशय मरगळून गेलेली दिसत. जणू त्यांच्यात जीवनरस जराही शिल्लक नाही, असं वाटायचं. पण जरासं अन्न आणि ऊब मिळताच त्यांच्या डोळ्यांमध्ये जिवंतपणा दिसू लागायचा. ट्रक ठीक झाली आहे असं सांगायला ड्रायव्हर आला की, ही मुलं तिथून जायला प्रखर विरोध करायची. त्यांना तंबूतली ऊब आणि प्रेम सोडून जायची इच्छा नसायची.''

स्क्रआबिनानं सांगितलं की शहरामधून बाहेर रवानगी होणाऱ्यांमध्ये कितीतरीजण प्रवास संपेपर्यंत जगत नसत. लाडोगा सरोवर ओलांडल्यानंतर त्यांना रेल्वेगाड्यांमध्ये भरलं जायचं. प्रत्येक स्टेशनवर ऑर्डर्ली डब्यांवर थाप मारून 'कोणी मेलेलं असेल तर प्रेत आम्हाला द्या!' असं ओरडायचे.

दिमित्री लिखाचेवनं लाडोगा सरोवरातून काढलेल्या रस्त्याबद्दल वेगळं मत व्यक्त केलं. ''तो कधीच जीवनमार्ग नव्हता. हा शब्द मुद्दाम सर्व काही गोड होतं असं भासविण्यासाठी पुढच्या काळातल्या लेखकांनी वापरला. तो रस्ता नेहमीच मृत्युमार्ग म्हणून कुप्रसिद्ध होता. जर्मन त्यावर बॉम्बफेक करायचे. बर्फामुळे जागोजागी अडथळे यायचे आणि बर्फामधल्या भेगांमध्ये पडून कितीतरी वाहनं बुडायची. वेड्या झालेल्या एका बाईबद्दल आम्हाला कळलं होतं. ती सरोवरातून मार्गक्रमण करीत असताना तिची मुलं एका ट्रकमध्ये आणि ती दुसऱ्या ट्रकमध्ये असं झालं होतं. तिच्या डोळ्यांसमोर तिची मुलं असणारी ट्रक बुडाली. तिची ट्रक त्वरेनं त्या भेगेला वळसा घालून पुढं गेली. तिच्या डोळ्यांदेखत तिची मुलं बुडून मेली. पण रोरावत जाणारी ट्रक क्षणभरही मदतीसाठी थांबली नाही.''

फेब्रुवारीच्या तिसऱ्या आठवड्यात अखेर दुकानांमध्ये आणखी थोडा ब्रेड दिसू लागला. लेनिनग्राडच्या बऱ्याच भागात कायदा आणि सुव्यवस्थेची ढासळती परिस्थिती पाहून कदाचित घाबरून गेलेल्या नेत्यांनी त्यांच्याजवळचा थोडा अन्नसाठा लोकांसाठी खुला केलेला दिसत होता. १८ फेब्रुवारीला काही दुकानांमध्ये सॉसेज आल्याचं वासिली व्लादिमिरोवनं नमूद केलं आहे. आश्चर्यकारकरित्या उत्तम दर्जाचं गोठवलेलं बीफ आणि मटन दुकानांमध्ये अवतरलं होतं. हे खाद्यपदार्थ बाजारात पाठवून शहर प्रशासन लोकांमधला असंतोष कमी करायचा प्रयत्न करीत होते. पण नेत्यांमधला निर्लज्ज, स्वार्थीपणा पाहून पूर्वी पक्षाशी एकनिष्ठ असलेल्या कार्यकर्त्यांचा चांगलाच भ्रमनिरास झाला होता. लेनिनग्राडमधल्या एका कारखान्याच्या संचालकाचा एक शेरा एन.के.व्ही.डी.नं आपल्या २३ फेब्रुवारीच्या अहवालात नमूद केला आहे –

> 'आपल्याजवळ अन्नाचा भरपूर राखीव साठा आहे असं अधिकारी वारंवार सांगतात. पण बेकरीत भट्ट्या चालू करण्याएवढंही इंधन त्यांच्याजवळ

नाही. मी या पक्षात एवढा दीर्घ काळ आहे आणि मी पक्षाचे सगळे आदेश जराही शंका न घेता पाळत आलो आहे. पण आता हे आदेश पाळून मी इतरांची फसवणूक करीत होते हे माझ्या लक्षात आलं आहे.'

लेनिनग्राडच्या दुर्दैवाबद्दल लेखन इवान गुझादेव यानं रोखठोक शब्दांत सांगितलं, "लेनिनग्राडचे नेते पूर्णपणे अकार्यक्षम होते. हजारो लोकांच्या मृत्यूची जबाबदारी त्यांच्यावरच येते. सर्वसामान्य लोकांना मेयर पीटर पोप्कोवबद्दल कमालीची घृणा वाटते. त्याला भर रस्त्यात गोळ्या घालायला आपल्याला आवडेल असं अनेक बायका उघडपणे बोलत."

जानेवारी १९४२मध्ये स्वेतलाना मगायेवाची आई फारच आजारी पडल्यानंतर स्वेतलानाला लहान मुलांसाठीच्या होममध्ये दाखल करण्यात आलं. स्वेतलाना उपासमारीनं फारच अशक्त झाली होती. त्या होममध्ये सगळी आठ-दहा वर्षं वयाची मुलं होती. या सर्वांनीच शब्दात वर्णन करता येणार नाही अशा भीषण घटना अनुभवल्या होत्या. त्यांच्यामधल्या बहुतेकांची सगळी कुटुंब खलास झाली होती. अंगात जराही त्राण नसलेली ही पोरं अंथरुणावर निर्जीवपणे पडून राहायची. फेब्रुवारीच्या सुरुवातीला ओल्गा सिमानोवस्काया नावाची एक तरुण शिक्षिका होममध्ये आली. त्या वेळी बहुतेकांचे पोशाख मळकट रंगाचे असत. पण अतिशय नीटनेटक्या असणाऱ्या सिमानोवस्कायानं स्वच्छ पांढऱ्या रंगाची बेरेट टोपी घातली होती. तिनं खिडकीपाशी जाऊन जाड पडदे बाजूला सरकवले आणि मग ती मोठ्या आवाजात अधिकारवाणीनं म्हणाली, "हं, चला आपण आता सगळचे काही व्यायाम करू या." पोरं तिच्याकडे विस्मयानं पाहू लागली. अनेकजणांना तिला वेड तर लागलं नाही ना असं वाटलं.

सिमानोवस्काया पोरांना जे व्यायाम करायला सांगत होती, ते शारीरिक नसून मानसिक प्रकारचे होते. तिनं काही ओळी लिहिल्या होत्या आणि त्या पोरांनी म्हणायच्या होत्या –

'आपण जानेवारी महिन्यात जिवंत राहिलो.
आता फेब्रुवारीत आपण जिवंत राहणार आहोत.
मग मार्च महिना येईल.
आपण आनंदी गाणी गाणार आहोत!'

सिमानोवस्कायानं अनेकदा या ओळी म्हणून दाखविल्या. पण पोरांनी मनाशी निर्धार केला असावा. तिला हे सकाळचे व्यायाम करावयाचे असतील, तर खुशाल

करू देत! सगळी पोरं गप्प राहून फक्त पाहत होती.

हे असं होऊनही सिमानोवस्काया जराही डगमगली नाही. तिनं प्रत्येकाच्या जवळ जाऊन त्याच्याशी गप्पा मारल्या. त्यांच्याबद्दल प्रोत्साहनपर चार शब्द उच्चारले. दुसऱ्या दिवशी ती परत होममध्ये आली, तेव्हा तिला अनेक पलंग रिकामे दिसले. कारण त्यावर झोपणारी पोरं रात्रीत मरून गेली होती. पण त्या दिवशीही पुन्हा तिनं त्या ओळी मोठ्या आवाजात म्हणाल्या. परत एकदा सगळी पोरं गप्प राहून फक्त पाहत बसली. मग हा कार्यक्रम असाच पुढचे अनेक दिवस चालला. पोरं जरी काही बोलत नसली तरी त्यांना ती तिथं यावी असं वाटू लागलं होतं. तिच्यातला उत्साह त्यांना आवडत होता. ती त्यांच्याशी बोलू लागली की काही काळ त्यांना भूक आणि मृत्यूचा विसर पडायचा. एकदा एका सकाळी काही पोरांनी तिच्या मागोमाग त्या ओळी म्हणायचा प्रयत्न केला. पण अतिशय खंगून गेल्यानं त्यांच्या घशातून आवाज नीट फुटला नाही.

त्या दिवसानंतर सिमानोवस्काया परत कधीच होममध्ये आली नाही. दुसऱ्या दिवशी पोरांना कळलं की ती पडल्यामुळे तिला आता उठून बसणं अशक्य झालं होतं. ती स्वत:च किती अशक्त झाली होती, हे पोरांना एकदम जाणवलं. तरीही तिनं तिची उरलीसुरली शक्ती पोरांसाठी खर्च केली होती. दुसऱ्या दिवशी ज्या ज्या कोणाला उठून बसता येत होतं त्या सर्वांनी त्या ओळी म्हणाल्या. त्यानंतर दररोजच होममध्ये सकाळी त्या ओळी म्हटल्या जात होत्या.

ज्यांची उपासमार होत होती अशा लोकांमध्ये, वाचण्यासाठी त्यांची मानसिक स्थिती महत्त्वाची ठरत होती, असं मिखाईल चेनोरुत्स्कीच्या लक्षात आलं. हा डॉक्टर वेढ्याच्या काळात लेनिनग्राडमध्ये व्यवसाय करीत होता. कुपोषण आणि अन्नाची कमतरता यामुळे माणसांच्या शरीरावर होणाऱ्या विपरीत परिणामांचा त्यानं अभ्यास केला होता. त्यानं अशी निरीक्षणं नोंदविली होती –

> आम्ही अनेकजणांच्या बाबतीत हे पाहिलं आहे की जगण्याची इच्छाशक्ती कमी होणं, नैराश्य आणि दैनंदिन जीवनाकडे पाठ फिरविणं यामुळे रोग बळावतो. रुग्णाच्या परिस्थितीत अशा गोष्टींमुळे बराच फरक पडतो आणि त्यांची प्रकृती फार झपाट्यानं खालावते. उलट कोणत्यातरी गोष्टीवरचा दृढ विश्वास, आशावादी प्रवृत्ती आणि उत्साहानं वावरणं, याखेरीज दैनंदिन जीवनक्रम नीट चालू ठेवणं यामुळे चांगला परिणाम दिसून येतो. बाह्य परिस्थिती कितीही विरुद्ध प्रकारची असली तरी अशा आशावादी प्रवृत्तीमुळे क्षीण झालेलं शरीरही चांगलच तग धरून राहू शकतं.

तेव्हा नर्स म्हणून काम करणाऱ्या व्हलेंतिना बुराकोवानं याला दुजोरा दिला – "मला हे जाणवलं की केवळ पोषक अन्नच नाही, तर मनोधैर्य ही गोष्ट जगण्यासाठी फार महत्त्वाची होती."

फैना प्रुसावोनं स्वत:चा एक खास सिद्धांत तयार केला होता. 'कायम पडून राहू नका' असं ती या सिद्धांताला म्हणायची. तिची मुलगी वैद्यकीय शिक्षण घेत होती. तिनं अनेकदा आईच्या सिद्धांताला आक्षेप घेतला. 'आपण पडून राहिलो तर कमी ऊर्जा खर्च होते आणि त्यामुळे कमी अन्न पुरतं' असं ती आईला सांगायची. वैज्ञानिक दृष्टीनं पाहता तिचं म्हणणं अगदी योग्य होतं. पण लेनिनग्राडमध्ये लोकांच्यात आणखी काहीतरी घटक महत्त्वाचा ठरत होता. 'हे चमत्कारिक वाटेल याची मला कल्पना आहे. पण जे हालचाल करीत राहतील ते जगतील असं मला वाटतं' हे उत्तर फैना प्रुसोवा तिच्या मुलीला द्यायची. म्हणूनच तिनं आपल्या घरातल्या सर्वांना दररोज वैयक्तिक स्वच्छता करणं, घर साफ ठेवणं आणि टेबलावर दररोज स्वच्छ कापड टाकणं, यासाठी सतत प्रोत्साहन द्यायची. फेब्रुवारी १९४२मध्ये फैनाची मुलगी एवढी अशक्त झाली की, तिला आता कॉलेजला जाणं अशक्य झालं. पण फैनानं तिला बजावलं की 'तिनं अभ्यास सोडता कामा नये. कोणत्याही परिस्थितीत नाही! तू अभ्यास बंद केलास तर तू मरशील.' असं म्हणणं विवेकवादी दृष्टिकोनातून समजून घेणं खूपच अवघड आहे. तिची मुलगी अत्यंत खंगलेली होती. पण आईनं म्हटलेल्या या शब्दांनी तिच्या मुलीवर परिणाम झाला होता. तिनं अभ्यास करणं थांबविलं नाही.

मगायेवाच्या चिल्ड्रन्स होममधल्या तान्या उत्किना या लहानग्या मुलीची कहाणी विलक्षण आहे. उपासमारीमुळे खंगलेल्या तान्याचा चेहेरा वृद्ध स्त्रीप्रमाणे सुरकुतलेला दिसायचा. तिचे हातपाय तर स्पॅघेटी नूडल्सएवढे बारीक झालेले होते. ही मुलगी जगेल असं कोणालाही वाटत नव्हतं. तिला सतत हगवणीनं त्रस्त केलं होतं. तिच्या शरीरात ग्लुकोजचं इंजेक्शन देण्याइतकेही स्नायू शिल्लक नव्हतं. पण हळूहळू काहीतरी वेगळं घडत गेलं. तिची हगवण थांबली आणि तिला थोडं अन्न पचायला लागलं. "आम्ही तिला उठून बसलेली पाहून चकित झालो," मगायेवा सांगत होती, "तिचे पाय अजूनही काडेपेटीतल्या काडीसारखे असले तरी थरथरत का होईना, पण तान्या उभी राहिली आणि मग चालायलाही लागली. एक-एक पाऊल टाकताना ती आमच्याकडे पाहून स्मितहास्य करीत होती. हे प्रात्यक्षिक दाखविल्याबद्दल आम्ही तिला फी द्यायला हवी, असा विनोदही तिनं केला. आम्ही एका विलक्षण चमत्काराचे साक्षीदार होतो."

तान्या उत्किनाजवळ जगण्यासाठी एक साधं, पण अतिशय मोठं कारण होतं. तान्याच्या घरातले सगळे मरण पावले होते. फक्त तिची अद्यापी बाळ असणारी

लहान बहीण सोफी जिवंत होती. सोफीला शहरातून बाहेर पाठविण्यात आलं होतं. पण गंभीर आजारी असल्यानं तान्याला तिच्याबरोबर जाता आलं नव्हतं. स्वत: मरणाच्या दारात उभी असताना तान्यानं स्वत:ला बजावलं, 'मला सोफीसाठी जगलंच पाहिजे.' कदाचित तिच्या या निर्धारामुळेच ती जगली असावी, कारण अन्यथा तिच्या बरं व्हायचं कोणतंही वैद्यकीय स्पष्टीकरण डॉक्टरांना देता आलं नव्हतं.

इतरांना मदत करावयाची प्रेरणा निर्माण झाल्यानं लेनिनग्राडमधले अनेकजण वाचले. लोकांमध्ये आपण एक असल्याची भावना निर्माण झाली. लेनिनग्राड रेडिओवरून कविता वाचन करणाऱ्या ओल्गा बर्गोल्ट्सचा लोकांचं मनोधैर्य टिकविण्यात फार मोठा वाटा होता. आजूबाजूला लोक जे काही भोगत होते, त्यांच्याबद्दल वाटणाऱ्या कणवेमुळे ओल्गाची कविता लोकांच्या मनाला स्पर्श करीत होती. थोडा काळ का होईना, लोक तिचे शब्द ऐकून वेदना विसरत असत. अलेक्सी पावलोवस्कीनं सांगितलं, "तिनं आमच्यात एकत्वाची भावना जाणवली. तिनं आमच्यात धैर्य निर्माण केलं – आमच्या अवतीभवती हजारोजण मृत्युमुखी पडत असूनही जगण्याचं धैर्य."

२६ जानेवारी १९४२ रोजी विद्युतपुरवठा यंत्रणा साफ कोलमडून पडल्यानं म्युझिकल कॉमेडी थिएटर बंद करणं भाग पडलं. आता लोकांना विरंगुळ्याचं काहीच साधन उरलं नव्हतं. लोक आता त्यांच्या घरीही काही वाचू शकत नव्हते. त्या हिवाळ्यात भुकेमुळे सुजलेल्या आणि विलक्षण हालअपेष्टा सहन करणाऱ्या लेनिनग्राडवासी नागरिकांनी केवळ बगोल्ट्सच्या कविता ऐकून तग धरला होता.

पण २९ जानेवारीला उपासमारीमुळे ओल्गाचा नवरा मरण पावला. एक छोटी स्लेजगाडी मिळवून ओल्गानं तिच्या नवऱ्याचा मृतदेह पिस्कारियोव दफनभूमीत आत नेला. नवऱ्याशिवाय आता आपण कसं जगायचं असा प्रश्न तिला पडला. पण तरीही कसं कोण जाणे, पण ओल्गानं चिवटपणानं जगण्यासाठी झुंज दिली. १९४२ च्या फेब्रुवारी महिन्यातल्या भीषण दिवसांमध्ये केवळ ओल्गा बर्गोल्ट्सच्या कवितांच्या शब्दांनी लेनिनग्राडमधल्या लोकांना जगवलं. तिच्याबद्दल एलेना मार्टिला म्हणाली, "आम्ही तिच्या कविता दररोज ऐकायचो. एखाद्या लांबलचक अंधाऱ्या भुयारात प्रकाशाचा एखादाच किरण दिसावा असं आम्हाला वाटे." त्याचप्रमाणे माईआ बाविचनं ओल्गाच्या कवितांचं महत्त्व स्पष्ट करताना सांगितलं, "तिच्या शब्दांमध्ये विलक्षण उमदेपणा होता. एखाद्या प्राण्याप्रमाणे सतत केवळ खाण्याचा विचार करण्याची आमची प्रवृत्ती तिच्यामुळे बदलून गेली."

आता यापुढे सहन करणं शक्यच नाही असं वाटत असताना काहीजणांमध्ये अचानक जगण्यासाठी विलक्षण उर्मी उफाळून येत असे. फेब्रुवारीच्या सुरुवातीला एलेना मार्टिला एवढी अशक्त झाली होती की ती दिवसातून सहा-सात वेळा चक्कर येऊन पडायची. तिला काठी घेतल्याशिवाय एक पाऊलही पुढे टाकता येत

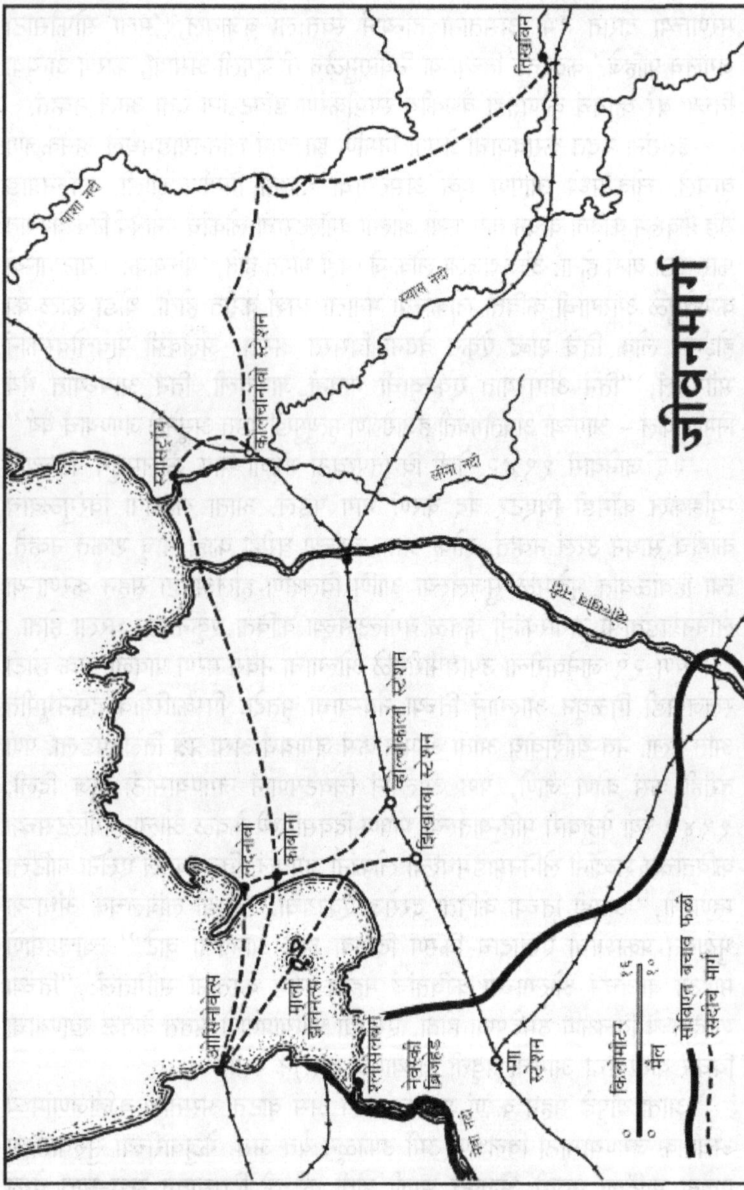
जीवनमार्ग
तिख्विन
कोबोना
श्लिसेलबर्ग
नेव्हस्की ब्रिजहेड
म्गा स्टेशन
किलोमीटर
मैल
सोव्हिएत बचाव फळी
रसदीचा मार्ग

नव्हतं. ती जरी अवघ्या अठरा वर्षांची असली तरी एखाद्या वृद्ध स्त्रीप्रमाणे दिसायची. एकदा रात्री तिला आपण आता पडून राहावं असं तीव्रतेनं वाटू लागलं. ही इच्छा फारच धोकादायक होती. आपण असं केलं तर पुन्हा उठणार नाही, याची तिला जाणीव होती. लेनिनग्राडमध्ये अनेकजण सांगत की 'असं वाटायला लागलं तर काहीही झालं तरी झोपू नका!' मार्टिलानं ही इच्छा दडपून टाकायचा प्रचंड प्रयत्न केला. पण तिला झोपावं असं फार तीव्रतेनं वाटत राहिलं. विलक्षण थकवा असल्यानं तिच्यात कमालीचा अगतिकपणा निर्माण झाला होता. आपण आता मरणार हे तिला जाणवलं. पण हे मरण कुठल्यातरी उदात्त कारणासाठी किंवा लढताना आलेलं नसून आपण आपल्याच पलंगावर कवडीमोल किमतीला केवळ मरून जाणार, हे देखील तिच्या लक्षात आलं. ती या विचारानं एकदम बदलून गेली. तिचं रडणं थांबलं. "मी जर मरणारच असेन तर मी मानानं मरेन. मी एक कलाकार आहे. मी मरेन तर हातात ब्रश असताना!" असं तिनं स्वत:ला बजावलं.

मार्टिलानं स्वत:चं चित्र काढायचं ठरविलं. खोलीत एकच छोटा रॉकेलचा दिवा असल्यानं प्रकाश फारच कमी होता. मार्टिला उठली आणि तिनं कागद, ब्रश, रंग वगैरे जमा केलं. आरशासमोर उभी राहून तिनं स्वत:चं चित्र रंगवायला सुरुवात केली. पण तिचे हात नीट चालेनात. तिचा ब्रश वेडावाकडा होऊ लागला. ती थबकली. पण लगेच ती स्वत:ला म्हणाली, "नाही, लेनिनग्राडमधले लोक सहजासहजी हार मानत नव्हते, हे लोकांना कळायलाच हवं," मग निर्धारानं सगळी शक्ती एकवटून तिनं पुन्हा चित्र रंगवायला सुरुवात केली.

चित्र रंगविता रंगविता मध्येच मार्टिलाची नजर खिडकीकडे गेली. पडद्यांमधल्या फटीतून तिला हलका प्रकाश येताना दिसला. पहाट व्हायची चिन्हं दिसताना पाहून तिला आनंदाचं भरतं आलं होतं. "मी मेले नाही! मी मेले नाही! मी जगणार, मी जगणार!" असं ती मोठ्या आवाजात म्हणाली.

अलेक्झांड्रा इवानोवाच्या बाबतीत असंच घडलं होतं. तिच्या घरातले सहाजण एकापाठोपाठ एक असे मरण पावताना तिनं पाहिलं होतं. तिच्या तीन वर्षं वयाच्या पुतण्याकडे पाहताना तर तिला हा मानवी आहे की नाही अशी शंका आली होती. त्याचं पूर्णपणे सुरकुतून गेलेलं शरीर पाहताना तिला आपण आता जगू नये असं वाटलं होतं. तिच्या प्रियजनांच्या मृतदेहांकडे बघताना अचानक तिच्यात बदल घडून आला. तिच्यामधला हताशपणा निघून गेला. "माझं आयुष्य अनमोल आहे... मी इतरांना मदत करण्यासाठी जगणार," असं ती मनाशी म्हणाली.

वेढ्याच्या त्या भीषण परिस्थितीत मानवी संबंधांवर विलक्षण वाईट परिणाम झाले होते हे खरं. पण त्याही परिस्थितीत कौटुंबिक बंध टिकून राहिले. आयांनी मुलांना त्यांच्याजवळ जे जे काही असेल ते सगळं दिलं. काही वेळा तर निव्वळ

प्रोत्साहक शब्दांनी विलक्षण चमत्कार घडविले होते. बारा वर्षं वयाच्या आंद्रेई क्रुकोवला शास्त्रीय संगीतात रस होता. त्याला व्हायोलिनवादक व्हायचं होतं. पण आता हे स्वप्न भंगत चालल्याचं त्याला दिसत होतं. एकदा सकाळी त्याच्या आईनं त्याच्या संगीतामधल्या कौशल्याबद्दल प्रोत्साहन दिलं. त्याचं कौतुक करून तिनं त्याला प्रॅक्टिस थांबवू नकोस असं सांगितलं. "मी जर यातून वाचले नाही तर तुला निदान याचा तरी आधार होईल." असं ती म्हणाली. तिच्या कौतुकाच्या शब्दांमुळे आंद्रेई क्रुकोवमध्ये जगत राहण्याची प्रेरणा निर्माण झाली.

नेमकं मोजमाप करूनच रेशनचं प्रमाण ठरविण्यात आलं होतं. पण जीवन आणि मरणाच्या सीमारेषेवर असताना शरीरातील पूर्वी अज्ञात असणारी शक्ती बाहेर पडत असे. या प्रकारच्या वेगळ्या शक्तीला लेनिनग्राडमधील डॉक्टर मिखाईल चेर्नोरुत्स्की यानं *'व्हिटा मिनिमा'* असं नाव दिलं होतं. त्याचा अर्थ 'अगदी सीमारेषेवरील जीवन' असा आहे. आपल्याला ज्याची कल्पना नव्हती असं काहीतरी परिणाम करीत होतं हे डॉक्टर चेर्नोरुत्स्कींनी प्रांजळपणानं मान्य केलं होतं.

लेनिनग्राडमधल्या एका हॉस्पिटलमध्ये पाच वर्षं वयाचा पीटर व्सेवेकोव मृत्यूशी झगडत होता. त्याचा श्वासोच्छ्वास अनियमित झाला होता. त्याला काहीही खाता येत नव्हतं. त्याची आईदेखील अत्यंत कठीण परिस्थितीत होती. पण तरीही तिनं आपल्या मुलासाठी थोडं जास्तीचं अन्न मिळविण्याचा प्रयत्न केला होता. तिनं तिचा उबदार कोट काळ्या बाजारात विकला. तिनं त्याच्यासाठी थोडा ब्रेड, साखर आणि लोणी आणलं. तिनं लोणी आणि साखर ब्रेडच्या तुकड्याला फासून तो त्याच्यासमोर धरला. पण पीटर एवढा क्षीण झाला होता की, बिचाऱ्याच्या जबड्याचे स्नायूदेखील हलत नव्हते. पण त्याला आपली आई आपल्या शेजारी आहे हे जाणवत होतं. त्यानं निकराचा प्रयत्न करून ब्रेडच्या तुकड्यावर जीभ फिरवली. त्याला आईच्या प्रेमाला प्रतिसाद द्यावासा वाटत होता. ही गोष्ट फार महत्त्वाची ठरली. त्यानंतर त्याच्या प्रकृतीत हळूहळू सुधारणा झाली होती. दररोज हजारो लोक मृत्युमुखी पडत असले तरी घायाळ होऊन का असेना, लेनिनग्राड जिवंत होतं. जीवनमार्ग म्हटला जाणारा रस्ता म्हणजे प्रत्यक्षात लाडोगा सरोवरातल्या बर्फावरचा रस्ता नव्हता, तर तो लोकांमधली अज्ञात शक्ती त्यांना मिळवून देणारा रस्ता होता. अनातोली मोल्वानोवनं सांगितलं, "जेव्हा एखाद्या माणसामध्ये जगायची इच्छाशक्ती जागृत व्हायची तेव्हा त्याला 'जीवनमार्ग' सापडला असं आम्ही म्हणायचो."

ओल्गा बर्गोल्ट्स म्हणाली, "त्या हिवाळ्यात मृत्यू आमच्या डोळ्यांत रोखून बघत होता. तो आम्हाला मोहून टाकत होता. पण ज्यांनी आमच्याकडे मृत्यू पाठविला होता, त्यांचं गणित चुकलं होतं. आमची जगण्याची इच्छा किती जबरदस्त आहे याचा त्यांना अजिबात अंदाज आला नाही."

९
सिंफनी

१९४२ च्या फेब्रुवारी महिन्याच्या अखेरीस लिडीया ओखाप्किना नेवा नदीच्या दिशेनं बर्फ तुडवत जात होती. शहराकडे बघताना त्यात किती फरक पडलाय हे तिला जाणवलं. तिला परिचित असणारा भाग उद्ध्वस्त होऊन तिथं भग्नावशेष पसरले होते. अनेक इमारतींच्या खिडक्या मोडलेल्या होत्या आणि काहींमध्ये मोठमोठी खिंडारं पडली होती. इमारतींचे जे काही भाग शिल्लक होते, त्यात लोक कसेबसे राहत होते. तिला एक पाचमजली इमारत जळताना दिसली. बाजूला उभ्या असणाऱ्या एका माणसानं तिला सांगितलं की अलीकडेच नव्यानं बसविलेल्या *बुर्झुइका* प्रकारच्या स्टोव्हमुळे ही आग लागली होती. ती इमारत तीन दिवस जळत होती. कपाटं, पलंग आणि फर्निचरचे तुकडे यांचा वेडावाकडा ढीग इमारतीसमोर पसरला होता. वारा नव्हता, त्यामुळे निळ्या ज्वाळा जणू कुरवाळत असल्याप्रमाणे इमारत भस्मसात करीत होत्या.

नेवस्की प्रॉस्पेक्ट हा लेनिनग्राडमधला सर्वांत महत्त्वाचा रस्ता, त्या वेळी जवळजवळ निर्मनुष्य होता. त्याच्यावर बर्फाचं जाड आवरण पसरलं होतं. घरांची प्रचंड मोडतोड झालेली होती. अनेक खिडक्यांना पुठ्ठे लावून झाकण्याचा प्रयत्न लोकांनी केलेला दिसला. बर्फाच्या आवरणाखाली ट्राम आणि बस गोठून जागीच पडल्या होत्या. एखाद्या घायाळ माणसाप्रमाणे शहर युद्धात जखमी झालेलं होतं. लिडीया ओखाप्किनाच्या मनात विचार आला, 'शहर किती खडतर प्रसंगातून जात आहे. पण तरीही ते जिवंत आहे. ते मरणाशी झुंजतं आहे. लोक जगण्याच्या आशेला चिकटून आहेत. आज ना उद्या हा भयंकर प्रकार संपणार आहे हे नक्की.'

रेड आर्मीतला सैनिक सर्जी मिल्यायेव लेनिनग्राडमधल्या आपल्या घरी कुटुंबीयांना भेटायला आला. त्यानं लिहिलं – "त्या मृत्यूच्या तावडीत सापडलेल्या शहरानं माझं स्वागत प्रेतं, अंधार, घाण आणि भयाण शांतता यानं केलं." खंगलेले असूनही अनेक चेहऱ्यांवरचे धैर्य पाहून तो चकित झाला होता. मिल्यायेवला लेनिनग्राडमध्ये

अनेक भयंकर कहाण्या ऐकायला मिळाल्या. तो म्हणाला, "इथं जे काही घडतंय ते हादरवून टाकणारं आहे. पण तरीही शहरात एक विलक्षण झुंज सुरू आहे. फार मोठी झुंज!"

पण लेनिनग्राडवासी नागरिकांच्या धैर्याची कसोटी अजून बाकी होती. १८ फेब्रुवारी १९४२ रोजी निकोलाय गोर्शकोव्हनं खतरनाक परिस्थितीबद्दल अशी माहिती नमूद केली आहे –

आता शहरात अनेक रोग दिसू लागले आहेत. बरेचसे हगवणीसारखे पोटाचे विकार झाले आहेत. त्यामुळे मुळात खंगलेल्या लोकांना वेगानं मरण येत आहे. टायफसचेही रोगी दिसून येत आहेत. पाण्याची कमतरता असल्यानं आणि वाफ मिळणं अवघड असल्यानं वैयक्तिक साफसफाई फारशी नीट होत नाही. साहजिकच टायफस पसरतो... जानेवारीत प्रशासन निदान प्रत्येकाला दरमहा २५० ग्रॅम साबण देत होतं. पण फेब्रुवारीत जराही साबण मिळाला नाही. कारखान्यांमधून पुरेसा तयार झाला नाही, असं ते लोक सांगतात. संसर्गाचा आणखी फैलाव होऊ नये म्हणून आता आमच्यावर क्वारंटाईन लादण्यात येणार आहे."

प्रयत्न केले तर टायफसला अटकाव करणं अद्यापही शक्य होतं. पण आता लेनिनग्राडमध्ये हगवणीची साथ पसरत चालली होती. उपासमार आणि हगवण यांची जोडी लेनिनग्राडसाठी फारच घातक ठरली. मरणाऱ्यांच्या प्रमाणात सतत वाढ होत गेली. ॲना ओस्त्राऊमोवाच्या अंदाजानुसार हा आकडा दररोज २०००० ते २५००० एवढा मोठा झाला होता. ओल्गा फ्रीडेनबर्ग त्याबद्दल एवढंच म्हणाली, "मृत्यूचा तो महापूर कोणाच्याही नियंत्रणात न राहणारा झाला होता."

लेनिनग्राडमधल्या नागरिकांनी आजवर उपासमार, हवाई हल्ले, तोफांचा मारा आणि पाणी-वीज यांची कमतरता हे सगळं सहन केलं होतं. आता हे आणखी नवीन संकट समोर आलं होतं. त्याला तोंड देणं त्यांच्या दृष्टीनं फार कठीण जाणार होतं. जरी हगवणीची साथ भयावह असली तरी शहरातली सगळी यंत्रणा साफ कोलमडून पडल्यानंतर असं होणं अटळ होतं. जानेवारी महिन्याच्या अखेरीस मलनिःस्सारणाची यंत्रणा काम करीत नसल्यानं मैला सरळ इमारतींच्या आवारात आणि रस्त्यांवर फेकला जाऊ लागला होता. शहरातून वाहणाऱ्या नद्यांमधलं पाणी प्रदूषित झालं होतं.

आता शहरात शवपेटी मिळणं किंवा योग्य त्या सन्मानानं दफनाची व्यवस्था होणं फारच मुश्कील झालं होतं. दफनभूमीत प्रेतांचे मोठमोठे ढिगारे तयार झाले होते. आता सामुदायिक दफनांसाठी मोठमोठे खड्डे खणायला नव्यानं सुरुवात झाली. नादिया माकारोवाला आपल्या आईचं दफन जरा बऱ्या प्रकारे व्हावं असं वाटत होतं. तिनं लिहिलंय –

'आम्ही तिच्यासाठी वेगळ्या दफनाची व्यवस्था करू शकलो नाही. आम्हाला तिला सामुदायिक दफनातच निजवावं लागलं. तिथं अगोदरच ३००० पेक्षा जास्त मृतदेह पडले होते. वेगळं दफन करण्यासाठी खड्डा खणणारे एका किलोपेक्षा जास्त ब्रेड मागत होते. आमच्याजवळ तो नव्हता. आमच्याजवळ जे काही होतं ते आम्ही दिलं. त्यामुळे सामुदायिक दफनाच्या खड्ड्यात आईला निदान फेद्या आणि माशाच्या शेजारी ठेवता आलं होतं.'

दफनभूमीत काम करणारे लोक आता मृतांना जराही आदराची वागणूक देत नव्हते. त्यांच्या दृष्टीनं मरणाऱ्यांची संख्या फारच मोठी आणि अवाक्याबाहेरची होती. इवान याकुशिनचे काका मरण पावले तेव्हा त्याच्या वडिलांना शवपेटी मिळाली नाही. त्याऐवजी त्यांनी काही लाकडी खोकी मिळविली आणि मृतदेह त्यात भरून तो स्लेजगाडीवर टाकून दफनभूमीत नेला. तिथले कर्मचारी शेकोटीपाशी शेकत बसलेले दिसले. आपण दफनासाठी वेगळा खड्डा खणणार नाही असं त्यांनी सरळ सांगितलं. मग त्यांनी अचानक खोक्यामधून मृतदेह ओढून बाहेर काढला आणि बाजूच्या प्रेतांच्या ढिगाऱ्यांवर फेकून दिला. शेकोटीसाठी सरपण आणल्याबद्दल त्यांनी इवान याकुशिनच्या वडिलांचे आभार मानले होते.

सोफिया आणि बुरियाकोवाला तिच्या वडिलांचं दफन सामुदायिकपणेच करणं भाग पडलं होतं. सगळ्या मृतदेहांवर फक्त एक आवरण टाकलं होतं. तिथं सोफियाला प्रत्येक खड्ड्यात मृतदेहांच्या अनेक रांगा दिसल्या. प्रत्येक रांगेत शंभरापेक्षा जास्त मृतदेह ठेवलेले होते. तिथले कर्मचारी नवीन मृतदेह नेऊन टाकाताना सरळ जुन्या मृतदेहांना तुडवत जात होते. सोफियानं त्याबद्दल अतिशय त्वेषानं सांगितलं होतं. "हे काम सतत करून ते लोक सुन्न होऊन गेले होते. त्यांच्यात किमान माणूसपणाही शिल्लक राहिला नव्हता." सोफिया बुरियाकोवा वडिलांचं दफन करून बाहेर पडली तेव्हा फाटकापाशी तिला एक प्रेत दिसलं. या प्रेताला बसवून ठेवलेलं असून त्याच्या तोंडात सिगारेट खुपसलेली होती. त्याचा गोठलेला हात सामुदायिक दफनभूमीकडे दिशा दाखवेल असं त्या प्रेताला त्यांनी बसविलं होतं.

शहरात पुन्हा एकदा नरमांसभक्षणाला सुरुवात झाली होती. रिकाम्या पडलेल्या घरांमधली प्रेतं हलविण्याच्या कामासाठी बारा वर्षं वयाची व्हॅलेंतिना रोथमान स्वयंसेवक म्हणून काम करू लागली होती. ती एका पाठोपाठ एक मृतदेह बघत असताना तिला विलक्षण धक्का बसला. कारण अनेकांच्या पार्श्वभागातलं मांस कापून काढल्याचं तिला दिसलं. ते पाहून ती थरथर कापू लागली. या प्रेतांमधलं

उरलंसुरलं मांस कापून काढून ते लेनिनग्राडच्या बाजारात विक्रीसाठी ठेवलं जातं, हे जाणवून तिचा थरकाप उडाला होता.

रोथमान आणि तिच्या बरोबरची कोवळी पोरं हे काम करीत असली तरी ते देखील स्वत: फारच अशक्त झाले होते. प्रेतं उचलून खाली आणण्याएवढी ताकद त्यांच्यात नसल्यानं त्यांनी उंच इमारतीच्या वरच्या मजल्यांवरून प्रेतं खाली टाकायला सुरुवात केली. पण मुळात प्रेतं खूप कुजलेली असल्यानं त्यांचे अनेक तुकडे होऊन ते खालच्या बर्फाच्या ढिगाऱ्यांवर पडू लागले. उपासमारीनं खंगलेल्या लहान वयाच्या रोथमानला ते अवशेष गोळा करून गाडी भरायचं काम करावं लागत होतं.

प्रेतं आता सगळं शहर गिळंकृत करू लागली होती. जगण्याच्या वेडापायी अनेक प्रेतं विद्रूप झाली होती. विक्तोर कोझलोव म्हणाला, "हिवाळ्याच्या अखेरीस आमच्यापुढे हे वाढून ठेवलं होतं. रस्त्यात कुजणारी प्रेतं सगळीकडे विखरून पडली होती. अनेकांच्या पायांमधलं मांस कापून नेलेलं असायचं. कचराकुंड्यांमध्ये अनेक बायकांची, स्तन कापून काढलेली प्रेतं आढळायची. त्या वेळी अर्धवट मेलेली माणसं मेलेल्यांना गाठत होती. भुकेपोटी काहीजण तर स्वत:चंच मांस कापून ते खाऊ लागले होते. लेनिनग्राड शहर अखेरचे काही श्वास घेत आहे, असं वाटू लागलं होतं."

लेनिनग्राड शहरात संसर्गजन्य रोगाची साथ येईल अशी अपेक्षा जर्मनांना होतीच. ७ ऑक्टोबर १९४१ रोजी हिटलरनं जे भाषण केलं होतं, त्यात त्यानं कोणत्याही परिस्थितीत लेनिनग्राडची शरणागती स्वीकारायची नाही असं बजावलं होतं. असं म्हणण्यामागे त्याचा उद्देश हाच होता, की शहरात संसर्गजन्य रोगाची गंभीर साथ पसरेल आणि लोक मरतील. ४ नोव्हेंबर रोजी जर्मन हायकमांडनं अशी साथ येण्याच्या शक्यतेवर भर दिला होता. लेनिनग्राडमध्ये पसरणारी रोगराई जर्मन सैन्यापर्यंत येणार नाही, अशी त्यांची अपेक्षा होती.

आर्मी ग्रुप नॉर्थ या जर्मन फौजा आता शहरात रोगराई कशी पसरते यावर बारकाईनं लक्ष ठेवून होत्या. अगोदरच उपासमारीनं खचलेल्या लेनिनग्राड शहरात लवकरच रोगराईचा धुमाकूळ सुरू होणार याची त्यांना कल्पना होती. १८ फेब्रुवारी १९४२ रोजी देवीची पहिली साथ आली होती. या घटनेची व्यवस्थित नोंद जर्मनांनी ठेवली होती. जर्मनांचा गुप्तचर विभाग उत्कृष्ट होता यात शंका नाही, कारण त्याच दिवशी देवीचा पहिला रुग्ण आढळला असल्याचं निकोलाय गोर्शकोवनंही नमूद केलं आहे.

लेनिनग्राड शहरातल्या मृतांचा आकडा दहा लाखांवर गेला असल्याची बातमी हिटलरच्या कानावर गेली होती. तो खासगी संभाषणांमध्ये नरमांसभक्षणाबद्दल बोलू लागला होता. लेनिनग्राड शहर आता पूर्णपणे खलास होणार याबद्दल वेरमाख्तला

खात्री वाटू लागली होती. १९४२ च्या मार्च महिन्यात रेड आर्मीमधून पळ काढलेल्या एका सैनिकाची मुलाखत रेडिओ बर्लिननं प्रसारित केली होती. या अधिकाऱ्यानं लेनिनग्राडचं अतिशय भीषण चित्रं रंगवलं होतं. "मी थेट लेनिनग्राडमधून इथं आलो आहे." लेफ्टनंट सोकोलोवस्की सांगत होता, "ते शहर आता अखेरच्या घटका मोजत आहे. कुजणारी प्रेतं हीच आता खाण्याची एकमेव वस्तू उरली आहे. लेनिनग्राडमध्ये उरलेले लोक आता मानवी मांसावरच गुजराण करताना दिसतात."

आता शहराचं भवितव्य रोगराईला प्रतिबंध करता येतो की नाही यावर अवलंबून होतं. इव्हगेनी मोनियुश्कोनं सांगितलं, "वसंत ऋतूचं आगमन जवळ आलं होतं आणि त्याचबरोबर शहरात रोगांचा फैलाव होण्याचा धोका दिसू लागला होता. बर्फाखाली जागोजागी प्रेतं पडली होती. अनेक ठिकाणी गटारांमध्ये मैला साठला होता. एकदा का बर्फ वितळायला सुरुवात झाली, की यातूनच साथीचे रोग उद्भवणार होते. आणि एकदा का हे झालं की शहराचं मरण निश्चित होणार होतं."

८ मार्चला रशियात परंपरेनं सार्वजनिक सुट्टी असायची. पण धीर सुटलेल्या शहर प्रशासनानं शहरातल्या सर्व बायकांना रस्त्यावर उतरण्याचा हुकूम दिला होता. त्यांनी साफसफाई सुरू करावयाची होती. ही फक्त सुरुवात होती. १५ मार्चपर्यंत १,००,००० बायका शहरभर साफसफाईची कामं करू लागल्या होत्या. त्या दररोज कित्येक तास मेहेनत करीत होत्या. दिवसेंदिवस बायकांच्या संख्येत वाढ होत चालली होती.

सामुदायिक प्रयत्नांचा तो एक फार विलक्षण आविष्कार होता. एका पत्रकारानं लिहिलंय – 'सगळेजण बाहेर पडले आहेत. गृहिणी, शाळकरी मुली, प्राध्यापक, डॉक्टर, संगीतकार, वादक आणि म्हातारेकोतारे कोणीही त्याला अपवाद नाही. झाडू, सळया, छोट्या स्लेजगाड्या आणि हाताला लागतील ती साधनं घेऊन लोक काम करीत आहेत. बहुतेक माणसांना स्वतःच धड चालता येत नाही. पण तरीही पाचजण मिळून घाणीनं भरलेली स्लेज गाडी ओढताना दिसतात. हे उपाशी लोक घाणीचे डोंगर साफ करायचा प्रयत्न करीत आहेत.'

स्वतः खाऊनपिऊन गलेलठ्ठ झालेल्या शहरातल्या अधिकाऱ्यांनी आपल्याला हे जीवघेणे परिश्रम करायला भाग पाडलं म्हणून लोकांच्या मनात संताप खदखदत होता. बॅले विद्यालयाची संचालक असणाऱ्या लिडीया टेगरचा नवरा लेनिनग्राड आघाडीच्या पुरवठ्याच्या प्रमुखपदावर काम करीत असे. लेनिनग्राडमधले सामान्यजन त्या भयंकर हिवाळ्यात जगण्याची धडपड करीत होते, त्या वेळी ही बाई विद्यालयात नेहमी नवीन पोशाख, बूट आणि हॅट असा थाटमाट करून येत असे. एक बॅले शिक्षिका – व्हेरा कोस्त्रोविस्काया, हिनं तिचे पोशाख मोजायला सुरुवात केली. चार प्रकारचे फरकोट, विविध प्रकारचे वीस पोशाख आणि असंख्य प्रकारचे दागदागिने

या बाईनं वापरले होते. बॅले शिकणारे विद्यार्थी भुकेनं तडफडून मरत असताना ही बाई काळ्या बाजारात अन्न विकून खुशाल चैनीच्या वस्तू मिरवत होती. गुबगुबीत लाल गाल असणारी ही संचालक तिच्यासमोरच्या भुकेल्या, चेहेरा आक्रसून गेलेल्या विद्यार्थ्यांना काम करायचे हुकूम बजावत होती. जेव्हा काहीजणांनी थोडी अनिच्छा दाखविताच तिनं त्यांची रेशनकार्ड काढून घेण्याची धमकी दिली. "ढोंगी, आळशी!" असं कुत्सितपणानं म्हणून तिनं हातात एक फावडं घेतलं आणि खणण्याची नक्कल केली होती. मग ती बाजूला उभी राहिली आणि लोक तासन्तास राबत असताना तिनं त्यांच्यावर नजर ठेवली.

लेनिनग्राडमधले लोक जिवापाड मेहनत करीत असूनही शहर प्रशासन मात्र या कामावर नाराज होतं. २६ मार्चला प्रशासनानं कठोर शब्दांमध्ये इशारा दिला – 'आत्तापर्यंत झालेली साफसफाईची कामं सर्वस्वी असमाधानकारक आहेत. बर्फ आणि घाण शहरातल्या निम्म्याशिम्म्या घरांमधूनच बाहेर काढण्यात आली आहे. अजूनही कित्येक रस्त्यांवर घाणीचे ढीग पसरलेले असल्यानं पायीदेखील चालता येत नाही. दुर्लक्ष झालेल्या घाणीच्या हजारो ढिगाऱ्यांमुळे रोगाचा फैलाव होण्याची शक्यता आहे....'

शहर प्रशासनाची भूमिका कशीही असली, तरी लोकांच्यात मात्र आता बदल होऊ लागला होता. आता सगळं शहरच कामाला लागलं होतं. सगळ्यांनी मिळून केलेल्या कामामुळे त्यांना जगण्यासाठी दिशा मिळाली होती. एलेना मार्टिलानं सांगितलं, "आम्ही घाणीविरुद्ध युद्ध पुकारलं होतं. या घोषणेमुळे मरगळून गेलेल्या लोकांना काहीतरी करण्यासाठी प्रेरणा मिळाली." लेनिनग्राडमध्ये अद्यापही सहजासहजी हार मानायला तयार नसणारे अनेकजण होते.

लेनिनग्राडच्या सार्वजनिक वाचनालयामधील कर्मचाऱ्यांनी हळूहळू पण चिवटपणानं काम करून इमारतीच्या बाहेर रस्त्यावर असणारा घाणीचा मोठा ढिगारा साफ केला. वाचनालयाचा पाणीपुरवठा, वीजपुरवठा आणि उष्णता राखणारी यंत्रणा हे सारं एका पाठोपाठ एक बंद पडलं तरी वाचनालय चालू होतं. पण अखेर वाचनासाठी असणारी शेवटची खोलीही बंद करावी लागली. मग वाचकांसाठी संचालकाची खोली वापरली जाऊ लागली. तिथं एक छोटा स्टोव्ह होता आणि रॉकेलवर चालणारा एक दिवा. पण तरीही वाचनालय चालू ठेवण्यात आलं हे महत्त्वाचं. कपाटांमधली पुस्तकं शोधण्यासाठी कर्मचारी, लाकडाचे ढलपे पेटवून ते घेऊन काम करीत होते. ते वाचकांना काय हवं ते मिळवून देण्यासाठी आटोकाट प्रयत्न करीतच राहिले.

वाचनालयात येणाऱ्या लोकांची चित्रं एलेना मार्टिलानं रेखाटली आहेत. उपासमारीमुळे तोल जात असूनही लोक तिथं येत आणि पुस्तकं वाचत. वाचनालयाच्या

कर्मचाऱ्यांनी वेढ्याच्या भयंकर दिवसांमध्ये प्रकट केलेल्या धैर्याचं मार्टिलानं कौतुक केलं आहे. या लोकांनी बॉम्बहल्ला झाल्यामुळे मोडलेलं छप्पर दुरुस्त केलं आणि पुस्तकांचा अनमोल ठेवा सांभाळण्यासाठी प्रयत्नांची पराकाष्ठा केली. त्या दिवसांबद्दलच्या आठवणी सांगताना फैना बोरोवस्काया म्हणाली, ''वाचनालयात येणारे काहीजण समोर उघडं पुस्तक तसंच असताना मरून पडलेले दिसायचे. आम्ही त्यांचे मृतदेह इमारतीबाहेर आणून ठेवायचो. शहर प्रशासनाची ट्रक येऊन त्यांना नेतील अशी आमची कल्पना होती. तसं न झाल्यानं वाचनालयासमोर मृतदेहांचा ढिगारा वाढतच चालला होता.''

लेनिनग्राडच्या हर्मिटेज म्युझियमसमोरही घाणीचे मोठे ढिगारे साचले होते. ते साफ करायचं कामही आता सुरू झालं होतं. या कामाची देखरेख करावयाचं काम पावेल गुबशेवस्की याच्याकडे होतं. हृदयविकाराचा त्रास असल्यानं गुबशेवस्कीला सैन्यामधून निवृत्त करून हर्मिटेज म्युझियमच्या रक्षकदलाच्या प्रमुखपदी नेमण्यात आलं होतं. म्युझियममधल्या महत्त्वाच्या वस्तू अगोदरच सुरक्षित ठिकाणी हलविण्यात आल्या होत्या. काही वस्तू जरी तळघरात हलविण्यात आल्या असल्या, तरी काही अजून त्यांच्या मूळ जागीच होत्या. म्युझियमच्या, एकट्या हिवाळी राजवाड्याच्या इमारतीतच १०५७ दालनं होती. त्यांच्यावर पहारा देण्याचं काम गुबशेवस्कीच्या दलाकडे होतं.

आपल्या दलाबद्दलच्या आठवणी गुबशेवस्कीनं सांगितल्या, ''माझ्या दलात प्रामुख्यानं पंचावन्न वर्षं वयापेक्षा जास्त मोठ्या बायका होत्या. एकजण तर सत्तर वर्षांवरची होती. १९४२ चा वसंत ऋतू सुरू होईपर्यंत त्यामधल्या बऱ्याच मरण पावल्या होत्या, तर काहीजणी हॉस्पिटलमध्ये मृत्यूशी झगडत होत्या. माझ्यापाशी अवघ्या तीसजणी उरल्या होत्या.'' पण प्रौढ वयाच्या या अवघ्या तीसजणींनी म्युझियममध्ये चोवीस तास चोख पहारा ठेवला होता. तोफगोळ्यांमुळे पडझड झाल्यानंतर तो सगळा भाग साफ करायचं काम याच तीसजणींनी केलं. नंतर या सगळ्यांनी हातात झाडू, फावडी, पहारी आणि जे काही मिळेल ते घेऊन रस्त्यावर पडलेले बर्फाचे आणि घाणीचे डोंगर साफ करायला सुरुवात केली. लेनिनग्राडचे नागरिक त्यांच्या या विलक्षण कामाकडे थक्क होऊन पाहत राहिले. मग स्वत: खंगलेले असूनही हे लोक मदतीसाठी पुढे येऊ लागले.

रस्त्याच्या कडेचे फुटपाथ पुन्हा दिसायला लागल्यानंतर व्हेरा इन्बरला फार आनंद झाला होता. हिवाळाभर विलक्षण हालअपेष्टा सहन केल्यानंतर स्वच्छ फुटपाथ पाहणं ही फार आनंदाची गोष्ट होती. तिची नजर एका बाईकडे गेली. तिचा पिवळा पडलेला चेहेरा सुजला होता. तिच्या अंगावर धुरानं काळवंडून गेलेल्या फरचा जुना कोट होता. तो बहुधा संपूर्ण हिवाळा तिच्या अंगावर असावा. ती

पहारीवर रेलून तिनं नुकताच साफ केलेला डांबरी रस्ता आश्चर्यानं पाहत क्षणभर थांबली आणि मग लगेच पुन्हा कामाला लागली होती.

लेनिनग्राडमधल्या नागरिकांनी केलेल्या सामुदायिक प्रयत्नांमुळेच त्या शहराच्या इतिहासाला कलाटणी मिळाली असं एलेना मार्टिलाला वाटतं. "एकत्र काम करीत असताना लोक आपली ऊर्जा एकमेकांना देत होते. या ऊर्जेमधून सगळं काही घडून आलं. आमच्या शहराची पृथ्वीतलावरून नावनिशाणी नाहीशी करण्यासाठी दिलेला हिटलरचा क्रूर आदेश आम्ही निरर्थक ठरविणार होतो. आम्ही शहरातच राहणार होतो. आम्ही या लेनिनग्राडचे रहिवासी आहोत याचा आम्हाला अभिमान वाटत होता."

शहरात एका नवीन चैतन्याचा उदय झाला होता. संसर्गजन्य रोगांचा मुकाबला करण्यासाठी ४०० पेक्षा जास्त केंद्र उभारण्यात आली होती. लोकांना लस आणि 'क' जीवनसत्व देण्याचा कार्यक्रम सुरू झाला होता. पाईन वृक्षांच्या सुईसारख्या असणाऱ्या पानांमधून 'क' जीवनसत्व काढण्यात आलं आणि स्कर्व्ही या रोगावर उपचार करण्यासाठी एक पेय बनविण्यात आलं होतं. एप्रिल महिन्याच्या सुरुवातीला विद्युत पुरवठा केंद्रांची दुरुस्ती पूर्ण होऊन वीजपुरवठा सुरू झाला होता. १५ एप्रिलला शहरातली ट्रामची वाहतूक पुन्हा सुरू झाली होती.

चौदा वर्षं वयाचा व्लादिमिर झान्ट संपूर्ण हिवाळाभर गळ्याभोवती फास असणाऱ्या लेनिनग्राड शहरातली चित्रं रेखाटत होता. पण आता हा फास ढिला पडला होता आणि आता तो उत्तम रंगांत चित्रं काढू लागला होता. त्यानं पुन्हा सुरू झालेल्या पहिल्या ट्रामचं चित्र काढलं आणि त्याखाली लिहिलं, 'एवढी हानी आणि एवढेजण मृत्युमुखी पडूनही शहर पुन्हा जिवंत होऊ लागलं आहे.' कॉर्पोरल फाल्केनहोर्स्ट हा जर्मन त्या वेळी कैदेत होता. तो म्हणाला, "१५ एप्रिल १९४२ रोजी सकाळी मी ट्रामचा आवाज पुन्हा ऐकल्यानंतर माझा हिटलरवरचा विश्वास डळमळीत होऊ लागला होता."

शहराभोवती पसरलेल्या सोव्हिएत सैन्याची परिस्थिती अजूनही वाईटच होती. नेवस्की ब्रिजहेड भागात भरपूर मार खाऊनही रेड आर्मीचा एक भाग, सगळा हिवाळाभर जागीच टिच्चून उभा होता. नेवा नदीच्या पूर्व बाजूला या चिंचोळ्या पट्टीत हजारो सैनिकांची रवानगी झालेली होती आणि झाडनोव त्यांना तिथून एका मागोमाग एक पूर्णपणे निरर्थक हल्ले चढविण्याचे आदेश देत बसला होता. परिणामी एप्रिल महिन्याच्या अखेरीस या फौजेत फक्त चाळीसजण उरले होते. सगळेजण जखमी होते आणि सैन्याच्या मुख्यालयाशी त्यांचा संपर्क रेडिओद्वारा होऊ शकत नव्हता.

"आमच्यात एक विलक्षण मैत्री निर्माण झाली होती." त्या वेळच्या आठवणी सांगताना अलेक्झांडर सोकोलोव म्हणाला, "आम्हाला सर्वांना एकमेकांची नावं

माहीत होती. आम्ही गाणी म्हणायचो आणि हास्यविनोद करायचो. काय वाटेल ते झालं तरी ब्रिजहेडचं रक्षण करावयाचा हुकूम आम्हाला मिळाला होता. आम्ही आता हाताच्या बोटावर मोजण्याएवढेच जण उरलो होतो.''

जर्मनांनी आता बॉम्बहल्ल्याची तीव्रता वाढविली होती. ते आता निर्णायक घाव घालण्याची तयारी करीत होते. सोकोलोव पोहण्यात निष्णात होता. त्यामुळे सगळ्यांनी मिळून ठरवलं की त्यानं नेवा नदी ओलांडून जायचं आणि झाडनोवकडे संदेश पाठवायचा. 'मदत पाठवा!' एवढाच तो संदेश असणार होता. नेवा नदी ओलांडून सोकोलोव पलीकडे पोहोचला होता. पण तो अतिश्रमांनी बेशुद्ध पडला होता. पहारा देणाऱ्या एका पथकानं त्याला पाहिलं आणि लष्करी रुग्णालयात नेलं. तिथं एन.के.व्ही.डी.नं त्याची चौकशी केली. चौकशीच्या दरम्यान संदेश सापडला. त्यांनी तो स्मोल्नी इन्स्टिट्यूटमध्ये झाडनोवकडे पाठवून दिला. झाडनोवनं हा संदेश परत पाठविला आणि ब्रिजहेड भागातल्या त्या लोकांना तिथंच पाय रोवून प्रतिकार करीत राहण्याची सूचना केली. मे महिन्यात तिथून मोठा हल्ला सुरू होणार आहे असं त्यानं बजावलं. पण २७ एप्रिलला जर्मन सैन्यानंच जबरदस्त हल्ला करून ब्रिजहेड भाग ताब्यात घेतला होता.

लेनिनग्राडभोवतीच्या सगळ्या मोकळ्या जागांवर बटाटे आणि कोबी यांची लागवड सुरू झाली. जिथं जमेल तिथं लोकांनी काही ना काही पेरलं. हे सगळं पीक हाती येईपर्यंत लोक भूक भागविण्यासाठी वसंत ऋतूत उगवलेलं गवत खाऊ लागले. सगळ्या प्रकारचं गवत ते पोटात भरू लागले होते.

वसंत ऋतूचं आगमन झाल्यानंतर नऊ वर्षं वयाची व्हेरोनिका निकान्योरोवा तिच्या भावाबरोबर शहरालगत अन्नाच्या शोधासाठी गेली होती. तिला ते सगळं स्पष्ट आठवलं. ''मोकळ्या रानाच्या भोवती तारेचं कुंपण दिसत होतं. त्यावर लाल बावटे फडफडत होते. या भागात सुरुंग पेरले असल्याचा तो इशारा होता. पण तरीही आम्ही धोका पत्करायचा ठरविला. हिवाळ्यात झालेल्या उपासमारीमुळे आमचं वजन इतकं कमी झालं होतं, की आमच्यामुळे सुरुंगाचा स्फोट होणं शक्य नाही असं आम्ही म्हणालो. आम्ही तारेचं कुंपण, त्यावर चढून ओलांडलं आणि मग हातात छोट्या टोपल्या घेऊन आम्ही तिथं मोकळ्या रानात चालू लागलो. माझा भाऊ माझ्यापुढे चालत होता. तिथली चिकट माती पायाला चिकटून पाय उचलणं अवघड झालं की, तो मागे येऊन मला मदत करीत होता. मागच्या वर्षीच्या हंगामात शेतात राहून गेलेले कोबीचे गड्डे किंवा गाजरं आम्हाला दिसायची. आम्ही जे दिसेल ते सगळं उचलून आणलं होतं. घरी आल्यावर आम्ही ते सगळं धुवून घेतलं आणि त्याचं सूप बनविलं. माझी आई फार आजारी असल्यानं अंथरुणाला खिळून होती. पण आम्ही तिची शुश्रूषा केली.''

पण अनेकजणांच्या बाबतीत एकमेकांना मदत करायला कुटुंबीय शिल्लकच नव्हते. तान्या सविचेवच्या बाबतीत असंच घडलं होतं. अकरा वर्षं वयाच्या या मुलीनं तिच्या डायरीत घरातले सगळेजण एकापाठोपाठ एक मरण पावल्याच्या नोंदी केल्या होत्या. १३ मे १९४२ रोजी सकाळी साडेसात वाजता तिची आई मरण पावली. त्यानंतर तिनं लिहिलं – ''सविचेव संपले. सगळे मरून गेले. फक्त तान्या उरली आहे.'' एलेना मार्टिला तान्याला ओळखत होती. तिला तिच्या डायरीमधला मजकूर समजला. तिला आठवलं की तान्या तिच्या घराजवळच वासिलेवस्की बेटावर राहत होती. ''तान्याच्या घरचे सगळे मरण पावले होते. त्यानंतर दुःखामुळे तिच्या मनावर फार मोठा आघात झाला होता. ती कुंडीतलं एखादं रोप छातीशी धरून तासन्‌तास ते झुलवत राहायची. तिला ते जणू तिच्या कुटुंबाची आठवण करून देत असावं. तिला असं करताना कशाचंच भान नसायचं.''

पण तरीही हळूहळू शहरात आशावादी प्रवृत्ती वाढू लागली होती. लहान मुलांच्या शाळेत शिक्षिका असणाऱ्या नीना झखारिनानं ६ मे रोजी तिच्या डायरीत केलेल्या नोंदीत याच आशावादाचं प्रतिबिंब दिसतं –

'माझी शेजारीण शहराबाहेर गेली होती. परत येताना तिनं तिच्याबरोबर डॅन्डेलिऑनची काही फुलं आणली. आम्ही ती उकडली आणि पोट भरलं. चवदार लागली... ती अजिबात कडू नव्हती!'

झखारिनानं तिच्या खिडकीजवळ असणाऱ्या जागेत 'परसबाग' केली होती. तिथं तिनं डिल आणि पालक यांच्या बिया टाकल्या होत्या. दिमित्री लिखाचेवनं देखील अशीच 'परसबाग' फुलवली होती. त्यानं लिहिलंय –

'आम्ही आमचं जेवणाचं टेबल उलटं केलं. त्याचे पाय काढून टाकले आणि मग बाहेरून माती आणून त्यात भरली. ते टेबल खिडकीपाशी ठेवून आम्ही त्यात मुळे लावले. आम्ही त्याचा पाला सॅलडप्रमाणे खाल्ला. लोक आता काहीही करताना दिसतात! काही जणांनी डॅन्डेलिऑनची मुळं खणून काढली, तर काहीजणांनी ओक झाडाची साल सोलून काढली. अनेकजण गवत उकळून ते खातात. अनेकजणांची पोटं फार बिघडली आहेत. पण आश्चर्याची गोष्ट म्हणजे, आता पोटाच्या विकाराची साथ मात्र वाढलेली नाही.'

जर्मन सैन्याचा हल्ला अजून चालूच होता. आता लाडोगा सरोवरातला बर्फ

वितळल्यानं त्या जागी फेरीबोटींची नियमित वाहतूक सुरू झाली होती. लेनिनग्राडमधल्या अनाथ मुलांना शहराबाहेर पाठविण्याच्या कामात व्हेरा रोगोवा मदत करीत होती. त्यासाठी धक्क्यापाशी बोटी तयार होत्या. त्यांच्यावर रेडक्रॉसचे झेंडे ठळकपणानं दिसत होते. एक लहान मुलगी फारच घाबरून गेली होती. ती बोटीत चढायलाच तयार नव्हती. ती रोगोवाला उद्देशून 'आई... आई...' अशा आर्त हाका मारीत होती. तिच्या हाका मन हेलावून टाकत होत्या. पण रोगोवाचा नाईलाज होता. ''मी तुझी आई नाही!'' असं रोगोवानं मन घट्ट करून बजावलं आणि तिला आपल्यापासून दूर केलं. त्या मुलीला बोटीत चढविल्यानंतर बोट सरोवरात जराशी दूर गेली आणि मग रोगोवाला ती दिसेनाशी झाली. अचानक जर्मन विमानांचा एक मोठा थवा घोंघावत डोक्यावरून गेला होता. स्फोटाचे आवाज ऐकू आले. काही तासांनी रोगोवाला लहान मुलांचे अनेक कपडे किनाऱ्याकडे वाहत आलेले दिसले.

लेनिनग्राडच्या अनेक नागरिकांनी त्यांच्या 'जगण्यासाठीच्या मोहिमेचा' प्रारंभ शहरातल्या खास सांस्कृतिक वारशाची उजळणी करून केला. पुन्हा एकदा शहरात कलेला चांगले दिवस येण्याची चिन्हं दिसू लागली होती. विलक्षण हालअपेष्टा भोगणाऱ्या शहरवासीयांना संगीत हा विरंगुळा फार महत्त्वाचा वाटत होता. अगदी ब्रेडचं रेशन तुटपुंजं झालेलं असतानाही अनेकजण शास्त्रीय संगीताच्या मैफिलीच्या तिकिटासाठी ब्रेड द्यायला आनंदानं तयार होत असत.

शहर पुन्हा नव्यानं उभारी घेत असतानाच्या काळात गालिना विश्नेवस्कायानं अशाच एका मैफिलीला हजेरी लावली होती. तापमान अजूनही शून्याखाली होतं. विश्नेवस्काया त्याबद्दल सांगताना म्हणाली, ''संपूर्ण हिवाळा भूक आणि थंडीशी झुंजणारे लेनिनग्राडचे नागरिक फरकोट आणि टोप्या घालून बसले होते. गायक गाणं म्हणत असताना त्यांच्या तोंडातून वाफा बाहेर पडत होत्या. त्या वेळी ते संगीत ऐकताना मी थरारून गेले. जणू सावल्याच आहेत असं वाटणाऱ्या त्या खंगलेल्या कलाकारांनी एकत्र येऊन सादर केलेली ती कला विलक्षण होती. बाहेर हवाई हल्ल्याचा इशारा देणारे भोंगे वाजत असताना आणि स्फोटाचे आवाज दणाणत असताना त्यांची कला पाहून मला फार अभिमान वाटला. माणूस फक्त खाण्यासाठी जगत नाही हेच खरं.''

हवा जास्त उबदार होऊ लागल्यावर अशा कार्यक्रमांना येणाऱ्यांची संख्या दिवसेंदिवस वाढू लागली होती. हे सगळे फारच विलक्षण होतं. पावेल गुबशेवस्कीनं मोकळेपणानं कबूल केलं होतं, ''युद्ध सुरू व्हायच्या अगोदर मी क्वचित संगीताच्या मैफिलीला किंवा नाटकाला जात असे. 'ठीक आहे' एवढंच मी त्यांच्याबद्दल म्हणायचो. मी किती मूर्ख होतो! आता या सगळ्याचं महत्त्व मला कळलं होतं. अशा कार्यक्रमांसाठी काय काय करावं लागतं, याची मला जाणीव झाली होती.

थिएटर उबदार ठेवायची गरज असते. वादक एकत्र यावे लागतात. बॅले नर्तिका तिथं यायला हव्यात आणि मुख्य म्हणजे लोक! अशा कितीतरी गोष्टी गरजेच्या असतात. मला या विलक्षण गोष्टीची पूर्वी साधी जाणीवही झालेली नव्हती.''

वेढ्यात अडकलेल्या लेनिनग्राडच्या नागरिकांना जगण्यासाठी केवळ स्वत:च्या बळावर झगडावं लागत असताना संस्कृतीनं त्यांना जगवलं होतं. सांस्कृतिक कार्यक्रमांमुळे त्यांना जगण्याची ऊर्मी दिली होती. २८ जुलैला पीटर कोटेल्निकोव एक चित्रप्रदर्शन पाहायला गेला. त्यानं लिहिलं –

> 'चित्रांबद्दल बोलायची माझी लायकी नाही. आम्ही वेढ्यात अडकलो आहोत आणि तरीही अशी प्रदर्शनं भरवली जातात हे फार विस्मयजनक आहे. पूर्वी ट्रॉय किंवा कार्थेज या प्राचीन शहराभोवती वेढा पडला असताना त्यांनी अशी प्रदर्शनं भरविण्याचं धाडस केलं असावं, असं मला वाटत नाही.'

रंगमंचावर जाऊन इतरांसाठी कला सादर करणाऱ्या लोकांच्या दृष्टीनं सृजनशीलता सर्वांत महत्त्वाची होती. प्रामाणिकपणा आणि उत्तम निरोगी मनामधूनच अशी इतरांनाही बदलून टाकण्याची शक्ती निर्माण होते. उलट खोटेपणा आणि ढोंग यामुळे सृजनाची ताकद क्षीण होत जाते. लिडीया टेगर हिनं लेनिनग्राडच्या सत्ताधाऱ्यांना खूश करण्याच्या हेतूनं मैफिलीचं आयोजन केलं होतं. एप्रिल १९४२मध्ये अशी परिस्थिती होती की, तिच्या सर्व नर्तकांना स्कर्व्हीनं ग्रासलं होतं. त्यांच्या पायात जवळपास ताकद शिल्लक राहिली नव्हती. तरीही तिनं त्यांच्यावर दादागिरी करून त्यांना काम करायलाच लावलं होतं. काम केलं नाही तर त्यांचं ब्रेड रेशन बंद करविण्याची धमकी तिनं दिली होती.

अखेर कार्यक्रम सुरू झाला. सुरुवात करण्यासाठी टेगर रंगमंचावर आली. तिनं तिचे केस लाल रंगानं रंगविले होते आणि ती एखाद्या मॉडेलसारखी झकपक भासत होती. टेगर अनावश्यक मोठ्या आवाजात बोलू लागली. आपल्याला लहान मुलांबद्दल फार प्रेम वाटतं आणि संपूर्ण हिवाळा आपण मुलांना वाचविण्याच्या प्रयत्न होतो, असं ती म्हणाली. समोर बसलेल्या सामान्य लोकांना हे पचविणं फार कठीण गेलं होतं. पण समोर बसलेले बरेचजण स्मोल्नी इन्स्टिट्यूटमधले पक्षाचे कार्यकर्ते आणि कलाविभागाचं संचालन करणाऱ्या समितीचे सदस्य होते. मैफल सुरू झाली. भुकेलेले नर्तक उत्तम खाऊनपिऊन गुबगुबीत झालेल्या लोकांचं मनोरंजन करण्यासाठी झगडू लागले होते.

मार्च १९४२मध्ये वाद्यवृंदांचं नियोजन करणाऱ्या कार्ल इलियासबर्ग यानं एक

अतिशय धाडसी निर्णय घेतला होता. शोस्ताकोविचनं नुकतीच जी सेव्हन्थ सिंफनी पुरी केली होती, ती तो रंगमंचावर सादर करणार होता. शोस्ताकोविचनं आपली ही रचना वेढ्यात अडकलेल्या लेनिनग्राड शहराला अर्पण केली होती.

शोस्ताकोविचला १९४१ च्या ऑक्टोबर महिन्यात सुरक्षितपणे शहराबाहेर हलविण्यात आलं होतं. त्यानं क्युबिशेव या ठिकाणी राहून सिंफनीचं काम पुरं केलं होतं. या सिंफनीचा प्रचारासाठी उपयोग करता येईल हे स्तालिननं नेमकं हेरलं होतं. त्यानं या कार्यक्रमाला पूर्ण पाठिंबा दिला होता. ५ मार्च १९४२ रोजी बोल्शोय थिएटर ऑर्केस्ट्रानं या सिंफनीचा पहिला कार्यक्रम सादर केला होता. या कार्यक्रमाचं संपूर्ण सोव्हिएत महासंघात रेडिओवरून प्रक्षेपण करण्यात आलं होतं. शोस्ताकोविचच्या या सिंफनीला पाश्चात्त्य देशात फार मोठी मागणी होती. शोस्ताकोविचच्या या सिंफनीच्या नोटेशनचा प्रवास मोठाच रंजक आहे. या नोटेशनची प्रत प्रथम विमानानं तेहरानला पोहोचली. मग ती मोटारीनं कैरो इथं पाठविण्यात आली. मग तिथून ती अखेर विमानमार्गानं न्यूयॉर्कमध्ये दाखल झाली होती. या सिंफनीचा कार्यक्रम वेढ्यात अडकलेल्या लेनिनग्राड शहरात झाला, तर लोकांचं मनोधैर्य उंचावण्यासाठी त्याचा फार मोठा उपयोग होईल, हे कार्ल इलियासबर्गच्या लक्षात आलं होतं. जर्मनांनी लेनिनग्राडला वेगळं पाडून लोकांच्या मनात निराशा आणि हताशपणा निर्माण व्हावा म्हणून प्रयत्न केले होते. पण सेव्हन्थ सिंफनीचा कार्यक्रम करायचा असा निर्धार करून एक प्रकारे इलियासबर्गनं जर्मनांचं आव्हान स्वीकारलं होतं.

इलियासबर्गनं असं करायचा निश्चय केला असला, तरी त्याच्याकडे वादकांची कमतरता होती. शहरात फक्त रेडिओवर काम करणारे वादकच उरले होते. ३० मार्च १९४२ रोजी सिंफनीची जी पहिली तालीम झाली, ती अवघी वीस मिनिटंच चालली होती. कारण वादन पुढे चालू ठेवण्याएवढी शक्तीच कोणात उरली नव्हती. सिंफनीसाठी ऐंशीजणांची आवश्यकता होती. पण इलियासबर्ग जेमतेम पंचवीस जणच जमवू शकला होता. त्यानं आपल्या कलाकारांना जास्तीचं रेशन मिळेल अशी व्यवस्था कशीबशी केली होती. त्यानं कलाकारांना रेडिओवरून आवाहनही केलं होतं.

आणखी काही वादक इलियासबर्गकडे आले. त्यामधल्या काहीजणांनी लष्करातल्या बँड पथकात काम केलं होतं. या वादकांना 'द क्रू' असं टोपणनाव मिळालं होतं. हे वादक तालीम करायला येत, त्यांचं वादनाचं काम करीत आणि मग पुन्हा आघाडीवर लढण्यासाठी त्यांच्या जागी रुजू होत असत.

इलियासबर्ग कामाच्या बाबतीत शिस्तीचा पक्का भोक्ता होता. लोकांनी मनापासून काम करावं असं त्याचं म्हणणं होतं. जे लोक कुचराई करतील त्यांना दिलेली रेशनची जास्तीची कार्ड काढून घेतली जातील असं त्यानं बजावलं होतं. पण

दमदाटी करून किंवा धाक दाखवून सिंफनीचा कार्यक्रम यशस्वी होणार नाही, याची त्याला कल्पना होती. आपण वादकांचं मन जिंकायला हवं ते त्याला कळत होतं.

"प्रिय मित्रांनो..." इलियासबर्ग त्याच्या वादकांना संबोधत होता, "आपण फार फार अशक्त झालो आहोत हे खरं. पण तरीही आपण काहीही करून आपलं काम करायलाच हवं." वादनाला सुरुवात झाली होती. आता एका वादकानं एकट्यानंच ट्रम्पेट वाजविण्यात भाग घेतला होता. पण काहीच आवाज आला नाही. "माफ करा सर... माझ्यात शक्तीच नाही." ट्रम्पेटवादक म्हणाला. काही क्षण तिथं शांतता पसरली. मग इलियासबर्ग म्हणाला, "मला वाटतं, तुझ्यात ती शक्ती आहे," त्याचे हे कणखर शब्द ऐकून वादकानं नजर वर उचलून इलियासबर्गकडे पाहिलं, ट्रम्पेट उचलली आणि वाजवायला सुरुवात केली.

इलियासबर्गनं त्याच्या समर्पित वृत्तीमुळे त्याच्या वादकांचं मन जिंकलं होतं. त्यानं सिंफनीवरची मेहनत चालू ठेवली होती. इतर लोक निघून गेले तरी त्याचं काम चालू असायचं. सगळ्यांजवळ संपूर्ण सिंफनीच्या नोटेशनच्या प्रती असतील याची काळजी त्यानं घेतली. त्यानं वादकांच्या छोट्या गटांबरोबर तालमी केल्या आणि हळूहळू वादनाचा भाग वाढवत न्यायला सुरुवात केली. जून महिन्यात आता फिलहार्मोनिक हॉलमध्ये तालमींना सुरुवात झाली होती.

सिंफनीचा कार्यक्रम ९ ऑगस्टला होणार असं ठरलं होतं. हा निर्णय तसा धाडसाचाच होता. कारण जर्मन लष्करानं शहरावर पुन्हा एकदा चाल करण्याची तयारी केली होती. आपण त्या दिवशी शहर जिंकणार अशी गर्वानं घोषणाही जर्मनांनी केली होती. शहर जिंकल्यावर विजय आपण अस्टोरिया हॉटेलात साजरा करणार असं त्यांनी जाहीर केलं होतं. त्या उन्हाळ्यात जर्मन सैन्यानं सेवास्तोपोल या बंदरावर हल्ला करून ते जिंकलं होतं. या बंदरात ब्लॅक-सी फ्लीट या नौदल विभागाचं मुख्य ठाणं होतं आणि ते देखील लेनिनग्राडप्रमाणे वेढ्यात अडकलं होतं. जर्मन फौजांनी त्यांचा एरिक फॉन मानस्टाईनसारखा सर्वोत्कृष्ट सेनानी आणून अखेर सेवास्तोपोलला नष्ट केलं होतं.

वेरमाख्तनं लेनिनग्राडची उपासमार केली होती आणि आता जर्मन फौजा जबरदस्त घाव घालायला सज्ज झाल्या होत्या. सेवास्तोपोलचा पाडाव झाल्यानं तिथलं बरंच सैन्य आणि तोफा आता मोकळ्या झाल्या होत्या. व्हेरा इन्बरनं शत्रू आता नव्यानं हल्ला सुरू करणार अशी धास्ती डायरीत व्यक्त केली होती. तिची धास्ती खरी ठरली होती.

१२ जुलै १९४२ रोजी हिटलरनं वुल्फस् लेअरमध्ये मेजर जनरल आगुस्टीन ग्रांडेस याला पाचारण केलं होतं. संपूर्ण युरोपात फॅसिस्ट तत्त्वप्रणालीवर आधारित राजवट लवकरच प्रस्थापित होणार आहे, असं त्याला फ्यूररनं सांगितलं होतं.

स्पॅनिश स्वयंसेवकांची एक डिव्हिजन 'ब्ल्यू डिव्हिजन' या नावानं ओळखली जात होती. आगुस्टीन ग्रांडेस हा त्या दलाचा कमांडर होता. हे दल जर्मन सैन्याच्या आर्मी ग्रुप नॉर्थच्या बरोबरीनं लेनिनग्राड शहराभोवतीच्या वेढ्यात सामील होतं. हिटलर त्या वेळी अतिशय आनंदात होता. रशियाविरुद्ध विजय मिळवणं आता आपल्या हातात आहे अशी त्याची कल्पना होती. ऑगस्टच्या सुरुवातीला सर्वोच्च लष्करी नेतृत्वानं एका नवीन हल्ल्याची योजना आखली. फॉन मानस्टाईनच्या विजयी सैन्याला तयारीत राहण्याचा आदेश देण्यात आला होता. या मोहिमेचं सांकेतिक नाव 'ऑपरेशन नॉर्दन लाईट्स' असं होतं. लेनिनग्राडचा विनाश होणं लांबत चाललेलं पाहून तो अस्वस्थ झाला होता. त्याला या शहराचा संपूर्ण नाश करावयाची घाई झाली होती.

जर्मन सैन्य हे असं करण्यासाठी सज्ज होत असताना त्या दिवशी मैफिलीची तिकिटं विकत घेताना तमारा कोरोल्केविचनं मुद्दामच जर्मन सैन्याचा विचार मनातून दूर सारला होता. "तो प्रसंग अभूतपूर्व होता आणि तो चुकविणं शक्यच नव्हतं," ती सांगत होती, "हे संगीत आम्हाला, म्हणजे आमच्या शहराला अर्पण केलेलं होतं. त्यात किती ताकद होती याची कल्पना येते का?"

९ ऑगस्ट १९४२ च्या संध्याकाळी गच्च भरलेला फिलहार्मोनिक हॉल झगझगत होता. ट्रोम्बोन हे वाद्य वाजविणारा मिखाईल पार्फिओनोव म्हणाला, "इतके लोक आलेले पाहून आम्ही थक्क झालो. काहीजणांनी सूट परिधान केले होते, तर काहीजण थेट आघाडीवरून आलेले दिसले. बहुतेकजण खंगलेले आणि अतिशय दुबळे झाले होते. पण या लोकांची निव्वळ अन्नाची उपासमार होत नव्हती, तर त्यांची संगीताची भूकही भागलेली नव्हती हे आम्हाला जाणवलं होतं. आम्ही आमची सर्वोत्तम कला सादर करावयाची असा निर्धार केला होता."

सिंफनीच्या कार्यक्रमांची संपूर्ण रंगीत तालीम अवघ्या तीन दिवसांपूर्वी होऊ शकली होती. सिंफनीच्या दिवशी संध्याकाळी सहा वाजता इलियासबर्ग रेडिओवरून भाषण करताना म्हणाला –

> "कॉम्रेड्स! आपल्या शहराच्या सांस्कृतिक इतिहासातली एक महान घटना आता घडणार आहे. आता काही मिनिटांतच तुम्ही प्रथम सेव्हन्थ सिंफनी ऐकणार आहात. ही आपल्याच एका नागरिकानं, दिमित्री शोस्ताकोविच यानं बनविली आहे. तिरस्कारानं वेड्या झालेल्या आपल्या शत्रूनं पहिल्यांदा आपल्या शहरात घुसायचा प्रयत्न केला, तेव्हा त्यानं ही सिंफनी बनवायला सुरुवात केली होती. फॅसिस्ट डुकरांनी आपल्यावर बॉम्बवर्षाव आणि तोफांचा मारा सुरू केला, तेव्हा आपल्या शहराचे दिवस भरले असंच

सगळ्यांना वाटलं असणार. पण आजचा हा कार्यक्रम ही आपल्यामधल्या चैतन्याची जिवंत खूण आहे आणि आपल्यात लढायची ऊर्मी टिकून असल्याचा तो धगधगीत पुरावा आहे.''

इलियासबर्गनं रंगमंचावर पदार्पण केलं आणि तो त्याच्या वाद्यवृंदाकडे वळला, तेव्हा सगळीकडे विचित्र शांतता पसरली होती. इलियासबर्गनं त्याच्या हातातली काठी उचलून इशारा करताच सिंफनी सुरू झाली होती. तिचं रेडिओवर थेट प्रसारण सुरू झालं होतं. लेनिनग्राड शहरात नागरिक सगळीकडे जमून रेडिओवरचं संगीत ऐकू लागले होतं. त्याचप्रमाणे आघाडीवर सैनिकही त्यांच्या जागी हा कार्यक्रम ऐकत होते. हॉलमध्ये निरनिराळ्या भावभावनांच्या लाटा उसळत होत्या. सिंफनी संपली तेव्हा काही वादक जागीच कोलमडले होते. कारण ते मुळातच एवढे क्षीण झाले होते, की तो ताण त्यांना सहन झाला नाही. सिंफनीचा अनुभव एवढा जबरदस्त होता, की हॉलमधले सगळेजण जागीच उठून वादकांना मानवंदना देत होते. खंगल्यानं कोलमडत चाललेल्या वादकांना उभारी यावी अशी सगळ्यांची इच्छा होती. सिंफनी अखेर संपली आणि काही क्षण सगळीकडे शांतता पसरली होती. मग पाठीमागच्या बाजूनं कोणीतरी टाळ्या वाजवायला सुरुवात केली आणि त्यानंतर सगळा हॉल टाळ्यांनी निनादून गेला होता. एक छोटी मुलगी रंगमंचावर आली आणि तिनं इलियासबर्गच्या हातात फुलांचा गुच्छ दिला होता. इलियासबर्ग त्या वेळची आठवण सांगताना म्हणाला, ''लोक उभे राहून नुसते घळाघळा रडत होते. ही कशाची तरी अखेर नसून कशाच्या तरी सुरुवात आहे, याची त्यांना कल्पना होती. लोकांनी घराघरांत आणि सैनिकांनी त्यांच्या संगीतातून ते ऐकलं होतं. सगळ्या शहराला पुन्हा मानवी चेहरा मिळाला होता. त्या क्षणी सर्वांनी हृदयशून्य नाझी युद्धयंत्रावर विजय मिळविला होता.''

१०
ऑपरेशन स्पार्क

१९४२ च्या एप्रिल महिन्याच्या सुरुवातीला लेनिनग्राड आघाडीवर एका नवीन सेनापतीची नेमणूक झाली होती. त्याचं नाव लेफ्टनंट जनरल लिओनिद गोवोरोव. वरवर पाहता गोवोरोव हा उत्तम नेता असेल असं कोणालाही वाटायचं नाही. त्याच्यात वोरोशिलोवसारखा भपका नव्हता आणि तो झुकोवसारखा निर्दयी बेधडकदेखील नव्हता. तो उत्तम नियोजन करायचा. पण त्याला वागण्या-बोलण्याची फारशी फिकीर वाटायची नाही. तो क्वचितच हसे. बऱ्याच वेळा एखादा अहवाल किंवा बातमी ऐकली की तो एकदम 'लोफर!' असं गुरगुरल्याप्रमाणे म्हणायचा. लेनिनग्राडचा मुख्य अभियंता असणाऱ्या बोरिस बिचेवस्कीनं पहिल्यांदा हा शेरा ऐकला तेव्हा आपल्या क्षमतेवर अविश्वास दाखविला जातोय असं त्याला वाटलं आणि ते साहजिकच होतं. "इथं परिस्थिती किती कठीण आहे याची कल्पना नाही!" असं बिचेवस्की रागानं म्हणाला. पण गोवोरोवची प्रतिक्रिया तशीच होती. गोवोरोव झारच्या सैन्यात अधिकारी होता तेव्हापासून त्यानं सरंजामीवृत्तीच्या आळशी माणसांकडून अनेकदा हे असलं ऐकलं होतं. तेव्हा त्यालाही असा शेरा मारायची सवय लागली होती आणि ती जात नव्हती.

गोवोरोव जरी असा गुरगुरत असला, तरी तो वाईट नव्हता. वरवर पाहणाऱ्याला जरी या माणसात फारसा आत्मविश्वास नाही असं भासत असलं, तरी तसं ते नव्हतं. गोवोरोव प्रत्यक्षात सहृदय आणि दुसऱ्यांबद्दल सौजन्य बाळगणारा माणूस होता. त्यानं आघाडीवर नेतृत्वाची सूत्रं हाती घेतल्यानंतर अल्पावधीतच त्याची खरी क्षमता दिसून आली होती. लेनिनग्राड आघाडीच्या मुख्यालयात काम करणारा रेडिओ ऑपरेटर मिखाईल नीश्टाट याला त्याच्या सहृदयपणाची जाणीव झाली होती. गोवोरोवबद्दल सांगताना नीश्टाट म्हणाला, "नेतृत्वाच्या बाबतीत विचार करता झुकोवसारख्या निर्दयी सेनापतीच्या तो अगदी विरुद्ध स्वभावाचा होता. तो अतिशय हुशार आणि सुसंस्कृत होता. आपल्या सैनिकांचे प्राण कसे वाचतील हा विचार

सतत त्याच्या मनात यायचा. पंचेचाळीस वर्षं वयाचा गोवोरोव तोफखान्यातला एक उत्कृष्ट अधिकारी होता आणि मुख्य म्हणजे वेढ्यात अडकलेल्या शहरामधल्या प्रतिकूल लष्करी परिस्थितीत बाजी उलटवण्याची क्षमता त्याच्यात होती.

गोवोरोव १९१७मध्ये तोफखानादलात अधिकारी म्हणून रुजू झाला होता. त्यानं सोव्हिएत महासंघात झालेल्या यादवी युद्धात व्हाईट आर्मीत सेवा बजावली होती. त्यानंतर त्यानं बाजू बदलली आणि तो नंतर बोल्शेविकांच्या बाजूनं लढला. शत्रूचा जबरदस्त वेढा पडलेला असताना क्रिमीयामधील खार्कोव हे शहर लढविण्यासाठी त्याला १९२०मध्ये 'द ऑर्डर ऑफ द रेड बॅनर' हा प्रतिष्ठेचा सन्मान मिळाला होता. एखाद्या शहराचा बचाव करताना तोफखान्याची नेमकी जागा कशी असावी याचं उदाहरण म्हणून लष्करी पाठ्यपुस्तकांमध्ये त्याची कामगिरी नमूद करण्यात आली. लवकरच तो सोव्हिएत महासंघातला लष्करी सिद्धांतामधला तज्ज्ञ म्हणून नावाजला जाऊ लागला होता. त्याच्या एका जागी अवजड तोफा एकवटून मारा करण्याच्या व्यूहरचनेमुळे फिनलंडविरुद्धच्या लढाईत मानरहाईम रेषा भेदण्यात त्याला यश आलं होतं. त्याचप्रमाणे डिसेंबर १९४१मध्ये मॉस्कोच्या संरक्षणात त्याचं तंत्र उपयुक्त ठरलं होतं.

गोवोरोव हा एवढा नावाजलेला लष्करी सेनापती असूनही त्यानं ज्या वेळी लेनिनग्राड आघाडीचं नेतृत्व स्वीकारलं, तेव्हा तो साम्यवादी पक्षाचा साधा सदस्यही नव्हता, ही फारच आश्चर्याची गोष्ट होती. अखेर १ जुलै १९४२ रोजी तो पक्षाचा सदस्य बनला होता. त्याच्या राजकीय निष्ठांची त्यापूर्वीच कसून चौकशी झाली होती. १९३८मध्ये लष्करात जी 'साफसफाई' झाली, त्या वेळी त्याला अटक होणार होती. पण त्या वेळी वोरोशिलोवनं वजन खर्च करून त्याला वाचवलं होतं. गोवोरोवसारखा तोफखानादलातला प्रतिभावान अधिकारी गमावण्याची त्याची तयारी नव्हती.

लेनिनग्राडमध्ये गोवोरोवच्या कौशल्याची नितांत आवश्यकता होती. एप्रिल महिन्याच्या सुरुवातीला लेनिनग्राडमधल्या सैन्याची परिस्थिती कशी होती याचं उत्तर स्टीफन कुझनेस्तोव यानं 'भयंकर' या एकाच शब्दात दिलं होतं. सोव्हिएत फौजांना खायला पुरेसं मिळालेलं नसल्यानं सैनिक खंगलेले होते आणि हगवणीमुळे अतिशय वाईट अवस्थेत होते. उपासमार आणि हगवण यामुळे कुझनेस्तोव तीन आठवडे अंथरुणाला खिळून होता.

जर्मन सैन्याची परिस्थिती नेमकी याउलट होती. आर्मी ग्रुप नॉर्थ या जर्मन सेनाविभागाला नवीन सेनापती मिळाला होता. फील्ड मार्शल फॉन लीबच्या जागी जानेवारीत कर्नल जनरल जोर्ग फॉन क्यूशलर आला होता. पद्धतशीर काम करणारा हा जबदरस्त सेनापती आता लेनिनग्राडवर मोठा दणका मारायला सज्ज झाला होता. ५ एप्रिल रोजी जर्मन हवाईदलानं लेनिनग्राडवर तोपर्यंतचा सर्वांत भीषण हवाई

हल्ला चढविला होता.

युद्ध चालू असताना आधीच्या लढायांना फार वेगळं महत्त्व प्राप्त होत असतं. ५ एप्रिल १९४२ हा दिवस रशियाच्या इतिहासातल्या एका फार मोठ्या विजयाचा सातशेवा वर्धापनदिन होता. पायपस सरोवरापाशी *अलेक्झांडर नेवस्की*[१]नं ट्युटॉनिक सरदारांवर निर्णायक विजय याच दिवशी मिळविला होता. सर्जी आयसेनस्टाईन यानं १९३८मध्ये एका उत्तम चित्रपटाद्वारा या विजयाची गाथा लोकांसमोर आणली होती. त्यासाठी रेड आर्मीच्या हजारो सैनिकांचा वापर केला होता. गोठलेल्या सरोवराच्या पृष्ठभागावरची धुमश्चक्री हा या चित्रपटाचा परमोच्चबिंदू होता. नेवस्कीनं ज्या ठिकाणी लढाई केली होती, ती जागा लेनिनग्राडच्या जवळ असल्यानं विजयाच्या या वर्धापनदिनाला प्रचाराच्या दृष्टीनं फार महत्त्व होतं. पण संपूर्ण लेनिनग्राड शहर स्वच्छतेच्या कामासाठी राबत असल्यानं शहरातले लोक यासाठी फारसं काही करण्याच्या परिस्थितीत नव्हते. या वर्धापनदिनासाठी तयारी करण्याचा आदेश अलेक्झांडर बोल्दिरेव याला देण्यात आला होता. "मला त्यासाठी काहीतरी करायला सांगण्यात आलं होतं. पण मी प्राच्यविद्येचा अभ्यासक असल्यानं मला या विषयात फारशी माहिती नव्हती." अलेक्झांडर बोल्दिरेवनी हे असं सांगितलं असलं तरी जर्मनांनी मात्र हा दिवस पक्का लक्षात ठेवला असावा असं दिसतं. लुफ्तवाफनं रशियन बाजूला त्या लढाईचं स्मरण वेगळ्या प्रकारे करून द्यायचं ठरवलं होतं.

या मोहिमेमागे अनेक महिन्यांचं नियोजन होतं. लेनिनग्राडच्या बचावात बाल्टिक फ्लीटवरच्या अवजड तोफा फार महत्त्वाच्या आहेत याची जर्मनांना कल्पना होती. वसंत ऋतू सुरू होऊन बर्फ वितळायला लागेपर्यंत बाल्टिक फ्लीटमधली जहाजं सहज लक्ष्य होऊ शकतात, हे देखील जर्मन सेनानींना माहीत होतं, कारण त्यामधली बरीचशी जहाजं नेवा नदीच्या मुखापाशी गोठून गेलेल्या पाण्यात अडकून पडलेली होती. म्हणूनच जर्मनांनी आता या जहाजांवर जबरदस्त हवाई हल्ला करायचा असं ठरविलं. या हल्ल्याला 'ऑपरेशन आईस अॅटॅक' असं सांकेतिक नाव देण्यात आलं होतं. त्यासाठीची सगळी तयारी अतिशय शिस्तबद्ध प्रकारे करण्यात आली होती. बाल्टिक परिसरातल्या एका सरोवरात त्यासाठी प्रशिक्षण देण्यात आलं होतं. सोव्हिएत जहाजांचा आकार, त्यांची नेमकी जागा वगैरे सगळी माहिती अचूक जमवून त्यानुसार बर्फात त्या हल्ल्याची रंगीत तालीम घेण्यात आली. विमानविरोधी तोफांच्या नेमक्या जागा हुडकून काढण्यासाठी हेरगिरी करणारी विमानं घिरट्या घालत होती. नेवस्कीनं विजय मिळविला, त्या दिवशी लुफ्तवाफ सोव्हिएत फौजांवर जबरदस्त हल्ला करणार होतं. त्याचं उद्दिष्ट याच ठिकाणी सातशे वर्षांपूर्वी झालेल्या मूळच्या निकालाच्या नेमका उलटा परिणाम साधायचं होतं. ते संपूर्ण बाल्टिक फ्लीटला जलसमाधी देणार होतं.

जर्मनांची मोठी तयारी सुरू आहे हे सोव्हिएत गुप्तचर यंत्रणांना समजलं होतं. पण तयारी करायला गोवोरोवपाशी फारसा वेळ नव्हता. तरीही त्यानं त्याच्याजवळ असणाऱ्या विमानविरोधी तोफांची फळी बळकट केली होती. जहाजांच्या अगदी जवळ सूर मारून बॉम्बफेक करणाऱ्या विमानांना पाडण्यासाठी त्यानं कमी क्षमतेच्या 'अॅक- अॅक' तोफा आणि मशीनगन ठिकठिकाणी सज्ज केल्या होत्या. ४ एप्रिलला जर्मनांनी लांब पल्ल्यांपर्यंत मारा करू शकणाऱ्या तोफा वापरायला सुरुवात केली होती. संध्याकाळी विमानं उतरण्याच्या धावपट्ट्या आणि तोफांच्या जागांवर जर्मन तोफा मारा करू लागल्या होत्या. काही तासांनंतर शंभरापेक्षा जास्त बॉम्बफेकी विमानं आकाशात झेपावली. लढाऊ विमानांच्या संरक्षणात ही बॉम्बफेकी जर्मन विमानं सरळ बाल्टिक फ्लीटच्या दिशेनं उडू लागली होती. लेनिनग्राडचं आकाश प्रचंड स्फोटांमुळे एकदम उजळून निघालं होतं. तरुण चित्रकार व्लादिमीर झांट यानं जोखीम पत्करून छपरावर जाऊन त्याचं चित्र काढलं. त्याला सर्चलाईटचे झोत शहरावर फिरताना दिसले होते. विमानविरोधी तोफांमधून सुटलेले गोळे आकाशात उडत होते. मग त्याला जर्मन बॉम्बर विमानं त्यांच्या लक्ष्याच्या दिशेनं सूर मारताना दिसली. त्यांचं लक्ष्य होतं, नेवा नदीतल्या बर्फात अडकून पडलेलं मॅक्सिम गॉर्की हे जहाज. त्या जहाजावर एकामागोमाग एक बॉम्बचा वर्षाव झाला होता. त्या वेळच्या हवाई हल्ल्यात ५६ जर्मन विमानांनी लेनिनग्राडची बचावफळी भेदून एकूण २३० बॉम्ब टाकले होते. ५ एप्रिलला लुफ्तवाफ पूर्ण ताकदीनिशी परत आलं आणि त्यानं चांगलीच हानी केली होती. या हवाई हल्ल्यात एक युद्धनौका, तीन क्रूझर आणि एक विनाशिका निकामी झाल्या होत्या.

हे एवढं मोठं नुकसान जर्मन हवाईदलानं केलं असलं, तरी कर्नल जनरल क्यूशलरला मात्र दुसरीकडे लक्ष देणं भाग पडलं होतं. लेनिनग्राड शहरावरचा जर्मन लष्कराचा दबाव कमी व्हावा म्हणून सोव्हिएत सेनानींनी दक्षिणेकडच्या लियुबान या ठिकाणी प्रतिहल्ला चढविला होता. या हल्ल्याचा मुख्य हेतू जर्मन सैन्याची दळणवळण आणि पुरवठा यंत्रणा विस्कळीत करणे हा होता. पण या हल्ल्यानंतर सोव्हिएत फौजा त्यांच्या मुख्य तळापासून एवढ्या दूर गेल्या की, त्यांना जर्मन फौजांनी घेरलं होतं. पुढच्या काही महिन्यांत सतत मार सहन करावा लागलेल्या जनरल व्लासोव याची दुसरी शॉक आर्मी पूर्णपणे नष्ट झाली होती. २५ जूनला या आर्मीचा प्रतिकार थांबल्यानंतर लवकरच स्वत: जनरल व्लासोव कैदी झाला होता. या विजयाचं बक्षीस म्हणून ३० जूनला हिटलरनं क्यूशलरला बढती देऊन फील्ड मार्शल बनविलं होतं.

परिस्थिती इतकी वाईट असूनही गोवोरोवला मात्र नेमकं काय करायला हवं याचं भान होतं. गरज नसतानाही लढायला पाठविल्या जाणाऱ्या सैनिकांचे नाहक

बळी जात असल्यानं सैन्याच्या मनोधैर्यावर विपरित परिणाम झाला आहे, हे त्याच्या लक्षात आलं. पायदळाला पुरेसं तोफदलाचं संरक्षण आणि बचावछत्र न देता त्यांना त्यांच्या क्षमतेपेक्षा जास्त कामगिरी करायला लावली जात आहे, हे त्यानं ताडलं. म्हणूनच नेवस्की ब्रिजहेड पुन्हा स्थापन करण्याचा झाडनोवचा बेत त्यानं हाणून पाडला. उलट त्यानं त्याच्या तोफखान्याकडे लक्ष पुरविलं होतं. निरीक्षणासाठी त्यानं नवीन चौक्या उभारल्या आणि त्यांच्या मारक क्षमतेत सुधारणा करविली होती. पूर्वी तोफखान्यातल्या कमांडरला दरमहा ८०० तोफगोळे मिळत असत. गोवोरोवनं हा पुरवठा दरमहा ५००० एवढा केला होता. अखेर रेड आर्मीला हवी होती ती मारकक्षमता गोवोरोवनं प्राप्त करून दिली होती.

गोवोरोवनं कार्ल इलियासबर्ग यालाही मदत केली होती. त्याला त्याच्या वाद्यवृंदात वादक कमी पडत आहेत हे कानावर येताच गोवोरोवनं रेड आर्मीमधल्या वादकांना त्याच्याकडे पाठविलं होतं. ९ ऑगस्टला सेव्हन्थ सिंफनीचा कार्यक्रम सुरू व्हायच्या अगोदर काही तास त्यानं जर्मन तोफा होत्या त्या जागी सतत तोफांचा मारा सुरू ठेवला होता. मैफल होणार होती, त्या हॉलमध्ये दिवे लागल्यानं ती इमारत उजळून निघेल आणि जर्मनांना ती सहज लक्ष्य करता येईल याची कल्पना असल्यानं गोवोरोवनंच अगोदर त्यांच्यावर हल्ला करायला सांगितलं होतं. या हल्ल्याला 'ऑपरेशन स्कॉल' असं सांकेतिक नाव होतं. त्यामुळे जर्मनांना सावरण्याएवढा वेळ मिळाला नाही आणि मैफलीवर हल्ला करणं त्यांना जमलं नाही. गोवोरोवला ही मैफल यशस्वी होणं किती महत्त्वाचं आहे हे कळलं होतं. त्यामुळे त्याच्या सैन्याचं मनोधैर्य उंचावणार होतं आणि शत्रूच्या आत्मविश्वासाला तडा जाणार होता. म्हणूनच त्यानं रेड आर्मीच्या सैनिकांना सिंफनी ऐकण्यासाठी जागोजागी रेडिओ आणि स्पीकर्सची व्यवस्था केली होती.

पण केवळ संगीत लेनिनग्राडला वाचवू शकणार नव्हतं. जर्मनीचा अव्वल दर्जाचा सेनापती एरिक फॉन मानस्टाईन संपूर्ण ताकदीनिशी लेनिनग्राडकडे निघाला होता. सेवास्तोपोलचा पाडाव करणाऱ्या त्याच्या फौजांचं मनोबल विलक्षण उंचावलेलं होतं. आपल्याला काहीही अशक्य नाही असा त्यांना आत्मविश्वास होता. २७ ऑगस्टला मानस्टाईननं दूरवर दिसणाऱ्या लेनिनग्राडचं निरीक्षण केलं होतं. सेवास्तोपोल जिंकल्याचं बक्षीस म्हणून नुकतीच मानस्टाईनला फील्ड मार्शल पदावर बढती मिळाली होती. पण आता त्यापेक्षाही मोठं घबाड त्याला नजरेसमोर दिसत होतं.

मानस्टाईनचा बेत साधासरळ होता. अवजड तोफा आणि बॉम्बफेकी विमानं वापरून तो एकाच दणक्यात सोव्हिएत बचावफळी फोडून सरळ लेनिनग्राडच्या दक्षिणेकडच्या उपनगरात धडक मारणार होता. मग तो फौजेचा एक भाग नेवा नदीपलीकडे धाडून रेड आर्मीला घेरणार होता. लेनिनग्राड आणि लाडोगा सरोवराच्या

दरम्यानच्या रेड आर्मीचा निकाल लावल्यानंतर लेनिनग्राडचा पाडाव करणं फारच सोपं जाईल अशी त्याची अटकळ होती.

सेवास्तोपोल इथून मोकळ्या झालेल्या अवजड तोफा आता येऊन पोहोचल्या होत्या. त्यांनी लेनिनग्राडच्या दक्षिण बचावफळीवर मारा करायला सुरुवात केली. या वेळी सोव्हिएत युद्धनेतृत्वानं हुशारीनं निर्णय घेतला. बचावासाठी ताकद एकवटून मानस्टाईनच्या फौजांना अटकाव करणं हा सहजासहजी पुढे येणारा विचार होता. पण मानस्टाईनची ताकद जबरदस्त होती. त्याच्यापुढे सोव्हिएत फौजांचा निभाव लागणं कठीण आहे हे त्यांच्या लक्षात आलं होतं. म्हणून त्यांनी प्रतिहल्ला करून आणखी पूर्वेकडे लाडोगा सरोवराच्या काठापाशी वेढा फोडायचा अशी योजना आखली होती. नेवस्काया दुब्रोवका आणि श्लीसेलबर्ग यांच्यामधल्या भागात गोवोरोव धडक मारणार आणि जर्मन मोर्च्यांच्या पलीकडच्या बाजूला असणाऱ्या फौजांनी पश्चिमेकडे रेटा देऊन त्याला मिळायचं असा बेत आखण्यात आला होता.

हा बेत खरोखरच फार धाडसी होता. पण सगळं काही वेळेच्या अचूक नियोजनावर अवलंबून होतं. मानस्टाईनला लेनिनग्राडवर दक्षिणेकडून हल्ला चढविण्यापासून परावृत्त करायचं असेल, तर रेड आर्मीच्या निरनिराळ्या दलांची हालचाल वेगानं होणं फार गरजेचं होतं. या वेळी गोवोरोवनं केलेल्या पद्धतशीर तयारीचा खरा उपयोग दिसून आला होता.

२७ ऑगस्टला मानस्टाईन लेनिनग्राडच्या दक्षिण बाजूला उभा राहून निरीक्षण करीत असताना तिकडे पूर्वेकडच्या जर्मन मोर्च्यांवर दोन तास तोफांचा मारा केला होता. त्यानं त्यासाठी क्षेपणास्त्रंही वापरली होती. या अनपेक्षित दणक्यामुळे जर्मन सैन्य बचावासाठी हालचाल करू लागताच रेड आर्मीनं ताबडतोब आक्रमणाला सुरुवात केली होती. ठरल्याप्रमाणे जर्मन मोर्च्याच्या पलीकडच्या रेड आर्मी विभागांनीही तशीच धडक मारायला सुरुवात केली होती. आता दोन्ही सोव्हिएत आघाड्या एकमेकांना मिळण्याच्या दिशेनं पुढे सरकत होत्या. सप्टेंबर महिन्याच्या सुरुवातीला तर त्यांच्यात अवघं ६-७ किलोमीटर अंतर उरलं होतं.

जर्मन युद्धनेतृत्व कमालीचं गोंधळून गेलं होतं. ४ सप्टेंबरला हिटलरनं मानस्टाईनला फोन केला होता. लेनिनग्राडवरचा नियोजित हल्ला रद्द करून मानस्टाईननं पूर्व भागात तातडीनं जाऊन तिथली परिस्थिती नियंत्रणात आणावी असा हुकूम हिटलरनं दिला होता. त्याचा हा हुकूम ऐकून आपली घोर निराशा झाल्याचं मानस्टाईननं नमूद केलं होतं.

लेनिनग्राडच्या दक्षिणेस असणाऱ्या दलदलीच्या भागात संपूर्ण सप्टेंबर महिना चकमकी झडत राहिल्या होत्या. जर्मनांना स्थानिक पातळीवर काही ठिकाणी यश मिळालं तरी, लेनिनग्राड शहराला असणारा खरा धोका आता दूर झाला होता. सोव्हिएत सैनिक आता नव्या आत्मविश्वासानं शत्रूशी मुकाबला करीत होते.

सप्टेंबर महिन्याच्या अखेरीस लेनिनग्राड परिसरातली लष्करी परिस्थिती अशी होती की, कोणालाच निर्णायक विजय मिळविता येत नव्हता. आता दोन्ही पक्षांचं लक्ष स्तालिनग्राडच्या महासंग्रामाकडे लागलं होतं. सप्टेंबर महिन्याच्या सुरुवातीला स्तालिनग्राडच्या पाडावासाठी जर्मन फौजांनी ताकद एकवटली होती. १५ सप्टेंबरला तर जर्मन सैन्य स्तालिनग्राडच्या उपनगरात शिरलं होतं. रेड आर्मी आता रस्त्यारस्त्यांवर आणि घराघरांमधून प्रतिकार करीत होती.

लेनिनग्राडमधल्या सगळ्यांचं लक्ष तिकडे व्होल्गा नदीच्या तीरावर चाललेल्या त्या विलक्षण झुंजीकडे लागलं होतं. रेडिओवरून लोकांना तिथं काय चाललंय ते कळत होतं. आपली सगळी ताकद एकवटून जर्मन सैन्य स्तालिनग्राडवर चालून आलं आहे, हे कळल्यावर व्हेरा इन्बरनं तिच्या डायरीत 'आता या सगळ्या युद्धाचा निकाल स्तालिनग्राडवर अवलंबून आहे', असं लिहिलं होतं.

इकडे लेनिनग्राडच्या परिसरात रेड आर्मी आणि वेढा घालून बसलेल्या जर्मन फौजांमध्ये वारंवार तोफांच्या माऱ्यांची द्वंद्वयुद्धं होत होती. त्या प्रकारच्या युद्धात तोफखान्याला फार महत्त्व आहे, हे गोवोरोव जाणून होता. जर्मनांच्या तोफांच्या नेमक्या जागा हुडकून त्या नष्ट करायच्या असं त्यानं ठरविलं. तो म्हणायचा, ''माझा विचार अगदी साधा आहे. त्यांनी आपल्याला उडवण्याआधी आपण त्यांना उडवलं पाहिजे.''

जर्मन तोफा अतिशय काळजीपूर्वक लपविलेल्या असल्यानं त्यांची नेमकी जागा शोधून काढण्यासाठी गोवोरोवनं एक युक्ती केली होती. तो काही जागी सैन्य नेऊन मुद्दाम शत्रूला ते कळावं अशी व्यवस्था करायचा. त्यावर शत्रूनं मारा करावा म्हणजे त्याच्या तोफांची जागा उघडकीस येईल अशी ही योजना होती.

रात्रीच्या अंधाराचा फायदा घेऊन ३० ऑक्टोबरला वरिष्ठ लेफ्टनंट अलेक्सी अमेलीचेव यानं १५२ मिलीमीटरच्या तोफा पुल्कोवो हाईट्स परिसरातल्या टेकड्यांवर हलविल्या होत्या. त्याबद्दल सांगताना अमेलीचेव म्हणाला, ''पहाट होताच मी माझ्या गोलंदाजांना सज्ज केलं. मी नकाशा पाहून जागा नीट हेरून ठेवल्या होत्या.'' त्याच्या डोक्यावर आकाशात एक विमान घिरट्या घालत होतं. ''मला शत्रूकडून जोरदार प्रतिसाद हवा होता. मी त्यांना उठविण्याचं ठरवून गात्चिना इथल्या आर्मी ग्रुप नॉर्थच्या मुख्यालयावर, जवळच्या धावपट्टीवर आणि नजीकच्या रेल्वे स्टेशनवर फैरी झाडल्या.'' अमेलीचेवच्या गोलंदाजांनी हा दणका दिला आणि ते तिथून दूर जाऊन लपले. काही मिनिटांतच अमेलीचेवच्या तोफा होत्या त्या जागेवर सोळा ठिकाणांहून एकदम तोफांचा मारा सुरू झाला होता. त्या धडाधडणाऱ्या तोफांनी शेकडो गोळ्यांची बरसातच केली होती. पाठोपाठ काही जुंकर विमानं आली आणि त्यांनी सूर मारून बॉम्बफेक केली.

त्वेषानं प्रतिहल्ला चढविण्याच्या भरात जर्मनांच्या तोफखान्याच्या नेमक्या जागा उघडकीस आल्या होत्या. गोवोरोवनं त्याचा अचूक फायदा उठवून तोफखान्याचं मोठं नुकसान केलं होतं. सोव्हिएत नेतृत्वानं या प्रसंगाचा प्रचारासाठी भरपूर उपयोग करून घेतला. या हल्ल्याला चांगली प्रसिद्धी देण्यात आली होती. विलक्षण धाडसानं जिवावर उदार होऊन हे काम यशस्वी केलेल्या अमेलीचेवच्या सर्व सैनिकांना सन्मानित केलं गेलं होतं. अमेलीचेवच्या पथकाच्या धाडसामुळे रेड आर्मीमध्ये नवचैतन्य निर्माण झालं होतं.

स्तालिननं आता लेनिनग्राडचा वेढा फोडण्यासाठी एक सविस्तर योजना आखण्याचा हुकूम गोवोरोवला दिला होता. २२ नोव्हेंबरला त्यानं बनवलेल्या योजनेवर प्राथमिक चर्चा होणार असं ठरलं होतं. त्याच दिवशी एक फार चांगली बातमी लेनिनग्राडमधल्या लोकांना कळली. स्तालिनग्राडच्या लढाईत रेड आर्मीनं प्रखर प्रतिकार केला होता. घनघोर लढाई होऊनही रेड आर्मीनं आपली जागा सोडली नव्हती. आता तर रेड आर्मीनं उत्तर आणि दक्षिण दिशेनं जर्मन फौजांवर जबरदस्त प्रतिहल्ला चढविला होता. रेड आर्मीचा हा आक्रमक पवित्रा एवढा मोठा होता, की सत्तर किलोमीटर धडक मारून त्यांनी कालाच हे शहर जिंकून घेतलं होतं. आता जर्मन सैन्य कोंडीत सापडलं होतं.

ज्या रात्री रेडिओवरून स्तालिनग्राडमधल्या विजयी धडकेची बातमी प्रसारित झाली, त्या रात्री, व्हेरा इन्बरला आठवतं त्यानुसार, अचानक जर्मन तोफांचा लेनिनग्राड शहरावर मारा सुरू झाला. शत्रू बदला घेण्याचा प्रयत्न करीत असावा असं तिला वाटलं होतं.

लेनिनग्राडवर मोठा हल्ला चढविण्यासाठी मानस्टाईन ऑक्टोबर महिन्यात तयारी करीत होता. पण हा हल्ला कधीच झाला नाही. कारण स्तालिनग्राडच्या परिसरात कोंडीत सापडलेल्या जर्मन फौजांच्या सुटकेसाठी या विलक्षण प्रतिभेच्या लष्करी नेत्याला तातडीनं धावून जावं लागलं होतं.

हिटलरच्या राक्षसी युद्धयंत्रणेला पहिल्यांदाच बचावाची भूमिका घ्यावी लागली होती. व्हेरा इन्बरला जाणवलं होतं, त्याप्रमाणे स्तालिनग्राडची लढाई ही महायुद्धाला कलाटणी देणारी ठरणार होती.

शहराभोवती वेढा कायम असूनही लेनिनग्राडमधलं वातावरण बदलत होतं.लाडोगा सरोवरातून पाईपलाईन टाकण्याचं काम पूर्ण झाल्यानं शहराला होणारा इंधनाचा आणि विजेचा पुरवठा चांगलाच वाढला होता.

१९४२ च्या हिवाळ्यात म्युझिकल कॉमेडी थिएटरमध्ये एक नवीन नाटक सुरू झालं. बाल्टिक फ्लीटच्या विषयावर आधारलेल्या या विनोदी नाटकाचं नाव 'द वाईल्ड सी' असं होतं. हे नाटक तुफान लोकप्रिय झालं. त्याचे शंभरापेक्षा जास्त प्रयोग झाले, पण तरीही त्याची तिकिटं मिळवणं ही फार अवघड गोष्ट होती. हवाई

दलात पायलट असणाऱ्या इगोर काबेरोवला या नाटकाचा पहिला प्रयोग पाहता आला होता. नाटकाचा दुसरा अंक सुरू झाला तेव्हा अचानक बाहेर बॉम्ब पडत असल्याचे आवाज ऐकू आले. हे थिएटर ज्या भागात होतं, तिथं जर्मनांनी एकाच वेळी तोफांचा मारा आणि बॉम्बफेकी विमानांनी हल्ला केला होता. भराभरा पडदे ओढून घेण्यात आले. मग प्रमुख नट रंगमंचावर आला. "कॉम्रेड्स! आपण काय करायचं? बचावासाठी आसरा घ्यायचा की नाटक पुढे चालू ठेवायचं?" त्याच्या या बोलण्यावर टाळ्यांचा कडकडाट झाला होता. सगळेजण उठून उभे राहिले आणि मग 'चालू ठेवा' या गर्जनेनं थिएटर दुमदुमून गेलं होतं.

गोवोरोवनं पुन्हा एकदा शत्रूला झुंजीत खेचायची तयारी केली होती. त्यासाठी गोवोरोव कित्येक आठवडे काळजीपूर्वक नियोजन करीत होता. नेवस्काया दुब्रोवका आणि श्लीसेलबर्ग यांच्या दरम्यान अद्यापही जर्मनांच्या ताब्यात एक चिंचोळी पट्टी होती. गोवोरोवनं या पट्टीच्या दोन्ही बाजूंना ४५०० तोफा सज्ज केल्या होत्या. या पट्टीला सोव्हिएत फौजेत 'जर्मन कॉरिडॉर' असं म्हटलं जाई. या खेपेला दोन्ही बाजूंनी एकाच वेळी रेटा देऊन जर्मन कॉरिडॉरचा निकाल लावायचा असा निर्धार गोवोरोवनं केला होता. वेढा फोडण्याच्या त्याच्या या योजनेला 'ऑपरेशन स्पार्क' असं सांकेतिक नाव देण्यात आलं होतं.

१२ जानेवारी १९४३ या दिवशी सकाळी साडेनऊ वाजता इगोर काबेरोवला त्याच्या पायाखालची जमीन हादरत असल्याचा भास झाला होता. सोव्हिएत तोफांचा धडाका सुरू झाल्यानं खरोखरच लेनिनग्राडची जमीन हादरत होती. तोफांचा हा धडाका दोन तास सतत सुरू होता. मग सोव्हिएत सैनिक गोठलेल्या नेवा नदीवरून झपाट्यानं पुढे चाल करून गेले. त्यांना हवाई छत्र पुरवण्यासाठी कावारोवच्या तुकडीतल्या वैमानिकांनी हवेत झेप घेतली.

या नव्या लढाईत काय पणाला लागलंय याची दोन्ही बाजूंना स्पष्ट कल्पना होती. त्या दिवशी जारी केलेल्या जर्मन लष्करी पत्रकात सत्याचं स्पष्ट प्रतिबिंब दिसतं –

> 'लेनिनच्या नावाच्या या शहराकडे बोल्शेविक क्रांतीची स्मृती म्हणून बघितलं जातं. ही सोव्हिएत राज्याची दुसरी राजधानीच आहे. या शहराच्या मुक्ततेसाठी सोव्हिएत नेते धडपडत आहेत. त्यांच्या दृष्टीने याला स्तालिनग्राड आणि मॉस्को यांच्या बचावाइतकंच महत्त्व आहे.'

जर्मन सैन्यानं लोनिनग्राडभोवती गेले सोळा महिने विळखा घातला होता. रेड आर्मीच्या सैनिकांनी आता लाल निशाणाची शपथ घेऊन हा वेढा फोडायचा किंवा मरून जायचं असा निर्धार केला होता.

सोव्हिएत हल्ल्याची तीव्रता पाहून जर्मन सैन्य चकित झालं होतं. रेड आर्मीनं नेवा नदी ओलांडून दोन ठिकाणी पाय रोवले आणि मग त्यांनी बर्फावर लाकडाच्या फळ्या टाकून त्यावरून रणगाडे आणायला सुरुवात केली होती. दुसऱ्या दिवशी त्यांनी आगेकूच सुरूही केली. पण आता जर्मन सैन्य धक्क्यातून सावरलं होतं. त्यांच्या ताब्यात सिनियाविनो हाईट्स हा डोंगराळ भाग होता. जर्मनांनी त्यांच्या तोफा या उंचावरच्या भागात नेऊन तिथून खालच्या भागातून पुढे येणाऱ्या रेड आर्मीच्या तुकड्यांवर मारा सुरू केला होता. त्यामुळे सोव्हिएत फौजांची लेनिनग्राडच्या दिशेनं होणारी हालचाल मंदावली होती. तिकडे दुसऱ्या बाजूला कामगार वसाहत क्रमांक ८ हा भागही जर्मन सैन्य निकरानं झुंजवत होतं. तिथल्या प्रत्येक इमारतीमधून सोव्हिएत सैन्यावर प्रखर मारा सुरू होता.

ऑपरेशन स्पार्क सुरू व्हायच्या थोडं अगोदर स्तालिननं लेनिनग्राडमधल्या लढाईवर देखरेख करण्यासाठी झुकोवला धाडलं होतं. त्याला नुकतीच 'मार्शल ऑफ द सोव्हिएत युनियन' या हुद्यावर बढती मिळाली होती. तिथं येताच झुकोवनं लेनिनग्राड आघाडीवरच्या कामकाजात ढवळाढवळ करायला सुरुवात केली होती. आगेकूच करणारा १३६ व्या रायफल डिव्हिजनचा कमांडर लेफ्टनंट जनरल निकोलाय सिमोनयाक याला फोन केला आणि झुकोवनं सिनियाविनो हाईट्सवर हल्ला का चढवला नाही, असा त्याला जाब विचारला होता. 'जर्मन तोफा थेट समोरून मारा करीत असल्यानं मनुष्यहानी फार झाली असती' असं उत्तर त्यानं दिलं होतं. पूर्वी अशा प्रकारे शत्रूच्या बळकट मोर्चावर वेड्यासारखी धडक मारून रेड आर्मीनं वारंवार फार मोठं नुकसान करून घेतलं होतं. गोवोरोवला ही निरर्थक प्राणहानी टाळायची होती. त्यानं शत्रूच्या बळकट जागा टाळून पुढे जात राहा असा आदेश दिला होता. पण झुकोवच्या मनात वेगळ्या कल्पना होत्या.

"लढाईला नकार देणारे कोण भेकड तुझ्या फौजेत आहेत? त्यांना लाथा घालून बाहेर काढायचं का?" झुकोव धमकी देण्याच्या स्वरात गरजला.

"माझ्या डिव्हिजनमध्ये एकही भेकड माणूस नाही." सिमोनयाकनं ठाम आवाजात उत्तर दिलं होतं.

"शहाणा आहेस!" झुकोव त्रासून फटकारत म्हणाला, "मी तुला ताबडतोब सिनियाविनो या ठिकाणी हल्ला चढविण्याचा हुकूम बजावतो आहे."

जर्मनांना नेमकी याचीच अपेक्षा होती. आत्मघात होईल हे माहीत असूनही रेड आर्मी असा हल्ला चढविणार याची त्यांना खात्री होती. पण सिमोनयाकनं दबावापुढे झुकायला नकार दिला होता. "माझी डिव्हिजन जनरल गोवोरोव यांच्या हाताखाली लढते आहे कॉम्रेड मार्शल! मी त्यांच्याच आज्ञा पाळणार आहे." हे शब्द ऐकताच झुकोवनं फोन आदळला. सिमोनयाकनं सिनियाविनो हाईट्सवर हल्ला केला नाही

आणि काय घडलं ते रेड आर्मीत सगळ्यांना समजलं होतं.

१५ जानेवारीला सोव्हिएत स्की ब्रिगेडनं गोठलेलं लाडोगा सरोवर पार केलं आणि जर्मन मोर्च्याला बगल देत श्लीसेलबर्ग शहरात पूर्वेकडून प्रवेश केला होता. तिथं घनघोर लढाई सुरू झाली होती. आर्मी ग्रुप नॉर्थचा सर्वोच्च सेनापती असलेल्या मार्शल क्यूशलरनं शेवटच्या सैनिकात प्राण असेपर्यंत श्लीसेलबर्ग झुंजविण्याचा हुकूम जारी केला होता. आता पुढे येणाऱ्या सोव्हिएत आघाड्यांमधलं अंतर जेमतेम एक किलोमीटर एवढंच उरलं होतं. जनरल गोवोरोवनं त्याच्या सैनिकांना निर्णायक धडक मारा, असा आदेश दिला.

कामगार वसाहत क्रमांक ५ हा जर्मन बचाव फळीतला सर्वांत महत्त्वाचा दुवा होता. त्यांना तो जिंकण्याजोगा नाही असं वाटत होतं. पण १७ जानेवारीला रेड आर्मीचे सैनिक अक्षरश: रांगत त्याच्याभोवतीच्या खंदकांमधून पुढे सरकू लागले होते. पायदळ आणि रणगाड्यांची भीषण धुमश्चक्री रात्रीच्या अंधारात झाली. दोन तासांच्या जबरदस्त लढाईनंतर जर्मन सैन्यानं अचानक कच खाल्ली आणि सिनियाविनो हाईट्च्या दिशेकडे माघार घेतली. १८ जानेवारीच्या सकाळी गोवोरोवच्या सैन्याची आणि पलीकडून येणाऱ्या सोव्हिएत सैन्याची भेट झाली होती.

लेनिनग्राड शहर श्वास रोखून या सगळ्याकडे पाहत होतं. १८ जानेवारीला रात्री ११ वाजता रेडिओवरून विशेष बातमीपत्र वाचण्यात आलं होतं. त्यात 'लेनिनग्राडभोवतीचा वेढा फोडण्यात आला आहे' हे एवढंच वाक्य होतं.

टीप :

१. अलेक्झांडर नेवस्की (Alexander Nevsky) : अलेक्झांडर नेवस्की (१२२०-१२६३) हा नोव्हगोरोडचा राजपुत्र हे मध्ययुगीन रशियाच्या इतिहासातील एक महत्त्वाचं व्यक्तिमत्त्व होतं. इझोरा आणि नेवा या नद्यांच्या संगमापाशी जमलेल्या स्वीडिश आणि जर्मन सैन्यावर त्याने १५ जुलै १२४० रोजी विजय मिळविला आणि रशियाला उत्तरेकडून होणाऱ्या आक्रमणांपासून वाचविलं होतं. यानंतर ५ एप्रिल १२४२ रोजी त्याने पायपस सरोवरापाशी ट्युटॉनिक नाईट्सवर ऐतिहासिक विजय मिळविला होता. या लढाईत त्याच्या सामान्य वाटणाऱ्या सैनिकांनी, घोड्यांवर स्वार झालेल्या, शस्त्रांनी सुसज्ज असलेल्या जर्मन सरदारांचा पराभव केला, यासाठी ही लढाई इतिहासप्रसिद्ध आहे.

११

वेढा उठला

१८ जानेवारी १९४३ रोजी वेढा फुटला आणि उर्वरित रशियाशी शहराचा पुन्हा एकदा संपर्क प्रस्थापित झाला. वेढ्याच्या काळात लेनिनग्राडमधले लोक उरलेल्या देशाला 'मुख्य भूमी' असं संबोधत असत. हे काम रेड आर्मीच्या विलक्षण शौर्यामुळे झालं असलं, तरी लेनिनग्राडमधल्या नागरिकांना आपलाच विजय झाला असं वाटू लागलं होतं. "आम्ही या दिवसाची फार काळ वाट पाहत होतो. पण हे होणार याबद्दल आम्हाला पूर्ण विश्वास वाटायचा. आमचे मित्र, नातेवाईक आणि कुटुंबीय मरण पावत असतानाही, त्यांना सामुदायिक दफनात निरोप द्यावा लागत असूनही आदल्या वर्षीच्या जानेवारी-फेब्रुवारी या दोन भीषण महिन्यांमध्ये देखील आमचा विश्वास कायम होता. आम्ही जिंकणारच होतो!"

आता लोनिनग्राड शहराचा इतर भागाशी संबंध पूर्ववत झाला असला आणि जर्मनांना सिनियाविनो हाईटच्या भागात मागे ढकलण्यात आलं असलं, तरी त्यांना अजून पूर्णपणानं उखडून टाकणं जमलेलं नव्हतं. अजूनदेखील जर्मन मोर्चे बऱ्याच मोठ्या प्रमाणात टिकून होते. ऑपरेशन स्पार्कमुळे खूप दमछाक झालेल्या रेड आर्मीला जानेवारी-फेब्रुवारी या दोन महिन्यांमध्ये फारच थोडी प्रगती करता आली होती. आर्मी ग्रुप नॉर्थच्या फौजा अद्यापही शहरावर मारा करण्याच्या अंतरावर पाय रोवून उभ्या होत्या. त्यामुळे लोनिनग्राडभोवतीचा फास अजूनही तसाच कायम होता.

जर्मन सैन्याला पूर्णपणे हुसकून लावणं ही फार अवघड गोष्ट होती, कारण अजूनही लेनिनग्राडच्या नैर्ऋत्येला असणाऱ्या पुल्कोवोपासून ते आग्नेय दिशेला असणाऱ्या नोव्हगोरोड या रेल्वे जंक्शनपर्यंत मोठी अर्धवर्तुळाकारातली जबरदस्त फळी टिकून होती. ही भक्कम तटबंदीसारखी फळी १६० किलोमीटर लांब आणि साधारणपणे ६-७ किलोमीटर रुंद होती. या तटबंदीकडे जाणाऱ्या मार्गांवर काटेरी तारांचं जाळं पसरलेलं होतं. त्याच्यामागे रणगाडाविरोधी खंदक, बंकर आणि काँक्रीटच्या भक्कम चौक्या होत्या. घनदाट जंगलांच्या दरम्यान उघड्या भागात

पक्की ठाणी उभारलेली असल्यानं ही तटबंदी फोडणं, हे फार कठीण काम होतं.

लेनिनग्राड आघाडीच्या नेतृत्वानं त्यांनी नव्यानं जिंकलेली अगदी चिंचोळी पट्टी ताब्यात ठेवण्यासाठी प्रयत्नांची पराकाष्ठा केली होती. या छोट्या पट्टीमुळेच लेनिनग्राडचा इतर भागाशी संपर्क होऊ शकत असल्यानं ती ताब्यात ठेवायला सर्वाधिक महत्त्व होतं. सतत होणारी बर्फाची वादळं, शत्रूच्या तोफांचा मारा आणि हवाई हल्ले यांना न जुमानता एक रस्ता आणि रेल्वेमार्ग बांधण्यात आला होता. हा ३२ किलोमीटरचा मार्ग नेवा नदीवर उभारलेल्या तात्पुरत्या पुलावरून शहराकडे जात होता. ६ फेब्रुवारी १९४३ रोजी रसद घेऊन येणारी पहिली रेल्वेगाडी या मार्गानं शहरात दाखल झाली होती.

हा मार्ग जरी खुला झाला असला तरी तो फार नाजूक अवस्थेत होता. या भागाची रुंदी अवघी आठ किलोमीटर होती आणि शत्रू उंचावर पाय रोवून उभा होता. नेवा नदीवरचा पूल हा तर या मार्गावरचा सर्वांत कच्चा दुवा होता. ९ फेब्रुवारीला दुपारी एक वाजता जर्मन बॉम्बफेकी विमानं पूल उद्ध्वस्त करण्यासाठी आली होती. ते पाहून इगोर काबेरोव आणि त्याच्या सहा सहकाऱ्यांनी आकाशात झेप घेतली होती. अतिशय तुंबळ हवाई युद्ध झालं. पण अखेर सोव्हिएत वैमानिकांनी पुलाचं काहीही नुकसान होऊ दिलं नाही.

वेढा फुटला याचा नागरिकांना आनंद होत असला, तरी स्तालिननं त्यांच्या उत्साहाला आवर घातला जाईल याची काळजी घेतली. त्या शहरानं काय भोगलं आहे हे उरलेल्या देशात कळू नये म्हणून त्यानं सर्व ते प्रयत्न केले. लेनिनग्राडमधली खरी परिस्थिती बाहेर कळली असती तर, एवढ्या लोकांना मरणाच्या दारात वाऱ्यावर का सोडलं असा प्रश्न लोकांनी विचारला असता. त्याला ते नको होतं. वेढ्याबद्दलचे तिचे अनुभव कथन करण्यासाठी ओल्गा बर्गोल्ट्सला मॉस्कोला बोलावलं. घरी पाठविलेल्या पत्रात तिनं लिहिलं –

> 'इथं लोकांना लेनिनग्राडमध्ये काय घडलं याची जराही जाणीव नाही याबद्दल माझी खात्री पटली आहे. शहरानं काय काय भोगलं याची पुसटशीही कल्पना या लोकांना नाही. लेनिनग्राडचे नागरिक वीर आहेत असं ते म्हणतात. पण या वीरते मागे काय आहे त्यांना माहीत नाही. आपली उपासमार झाली आणि लोक भुकेनं मेले ही गोष्टच त्यांना कळलेली नाही. मी रेडिओवरून याबद्दल काही बोलू शकत नाही. माझ्या बोलण्यात त्याबद्दल चकार शब्दही येता कामा नये, असं मला त्यांनी बजावलं आहे. आम्हाला लेनिनग्राडच्या नागरिकांच्या धैर्याबद्दल ऐकायचं आहे. म्हणून त्यात चुकूनही 'भूक' या शब्दाचा पुसटसाही संदर्भ देता कामा नये, असं

त्यांनी सांगितलं आहे.'

इल्या नेमानोव हा रेड आर्मीत सैनिक होता. एके दिवशी त्याच्या पथकामधल्या एका सहकारी सैनिकाला अटक झाल्याचं त्याला आठवतं. हा सैनिक नुकताच लेनिनग्राड आघाडीवरून परतला होता. त्यानं आम्हाला तिथल्या घटनांबद्दल सांगितलं आणि त्यातच त्यानं लेनिनग्राडमधल्या भूकबळींचा उल्लेख केला. त्यानं तसं करणं अपेक्षित नव्हतं. त्यामुळेच त्याला अटक झाली होती.

लेनिनग्राडचा वेढा फुटल्यानंतर लगेचच मेजर जनरल फेदुइन्स्कीचं स्तालिनशी बोलणं झालं होतं. फेदुइन्स्कीला ते चांगलं आठवतं. त्याने सर्वोच्च नेत्याला लेनिनग्राड जणू एक भूत असावं असं झाल्याचं आणि रस्तोरस्ती प्रेतं तशीच पडून राहत असल्याचं सांगितलं होतं. जी माणसं उपाशी राहिल्यानं खंगून मरतात, त्यांच्यात अगदी अखेरच्या क्षणापर्यंत युद्ध कायम असतं. ते जणू आपलं मरण उघड्या डोळ्यांनी पाहत असतात. ही फार भयंकर गोष्ट आहे, असं फेदुइन्स्कीनं पुढे सांगितलं. लेनिनग्राडचा वेढा ही मानवी इतिहासातली सर्वांत भीषण घटना आहे, असे देखील त्याने सांगितले होते. पण स्तालिनला या विषयावर आणखी चर्चा नको होती. "मृत्यू काही एकट्या लेनिनग्राडच्या वाट्याला आलेला नाही." स्तालिन म्हणाला. "लोक आघाडीवर आणि शत्रूनं व्यापलेल्या प्रदेशात मरतच होते. सुटकेची काही आशा नसताना मृत्यू ही फार भयंकर गोष्ट आहे हे मला मान्य आहे. पण त्या शहरासाठी आणखी काही करणं शक्य नव्हतं. १९४१ च्या हिवाळ्यात मॉस्कोच कसंबसं तग धरून होतं. युद्ध आणि मरण या अविभाज्य बाबी आहेत. त्या हिटलर या डुकरामुळे हालअपेष्टा भोगणारं लेनिनग्राड हे एकमेव शहर नव्हतं."

मार्च महिन्यात व्हेरा इन्बर लेनिनग्राडच्या बोटॅनिकल गार्डनमध्ये गेली होती. तिथल्या एका क्युरेटरनं सांगितलं की, रेड आर्मीच्या एका रणगाडादलामुळे हे गार्डन जवळजवळ नष्ट होण्याच्या बेतात आलं होतं. जर्मन विमानांचा ससेमिरा चुकविण्यासाठी हे रणगाडे कुठंतरी आसरा शोधताना गार्डनमध्ये शिरले होते. त्यांच्या मार्गात या गार्डनमधली काही फार जुनी आणि दुर्मिळ झाडं येत होती. त्यात पीटर द ग्रेट यानं स्वत:च्या हाताततनं लावलेलं काळ्या पोप्लारचं झाड होतं. क्युरेटर तिकडं धावला आणि त्यानं या रणगाड्यांना थांबविण्याचा प्रयत्न केला. त्यावर चिडलेल्या अधिकाऱ्यानं त्याला फटकारत बाजूला व्हायला सांगितलं, "लढाई सुरू आहे हे दिसत नाही का?" पण क्युरेटर त्याच्या भूमिकेवर ठाम होता. तो म्हणाला, "कॉम्रेड कमांडर, ही झाडं दोनशे वर्षांपेक्षा जुनी आहेत. तुम्ही ती काही मिनिटांत नष्ट करून टाकाल." काही क्षण रेड आर्मीचा तो अधिकारी क्युरेटरकडे बघत गप्प उभा राहिला. मग त्यानं वळून त्याच्या सैनिकांना आज्ञा दिली – "मागे फिरा. ही जागा सोयीची नाही."

लेनिनग्राडवासी नागरिकांच्या मनात देशप्रेमाची भावना पुन्हा एकदा उफाळून आली होती. कारण त्या वर्षीच्या उन्हाळ्यात रेड आर्मी लष्करी विजय मिळवत होती. कुर्स्क इथला मोठा जर्मन हल्ला हाणून पाडून रेड आर्मीनं जर्मन फौजांना सणसणीत मार दिला होता. १३ जुलै १९४३ पासून रेड आर्मी युक्रेन आणि दक्षिण रशियात आगेकूच करीत होती. शत्रू आता पलायन करीत होता.

लेनिनग्राडच्या रस्त्यांवर आता पुन्हा मांजरं आणि कुत्री दिसू लागल्याचं इगोर चैकोनं नमूद केलं आहे. उंदरांचा उपद्रव फारच वाढल्यानं मांजरांना फार मागणी होती. एका मांजराची किंमत २००० रुबल्स एवढी झाली होती. शहरात मांजरांना मागणी असल्यानं काही मांजरं रेल्वेनं तिकडं पाठविण्यात आली होती. मांजरांचं पहिलं 'पार्सल' आलं तेव्हा ती एक चांगलीच बातमी झाली होती. प्रवासात जर्मनांनी तोफांचा मारा केल्यामुळे अस्वस्थ झालेली मांजरं त्यांच्या खोक्यांमधून बाहेर पडली आणि ती प्रवाशांच्या डब्यांमधल्या जास्त सुरक्षित ठिकाणी आश्रयाला गेली होती. त्यामुळे लेनिनग्राडच्या स्टेशनात गाडी आली तेव्हाचं दृश्य गंमतशीर होतं. शेकडो मांजरं कुतूहलानं खिडक्यांमधून बाहेर पाहत होती.

वेढ्याचा पूर्णपणे शेवट घडविण्यासाठी ९ सप्टेंबरला जनरल गोवोरोवनं मोठी योजना आखायला सुरुवात केली. ओरानीनबॉम आणि पुल्कोवो हाईट्स या ठिकाणांहून एकाच वेळी हल्ला चढविण्याचा त्याचा विचार होता. अर्थातच यासाठी प्रचंड प्रमाणात सैन्य आणि तोफा एकत्र करण्याची आवश्यकता होती. बर्फ तयार होऊन तो पुरेसा कठीण झाला की, हा हल्ला सुरू होणार होता.

गोवोरोव हल्ल्याची काळजीपूर्वक तयारी करीत असताना शहर प्रशासनानं वेढ्याबद्दलच्या माहितीची एक 'अधिकृत' भूमिका तयार केली होती. शहराच्या धीरोदात्त नेतृत्वाखाली शहरानं शत्रूचा यशस्वीपणे सामना केला असल्याचं सगळ्यांनी दाखवायचं होतं. लेनिनग्राड शहरात घडलेल्या घटनांचं इतर कोणत्याही प्रकारचं विवेचन त्यांना मान्य नसल्यानं ते असे सर्व प्रयत्न निष्ठूरपणानं चिरडून टाकणार होते. त्याप्रमाणे त्यांनी सेन्सॉरशिप कडकपणानं लागू केली. वसेवोलोद विश्नेवस्किनं लिहिलेल्या 'द वॉल्स ऑफ लेनिनग्राड' या नाटकाचे प्रयोग करता येणार नाहीत, असं त्याला बजावण्यात आलं होतं. त्याची काही पात्रं फार 'नकारात्मक' आहेत असं त्यांचं म्हणणं होतं. 'पण माझी पात्रं खरोखरच, जशी जगात असतात तशीच आहेत' असं त्यानं हताशपणे सांगितलं होतं. पण त्याचा काही उपयोग झाला नव्हता.

कोणीतरी खबर दिल्यामुळे एन.के.व्ही.डी.च्या एजंटांनी मिखाईल नोसिरेवच्या घराची झडती घेतली. त्याच्या डायरीत फेब्रुवारी १९४२ मधल्या काही नोंदी होत्या. एका हॉस्पिटलची परिस्थिती पूर्णपणे कोलमडलेल्या अवस्थेत होती, अशी नोंद

त्यात होती. ही नोंद त्यांना नापसंत असल्यानं ३० सप्टेंबर रोजी नोसिरेवला अटक करून त्याची डायरी जप्त करण्यात आली. या अशा प्रकारच्या अटकांचं सत्र चालूच राहिलं होतं.

हिवाळ्यात प्रारंभी सोव्हिएत सैन्याच्या लष्करी हालचाली खूपच जोरात होत्या. ५ नोव्हेंबर १९४३ पासून सैनिक, दारूगोळा आणि रसद मोठ्या प्रमाणात ओरानीनबॉम ब्रिजहेडकडे रवाना करण्याचं काम सुरू झालं होतं. हे सगळं पुल्कोवो हाईट्सच्या मागच्या बाजूला सज्ज करण्यात आलं होतं. हल्ल्यासाठी गोवोरोवच्या काळजीपूर्वक देखरेखीत तयार झालेलं तोफखानादल सुसज्ज होतं. गोवोरोवनं २१,००० तोफा, १५०० क्षेपणास्त्र प्रक्षेपक आणि ६०० विमानविरोधी तोफा हे एवढं सगळं जमा केलं होतं. एवढी जबरदस्त मारकक्षमता यापूर्वी सोव्हिएत महासंघात कधीच एकवटली नव्हती.

आर्मी ग्रुप ऑफ नॉर्थचा सेनापती जोर्ग फॉन क्यूशलर याला या सर्व तयारीची पूर्ण कल्पना होती. त्यानं पश्चिमेला काही अंतरावर बळकट ठाण्यांची एक मालिका तयार केली होती. ही रेषा 'पॅन्थर लाईन' या नावानं ओळखली जाते. ती क्यूशलर होता तिथंपासून साधारण २४० किलोमीटर पश्चिमेला होती. हिटलरला सोव्हिएत भूभागाचा एवढासाही तुकडा सोडून देणं अजिबात आवडणार नाही, याचा क्यूशलरला कल्पना होती. अगदीच आणीबाणीची परिस्थिती असल्याखेरीज हिटलर सैन्य मागे घ्यायला परवानगी देणं शक्य नव्हतं. पण तरीही खबरदारी म्हणून तो होता ती जागा आणि पॅन्थर लाईन या दरम्यानच्या बिगरलष्करी लोकांना मागे पाठविण्याचा हुकूम काढला होता. ३० नोव्हेंबरला क्यूशलरनं काढलेला आदेश असा होता :

> 'पॅन्थर लाईनच्या पूर्व बाजूला व्यापलेल्या रशियन प्रदेशात राहणाऱ्या सर्वांना तिथून तातडीनं हलविण्यात यावं. सर्व धट्ट्याकट्ट्या माणसांना ताब्यात घ्यावं. कुटुंब एकत्र राहणं वगैरे विचाराला जराही थारा देता कामा नये. कोणालाही घोडागाडी वगैरे साधन मिळणार नाही. सर्व अधिकाऱ्यांनी या आदेशाचं कसोशीनं पालन करायचं आहे. कोणी यात कुचराई केल्यास तो फार गंभीर गुन्हा मानला जाईल.'

जर्मनांवरच्या पहिल्याच हल्ल्याचा दणका एवढा मोठा असायला हवा की त्यांचं अवसानच गळावं अशी गोवोरोवची इच्छा होती. त्यानं त्याच्या हाताखालच्या सेनापतींना बजावलं, "लेनिनग्राडचं सगळं भवितव्य आपण किती वेगानं हल्ला करून पुढे सरकतो यावर अवलंबून आहे. जर आपण कुठं अडकलो तर, हे शहर सहन करू शकणार नाही एवढी प्रचंड हानी होईल. जर्मनांच्या तोफांच्या माऱ्यात

पुष्कळ माणसांचा जीव जाईल.'' १५ जानेवारी १९४४ रोजी पुल्कोवो हाईट्स इथल्या तोफांचा मारा सुरू करायचा आदेश गोवोरोवनं दिला होता. सकाळी ९ वाजून २० मिनिटांनी मारा सुरू झाला आणि तो ११ वाजून ५० मिनिटांनी थांबला होता. या काळात रेड आर्मीनं शत्रूवर पाच लाखांपेक्षा जास्त तोफगोळे आणि क्षेपणास्त्रांचा मारा केला होता.

पावेल लुकिंत्स्की वाचत असताना त्याला खिडक्या थरथरत आहेत हे जाणवलं. मग सगळी इमारतच हादरू लागल्याचं त्याच्या लक्षात आलं. तो बाहेर धावला. बाहेर त्याला सगळेजण आकाशाकडे बघताना दिसले. तोफांचा गडगडाट एवढा मोठा होता की सगळं शहर त्यात दणदणून गेलं होतं. पण कोणालाही गोळे पडून होणाऱ्या एकाही स्फोटाचा आवाज ऐकू आला नव्हता. अचानक त्याचा अर्थ लोकांच्या लक्षात आला. 'या आपल्याच तोफा आहेत! आपल्या तोफा!' असं कोणीतरी ओरडलं होतं.

हल्ला सुरू झाला होता आणि त्यानंतर काही दिवसांच्या आत गोवोरोवच्या फौजांनी लेनिनग्राडच्या जवळची पुश्कीन, पावलोवस्क, रुप्शा आणि पीटरहॉफ ही गावं जिंकली. लेनिनग्राडवर मारा करणाऱ्या सगळ्या तोफा गोवोरोवच्या हातात पडल्या. आता आगेकूच आणखी वेगात सुरू झाली होती. या खेपेस शत्रूला रेड आर्मीला थोपविणं शक्य होत नव्हतं. २२ जानेवारीला प्रसिद्ध केलेल्या एका लष्करी पत्रकावरून असं दिसतं की, सोव्हिएत फौजांना गाठता येणार नाही एवढ्या वेगानं जर्मन सैन्य माघार घेत होतं. २७ जानेवारीला जनरल गोवोरोवनं अभिमानानं 'लेनिनग्राड पूर्णपणे मुक्त' झाल्याची घोषणा केली. त्या दिवशी ८७२ दिवसांच्या वेढ्याची समाप्ती झाली होती. इतक्या प्रदीर्घ काळचा वेढा पूर्णपणे संपला होता.

त्या रात्री लेनिनग्राडवासी घराबाहेर पडून ठिकठिकाणी जमले होते. विजयाप्रीत्यर्थ ३२४ तोफांमधून २४ बार उडवून विजयी सलामी देण्यात आली. प्रकाश देण्यासाठी वापरले जाणारे फ्लेअर्स हे अग्निबाण हजारोंच्या संख्येनं आकाशात सोडण्यात आले. त्यांच्या रंगीबेरंगी प्रकाशानं बघणाऱ्यांचे डोळे दिपले होते. सगळं आकाश उजळून निघालं होतं.

मुक्त झाल्याच्या आनंदात लेनिनग्राडवासी मग्न झालेले असताना, लेनिनग्राड प्रशासन वेढ्याच्या इतिहासाची त्यांची बाजू परिपूर्ण करण्याचा प्रयत्न करीत होतं. घृणास्पद शत्रूच्या विरोधात सगळं शहर एकजुटीनं उभं राहिलं, अशा अर्थाचा प्रचार करणारे फलक शहरात जागोजागी लावण्यात आले होते. आपला हेतू साध्य करण्यासाठी महान नेते असंतुष्ट लोकांची समजूत काढतात आणि त्यांची मनं जिंकतात. पण लेनिनग्राडमध्ये मात्र निर्दयी दडपशाही सहन करावी लागल्यानं लोकांच्यात एकीची भावना निर्माण झाली होती. दिमित्री लिखाचेव त्या दिवसांबद्दल

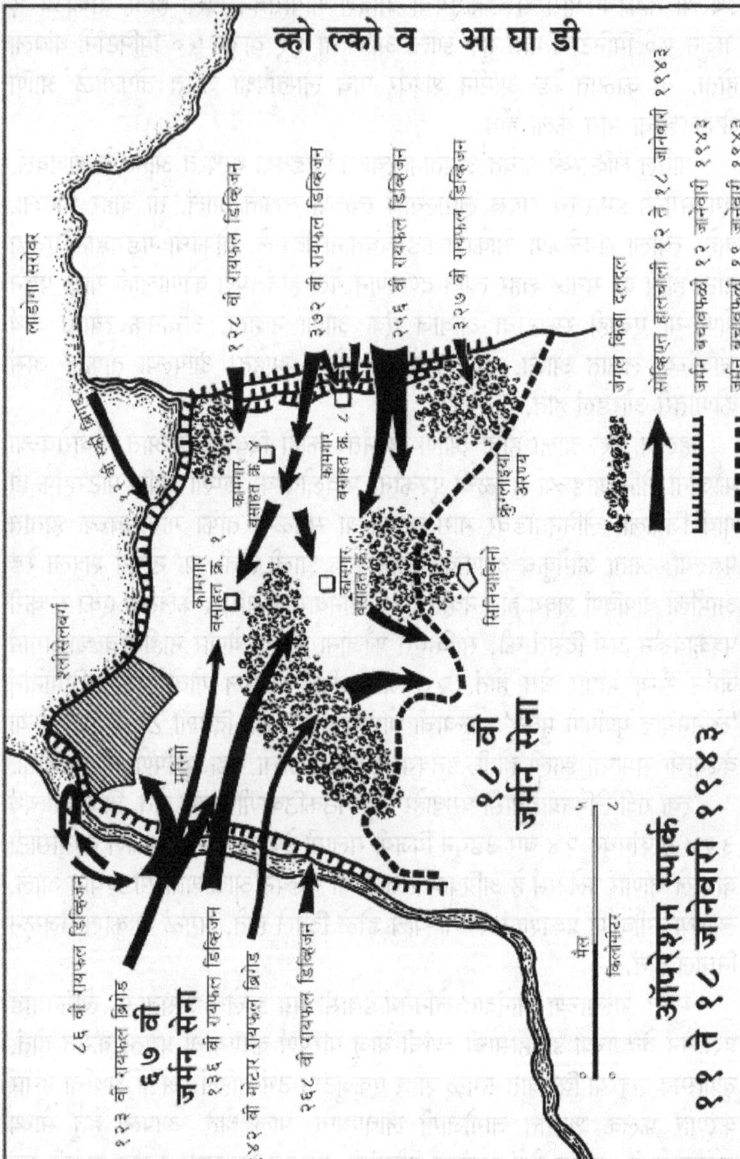
व्होल्कोव आघाडी
लाडोगा सरोवर
श्लीसेलबर्ग
६७ वी जर्मन सेना
१८ वी जर्मन सेना
सिनियाविनो
जंगल किंवा दलदल
ऑपरेशन स्पार्क
१२ ते १८ जानेवारी १९४३

सांगताना म्हणाला, "जेव्हा वीज, पाणी नि वर्तमानपत्रं हे काहीही नव्हतं तेव्हादेखील अधिकारी आमच्यावर नजर ठेवून होते." लेनिनग्राडच्या वेढ्याची माहिती जरी जगाला असली, तरी वेढ्याच्या काळाचा पैलू अद्यापि जगासमोर आलेला नाही. त्यामुळे जगाला वेढ्याचं खरं स्वरूप नीट कळू शकलं नाही. अद्यापही, सोव्हिएत प्रणालीवर विश्वास असणाऱ्यांनी नाझींना विरोध करण्यासाठी गाजविलेलं शौर्य, हाच पाश्चिमात्य इतिहासाच्या मांडणीचा मुख्य गाभा आहे.

परंतु हे लक्षात घ्यायला हवं की, वेढ्याच्या काळात परिस्थिती टोकाची भीषण झाली असतानाही, पक्षनेता असणाऱ्या आंद्रेई झाडनोवानं राजकीय विरोधकांना वेचून काढायचं काम सुरूच ठेवलं होतं. त्यातही तो एका विशिष्ट राजकीय विरोधकाचा दोन वर्षांपेक्षा जास्त काळ माग काढत होता. त्या काळात लेनिनग्राडचं प्रशासन कोणत्याही स्वरूपाची टीका जराही सहन करण्याच्या स्थितीत नव्हतं. पण या विशिष्ट प्रसंगी प्रशासनानं जे काही केलं ते खरोखरच धक्कादायक होतं.

२४ डिसेंबर १९४१ रोजी लेनिनग्राडमधल्या एका रेल्वे स्टेशनच्या बाहेर फुटपाथवर साध्या कागदावर हातानं लिहिलेली काही विद्रोही अशी ७० पत्रकं सापडली होती. ९ जानेवारी १९४२ रोजी रेल्वे स्टेशनमध्ये आणखी काही पत्रकं आढळली. ही पत्रकं लिहिणाऱ्यानं आपलं नाव 'बंडखोर' असं लिहिलं होतं. त्यानं पत्रकात लिहिलं होतं–

> 'नागरिकहो! आपल्याला उपाशी मारणाऱ्या राजवटीचा धिक्कार असो! आपल्याला फसवणारे हे बदमाश आपण उपाशी असताना अन्नाचा साठा करून ठेवत आहेत. आपण आता कृती करायला हवी. आपण अधिकाऱ्यांकडे जाऊन आणखी ब्रेडची मागणी करायला हवी... आपले नेते मुर्दाबाद!'

ही पत्रकं कोण लिहितोय हे शोधून काढण्यासाठी झाडनोवनं मोठी शोध यंत्रणा वापरली होती. लेनिनग्राडच्या अन्नपुरवठा यंत्रणेचा साफ बोजवारा उडालेला असताना झाडनोव या कामात सगळी शक्ती खर्च करीत होता. एन.के.व्ही.डी.च्या लोकांनी स्टोनावर पाळत ठेवली आणि आजूबाजूच्या भागात गस्तीसाठी सतत पथकं फिरत होती. रेल्वे आणि इतर वाहतूक कर्मचाऱ्यांनाही लक्ष ठेवा असं सांगण्यात आलं होतं. १८,००० पेक्षा जास्त रेल्वे कर्मचाऱ्यांचं हस्ताक्षर तपासण्यात आलं होतं. पण या सगळ्याचा काही उपयोग झाला नाही. हा बंडखोर कोण ते कळलं नाही.

आता स्मोल्नी इन्स्टिट्यूटमध्ये थेट झाडनोवलाच पत्रं येऊ लागली होती. ३० सप्टेंबर १९४२ रोजी पक्षाच्या सचिवाला उद्देशून लिहिलेलं पत्र गुप्तचर यंत्रणेनं पकडलं – अन्नपुरवठा यंत्रणेबद्दल त्यात तक्रार करण्यात आली होती. या पत्रामधल्या

हस्ताक्षराची तपासणी केल्यावर हे पत्र त्याच 'बंडखोर' नाव धारण केलेल्या माणसानं लिहिल्याचं स्पष्ट झालं होतं. ६ नोव्हेंबरला पुन्हा असंच धिक्कार करणारं पत्र आलं. 'सीक्रेट' नावाच्या एका कंपनीचा लिफाफा त्यासाठी वापरण्यात आला होता. म्हणून या कंपनीच्या लिफाफ्यातून पाठविलेली सगळी पत्रं गुप्तचर पोलिसांनी उघडून वाचली. एकूण १०२३ जणांनी पत्रं लिहिली असल्यानं एन.के.व्ही.डी.नं त्यांची आणि त्यांच्या कुटुंबीयांची सखोल चौकशी केली. पण 'बंडखोर' त्यात नव्हताच.

३० जानेवारी १९४३ रोजी आणखी दोन पत्रं आली – एक झाडनोव आणि एक पोप्कोवसाठी होतं. या खेपेस पत्राच्या कागदाचा नमुना विश्लेषण करण्यासाठी प्रयोगशाळेत पाठविण्यात आला. त्यातून असं लक्षात आलं की कागदाचा हा प्रकार शहरातल्या फक्त स्मोलिन्स्की आणि वोलोदार्स्की या दोनच भागांत विकला जातो. ऑपरेशन स्पार्क झाल्यानंतर कामगार अक्षरश: अहोरात्र मेहेनत करून नेवा नदीवर पूल उभारण्याची खटपट करीत असताना झाडनोवनं मात्र त्याची यंत्रणा या कामात गुंतवली होती. त्यानं स्थानिक पक्षनेत्यांना कामाला लावलं. या दोन भागांतल्या १३,००० नागरिकांच्या हस्ताक्षरांची तपासणी करण्यात आली. लष्करी दस्तऐवजात शोध घेऊन पोलिसांनी २७,८६० नमुने तपासले. या भागात काम करणाऱ्या सर्व खासगी व्यवसायांमध्ये तपासणीसत्र सुरू झालं होतं. तिथल्या ५७३२ जणांच्या हस्ताक्षरांचे नमुने गोळा करण्यात आले. पण हे एवढं सगळं करूनही काहीही फायदा झाला नव्हता.

२७ सप्टेंबर १९४३ ला पुन्हा एकदा रेशनबद्दल तक्रार करणारी पत्रं झाडनोव आणि पोप्कोवला आली. या खेपेस आपण एका कारखान्यात भट्टीपाशी काम करणारा कामगार आहोत असं वर्णन बंडखोरानं केलं होतं. या माहितीचं सखोल विश्लेषण करण्यात आलं. त्यानं ज्या प्रकारच्या कारखान्याचं वर्णन केलं होतं तसे कारखाने फक्त वोलोदार्स्की भागात होते. या भागातल्या सर्व कामगारांवर पाळत ठेवण्यात आली. १२ डिसेंबर १९४३ रोजी वर्कशॉप क्रमांक १२ यात काम करणाऱ्या एकाबद्दल संशय आला होता. सर्जी लुझखोव नावाचा हा माणूस लोखंडाचं काम करीत असे. हस्ताक्षरतज्ज्ञांनी त्याचं हस्ताक्षर पत्रांमधल्या 'बंडखोराच्या' हस्ताक्षराशी जुळत आहे, असा निर्वाळा दिला. लगेचच लुझखोवला अटक करण्यात आली. पन्नास वर्षं वयाच्या या माणसानं सगळी कबुली दिली. आपण सगळं हे एकट्यानं केल्याचं त्यानं सांगितलं. लुझखोवला मग शिक्षा देण्यासाठी लष्करी लवादाकडे सोपविण्यात आलं होतं.

झाडनोवनं त्याच्या प्रशासनावर टीका करणाऱ्यांचा माग काढून त्यांना निपटून काढण्यासाठी फार मोठ्या प्रमाणात पैसा आणि वेळ खर्च केला होता. खरं तर

बंडखोराच्या कारवायांचा किंवा तशाच स्वरूपाच्या टीकेचा उपयोग त्यांना जर्मनांविरुद्ध जनमत तयार करण्यासाठी करता आला असता. जर्मनांचं लेनिनग्राडची उपासमार करून शहर खलास करण्याचं क्रूर कारस्थान त्यांना जगासमोर आणता आलं असतं. पण झाडनोव आणि पोप्कोव यांचं प्रशासन एवढं भ्रष्ट होतं की, त्यांना असं करायचं धाडस झालं नाही. शहरावर आलेल्या या भयंकर संकटात त्यांना नागरिकांची भावनिक पातळीवरची प्रतिक्रिया नको होती. त्यांचा नागरिकांवर फार अविश्वास होता. लोकांनी काही न करता सहन करणं हेच वीरपणाचं लक्षण आहे, असं तकलादू कवच त्यांनी निर्माण केलं. 'पूर्णपणे निरपेक्षवृत्ती दाखविली' म्हणून किंवा 'पोलादी खंबीरपणा' यासाठी पदकं बहाल करण्यात आली. वेढा असल्यानं जो काही त्रास भोगावा लागेल तो सहन करून नागरिकांनी आपलं काम सुरू ठेवावं असा लेनिनग्राड प्रावदा या वर्तमानपत्रानं लोकांना सल्ला दिला. 'वेढ्यात अडकलेलो असल्यानं दुबळ्या मनोवृत्तीच्या लोकांमध्ये नैराश्य पसरणं अटळ आहे' असं या सरकारी प्रचार करणाऱ्या वृत्तपत्रानं सांगून टाकलं. 'या लोकांची संख्या खूप कमी आहे, ही लेनिनग्राडच्या भाग्याची गोष्ट आहे. पण या अशा सर्व लोकांनी हे लक्षात ठेवायला हवं की, शत्रू आणि चिथावणीखोर लोक आपल्यावर आलेल्या संकटाचा फायदा उठविण्यासाठी आपल्या मनात संशय, अविश्वास आणि पराभूत मनोवृत्तीची बीजं रोवण्याचा प्रयत्न करतात.' सरकारचं हे फर्मानच असल्यानं वेढ्याच्या काळात दुःखाचं सार्वजनिक प्रदर्शन करणं; हा देशद्रोहाचाच गंभीर गुन्हा आहे, असं मानलं गेलं होतं.

१९४४ च्या वसंत ऋतूमध्ये जर्मन सैन्य माघार घेत असताना, त्यांना एकापाठोपाठ एक बचावफळ्या सोडून द्याव्या लागत होत्या. उन्हाळ्यामध्ये फिनलंडच्या फौजांनाही त्यांच्या ताब्यात असलेल्या प्रदेशातून मागे हटविण्यात रेड आर्मीला यश आलं. २१ जुलै १९४४ रोजी युद्ध सुरू व्हायच्या अगोदर फिनलंड आणि सोव्हिएत महासंघात जी सीमारेषा होती, त्याच्या पलीकडे फिनीश लष्कराला रेटून सोव्हिएत फौजांनी विजय मिळविला होता. त्याच्या विलक्षण शौर्याबद्दल लिओनिद गोवोरोव याला 'मार्शल ऑफ द सोव्हिएत युनियन' या पदावर बढती देण्यात आली.

१९४४ चा हिवाळा सुरू होत असताना जर्मन युद्धकैद्यांना लेनिनग्राड शहरात आणण्यात आलं होतं. त्यांनी तोफांचा मारा आणि बॉम्बफेक करून ज्या इमारती उद्ध्वस्त केल्या होत्या, त्यांची दुरुस्ती त्यांना करायची होती. तेव्हा अकरा वर्षं वयाची असलेल्या एलेना कोझिनाला ते दिवस स्पष्ट आठवतात. लेनिनग्राडच्या मुख्य रस्त्यांवरून जर्मन कैद्यांना रांगेनं नेलं जात होतं. तिच्या आठवणींवर आधारित पुस्तकात एलेना कोझिनानं वर्णन केलं आहे –

'कोणीही काही न सांगता असंख्य लोक त्यांना बघण्यासाठी जमा झाले. लोक रस्त्याच्या कडेला शांतपणे उभे होते आणि एकटक नजरेनं पाहत होते. लेनिनग्राडच्या वेढ्यातून वाचलेले हे लोक जर्मन कैद्यांकडे बघत राहिले... जर्मन आमच्याकडे पाहत नव्हते. विलक्षण थकलेल्या त्या कैद्यांच्या चेहेऱ्यांवर ताण दिसत होता. काहीजण सरळ समोर बघत होते, तर काहीजण मान खाली घालून चालत होते. आमच्याकडे लक्ष नाही असं दाखवत काहीजण आपापसात हलक्या आवाजात बोलताना दिसले... आम्ही अगदी गप्प उभे होतो. कोणीही कसलाही अपमानास्पद किंवा अपशब्द उच्चारला नाही. आम्ही सगळेजण एखाद्या स्थिर भिंतीप्रमाणे उभे होतो आणि आमच्यामागे मृतांची भुतं उभी होती....'

जर्मन कैदी रांगेनं चालत राहिले. 'बालकांच्या मारेकऱ्यांना ठार करा!' अशा प्रकारच्या अनेक घोषणा कोझिनाला आठवल्या. त्या वेळी तिला जाणवलं की, लढाई अजून चालू आहे.

"जर्मन शहरांवर आता बॉम्बची बरसात होत होती. आता आम्ही जसं करीत होतो तसं भेदरून तळघरांमध्ये लपून बसण्याची वेळ जर्मन लोकांवर आली होती. विमानाच्या आवाजावरून ते विमान कोणतं आहे, हे जर्मन मुलं सांगू शकणार होती... पण आम्ही असं काहीतरी भोगलं होतं की, आमच्यात काहीतरी बदल झाला होता. हे कैदी थकलेभागलेले आणि कमी खायला मिळाल्यानं क्षीण झालेले होते... आमच्यासारखेच! हे आमचे शत्रू आणि मारेकरी होते का? होय. पण आमच्यामध्ये सुडाची भावना शिल्लक नव्हती. आमच्या मनात साचलेल्या आणि व्यक्त न करता आलेल्या दुःखाचा भार एवढा होता की आमच्या मनात सुडाचा विचारही डोकावू शकत नव्हता. आम्ही त्यांच्याकडून काय हिरावून घेणार होतो? आणि त्याचा आम्हाला काय उपयोग होता?"

कोझिनाला एक चमत्कारिक दबका आवाज आला. तिच्या शेजारी उभ्या असलेल्या एका बाईकडे तिची नजर गेली. तिच्या अंगावर डिझेलनं मळलेला, कामगार घालतात तसा कोट होता. त्या बाईच्या तोंडून हुंदका बाहेर पडला खरा, पण तो लगेचच विरला. तिनं जे काही भोगलं होतं, त्यासाठी तिला ओरडावंसं वाटलं होतं का? लेनिनग्राडमधल्या लोकांनी जे काही सहन केलं आणि ज्या हालअपेष्टांमधून हे शहर बाहेर पडलं, ते पाहता या शहराचा हा विजय विलक्षण वाटतो. इतिहासात त्याला तोड नाही.

उपसंहार

"लेनिनग्राडच्या वेढ्याची कहाणी मुख्यत: वीरत्वाबद्दलची आहे. पण आपल्या वीरत्वाची व्याख्या कशी करणार? आम्ही सगळेच खरं तर बळी पडलेले लोक होतो." हे शब्द आहेत; लेनिनग्राडच्या वेढ्यामधून वाचलेल्या आंद्रेई क्रुकोव याचे. वेढ्याच्या काळात कितीजण मरण पावले? पिस्कादियोव मेमोरियल दफनभूमीत अनेक छोटी टेकाडं आहेत. मृतांचं दफन केलेल्या या जागांवर फक्त त्या त्या वर्षांचे आकडे लिहिलेले दिसतात. १९४३मध्ये अलेक्झांडर वर्थ नावाच्या एका पत्रकारानं मेयर पोप्कोवची भेट घेतली होती. कितीजण वेढ्याच्या काळात मृत्युमुखी पडले आणि विशेषत: १९४१-४२ या हिवाळ्यात मृतांची संख्या किती होती, असा प्रश्न त्यानं विचारला. त्याला उत्तर मिळालं नाही. 'सध्यापुरतं सांगायचं तर काही हजार' एवढंच पेप्कोव म्हणाला होता. वर्थनं जास्तच रेटून विचारलं की सध्या लेनिनग्राडची लोकसंख्या किती आहे? त्यावर पेप्कोवनं फक्त हसून 'तुला खरोखरच हे कळायची गरज आहे का?' असा उलट प्रश्न वर्थलाच विचारला होता.

अखेर शहर प्रशासनानं एक आकडा ठरविला. 'वेढ्याच्या काळात ६,३२,२५३ जण मरण पावले,' अशी घोषणा करून ते मोकळे झाले. यावर दिमित्री लिखाचेवनं तीव्र शब्दात ताशेरा मारला, "हा आकडा कोणी ठरविला? बर्फाखाली गाडल्या गेलेल्या किंवा रस्त्यात पडलेल्या आणि थेट सामुदायिक जागी दफन करून टाकलेल्यांचं काय? लेनिनग्राडमधून पळून उपनगरांमध्ये किंवा आजूबाजूच्या खेडेगावात गेलेल्यांची मोजदाद कोणी केली का? शिवाय कसलीही कागदपत्रं नसलेल्यांचं काय? ज्यांच्याजवळ रेशनकार्ड नव्हती अशा दुर्दैवी लोकांची संख्या कशी कळणार?"

वेढ्याच्या काळातही वैज्ञानिक संशोधन चालू ठेवलेल्या दिमित्री लिखाचेव यांच्या मते मृतांचा आकडा मुद्दामच तीन ते चार पटीनं कमी दाखविला गेला. दफनभूमीमधल्या नोंदीचाच केवळ उपयोग करून शहर प्रशासनानं ऑगस्ट १९४२मध्ये एका बैठकीत असं नमूद केलं होतं की १२,००,००० लोक त्याअगोदरच मरण

पावले होते. फेब्रुवारी आणि मार्च १९४२मध्ये मृतांच्या मासिक प्रमाणानं उच्चांक गाठला होता. ब्रेडच्या प्रमाणात जराशी वाढ झालेली असतानाही असं घडलं होतं. याच काळात खिडकीपाशी एक उंदीरही उपासमारीनं मरून पडल्याचं लिखाचेवना स्पष्ट आठवतं.

लेनिनग्राडच्या लोकांनी भोगलेल्या हालअपेष्टांची कहाणी लोकांना कळणं ही गोष्ट फार कठीण होती. त्या वेळी घडलेल्या घटनांचा पुरावा शहराच्या बाहेर नेवा नदीच्या किनाऱ्यावर नेवस्की ब्रिजहेड या ठिकाणी बघायला मिळतो. या ठिकाणी लढलेल्या रेड आर्मीच्या सैनिकांनी विलक्षण शौर्य दाखविलं. 'मला विसरू नकोस!' असं अलेक्झांडर सोकोलोव यानं त्याचा मुलगा स्लाविक याला लिहिलं होतं. २२ मार्च १९४२ रोजी लिहिलेल्या पत्रात तो म्हणतो, 'तुझी आठवण येत नाही असं एक मिनिटही जात नाही. आम्ही आपल्या मातृभूमीचं प्राणपणानं रक्षण करतो आहोत.'

मार्च १९४२ च्या अखेरीस अगदी अत्यावश्यक लोकांना वगळून बाकी सगळ्यांना या सतत चिंचोळ्या होणाऱ्या भागातून इतरत्र हलविण्यात आलं होतं. नर्स असणाऱ्या ओल्गा बुदनिकोवाला जगणं फार कठीण वाटू लागलं होतं. तिचं बोरिस अग्राचेव या कर्मचाऱ्यावर प्रेम बसलं होतं. तिनं बोरिसला तिच्याजवळचं छोटं ब्राऊनिंग पिस्तूल दिलं आणि "यानं जर्मनांना ठार करता येईल," असं सांगितलं. त्यानं तिच्याकडे क्षणभर पाहिलं. परिस्थिती अजिबात आशादायक नाही याचा दोघांनाही पूर्ण कल्पना होती. त्याच्या मनावर मळभ दाटून आलं. "हे आत्महत्या करायला चांगलं उपयोगी पडेल," असं तो हताशपणानं म्हणाला.

अधिकृत नोंदींवरून असं दिसलं की एप्रिल १९४२ च्या अखेरीस गंभीर आजारी असलेल्यांना सुरक्षित स्थळी हलविण्यात आलं आहे. पण खूप प्रयत्न करूनही ओल्गाला बोरिसचा ठावठिकाणा कळू शकला नाही. त्याचं काय झालं ते ओल्गाला कधीच कळलं नाही. वस्तुस्थिती अशी होती की बोरिस आणि त्याच्या सर्व सहकाऱ्यांना चिरडून जर्मन सैन्य पुढे गेलं होतं. १९९१मध्ये रणक्षेत्रांचा अभ्यास करणाऱ्या पुरातत्त्वशास्त्रज्ञांनी नेवस्की ब्रिजहेड भागातल्या शेवटच्या सोव्हिएत चौकीचं उत्खनन केलं. त्यांना तिथं अकरा मृतदेह सापडले. त्यात एक बोरिस अग्राचेवचा होता. या सगळ्यांजवळचा दारूगोळा संपुष्टात आल्यानंतर त्यांनी अखेर फावड्यांनी झुंजायचा प्रयत्न केला होता.

ज्याच्यावर जिवापाड प्रेम केलं त्याच्या मृतदेहाचं पुन्हा दफन करण्याच्या करुण प्रसंगी ओल्गा बुदनिकोवा हजर होती. त्या प्रसंगी तिच्या हातात एक छोटी पेटी ठेवण्यात आली. या पेटीत एक चिठ्ठी होती 'ओल्गा, मला माफ कर,' असं त्यात लिहिलं होतं.

जे काही घडलं त्याच्या भीषणतेची व्याप्ती किंवा अर्थ समजणं आजही फार कठीण जातं. वेढ्याच्या काळात काढलेल्या चित्रांची वही एलेना मार्टिलाला एन.के.व्ही.डी.पासून लपवत राहावं लागलं होतं. अगदी १९८०-९० या दशकात तिनं भीत भीत एक-दोन चित्रं इतरांना दाखविली होती. ती फार 'भावनाप्रधान स्वभावाची' आणि 'फारच निराशावादी' आहेत असं तिला ऐकविण्यात आलं होतं. मग १९९१मध्ये तिला तिची सगळी चित्रं प्रदर्शित करण्यासाठी निमंत्रण आलं. हे निमंत्रण बर्लिनमधल्या एका नामांकित आर्ट गॅलरीकडून आलं होतं.

स्वत: एलेना तिची सगळी चित्रं एकाच वेळी पहिल्यांदाच मोकळेपणानं बघत होती. वेढ्याच्या काळातली एकूण ८० चित्रं प्रदर्शनात, तीन दालनांमध्ये टांगली होती. प्रदर्शनाच्या दरम्यान तिच्यासमोर लेनिनग्राडच्या वेढ्यात सामील असलेले काही वयोवृद्ध जर्मन सैनिक आले. काहीही बोलायची गरजच नव्हती. 'मी त्या वेळी तिथं होतो' हे एलेनाला त्यांच्या नजरेतून कळत होतं. ते चित्रं बघताना एकदम नि:शब्द होऊन गेले होते. अनेकांच्या डोळ्यांमध्ये अश्रू तरळले होते. त्यांच्यामधला एकजण अचानक पुढे आला आणि 'मी तुमच्याकडून क्षमेची याचना करतो' असं म्हणाला. ''यामधलं काहीच लष्करी दृष्टीनं गरजेचं नव्हतं. आम्ही तुम्हाला नष्ट करायचा प्रयत्न केला. पण त्यात आम्हीच आमचं माणूसपण नाहीसं केलं. मी सगळ्यांच्यावतीनं तुमच्याकडे क्षमायाचना करतो.'' तो वयोवृद्ध जर्मन सैनिक ही याचना करीत असताना एलेनाला अचानक सोव्हिएत नेत्यांनी लोकांच्या हालअपेष्टांबद्दल जी विलक्षण बेफिकीरी दाखविली होती, ती आठवली. त्यांनी कधीच अशी क्षमेची भाषा केली नाही आणि करणारही नाहीत हे तिला जाणवलं. ती एवढंच म्हणाली, ''युद्ध भीषणच असतं. पण माझा झगडा जर्मन लोकांशी नाही, तर फॅसिस्ट मनोवृत्तीशी आहे. आणि फॅसिस्ट मनोवृत्ती आपल्या सगळ्यांमध्येच असते.''

आम्ही आंद्रेई क्रुकोव यांच्या सेंट पीटर्सबर्गमधल्या अपार्टमेंटमध्ये एका संध्याकाळी बोलत होतो. वेढा सुरू झाला तेव्हा क्रुकोव बारा वर्षं वयाचे होते. त्यांनी मला त्या वेळच्या एका बॉम्बचे तुकडे दाखविले. त्यांनी मला त्यांची छोटी डायरी दाखविली. पेन्सिलनं त्यात सुवाच्च अक्षरात नोंदी केलेल्या आहेत. ''मी १९ सप्टेंबर १९४१ पासून डायरी लिहायला सुरुवात केली. मी दररोज नोंद करायचा प्रयत्न करीत होतो. काहीतरी अविश्वसनीय घडतंय याची मला जाणीव झाली होती.''

लेनिनग्राडच्या वेढ्याची भीषणता आपल्याला संपूर्णपणे कधीच कळू शकणार नाही. तसंच लोकांमध्ये जगण्याची इच्छाशक्ती कशी आली, हे देखील समजणं अवघड आहे. लेनिनग्राडच्या नागरिकांनी दाखविलेलं शौर्य इतकं असामान्य आहे की त्याची आपण कल्पनाही करू शकणार नाही. क्रुकोवनी माझ्याकडे पाहिलं आणि ते एवढंच म्हणाले, ''आम्हाला त्या सगळ्याशी झुंजायचं होतं. हालअपेष्टा विश्वास

बसणार नाही एवढ्या भयंकर होत्या. पण आश्चर्याची गोष्ट म्हणजे लेनिनग्राड शहर त्यांच्यामुळे खचून गेलं नाही. कशी कोण जाणे, पण लोकांमध्ये एकमेकांना मदत करण्याची ऊर्मी उफाळून आली. असं करताना कोणत्यातरी गूढ ताकदीचा आविष्कार झाला. आम्ही माणूसपणा टिकून ठेवण्यासाठी लढत होतो आणि आम्ही ती लढाई जिंकली.''

परिशिष्ट

रेशन म्हणून मिळणाऱ्या ब्रेडचं प्रमाण (ग्रॅममध्ये)

	कामगार	**ऑफिस कर्मचारी**	**अवलंबून असणारे इतर नागरिक**
१८ जुलै १९४१	८००	६००	४००
२ सप्टेंबर १९४१	६००	४००	३००
११ सप्टेंबर १९४१	५००	३००	२५०
१ ऑक्टोबर १९४१	४००	२००	२००
१३ नोव्हेंबर १९४१	३००	१५०	१५०
२० नोव्हेंबर १९४१	२५०	१२५	१२५
२५ डिसेंबर १९४१	३५०	२००	२००
२४ जानेवारी १९४२	४००	३००	२५०
११ फेब्रुवारी १९४२	५००	४००	३००
२२ फेब्रुवारी १९४२	६००	५००	४००

(या परिशिष्टातील आकडेवारी सेंट पीटर्सबर्गमधल्या ब्लॉकेड म्युझियमच्या सौजन्याने देण्यात आली आहे.)

लेनिनग्राडच्या नागरिकांना सर्वांत कमी रेशन मिळणारा १२५ ग्रॅम ब्रेड म्हणजे साधारणपणे मध्यम आकाराचे तीन तुकडे. यातून खरे तर सुमारे २५० किलो कॅलरी ऊर्जा मिळू शकते. पण वेढ्याच्या काळात ब्रेडमध्ये सर्व प्रकारची भेसळ केली जात असल्याने यापेक्षाही कितीतरी कमी ऊर्जा मिळत असणार. सर्वसाधारणपणे निरोगी आयुष्यासाठी दररोज पुरुषाला – २५०० स्त्रियांना – २०००, तर लहान मुलांना १००० ते २००० किलोकॅलरी ऊर्जेची गरज असते.

या आकडेवारीमधून लेनिनग्राडमधल्या लोकांची करुण कहाणी कळत असली,

तरी ती संपूर्ण मात्र नाही. या प्रमाणामधून सोव्हिएत राजवटीच्या मानसिकतेची कल्पना येते. कामगारांसाठी नेहमीच जास्त अन्नाची व्यवस्था होती, कारण उत्पादनात खंड न पडता जास्तीत जास्त उत्पादन व्हायला हवं होतं. ज्यांचा काही उपयोग नव्हता, अशा लोकांची राजवटीला फिकीर नव्हती. याखेरीज बाल्टिक राज्यांमधून आणि जर्मनीने व्यापलेल्या प्रदेशांमधून हजारो निर्वासित लेनिनग्राडमध्ये आले होते. त्यांच्याजवळ रेशनकार्डं नव्हतीच. त्यांची परिस्थिती तर कमालीची करुण होती.

■